AF529757

अभिप्राय

'आभाळझुंज' ही अनंत भोयर यांची किमान गरजांसाठी केलेल्या जीवघेण्या धडपडीची केविलवाणी कहाणी आहे. विदर्भातील वऱ्हाडी मातीचा जिवंत बाज आणि साज गुंफताना लेखकांनी स्वाभाविकत:च तेथील प्रादेशिक जीवनशैली, लोकसंस्कृती, त्यांची विचारसरणी, राहणीमान, वैशिष्ट्यपूर्ण बोली कादंबरीत एकजीव केलेली आहे.

दैनिक सकाळ, नागपूर, ८ जानेवारी, २००६

ग्रामीण भागाचा स्वातंत्र्यानंतर शिक्षणामुळे, साखर कारखान्यांमुळे व अन्य उद्योगांमुळे कायापालट झाला; पण त्यात वरच्या थरावरचे नेते, गुंड वगैरेंनीच हात धुऊन घेतले. भोयर यांनी ग्रामीण भागातील धरणामुळे काही लोक कसे गब्बर झाले आणि त्यांनी इतरांना फसवून आपली तुंबडी कशी भरली याचे दाहक चित्रण 'आभाळझुंज'मध्ये वामन न्हाव्याच्या मध्यवर्ती व्यक्तिरेखेतून केले आहे.

दैनिक सकाळ, पुणे, २९-१-२००६

अनेक संघर्षांना एकाचवेळी तोंड देणाऱ्या वामन न्हाव्याला लोकचेष्टेबरोबरच बाजारीकरण, स्पर्धा व जाहिरातबाजीच्या जगाशी केविलवाणा सामना करावा लागतो. तरीही त्याने भ्रष्ट व्यवस्थेविरोधात दिलेली एकाकी झुंज समूहमनाला नवी ऊर्जा देऊन जाते.

दैनिक ऐक्य, १-१-२००६

अनंत भोयर यांची 'आभाळझुंज' ही कादंबरी दावणीच्या बैलांप्रमाणे विकासाच्या खुंट्याशी खिळवलेला. धरणाकाठी आपापली पाळंमुळं सडवीत कसंबसं जगू पाहणाऱ्या मुक्या झाडामाणसांची करुण कहाणी आहे.

दैनिक तरुण भारत, बेळगाव, ४-५-२००६

आभाळझुंज

अनंत भोयर

मेहता पब्लिशिंग हाउस

Please contact us at **Mehta Publishing House,** Pune 411030.
✆ +91 020-24476924 / 24460313 / Mob. No. 9545000513
Email : production@mehtapublishinghouse.com
Website : www.mehtapublishinghouse.com

- *या पुस्तकातील लेखकाची मते, घटना, वर्णने ही त्या लेखकाची असून त्याच्याशी प्रकाशक सहमत असतीलच असे नाही.*

AABHALZUNJ by ANANT BHOYAR

आभाळझुंज : अनंत भोयर / कादंबरी

Email : author@mehtapublishinghouse.com

प्रकाशक : सुनील अनिल मेहता, मेहता पब्लिशिंग हाऊस,
१९४१, सदाशिव पेठ, माडीवाले कॉलनी, पुणे – ४११०३०.

अक्षरजुळणी : पीसी-नेट, नारायण पेठ, पुणे ३०.

मुद्रक : पार्कसन्स ग्राफिक्स

मुखपृष्ठ : सरदार जाधव

आतील रेखाचित्रे : अनंत भोयर

प्रकाशनकाल : सप्टेंबर, २००५ / पुनर्मुद्रण : नोव्हेंबर, २०१७

किंमत : ₹ ३००

P Book ISBN 9788177665277
E Book ISBN 9789387319578
E Books available on : amazonkindle Apple Books Google Play Books

विकासाच्या गळक्या छपराखाली
अन् निसर्गाच्या लहरी सासुरवासात
जिवंतपणी मरण कांडणाऱ्या
अवघ्या वंचितांना —

।। मनोगत ।।

स्वातंत्र्यप्राप्तीपासून आपल्या देशात आजतागायत कितीतरी धरणे झालेली आहेत. आजही होत आहेत. पण अजूनही विस्थापितांच्या अन् पाण्याच्याही समस्या सुटलेल्या नाहीत. उलट त्या सध्याच्या धकाधकीच्या, विघटनाच्या काळात अधिकच गंभीर आणि जटिल होत आहेत. कोणत्याही विकासामागून येणारे सर्वच बदल तात्कालिक अन् ढोबळ स्वरूपाचे नसतात, तर बरेचसे सूक्ष्म आणि हळूहळू दूरगामी परिणाम करणारेही असतात. असे बदल केवळ आर्थिक तथा व्यावसायिक स्तरांवरच प्रभाव करीत नसून, जीवनाचे मानसिक, कौटुंबिक, राजकीय, सामाजिक अन् सांस्कृतिक स्तरही त्यात भरडले जातात.

अशा अर्धविकसित परिस्थितीत आपली जीवनमूल्ये जोपासणाऱ्यांच्या भाळी एक अटळ संघर्ष गोंदलेला दिसून येतो. तो संघर्ष केवळ प्राप्त परिस्थितीशीच नसतो, तर भौतिक सुखांमागे धावणाऱ्या भोगलोलूप वृत्तीच्या तरुण पिढीशीही असतो. मालक नेईल तिकडे मेंढरासारखं धावणाऱ्या अनुकरणप्रिय समाजाशी हा झगडा उभा ठाकतो त्याचवेळी तो स्वत:चा स्वत:शीही निरंतर सुरूच असतो. एकट्याने एकाचवेळी वेगवेगळ्या स्तरांवरील संघर्षांना तोंड देण्याची ही अवस्था सुखप्रद निश्चितच असू शकत नाही. त्यातून वाट्याला येणारे खूप सारे ताण-तणाव आणि दु:खभोग माणसाला जगणं नकोसं करून सोडतात. धड जगता येत नाही आणि मरताही येत नाही, अशी ही त्रिशंकू अवस्था. अशाच एका वामन न्हाव्याच्या व्यक्तिरेखेवरून 'आभाळझुंज' आकाराला आली.

विकासोन्मुख बदलांचे परिणाम केवळ मानवावरच होत नाहीत. माणूस आपलं दु:खं बोलून दाखवतो. पण झाडं अन् प्राणी-पक्षी? जीवनसृष्टीत निसर्ग, पर्यावरण, कृषिव्यवस्था व तत्संबंधित व्यवसाय या सगळ्यांवरच्या परिणामांची एक अनोखी, क्लिष्ट सरमिसळ अन् गुंतवळ निर्माण होते. त्यामुळे त्या-त्या घटकांचा सहभाग कादंबरीत असणे अनिवार्य होते.

या विकासप्रक्रियेत जग खूप झपाट्याने बदलत आहे. काही मोजके पशू-पक्षी सुखवस्तू कुटुंबांत उच्चभ्रू माणसासारखे जगत आहेत, तर बरीचशी माणसं दारिद्र्यावस्थेत जनावरासारखी जीवन कंठीत आहेत. गुलब्या, शकून, चिंधाई, भालचंद्रा, बापूराव ही दुसऱ्या प्रकारातील पात्रे अशीच मला अवतीभोवती मिळालीत.

धरण हा विषय मी कादंबरीकरिता निवडला. पण तो निमित्तमात्रच. विघटन कालातील तकलादू विकासामुळे समूहजीवनावर टोळधाडीसारखी अतिक्रमण करणारी अनेक स्थित्यंतरे गेल्या दशकापासून मी सतत अनुभवीत आहे. बहुपदरी व्यक्तिकेंद्रित दुःखवेदनांना सामूहिक संघर्षबिंदूपर्यंत पोचवणाऱ्या स्थिती-गती आणि घटितांमधून जे माझ्या हाती लागलं तेवढं 'आभाळझुंज'मधून मांडण्याचा प्रयत्न केलेला आहे. तशी कादंबरीची जुळवाजुळव आणि मांडामांड गेल्या चार-पाच वर्षांपासूनची. पहिली हस्तलिखित प्रत वाचून ज्या मान्यवरांनी त्यांच्या मौलिक सूचना केल्या ते डॉ. सुभाष सावरकर, डॉ. आशा सावदेकर, डॉ. एस्. एस्. भोसले, डॉ. किशोर सानप, डॉ. नीळकंठ गोपाळ मेंढे आणि प्रा. निरंजन माधव या सर्वांचा मी फार आभारी आहे.

आपले लेखन सर्वदूर पोचावे, असे वाटणे साहजिक आहे. नेहमी दर्जेदार आणि उत्कृष्ट ग्रंथ प्रकाशित करणारे, मेहता पब्लिशिंग हाऊसचे प्रकाशक श्री. सुनील मेहता, संपादक श्री. प्रसाद मणेरीकर आणि गुरुवर्य डॉ. आनंद यादव या सुहृदांनी कादंबरीतील महत्त्वाच्या पैलूंवर वेळोवेळी प्रकाश टाकून तिला अधिक आशयघन आणि गोळीबंद स्वरूप प्राप्त होण्यास मदत केली. त्यांचे आभार मानावे तेवढे थोडेच आहेत.

शेवटी, वास्तववादी आणि सर्जनशील कलाकृतीच्या शोधात असणारे रसिक आस्वादकच कादंबरीचे यश वा अपयश ठरवतील, यात शंका नाही.

गुढीपाडवा
दि. १३ एप्रिल ०२

-अनंत भोयर

दुसऱ्या आवृत्तीच्या निमित्ताने...

'आभाळझुंज'ची ही दुसरी आवृत्ती प्रकाशित होताना एकीकडे आनंद होत आहे, तर दुसऱ्या बाजूला पूर्वीसारखंच बधिरलेलं वास्तव आजही तसंच कायम बघून मनाला वेदनाही होत आहेत.

प्रस्तुत कादंबरीची पहिली आवृत्ती प्रकाशित होऊन एक तप लोटलं, तरी आपल्या खेड्यापाड्यांच्या परिस्थितीत फारसे बदल झालेले आढळत नाहीत. जे झालेले दिसतात, ते फक्त वरवरचे. अंतरंगी गाभ्याचे नव्हेत. तसं पाहता आपल्याकडील भौगोलिक, नैसर्गिक, सामाजिक, कौटुंबिक व लोकमानसाच्या स्थितीला पचतील-पेलतील अशाच बदलांचं अनुसरण व्हायला हवं होतं; पण तसं होत नाही खचित. पाश्चात्त्य संस्कृतीनं अंगीकारलेल्या, बऱ्याचदा हानिकारक म्हणून टाकून दिलेल्या गोष्टी संपूर्ण ताकदीनिशी आपल्याकडील जनमानसावर थोपण्याचाच प्रकार अधिक आढळतो.

एकतर आपल्या राज्यकर्त्यांपासून तर सामान्य माणसांपर्यंत पाश्चात्त्य संस्कृतीचा पगडा इतका मोठा, की त्यासमोर आपल्याला आपलं सर्वच मागासलेलं, प्रतिगामी, जुनाट, कालबाह्य अन् कुचकामी वाटत असतं. आपसूकच त्यातून आपल्याकडील स्थानिक बाबींविषयी एक तिटकारा, तिरस्काराची भावना मूळ धरून असते. अशावेळी नव्या बदलांच्या, तथाकथित परिवर्तनाच्या पाठीमागं आंधळेपणानं धावताना अंतहीन स्पर्धा, जाहिरातबाजी, कुरघोडी, चढाओढ, पायखेचू वृत्ती इत्यादींना ऊत येतो नुसता. त्याला तोंड देताना सामान्य माणूस अंतर्बाह्य बधिरून जातो.

आपल्याकडे जागतिक मुक्त अर्थव्यवस्थेचा अवलंब झाल्यापासून तर या सर्व घटना-घटितांनी कहरच मांडलेला आहे. तथाकथित तकलादू विकास अकाली पावसासारखा सतत आपल्या तना-मनावर कोसळत राहतो. त्यातून आकर्षक, झगमगाटी, मोहमयी दुनिया दृग्गोचर होत असली, तरी ती आरशातून परावर्तित होऊन डोळ्यांत खुपणाऱ्या उन्हाप्रमाणे आपली स्थिती करून सोडणारी असते. या बदलांना अनुसरताना तरुण पिढी सतत ऑनलाइन, तर कर्मचारी मात्र कायम ऑफलाइन राहू पाहत आहेत. या ऑनलाइन-ऑफलाइनच्या घोळात माणूस

कधीचाच 'आऊट ऑफ कव्हरेज झालाय! अवघं जग जवळ आलं बदलांमुळे; पण माणूस माणसाच्या, निसर्गाच्या जवळ गेलाय का? जिकडं-तिकडं केवळ कागदीकरणाचा, प्रमाणीकरणाचा हव्यास. उद्या पुढं जाऊन प्रत्येक नागरिकाला गायी-बकऱ्यांसारखे आधार नंबरांचे बिल्ले ठोकण्याचं कडक फर्मान निघालं, तरी अजिबात नवल वाटू नये!

आपल्या व्यवस्थेचं समीकरणही उफराटं. शेतमाल-किराण्यासारखे पोट भरण्याचे धंदे उधारीत, तर दारूची दुकानं, बारसारखे पोट जाळण्याचे धंदे मात्र नगदीचे. श्रमिकांचं मूल्य वा मोबदला अत्यल्प, तर श्रमचुकव्यांचा अधिक. शहरं सहाही कुसांनी सुजून फुगलेली, तर गावखेडी उसाच्या चिपाडावानी. खेड्यातली तुटकी चप्पल अंगठा बसवण्यासाठी थैलीत घालून थेट तालुक्यालाच न्यावी लागण्याइतपत इथल्या गावखेड्यांचा विकास?

रचल्या रमलेल्या स्थिरस्थावर लोकजीवनावर जेव्हा हे सगळं अनावर कोसळतं तेव्हा सामान्य माणूस भांबावला नाही तरच नवल. तो मूळ सत्त्वापासून, निसर्गापासून तुटत जातो. न पेलवणारे बदल अंगीकारताना त्याची विलक्षण कोंडी होते. जुनं सुटत नाही, अन् नवं धरता येत नाही, अशा विचित्र आवर्तात सापडतो तो. स्वत:च्या एकल, बधिर अवस्थेमुळे त्याला काही करताही येत नाही. 'आभाळझुंज'मध्ये आविष्कृत असे कोसळणारे बदल आजघडीला उदाहरणे बदलली असली, तरी जशाच्या तशाच प्रत्ययास येत आहेत. म्हणूनच ही संहिता आजही ताजी वाटते. त्यापोटीच हा दुसऱ्या आवृत्तीचा खटाटोप. सुहृद वाचकांनाही हे ताजेपण अनुभवता आलं, तर माझ्या लेखनाचं सार्थक होईल.

प्रकाशक श्री. सुनील मेहता यांनी स्वत:हून दुसऱ्या आवृत्तीची संकल्पना सुचवली नसती, तर हे शक्य झालं नसतं. त्यामुळे या दुसऱ्या आवृत्तीचं खरं श्रेय त्यांनाच देणं उचित होईल.

२१ ऑगस्ट २०१७

-अनंत भोयर

आभाळझुंज : एक आस्वाद

कथाकार अनंत भोयर यांची 'आभाळझुंज' ही पहिलीच कादंबरी मेहता पब्लिशिंग हाऊसने प्रकाशित केलेली आहे. 'गावात धरण होणे व त्यामुळे विस्थापित व्हावे लागणे' हे एखाद्या निमित्तासारखे या कादंबरीत लेखकाने वास्तव म्हणून पकडले आहे. या वास्तव पदराच्या अनुषंगाने जीवनातील विविध दालनांना कलात्म चिंतनाचा स्पर्श केलेला आहे. जीवनाचे क्षणभंगुरत्व, प्रश्नांचे सनातनत्व, माणसांच्या वेगवेगळ्या भुका व त्याच्यासाठी करावा लागणारा अहर्निश संघर्ष हा या कादंबरीचा प्राणबिंदू आहे. प्रस्तुत कादंबरी म्हणजे एक संसारकथा, समाजव्यथा आणि संघर्षगाथा आहे. सुलतानी आणि अस्मानी अशा संकटांच्या दोन पात्यांची कात्री ग्रामीण विकासाचे पंख कसे छाटून टाकते, याचे यथातथ्य चित्रण त्यात पाहायला मिळते.

'आभाळझुंज' या कादंबरीत वामन न्हावी हे पात्र केंद्रस्थानी आहे. या वामनाचा पिढीजात हजामतीचा व्यवसाय. त्याचे कुटुंब, त्याच्या अवतीभवतीचा समाज याचे वस्तुनिष्ठ चित्रण कादंबरीत आले आहे. वामन, त्याची बायको नर्मदा, मुकी मुलगी शकून, मुलगा सागर, सून प्रगती आणि नातू यांच्या भावनिक पटातून कादंबरीची वीण घट्ट झाली आहे. या कादंबरीत वामन न्हाव्याच्या व्यथामय संसाराला समांतर जाणारा शेजारच्या चिंधाईचा दुःखमय संसार चित्रित झाला आहे. रमेश या लहान मुलाच्या भीषण मृत्यूनंतर स्वार्थांध अशा तथाकथित बेगडी सुसंस्कृत जगाचा प्रतिनिधी असलेल्या मदनमास्तरपासून तुटत जाऊन चिंधाई अखेर चार घरी भिक्षा मागत आपला उदरनिर्वाह करते. तिसरे उपकथानक आहे ते बापूराव या सधन शेतकऱ्याच्या शोकान्त जीवननाट्याचे. पुरुषोत्तम व दिनकर या दोन मुलांनी अपघातानंतर परावलंबी झालेल्या बापूरावला कायमचे गोठ्यात हाकलून लावणे व दुर्गीच्या संसाराच्या फरपटीला आपणच जबाबदार आहोत, असे समजून अखेरपर्यंत चिंताक्रांत राहिलेल्या बापूरावच्या व्यक्तिचित्रणानेही कादंबरीचे कथानक सघनसुंदर होण्यास मदत केली आहे. यातले चौथे उपकथानक आहे ते गुलब्या आणि इमली यांच्या फाटलेल्या संसाराचे. मातीतून गणपतीच्या सुरेख मूर्ती निर्मिणारा गुलब्या, इमलीच्या चवचाल रंगेलपणामुळे आयुष्यातून उठतो. अखेरीस इमली आणि गुलब्या दोन वेगवेगळ्या दिशांनी जाऊन उद्ध्वस्त होतात. कादंबरीतील पाचवे उपकथानक आहे ते वामनचा मित्र भालचंद्रा सुताराचे. स्वातंत्र्यानंतरची नवी नीती, नियम व कायद्यांमुळे गावगाड्यातील पारंपरिक व्यवसाय, कारागीर, बलुतेदारीचा कसा बीमोड झाला, त्याचे वस्तुनिष्ठ आविष्करण झालेले आहे.

सावेगावातील विविध समस्यांनी हैराण असलेले लोक तसे स्थितीवादीच दिसतात. अपवाद फक्त कादंबरीच्या शेवटी प्रकटलेल्या तरुण मुलांच्या विद्रोहाचा! गावातले तरुण गावपुढाऱ्यांच्या भ्रष्टाचारी वृत्तीचा व नाकर्तेपणाचा निषेध करीत गावातल्या सडक्या राजकारणाला सुरुंग लावण्याचा प्रयत्न करतात. जहागिरराव व कन्यालाल या आपमतलबी, भ्रष्ट राजकारण्यांच्या सहभागातून गावात होऊ घातलेल्या निवडणुकीवर बहिष्कार घालतात. हा बहिष्कार म्हणजे वामनच्या मनातील अव्यक्त आशेचा, परिवर्तनोन्मुख आकांक्षेचाच जणू समांतर वाढणारा अंकुर आहे.

'आभाळझुंज' ही धरणग्रस्त शोषित-पीडितांची दु:खे व्यक्त करणारी व ग्रामजीवनाचा सांस्कृतिक-सामाजिक आयामांसह प्रभावी वेध घेणारी एक महत्त्वाची कादंबरी आहे. ती वामन न्हाव्याच्या केंद्रवर्ती पात्राच्या जीवनावर जरी बेतलेली असली, तरी ती एकट्याची जीवनकहाणी नाही. ती विस्थापित समाजाची करुण कथा आहे. नर्मदासारख्या शोषितांची ती भावगाथा आहे. वामन व सागर या बाप-लेकांतील जीवघेण्या वादळाची ती संघर्षगाथा आहे. तद्वतच निसर्ग, पर्यावरण, भोवतीची कृषिव्यवस्था व कृषी जीवनाशी संबंधित अलुतेदार-बलुतेदार यांच्याही अस्तित्वावर लागलेल्या प्रश्नचिन्हांवर विचारप्रवृत्त करणारी कलाकृती आहे. तकलादू विकासयोजना, भ्रष्ट नोकरशाही आणि नैसर्गिक आपत्ती यांच्या तडाख्यात सापडलेले ग्रामीण जीवन हा या कादंबरीकाराचा चिंतनविषय आहे. या कादंबरीचे आशयकेंद्र विस्थापित धरणग्रस्तांच्या दु:खात आहे; त्यांच्या दु:खात्म जीवनकहाणीचे पदर वेगवेगळ्या आशयबीजांच्या द्वारा लेखक उलगडू पाहतो आहे. या विभिन्न आशयग्रंथी मध्यवर्ती स्वरूपाच्या ग्रामदु:खाशी एकात्म जुळलेल्या दिसून येतात. प्रत्येक आशयकेंद्राने एक कलात्मक आशय तोलून धरलेला आहे. अभावग्रस्त ग्रामजीवनातील दु:ख, शहरी संस्कृतीने ग्रामसंस्कृतीचे चालविलेले अखंड दोहन, सत्ताप्रिय राज्यकर्ते, उर्मट-मुजोर भ्रष्ट नोकरयंत्रणेने गिळंकृत केलेल्या विकासयोजना अशा विविध आशयपदरांनी कादंबरीची वीण घट्ट झाली आहे. तद्वतच जीवनस्पर्शी रूढी-परंपरांचा धागा तुटत असल्याचे ग्रामीणांचे दु:ख व त्यांच्यातील शिक्षितांनी स्वत:चे बनविलेले स्वान्तसुखाय असे तत्त्वज्ञान याही आशयपदरांची जोड इथे दिली गेलेली आहे.

प्रस्तुत कादंबरीतून बदलत्या समाजमनाचा वेध घेण्याचा प्रयत्न लेखकाने केलेला आहे. दुभंगणारी कुटुंबव्यवस्था हाही लेखकाच्या चिंता-चिंतनाचा विषय आहे. ग्रामीण परिसरातील मोडकळीस आलेल्या कृषी व्यवस्थेवरही या कादंबरीत अनेक ठिकाणी जिवंत भाष्य आलं आहे. शेती व्यवस्थेसोबतच तत्संबंधित इतर व्यवसायनुरूप जीवनचिंतनही प्रस्तुत कलाकृतीत प्रभावीपणे प्रकटले आहे.

'आभाळझुंज'मधील संवादही अर्थपूर्ण, कलात्मक व आशयाची सहज अभिव्यक्ती साधत कथानकाला पुढे नेणारे आहेत. उदा. कली व वामनमधला पुढील संवाद–

"काऊन जी, काकाजी. येकटेच बसले इथं?"

"काई नाई, बाई... पत्राळीच्या पानासाठी आलो इकडं. नदीचा तं पार चमनगोटाच करून ठेवला ठेकेदारानं."

कली व वामन यांच्या कलात्मक संवादातून शासनव्यवस्थेतील भ्रष्टत्वावर प्रहार करण्याचा लेखक प्रयत्न करतो.

प्रस्तुत रचनाकृतीचे आवाहन केवळ ग्रामीणांना नाही. केवळ कृषक व तदनुषंगिक व्यावसायिकांनाही नाही. तर ते आहे शोषित-वंचित-सर्वहारा अशा समग्र दुःखी जीवांबद्दल अपार सहानुभाव असणाऱ्या माणसाला – त्याच्यातील माणुसकीला. विविध जाती-पंथ-धर्म यांच्या भिंती ओलांडून जाणारे मानव्य शोधण्याचाच हा प्रयत्न आहे. हे आवाहन निखळ स्वरूपाच्या उपाधीविरहित जनतत्त्वाला आहे. या रचनाबंधाच्या कलात्मक सौंदर्याच्या आवाहकतेचे रहस्य लेखकाच्या जीवनस्पर्शी कलात्म चिंतनप्रवृत्तीत आढळून येते. वेगवेगळ्या आशयग्रंथींना न्याय देत त्यांचे कलात्म संयोजन साधत लेखक पुढे जातो आणि त्याच्या जाणिवेनेणिवेद्वारा रूपबद्ध होणाऱ्या संश्लिष्ट जाणिवेने आशय परिष्कृत होत जातो. अधिक सुरम्यसुंदर असे जीवनसंवादी मूलरूप धारण करतो. उपमा, उत्प्रेक्षा, प्रतिमा, प्रतीके, ग्रामजीवनाची लय पकडणारे बोली भाषेतील शब्द-म्हणी, तद्वतच अर्थघन संवाद व अर्थपूर्ण जीवनचिंतनाने मंडित होत हा आशय वेगवेगळ्या स्तरांवर व उंचीवर वाचकांना घेऊन जातो. त्याला परिवर्तनोन्मुख मूल्यसृष्टीशी, जीवनाच्या अंतरंगाशी परिचित करण्याचा प्रयत्न करतो.

अनंत भोयर यांच्या लेखनवैशिष्ट्यांपैकी एक म्हणजे प्रतिपाद्य विषय व त्या सभोवतीचं विश्व यांचं कलात्म एकरूपत्व अभिव्यक्त करण्याची त्यांची वैशिष्ट्यपूर्ण शैली! विविध सूचक संदर्भांची, सजीवतेवर निर्जीव वस्तूंचं व निर्जीव वस्तुजालांवर सजीवतेचं आरोपण करीत, जीवनव्यवहाराचे बारकावे टिपत, जीवनचिंतनाच्या मुशीतून अल्पाक्षरी अभिव्यक्ती ते सहज साधतात. उदा. वामनच्या तोंडी असलेलं हे तत्त्वचिंतन, "बिडीत तंबाखू असेपर्यंतच हे धूपट. तंबाखू सरला म्हनजे कुठचं काय? नुसत्याच पोकळ फुका मारनं. मानसाच्या आयुष्याचं काईच खरं नाही. सारंच क्षनभिंगुर. चुलीवर खदखदनाऱ्या आंदनाच्या बुडबुड्यावानी!" किंवा माणूस आणि निसर्ग, निसर्गातील विविध घडामोडी व मानवी मनातील वैचारिक तरंग यांची उत्कृष्ट सांधेजोड त्यांच्या लेखनशैलीत आढळते. जसे, "मातीच्या उललेल्या भिंतीवानी तिच्या तोंडावर सुरकुत्यांचं दाट जाळं पसरलेलं."

प्रस्तुत कादंबरीतून जननिष्ठ जाणिवेद्वारा समाजमनाची स्पंदनं टिपण्याचा

लेखकाचा प्रयत्न दिसून येतो. सामाजिक सण-उत्सव, त्यातील परिवर्तन यांचीही अचूक नोंद घेण्याचा प्रयत्न 'आभाळझुंज'मधून झालेला दृष्टीस पडतो. ग्रामीण वास्तव चित्रित करताना लेखक लोकसंस्कृतीच्या आधारे लोकजीवनाची तपासणी करतो. जीवनमूल्यात्मक अशा रूढी-परंपरांना आज आलेले विकृत स्वरूपही त्याला त्रस्त करून सोडते. कृषिवलांच्या दु:खाने तो दु:खी होतो. जनजिव्हाळ्याने भरलेले हे लेखन वाचकाला आपल्यात सतत गुंतवून ठेवते.

अनंत भोयरांची भाषाशैली प्रतिमाप्रधान, प्रतीकमयी व ग्रामजीवनसंदर्भयुक्त आहे. त्यांच्या भाषावैशिष्ट्यांत रंग-गंध-ध्वनी प्रतिमांचा व प्रतिपाद्य आशयसमांतर संदर्भसूचकत्वाचा आढळ दिसतो. ग्रामजीवनस्पर्शी चिंतनातून आकर्षक प्रतिमांचा जन्म होतो. काही ठिकाणी प्रतीक व प्रतिमा यांचे एकरूपत्वही जाणवते. जसे केळीचा नवीन अंकुर व जुना खांब हे नवी पिढी व जुनी पिढी यांचे प्रतीकरूप बनून आले आहे व प्रतिमेतही रूपांतरित झाले आहे.

प्रस्तुत कादंबरीतील काही वैशिष्ट्यपूर्ण प्रतिमांचा उल्लेख केल्यावाचून त्यातील सौंदर्य स्पष्ट होणार नाही. 'काठावरची झाडंझुडपं उखडल्यामुळं आमनदी रंडव्या बाईवानी दिसत होती', 'तिकडं लांब बरडावर चरणाऱ्या गायीचे पांढरे ठिपके सड्यावर रांगोळी काढल्यावानी दिसत होते'. 'सरपंचाच्या बोलण्यावर बँकेतले अवघे खातेवहीचे पानं फडफडल्यावानी हसू लागले' इत्यादी बऱ्याच प्रतिमा कादंबरीत जागोजागी सौंदर्यप्रत्यय देतात.

'आभाळझुंज'मधील प्रतीकयोजनाही लक्षणीय स्वरूपाची आहे. नदीकाठी उभं असलेलं विस्तीर्ण, सुंदर, हिरवंकंच चिंचेचं झाड हे त्या सुखी, समृद्ध गावाचे प्रतीक म्हणून उभे झाले आहे. धरणामुळे या झाडाची जी वाताहत होते तीच संपूर्ण गावाचीही होते. एका समांतर सूत्रातून हा विध्वंसाचा क्रम लेखकाने चित्रित केला आहे– "बुलडोझरचं ताकदवान पावडं थेट भुईत शिरून उभ्या झाडाला मुळापासून हादरवत होतं." अशासारख्या वाक्यांतून बुलडोझर हे यंत्रसंस्कृतीचं, तकलादू सुधारणांचं प्रतीक म्हणून प्रदर्शित झाले आहे.

या रचनाकृतीत गंध-नाद-ध्वनी यांचेही विश्व विलक्षण ताकदीने पकडले गेले आहे. "कड् ऽ ऽ कड् ऽ ऽ कड् ऽ ऽ कड्डाल क्का ऽ ऽ ड!", "भों ऽ ऽ ऽ भों ऽ ऽ", "कुं ऽ कूच कूं ऽ ऽ" अशासारखे ध्वनी किंवा 'जुन्या गावातल्या गोठ्या-दावणींच्या गळ्यांना कंठ फुटला होता' असे उल्लेख प्रत्ययकारी आहेत. ही कादंबरी ग्रामीण जनजीवनसंबद्ध असली तरी प्रादेशिक रूपाचे वैशिष्ट्य ठळकपणे जपणारी नाही, तर ती प्रदेश सीमेपलीकडील जीवन अधोरेखित करते, असेच म्हणावे लागेल. डॉ. रविंद्र ठाकूर कादंबरी या प्रकाराविषयी म्हणतात त्याप्रमाणे जीवनविषयक सामान्य सत्यांची प्रतीती घडविणारे असे कलात्म चिंतन हीसुद्धा

'आभाळझुंज'ची जमेची बाजू आहे.'

लेखकाने धरणग्रस्त सावेगाव चित्रदर्शी पद्धतीने साकार केले आहे. जनश्रद्धा, त्यांची विविध श्रद्धाकेंद्रे मातामाय-मरामाय, त्या पाण्यात गेल्यामुळं हळवं झालेलं जनमानस प्रत्ययकारी प्रकटलं आहे. 'क्याहांग ऽ क्याहांग ऽ बोंबलणारी कुत्री, 'हाँव हाँव' करणारी शकून, उकंडी, सुकनंदन, जहागिरराव, इस्माइल त्यांच्या वैशिष्ट्यांसह साकार झालेले आहेत. मुक्या शकूनला तर लेखकाने केवळ हावभाव व खाणाखुणांच्या माध्यमातून बोलके केलेले आहे. तिचे सौंदर्य, तारुण्य, तिच्या मनातील सुख-दुःखाची आंदोलने इथे प्रत्ययकारक रीतीने आविष्कृत झालेली आहेत.

डॉ. चंद्रकांत बांदिवडेकर यांनी कादंबरी या प्रकाराविषयी मांडलेल्या चिंतनानुसार 'आभाळझुंज'मध्ये बंदिस्त असे कथानक नाही. वेगवेगळ्या स्वभाववैशिष्ट्यांनी युक्त अशा मानवी नमुन्यांचे हे दर्शन आहे. त्यात गावातील सुशिक्षित तरुणांना फसवणारा कन्यालाल हा पंचायत मेंबर आहे, रमेशच्या जीवहानीचे पैसे ठेकेदाराकडून गिळंकृत करणारा त्याचाच भाऊ मदनमास्तर आहे. त्याला साथ देणारी त्याची बायको सविता आहे, सासरा व साळ्याशी भांडायला जाताना टेन्शन यावं म्हणून पव्वा लावून जाणारा सकाराम वाघमारेचा जावई आहे.

चिंधाईला सर्पदंश झाल्यानंतर उपचार करताना मांत्रिक जे मंत्र म्हणतो ते मंत्रसुद्धा उच्चाराबरहुकूम लेखकाने लिहिले आहेत. त्यातून मौखिक मंत्र हे निसर्ग व जीवमात्राशी मानवाने साधलेले संवादरूपी काव्यच आहे, हे प्रत्ययाला आल्यावाचून राहत नाही. भोई-ढिवरांची नारायणदेवाची पूजा व त्याचे चित्रदर्शी वर्णन लेखकाच्या सूक्ष्म निरीक्षणाची साक्ष देतात.

एकूणच प्रचलित, भ्रष्ट, बेगुमान, अनागोंदी व्यवस्थेच्या विरोधी सूर या कादंबरीत व्यक्त झाला आहे. म्हैस भादरताना वामनचे तिच्याखाली चिरडले जाणे, ही घटना म्हणून जशी महत्त्वपूर्ण वाटते, तद्वतच ती एक प्रतीक म्हणूनही उल्लेखनीय आहे. काळी, गलेलठ्ठ बैलबुजाड म्हैस हे इथल्या भ्रष्ट व्यवस्थेचे प्रतीक आहे. तिच्याखाली वामनसारखे कित्येक जनसामान्य किड्यामुंग्यांसारखे पायदळी तुडवले-चिरडले जातात. कायमचे उद्ध्वस्त होतात. कादंबरीचा नायक मानवी मूल्य जपणारा, विपरीतांविरुद्ध पेटून उठणारा आणि स्वतःचे बळ पणाला लावून आत्मविश्वासाने जगण्याची धडपड करू पाहणारा सामान्य माणूस आहे. या वामन न्हाव्याच्या रूपाने भारतीय खेड्यातील जनसामान्यांचा प्रतिनिधीच लेखकाने उभा केला आहे.

या कादंबरीत प्रत्यक्ष प्रकट न होताही 'इमली' जिवंत झाली आहे; पण ती मात्र केवळ व्यभिचारिणीच्या रूपातच. त्यामागील कार्यकारणभाव आविष्कृत करण्यात लेखक अपयशी ठरलेला दिसतो. तरीही 'आभाळझुंज'मधील अवयव-

अवयवींचा संबंध कलापूर्ण उतरला आहे. वेगवेगळी कथानकं, आशयाचे विविध पदर एकात्म सूत्रात गुंफले गेले आहेत. काही ठिकाणी लेखकाने कृतक ग्राम्य शब्दशैलीचा केलेला वापर मात्र सुज्ञ वाचकाला खुपत राहतो. तरीही या कलाकृतीतून प्रकट होणारी आशयाची व्यापकता आणि प्रगाढता निश्चितच एक परिवर्तनाची दिशा सूचित करणारी आहे. एक निद्रिस्त असलेले गाव कादंबरीच्या अखेरच्या टप्प्यात जागे होत असल्याची कलात्म जाणीव प्रभावीपणे प्रकट झाली आहे. जनप्रवर्तनक्षमता असलेल्या या कलाकृतीत काही नव्या विचारांची, परिवर्तनोन्मुख मूल्यांची वाचकाला प्रेरणा मिळते. प्रस्तुत कादंबरी जिथे संपते त्या शेवटापासूनच वाचकाच्या मानसिक पातळीवर ती पुन्हा नव्याने सुरू होते, हेच तिचे मोठे यश आहे. त्यामुळेच या कलाकृतीने जीवनमूल्यांच्या संदर्भचौकटीत दिलेले योगदान मोलाचे वाटते. 'आभाळझुंज'च्या लेखकाचे मन:पूर्वक अभिनंदन आणि भावी लेखनप्रवासासाठी आभाळभर शुभेच्छा!

प्रा. डॉ. निरंजन माधव
प्लॉट नं. १६-सी, फ्लॅट नं. ४०३,
वर्षा अपार्टमेंट, सदाचार सोसायटी,
दत्तवाडी, नागपूर

।। एक ।।

नदीकाठावर एकाएकी भोंऽऽऽ आवाज घुमू लागला. वामनला एकदम बिडीचा ठसका लागल्यावानी झाला. आवाजानं वातावरणातलं सारं चैतन्यच लोपलं. एकाचं बोलणं दुसऱ्याला ऐकू येईनासं झालं. कानात मुंग्या गजबजल्यावानी वाटू लागलं. बधिरलेल्या डोक्यानंच वामन अंगणातल्या तुळशीजवळ आला. डोळ्यांवर हाताचा तळवा धरून उगवतीकडं पाहू लागला.

पिसाळलेले हत्ती माणसात घुसावे, तसे दोन बुलडोझरचे धुडं नदीकाठानं मागं–पुढं सरकत होते. नदीच्या आसऱ्यानं पूर्वापार वाढलेली झाडं उखडवत होते. डोझरचं ताकतवान पावडं थेट भुईत शिरून उभ्या झाडाला मुळापासून हादरवत होतं. सैलावलेल्या मुळ्यांसह खोडाला 'काड्ऽऽऽ काडड्' करत भुईवर पालथं पाडत होतं. झाडांवरची पाखरं भुर्रदिशी उडत होती. सगळीकडं एकच कालवा झालेला. खोडांवरच्या खारूट्या वाट मिळंल तिकडं चहुपांड्या पळत होत्या.

...तसं त्यात कोणाचंच चुकलं नव्हतं. ज्याचं-त्याचं आपापल्यापरीनं खरंच होतं. फक्त परक्याजागी स्वत:ला ठेऊन विचार करणं, कोणालाच साधलं नव्हतं. वस्तरा म्हणजे दुधारी तलवार. अवजार हलक्या हातानं हाताळलं तर हजामत होते अन् हपापल्यावानी हाताळलं तर हत्याही घडते. पण हे जुन्या - नव्यांच्या तफावतीत कोणालाच कळत नव्हतं. दिवसामासानं काळाच्या कंगव्याचे एकेक जबर दात डोक्यावरून फिरत होते. केसांची चापून बसलेली घडी विस्कटून टाकत होते. नवा भांग पाडला तरी केसांचं जुनं वळण बदलत नव्हतं. नवं धरता येत नव्हतं अन् जुनं सुटता सुटत नव्हतं... दिवस उगवताच आज धंद्याला हटक लागलेली. वस्तऱ्याला धार लावताना वामनच्या अंगठ्यावर चर्रकन लाल रेघ रक्ताळली.

सकाळच्या चहाची बशी तोंडाशी असतानाच हेटीवरचा संभा दाठ्ठ्यात आलेला. कर्ज असल्यावानी धडीवर बसून होता. वामन हजामतीच्या धोपटीवरचा गागरा झटकत होता.' तोवर संभा सांगून मोकळा झालेला. वामननं मुद्दामच

दुर्लक्ष केलं. त्यानं गायीपुढं चारा टाकला. सुंद्रीनं त्याच्या हाताला जीवभर चाटून घेतलं.

"मंग कसं, काका?"- आतापर्यंत वामनकडं आशेनं पाहणाऱ्या संभानं विचारलं.

"पाह्य, सोताच्या हातानं मिशी बिघडली म्हून तू माह्याजौळ दुरुस्तीले आला. सांग बरं, बोह्यनीच्या पाह्यरी कोन्यातरी कारागिराले असे उष्टे काम हाती घ्याऽची खुसी वाटंन का?"

"आता माह्या हातानं झाला तं खरा-ह्या इच्चकपना. पन थे दुरुस्तबी कारागिराशिवाय होनार नाई. ज्याचं बंदर त्यालेच नाचोतो येते, काका!"

"पन पह्यलेच सुद्या मतीनं इथं येता दाढीसाठी तं?"

"अरेब्बा! पह्यले इथं जुन्या गावात राहात होतो, तं येत न्हौतो का? पन आता इतक्या दुरून? त्यात ह्या पंचायतीच्या मेंबरकीनं सतरा लफडे राह्यतेत - मानसामांगं."

"मंग नेयमीसारकी हेटीवरच्या थ्या निलेसजौळ काऊन नाई केली बा तुनं? थांब आता, बोह्यनी होऊ दे."

"हे पाह्य, तू दुसऱ्याकडं बोट नोको दाखवू, काका. सरळ सरळ काऊन नाई सांगत, तुह्याच्यानं जमत नाही म्हनून." संभा खसकन् जागचा उठला, "तू नाही, तुहा बाप दुसरा!"

संभा तणतणतच बाहेर गेला. वामन बसल्याजागी पायाला पाणी लावून पोटरीवर वस्तऱ्याची धार तपासू लागला. सापानं कात टाकावी तशी पोटरी तकाकू लागली. एवढ्यात गोठ्यातलं वासरू हंबरलं. त्याला गाईजवळ सोडण्याची वेळ झाली होती. पण तो जागीच बसून राहिला.

घडीभऱ्यानं उकिरड्यावरून शेणाची पाटी टाकून येणाऱ्या सागरमागून संभा पुन्हा घरी आला. वामनच्या नजरंपुढंच छायवानीतल्या हजामतीच्या पोत्यावर जाऊन बसला. सागर त्याची मिशी कोरून देऊ लागला. पूर्वापार चालत आलेली बापलेकांची हजामतीची एकच पेटी. बखोटीत मावण्याएवढा तिचा एवढासा जीव. पण त्यातल्या चार-पाच अवजारांवर ती अवघ्या घरादाराला पोसत होती. वामननं सागरकडील आपली बैठक बदलवून अंगणाकडं तोंड फिरवलं. बसल्याजागी बिडी पेटविली. सून नुकतीच झोपून उठलेली. ब्रश तोंडात फिरवताना साबनावानी पांढराफेक फेस वळणीखाली पचंपचं थुंकत होती. शकून अंगणात शेणपोवट्यांच्या गोवऱ्या थापत होती. नदीकाठावर कावळ्या-बगळ्यांची एकच कलकल वाढली होती. बाजूच्या गोठाणावर गावभऱ्यातल्या गाई-बकऱ्या गोळा होऊ लागल्या. पाहता पाहता त्यांच्या हंबरण्याची अन् घाटरांची एकच गजबज उठली.

“इथंच बसले कावो-तव्हाचे?” नर्मदानं हटकलं, “पानं सरलेत पत्राळीचे. थंड्या ऊनंचे जाऊन येते.”

“आता कुठं लवकर सापडाले गेलेत पानं? सारा दिवस जाईन त्यात. अवघा नदीचा काठवा छाटून राह्यला थो-धरनवाल्याचा ठेकेदार.”

गोठ्यातल्या सुंद्रीचं घाटरू टणटणलं, तसे वामननं कान टवकारले. कोणाचीतरी मोकाट गाय सुंद्रीपुढला चारा जबरीनं ओढत होती. गाईवर एक-दोन तडाखे हाणून तो तिच्यामागं गल्लीपर्यंत गेला. तोंडात चारा धरूनच गाय धूम्म पळत सुटली.

सागरपुढं बसलेला संभा सबाकती बोलावं, तसा बोलला, “का रे, हे भोवतालचे घरं उठून गेल्यानं गिऱ्हाइकी कमी झाली असंन तुही. तू आता बाजारात चांगलं झक्कास दुकान टाक बरं!”

वामन वळणीखाली येऊन टेकला. शकूनच्या गोवऱ्या थापून झाल्या होत्या. प्रगतीनं सपरीत भुईसरं सारवण घातलेलं. शहरात वाढलेली पोर. भुईवर सारवणाचे नुसतेच ठिगळं ओढत होती. तोंडाला पावडर लावल्यावानी वरवर चोपडत होती. शकून 'वाँव् वाँव्' करत भावजयीजवळ गेली. उजवा हात तोंडावर मारून तिच्या सारवण्याकडं बोट दाखवू लागली. तिनं प्रगतीजवळचं पोतेरं आपल्या हातात घेतलं आणि ती स्वत: सारवू लागली. प्रगती लटक्यानं उठून न्हाणीकडं जात बोलली, “बरं, बाई... माह्या हातचे काम पसंतच नाही येत-मायलेकीले!”

गेल्या दोन दिवसांपासून बुलडोझरच्या धुडांनी एकच धुमाकूळ घातलेला. कोण्या कामात ते चित्त लागू देत नव्हते, की सुखानं जराभर पडूही देत नव्हते. गावाला तिन्ही बाजूनं कवटाळून वाहणारी आमनदी उदास-भकास होत होती. काठावरची झाडंझुडपं उखडल्यामुळे ती रंडव्या बाईवानी दिसत होती. धरणवाल्यांनी गावाच्या काठाची गोल हजामत केलेली. नदीचे तट रुंदावून गावाकडच्या बाजूला सपाटीकरण करणं सुरू होतं. पहिल्या दिवशी तर खूपच भयाण वाटे. आवाजामुळं नदीकाठी जमलेले कुत्रे त्या लाल धुडांकडं तोंड करून सारखे भुंकत होते. गोठाणावरचे वासरं-पाठरं आवाजानं बुजलेले. दावणीचे बुजाड बैल घाटरं वाजवत जागीच थरथरू लागले.

“अवघे घरं अद्याप उठाचेच तं ह्या मशिनाबी आल्यात का, लमच्या?”

–एकाएकी मागून आलेल्या उकंडीच्या आवाजानं तंद्रीतला वामन केवढ्यानंतरी दचकला.

“उंऽऽ कोनाले ठावूक, काय हाये त्याहीच्या मनात तं?”

“काठच्या लोकाईले तं घरं खाली कराच्या नोटीसा मागंच आल्यात-”

न बोलता वामन नुसताच डोझरच्या हालचालीकडं पाहू लागला. रक्ताळल्यावानी लालेलाल रंग. अख्खं खाचर सामावू शकंल एवढं मोठं कॅबिनचं डालं. सपाट्यात येईल त्याच्या विध्वंसासाठी टपलेला त्याचा लांबच लांब हात चालत्या माणसाला खिनभर खिळवून ठेवत होता. नदीकाठाला लागून असलेल्या साऱ्या वस्त्या धरणपीडित म्हणून हटवणं सुरू होतं. पोटभर पैसा मिळालेले सुखवस्तू लोक माथ्याकडल्या हेटीवर घरं बांधून राहू लागले. काहींचा पैसा जुने भोकं बुजवण्यातच सरून गेलेला. असी गळाठलेली कुटुंबं जुन्याच ठिकाणी जागा धरून राहिली. 'या दैवा', 'या नशिबा' म्हणत आला दिवस ढकलू लागली. या अंशत: पुनर्वसनानं नदीकाठची अवघी वस्ती लसणातल्या कळ्यांवानी निसून काढलेली. गावाच्या नारळाभोवतीचं टणक टोकर माथ्यावरच्या हेटीवर जाऊन बसलं होतं अन् मधला पाणीभरला नाजूक डोल तेवढा मागं उरला होता.

गावात न्हाव्याची दोनच घरं. एक वामनचं अन् दुसरं त्याच्या चुलत भावाचं भोजराजचं. भोजराज शेतीवाडी पाही. जोडीला म्हशींच्या दुभत्याचा धंदा होता. त्याचंही घर नदीकाठीच. पण त्यानं चार ठिकाणी चकरा मारून घराचं प्रकल्पपीडित म्हणून जमवून घेतलं. छपरावर मांजर टपकलं तर थेट घरातल्यांच्या अंगावर पडावं, असं त्याचं दोपाखी घर. त्याचे नव्वद हजार निघालेले. भोजराजनं याची टोपी त्याच्या डोक्यात करून हेटीवर स्लॅबचं नवं घर बांधलं. त्याचा मुलगा निलेश नागपुरातल्या सलुनात कारागीर होता. दुसऱ्याची ताबेदारी करण्यापेक्षा त्यानं पोराला गावी बोलावून घेतलं. घराला लागूनच शटरची खोली काढली. बँकेच्या कर्जावर नवा धंदा सुरू केला.

वामनचं मात्र आपण बरं की आपलं काम बरं. नखाबोटाचा प्रपंच. त्याची नदीकाठची जुनी जागा सुटली नाही. घरातल्या एका वस्तऱ्यावर काम करणारे दोघं बापलेक... एकाएकी जोरदार आवाज घुमला - 'कड्ऽऽ कड्ऽऽ कड्ऽऽ कड्ऽऽ कड्डाल क्काऽऽ ड्!'

एकेका आवाजाचे नदीकाठावर पाच-सात पडसाद उमटले. भूकंप होऊन भुईनं पोटात घ्यावं, तसंच वाटलं घडीभर. आवाज ऐकून नदीकाठचा गुलब्या कुंभार त्याच्या अंगणात आला. नेहमीसारखा उघडाबंब. कमरंला फाटक्या तरटाचं झिंगर गुंडाळलेलं. हजामत वाढून तिच्या झिंज्या झाल्या होत्या. गुलब्यानं नजरभर कोसळलेल्या पिंपळाकडं पाहिलं. खाजवल्यावानी केसात भरंभरं हात चालवत तो सूर्याकडं तोंड करून भसाड्या आवाजात ओरडला–

'रंग गेलाऽ बेगड गेलाऽऽ साज हरपलाऽऽ होऽऽऽऽ
जीवलग वैरीऽ मालक मेलाऽऽ होऽऽऽ!'

नदीकाठावरचा झाडांचा राजा भुईसपाट झाला होता. अवघ्या मुलखात उठून

दिसणारं पिंपळाचं एकुलतं एक झाड. गगनाला गवसणी घालू पाहाणारं. पिंपळ म्हणजे गावाची अन् नदीकाठाची शान. बकऱ्यांसाठी पाला छाटून छाटून त्याला मोहरमातल्या ताजियावानी आकार आला होता. वामनच्या आज्या-बापापासून पिंपळावर चढलेले. जवानपणात त्यानंही पोहताना पिंपळावरून नदीत कित्येक उड्या मारल्या होत्या.

पाहता पाहता पिंपळाची अवजड इमारत भुईवर लोळली होती. ठेकेदाराची माणसं कुऱ्हाडी घेऊन पुढं सरसावली. बेवारस प्रेताभोवती गिधाडं जमावेत, तसे पिंपळावर घाव घालू लागली. पोरासोरांनी झाडाभोवती एकच कालवा केला. काही पोरं गुलब्याच्या घराजवळ जाऊन त्याला चिडवू लागले... उभ्या उभ्याच वामनचे डोळे उन्हाच्या आचेनं तिरपले. त्यानं धोतराचा सोगा डोळ्याला लावला. ❑

नर्मदा पत्रावळी शिवण्यात गुंतली होती. बाहेर ऊन मी म्हणत होतं. सारखं लाहालाहा तापत होतं. मोकळ्या ओसरीतून गरम झळा सपरीत येत होत्या. अंगातून घामाचा सारखा पूर वाहात होता. एखादी झुळूक आली तर ओल्या जखमंवर फुंकर घातल्यावानी तेवढ्यापुरतं जिवाला बरं वाटत होतं. बांडी काढून वामन उघड्या अंगानंच शिळका टाचत बसलेला. अधूनमधून उडणाऱ्या वावटळी सपाटीकरणावरची धूळ सपरीत आणत होत्या. नदीकाठचा पालापाचोळा अन् काडीकैचण अवघ्या घरभर पसरत होतं. उन्हानं डोळे भगभगत होते. बाहेर अजिबात पाहावसं वाटत नव्हतं. घरालगतच्या धुळीतून वाफा निघाल्यावानी दिसत होतं. गावाभोवतीची झाडंझुडपं तोडल्यामुळं अधिकच रखरखीत वाटत होतं.

कटउंबरीच्या पानांचं पोतं सपरीत पडलेलं. भोवती शिवलेल्या द्रोण-पत्रावळींचा ढीग जमला होता. शिळका टाचून टाचून वामनचे बोटं वळून आलेले. पाय पोटाशी घेऊन बसलेली नर्मदा लुगड्याच्या पदरानं घाम पुसत होती. एकेक पान जोडत पत्रावळीचा घेर लावत होती. वळणीखालच्या सावलीत पसरलेलं भुरं कुत्रं टीचभर जीभ काढून लाहा लाहाऽ करत होतं. कोरड्याठण्ण आभाळाच्या पोटात सूर्याचा टेंभा धगधगत होता. चुलीतल्या जाळावानी त्याची अवघ्या अंगाला आच लागत होती. तसं सगळीकडं सामसूम होतं. सपाटीकरणाकडल्या मजुरांचा कालवा मधल्या सुटीमुळं विसावलेला होता. बुलडोझरचा आवाजही बंद होता. शकून वाकळ शिवत होती. प्रगती नुसतीच आतबाहेर करत होती. पुढल्या द्रोण-पत्रावळींच्या ढिगाऱ्याकडं पाहात वामन नर्मदाला म्हणाला–

"यवढा गराडा पसरला भोवताल. जरा चळत जोडून घे नं वो-"

“ह्या पत्राळी अंतरतीन म्हून राहू देल्ला म्या तसाच.” तिचं लक्ष दाठ्ठ्यातल्या सुनेकडं गेलं.” बाई-परगती, जरा बसल्या बसल्या जोडून ठेवतं का मां?”

प्रगती न्हाणीकडं निघत बोलली, “मले कनाई परसाकडं लागली- जोराची.”

“आता जातं का वो यवढ्या उनंची? जरा सकाळ-वकाळ जाऊन याव लेकाले.”

न बोलता प्रगतीनं पाण्याचा लोटा उचलला. पायात चपला सरकवून ती गोदरीकडं निघाली.

वामन जरा तणक्यानं बोलला, “म्या तुले सांगतलं जोडाले आन तुनं तिच्यावर टोलवलं! तुले सोता जोडून ठेवाले काय झाल्तं?”

“आता लागली असंन हागू. थे का कोनाच्या हातचं हाये?” नर्मदानं पानाला मोड मारली, “जाऊ द्या, यवढे पानं सरल्यावर मी जोडून घेईन.”

वामन स्वत:च पत्रावळी चवडून त्यांची चळत रचू लागला. कटउंबरीचे हिरवेगार पानं. जशी मोड दिली तसे वाकणारे. पण एकदाचे ते वाळून पापड झाले म्हणजे दुमडताना फाटून शिळकीनं तराटले असते. वामन मनातलं बोलला–

“तसं नाई... थे पाह्यली शेयरातली. लेकराइले लाहान्पनी जसं वळन लावलं, तसं लागते.”

“पन तिले काई तुमच्यावानी सवं हाये का - पत्राळी शिवाची?”

“हो, थेच होये माह्यंबी मननं. आतापासून करंन तव्हाच शिकंन, कानाई?”

नर्मदाचं लक्ष ओसरीकडं गेलं, “आम्माय! हे डुक्कर कुठं घुसून राह्यलं इकडं?”

“लाव त्याच्या कमरंत यक! तिकडं नदी-गोदरीनं मानसं कामं करतेत आनं हे डुकरं इकडं लोकाइच्या घरात घुसतेत!”

पत्रावळींच्या चळतीवरचा दगड घेऊन नर्मदा डुकरामागं धावली. तेवढ्यात सागर बाहेरून आला. पत्रावळी रचणाऱ्या बापाला हातभार लावू लागला. पोराचा हात लागलेला पाहून वामनच्या चेहऱ्यावर समाधान झळाळलं. जरा दमानं त्यानं बिडी पेटवली. नदीकडल्या रखरखीकडं पाहात तो झुरके घेऊ लागला.

परसाकडून आलेली प्रगती द्रोणांचा सट लावणाऱ्या सागरजवळ येऊन पुटपुटली, “आता तुमचाच हात लागाचा राह्यला होता वाटते...!”

वामननं कान टवकारले. काही बोलावं असं त्याच्या मनात आलं खरं, पण त्यानं ते बिडीच्या धुपटाबरोबर परत घशात गिळून टाकलं.

“कुठं गेले होते एवढ्यावेळचे?”- प्रगतीनं सहजगत्या विचारावं, तसं नवऱ्याला बोलतं केलं.

“कुठं वो? थ्या शेरद्याच्या घरी टिव्ही पाहात बसलो होतो.”

"तुमचं बरं बाई, मानसाच्या जातीचं! कुठंही बाहेर जाऊन हौस फेडून घेता येते. अशी आवडच आहे तं घरी नाही आनाव् टीव्ही?"

"घरी कायनं दात पाडून आनाव् का?"

प्रगतीनं आवाज आणखी बारीक केला, "ऊंऽऽऽ मनात धरलं तं काहीही होते."

प्रगती घरात निघून गेली. भुईवर पसारी अंथरून तिथंच आडवी झाली. स्वैंपाकघरात खूप उकडत होतं. साडीच्या पदरानं ती सारखी वारा घेत होती, तरी तिचे डोळे जडावत नव्हते. जांभया तर खूप येत होत्या. रोज दुपारी झोपण्याची सवय. त्यामुळं दुपारच्या जेवणानंतर मन असं कोणत्याच कामात लागत नव्हतं. रात्री तर याहीपेक्षा पंचाईत. स्वैंपाकघराला ना खिडकी, ना झरोका. हवा कशी म्हणून खिळतच नव्हती घरात. कुकरमध्ये आलू उकडल्यासारखं वाटत होतं. नवं नवं लग्न झालेलं. हवेसाठी घराचा दरवाजाही उघडा ठेवता येत नव्हता. पंखा घेण्यासाठी नवऱ्याच्या मागं लागावं तर सागर तिला उडवून लावत होता. एकटेकी माणूस. तिच्या वडिलांकडे मागणंही नवऱ्याला मानवत नव्हतं... सपरीत निदान बरं होतं. बाहेरच्या गरम झळा तरी लागत होत्या. पण सपरीत पत्रावळींचा पसारा पडलेला. सासऱ्याला पत्रावळींसाठी दुसरी वेळच सापडली नव्हती. बाहेर उकडत होतं तसंच तिच्या मनातही उकळ्या फुटत होत्या. दुपारचा सुन्नपणा काळजावर ओरखडे उठवत होता. उन्हानं कातावलेलं भोंगूळ सारखं गूंऽऽ गूंऽ करत होतं. चित्ताला कुठं स्थिरावू देत नव्हतं.

पुन्हा बुलडोझरचा भोंऽऽऽ भडऽ भडऽ भडऽऽ आवाज सुरू झाला. सुन्न वातावरणाला नव्या कापडावानी फाडू लागला. पाठोपाठ कुत्र्यांचं कर्कश केकाटणं. प्रगती काहीशा वैतागानं उठून न्हाणीत गेली. डोळ्यांवर सपंसपं पाणी मारून तिनं चुलीवर चहाचं आधण ठेवलं. पिंपावर खिळा ओढल्यावानी अंगभर काटे उठवणारा डोझरचा आवाज. नर्मदानं वामनला आठवण करून दिली-

"थ्या बापुरावाच्या घरी लगन जुडलं तं जाऊन पाहा नं वो? काई डोने-पत्राळी लागतीन मनत होता थो बापुराव."

चहाच्या बशा सपरीत आणणाऱ्या प्रगतीनं पत्रावळींकडं पाहात सागरला हटकलं–

"इथं ऐन मधातच रचाच्या होत्या का पत्राळी? तिकडं कोपऱ्यात ठेवते तं–"

फुंकर न मारता घेतलेला चहाचा घोट वामनचं नरडं जाळत गेला, "पन तुले कोन्ता तरास हाये बाई- त्याइच्यापासून?"

"तसं नाई. पन कोनीही बाहेरचे येनारे जानारे राह्यतेत. असं बरं नाही दिसत-"

"पन मी मन्तो, नाचनेवाल्याले घुगंराची कायची लाज बा? आपला धंदाच हाये थो."

एवढ्यात दाढीचा ग्राहक आला, म्हणून प्रगती घरात गेली. वामन सागरला म्हणाला–

"जातं का रे बापू थ्या बापुरावाच्या घरी? पत्राळी कितीक लागतीन म्हून इच्यारून ये."

"तुमीच जा विचाराले. लागंन तं तोपर्यंत मी याइची दाढी निपटून घेतो."

वामन बापुरावाच्या घराकडं निघाला. सारे सुनसान रस्ते उन्हाच्या खाईत लोळत पडलेले. दुपारचं उन्ह टाळून खडबडलेल्या माणसापोरांची घरांदारांतून कलकल जाणवत होती. एकटदुकट घरांच्या खिडकीतून चहाचा कडवट दर्प धुराला संगती घेऊन बाहेर डोकावत होता.

दाढीचा ग्राहक निघून गेल्यावर प्रगती वाकळ शिवणाऱ्या शकूनजवळ आली. डाव्या हाताभोवती उजवा पंजा गोल फिरवत ती शकूनला बोलली, "राहू द्या नं, आता गुंडाळून ठेवा. मग उद्या–"

शकून जरा हसल्यासारखी झाली. वाकळ आवरण्याचा तिचा विचार दिसत नव्हता. प्रगतीनं तिच्यापुढं हातानं फरकाडल्यावानी केलं. भिंतीकाठच्या चुन्याच्या सारवणाकडं बोट दाखवलं, "चुन्याचं सारवन घेईन म्हटलं होतं. उद्या पोर्निमा आहे. सकाळीस तं घाईच राह्यते येनाऱ्या-जानाऱ्या गिऱ्हाइकाइची."

शकूननं लांब काडीभोवती वाकळीचा पिळा गुंडाळून तो कोपऱ्याशी उभा ठेवला. प्रगतीनं सारवण घातलं.

बाहेरून आलेला वामन पायातल्या वहाना न काढताच फतकन धडीवर बसला. एक जोराचा सुस्कारा सोडून पत्रावळींच्या ढिगाकडं टकंमकं पाहू लागला. त्याच्या चेहऱ्यावरचा रंग अजिबात उडालेला दिसत होता. वाळलेल्या पानांच्या शिरांसारखं तोंडावर काळजीचं दाट जाळं. नर्मदानं त्याच्याकडं पाहात विचारलं–

"काऊन वोऽऽ? असे इर्सवल्यावानी बसले-आल्याबरोबर?"

"ऊऽऽऽ" वामननं तोंड हेकडं केलं.

"काय मने थो बापुराव?"

"काय मने बापाचा बुधला!" त्यानं सुस्कारा सोडला, "लग्नाच्या खरेदीसाठी पोरगं नाप्पुरले गेल्तं, तव्हा तिथूनच आनल्या मने त्यानं पलास्टीकच्या पत्राळी!"

"बाप्पा! आनूनबी ठेवल्या त्यानं? आत्तापासून काय रायतं घालते का पत्राळीचं?"

"मंग माहाग होते मने लगनसराईत... पुन्ना तिथं आपल्यापेक्षा सस्त्याबी भेटल्या खरं, त्याले."

"बरं हाये मनाव! आफन उगंच आशा लावून बसलो होतो."

"थे तस्संच होते... भरोशाची म्हईस गाभन नाई राहात नेयमी!"

पत्रावळींची चळत वामनच्या नजरंपुढून टळत नव्हती. कंबरभर थप्पी त्याच्या डोळ्यात किटुकलं गेल्यावानी सलत होती. भर उन्हात नदी-नाल्यानं हिंडून एकेक पान गोळा केलेलं. गरम झारा खात एकेक जोडून घेतलं. जोडता टाचताना पान न् पान त्याच्या मनात हिरवं झालेलं. शेकड्याचा हिशेब लावत होतं... अन् आज असं झालं. अवघ्या चळतीलेच उंदरानं कातरल्यावानी नाट लागली. पुढं सारा उन्हाळा शिल्लक होता. कसं होईन, देव जाने? वामन पायाजवळ उडत आलेल्या पानाला अंगठ्यानं कुस्करू लागला.

"जाऊ द्या. नाई घेतल्या त्यानं तं काई सडनार नाईत. दुसरीकडं कुठं जुळनच लगनयेव."

"पन तुलेच तं मोठा भरोसा होता त्याचा!" तो चिडल्यासारखा झाला, "तू जात जा नं त्याच्या पाथंवर– कामाले! तू जानतं त्याची नड, पन त्याले वळखी हाये का मानसाची?"

"आता म्या का त्याइच्या पोटातलं जानलं होतं का मनाव, गड्या?"

"तरी मी पह्यलेच मनत होतो," आतापर्यंत मुकाट्यानं ऐकणारा सागर मनातलं बोलला, "का आत्तापासून शिवल्या तं वाळून जातीन म्हूनन– पत्राळी."

"तसं नाईऽ दादाऽऽ... थ्या बापुरावची भले इच्छा होती, पन त्याच्या पोरा-बाळाइले पटलं पाह्यजेन कनाई?" नर्मदानं बाजू मांडली.

"थे काई नाही. हे पत्राळीचे काम बदंच करा लागते याच्यापुढं. आजकाल लोकं हागलं-मुतलं काईबी लागलं, थे शेयरातूनच आनतेत नाहीतरी."

"आरेऽ पन काई ढंग राह्यते का त्यात? थ्या मशीनवर बनोलेल्या इक्रती पत्राळी. जरासं पानी लागल्याबरोबर पोतिऱ्यावानी जमा होतेत. डोन्यात तं कढी टाकल्याबरोबर फक्कन दांड जाते भुईवर!"

"सारा जमानाच पालटला, दाआजी आता! तुमच्या आमच्या हातात काय राह्यलं?"

भुईवर चुन्याच्या कोरीचा फरकाडा ओढत प्रगती बोलून गेली, "पन जमाना बदलला म्हनून काय झालं? आफनही बदलाले पाह्यजे-जमान्याबरोबर."

"हो वो, बाई! तुह्या थ्या नव्या जमान्यांमागं धावता धावता इकडं लेकाच्या ढुंगनाचंबी गळून पडलं तरी चालते मंग!"

"जाऊ द्या नं वोऽऽ... तुमी कायले वैताग करून घेता आपल्या जिवाले?" नर्मदाची समेटाची भाषा.

"देवाऽऽ इठ्ठलाऽऽ तुलेच दिसते बावा सारं!" वामननं अधांतरीच हात जोडले.

प्रगतीनं पळभर डोळा उचलून पाहिलं अन् ती मुकाट सारवू लागली. सागरही मूग गिळून बसलेला. वामनला मात्र चुकल्याचुकल्यासारखं वाटत होतं. पत्रावळींची थप्पी चित्ताला स्वस्थ बसू देत नव्हती. घरापुढलं बुलडोझर सारखं भोंऽऽऽ भोंऽऽ करत होतं. मजुरांची कलकल भंडावून सोडत होती. ऊन उतरणीला लागलेलं. अंगाची लाही आता कमी झाली होती.

वामन घराबाहेर रस्त्यावर आला. वळणीखाली सावलीशी टेकला. नदीपल्याडचं शिवार उन्हाच्या माऱ्यानं लुळंपागळं झाल्यावानी दिसत होतं. झाडा-झुडपांनी जागीच माना टाकलेल्या. जमीन धुपत होती. पायाच्या तळव्यांना गरम वाफा चाटत होत्या. थंडावा घेऊन येणाऱ्या रात्रीची माणसं-जनावरं आतुरतेनं वाट पाहात होती. तिकडं लांब बरडावर चरणाऱ्या गायींचे पांढरे ठिपके सड्यावर रांगोळी काढल्यावानी दिसत होते. गायी-वासरांची लांबच लांब माळ बरडावरून खालच्या रानाकडं उतरत होती. नदीच्या उजवीकडल्या भुडक्याच्या डोहावर पाणी पिऊन तुंबारलेलं एकट दुकट ढोर शेपटी उंचावत उड्या मारताना दिसत होतं.

शकूनचं 'वाँव् वाँव् ' कानावर आलं तशी वामनची तंद्री भंगली. शकूननं हाताचा अंगठा अन् पहिलं बोट चोचीवानी एकमेकांवर घासत आतल्या गावाकडं बोट दाखवलं.

"काऊन, साकर सरली?" त्यानंही तशीच हालचाल केली, "किती पाह्यजेन पयसे?"

शकूननं पाचही बोटं उभे करून दाखवले. वामननं दहाची नोट तिच्याजवळ देताना बोटांची कैची तोंडापुढं धरून काडी उगाळल्यावानी केलं. मान डोलवून शकून रस्त्याला लागली.

प्रगतीचं त्या दोघांकडंही लक्ष असावं. ती सागरजवळ जाऊन पुटपुटली, "पाहा, घरातल्या सामानाले तं पाठवतेच पोरीले, पन बिडी-बिंडलही आनाले सांगतला– बुढ्यानं!"

सागरनं नुसताच खालचा ओठ दुमडला. त्याच्या हातातील कैची कुचकुचत होती. ग्राहकाचं मुंडकं खाली झुकलेलं. कापलेल्या केसांचे झुलपं खाली सागरच्या मांडीवर सांडत होते. मध्येच उठून त्यानं मांडीवर फडकं अंथरलं. खुर्चीवरल्या कटिंगीचं बरं होतं. अंगावर ना केस सांडत होते, ना पाय वळून येत होते. त्याच्या डोळ्यापुढं संभाचा चेहरा तरळला अन् त्याला अजूनच कचकचू लागलं.

❑

“मग चालता का आज? शनवार असल्यानं गिऱ्हाइकही कमी राह्यते तुमचं?” प्रगतीनं विचारलं.

सागर जरा विचारात पडल्यावानी झाला. मग एकदम बोलला, “चाल, कर पटकन् तयारी.”

“कुठं चाल्ला रे?” वामननं सागरच्या धावपळीकडं पाहात विचारलं.

“काटोलले”

“कायले रे?”

“अंऽऽ” सागरनं बायकोकडं पाहिलं, “इले दवाखान्यात नेतो– डोक्सं दुखते खरं तं.”

प्रगती घरात तयारी करू लागली, तसा सागर तिला बारीक आवाजात बोलला,

“कावं, शकनीले घेतं का संगं?... तुलेबी सोबत होते बोला–चालाले.”

“हो का! बोलाले कायची? चालाले म्हना फक्त! पन तिचं तं काही काम नाही तिथं.”

“पन तिलेबी कायले जाऽले भेट्टे कुठं?”

“ऊंऽऽ” प्रगतीनं नाकाला वळी पाडली, “तिच्याबद्दल कोनीही आयाबाया पिसं लावतेत मले. मग नेऊ केव्हातरी.”

बोलणं तिथंच थांबलं. घाईगडबडीनं तयारी झाली. पर्स उचलून प्रगती सागरमागं निघाली.

ते डोळ्याआड होताच वामननं शकूनकडं नजर टाकून नर्मदाला विचारलं, “इले काऊन नाई पाठोली वो– त्याइच्याबरोबर?”

“त्याइचं फुसू फुसू झालं, बाप्पा- काय होये तं घरात. मले काई समजलं नाई साजरं. थ्या चिंधाईच्या सुनंले सोबती नेते म्हून सांगत होती चिंधाई.”

“वारे बेटे! तिले परकीले नेता आलं आनं इची-बह्यनीची तयारी नाई करता आली त्याइले?” वामनच्या मनात दुसरीच शंका आली, “निरं डोक्संच दुखते, का अंखीन काई इशेस हाये दुसरं?”

“कोनाले ठावूक? आपल्याले सांगतेत का हे– अजकालचे पोरं?” नवऱ्याच्या मनात अंतर पडू नये म्हणून की काय नर्मदा म्हणाली, “जाऊ गेले तं मना... त्याइचीच उठी न् त्याइचीच पिठी. आपल्याले काय?”

“हो, तुका मने उगे राहा, जे जे होईन थे थे पाहा!”... म्हणत वामन उठला. घरात खूप उकडू लागलं म्हणून तो दर्ग्याच्या पायरीवर जाऊन बसला. नदीकाठच्या मोहल्ल्याची पार रया गेली होती. काठावरची अवघी घरं बोडकी झाली होती. नेहमी टोपी घालणारा माणूस टोपीशिवाय मनात खुपावा, तशी

बेढब वाटत होती. सगळीच दोपाखी घरं. त्यांच्यावरचा कवलांचा साज उतरवून ठेवलेला. मरणाला टेकलेल्या क्षयरोग्याच्या छातीवरचे हाडं दिसावेत, तसे घरांवरचे आढे-फाटे दिसत होते. लाकडं मयालींचे ढीग सरण रचल्यावानी जागोजागी पडून होते. कुठं कुठं भिंतींचे नागवे खांडं नुसतेच उभे. रात्रीच्या अंधारात ते भुतावानी आणखीच भयाण वाटत. घरांच्या खंडाऱ्यात वटवाघळं वस्ती करू लागले. डुकरांनाही त्यांचा खुडीसारखा आसरा झालेला. अंधार पाहून तरणे पोरं पोरी उजेडात न होणारे कामं, रात्री या खंडाऱ्यांच्या आडोशाला उरकवू लागले. दिवसा उजेडी बाया माणसं टमरेटं घेऊन भिंतीआड बसत होती. कुत्रे टांग उंचावून खांडांवर धार सोडत होते.

एकाएकी बुलडोझरचं रोंघावणं बंद झालं. तिथं घुटमळणारी पाहाणाऱ्यांची गर्दी कोंबडीपुढं फेकलेल्या दाण्यावानी इकडं तिकडं विखरू लागली. माणसांत माणूस मिसळला. अन् पोरांत पोरं रमले. घरापुढला तुलाराम दर्ग्याच्या जोत्यावर बसत बोलला, "का गा, वामनमामा... फुरस्यद दिसते."

"सहज आल्तो इकडं हे सपाटीकरन पाहाले. तुह्यं हेटीवरचं मकान बांधून झालं का?"

"...हो, झालंच मनाव आता... मनतेत ना लगन पाहाव् जोडून आनं घर पाहाव् बांधून."

"काय पेरलं कठानी?"

"दरसालच्यावानी गहू पेराचा होता वाडीत. पन सरकारले आमच्याच वावरातून जागा सापडली सडकीसाठी! सडक जाते जाते करून राह्यलं ब्वॉ पेराचं."

"नदीकाठच्या खारपाटीत पऱ्हाटी हाये वाट्टे. पन थो तुकडा तं धरनात गेला म्हून आइकलं म्या."

"गेला खरा. पन थो पान्याखाली बुडत नाई तोपर्यंत पेराले काय हरकत हाये आपल्याले?" बोलता बोलताच तुलारामला आठवण झाली–

"तुले कवलं लागतेत का, मामा? लागतीन तं माह्या भावाच्या घराचे हायेत इकाऊ."

" नाई बा. मी कुठं टाकू कवलं? पन त्याले कोठीरामलेच तं लागतीन गा, नव्या घरासाठी?"

"थो कायले बांधते-कवलाचं? यकासोयीची सलापच टाकनार हाये थो."

"त्याले तं लय पयसा लागंन मनाव्?"

"थे सारकंच पडते, मामा. जुने कवलं आनं आडेफाटे कुठं मिळतेत आजकाल? मीच तं परेशान झालो कवलाचं बांधून. त्यापेक्षा सलापचं बरं... फेक पयसा, पे पानी!"

"कोठीरामनं शेतीवाडी नाई घेतली वाट्टे काई?"

"शेती कोनाकडून जमते मामा आता? आंगोपरती करंन त्याची खेती म्हून वावराच्या पयशात जीप घेतली– त्यानं. जीपचं बरं..."

"चांगली कमाई होत असंन जीपवर?"

"ऊंऽऽ थे तस्सीच!" तुलारामनं तोंड हेकडं केलं, "कोन्यारोजी डिजेलाचेबी पयसे नाई निंघत त्याचे. बरं, घरची गाडी म्हून मिजास मोठी! दळन दळाले जाईन तं गाडीनं आनं पोरं शाळंत नेऊन घालंन तं थेबी जीपनंच!"

"हागा-मुतालेबी जीपनंच जात जानं मना-नदीवर! बरं पुरवंन मनाव् अशानं?"

तुलाराम खळखळून हसला. वामन एकाएकी गंभीर होऊन दूरवर नदीकडं पाहात बोलला–

"हे काई बऱ्याचे चिन्न नाईत, तुलाराम! सुद्या मानसाले लयाले धाडाचे लक्षनं हायेत हे!"

तुलाराम उठून गेला तरी वामन एकटाच बसून राहिला. दर्ग्याचं बदललेलं आवार निरखू लागला. दर्ग्यापुढली पटांगणवजा मोकळी जागा आता नदीकाठानं काढलेल्या सडकेनं गिळून टाकली होती. जागेच्या मोबदल्यासाठी दर्गा कमेटीनं कोर्टात अपील केला होता. त्याच जाग्यावर गावच्या ग्रामपंचायतीनंही आपला हक्क सांगितलेला. पंचायत अन् दर्गाकमेटीत भांडण सुरू झालं होतं. कोर्ट, वकील, फी यांचाच नवा खर्च सुरू झालेला. दर्ग्याबाहेरच्या नेहमी बंद असणाऱ्या दिव्याकडं मात्र कोणाचंच लक्ष नव्हतं. तारखांवर हजर राहून राहून दोन्ही कमिट्यांचे मेंबर रंजीस आलेले. अजून कोणाकडूनच निकाल लागला नव्हता... बसल्याजागी त्याला सुगंध जाणवला.

कोणंतरी दर्ग्यातला दिवा लावून अगरबत्ती पेटवलेली दिसत होती. बाहेर सांजावलं होतं. चहूकडं अंधार दाटत चाललेला. पुलाच्या काठाकाठानं हिंडत तो घराकडं निघाला. धरणामुळं पुढं नदी तुंबणार म्हणून, वाहतुकीसाठी गावालगत उजव्या बाजूला नदीवर पुलाचं बांधकाम सुरू होतं. पुलाच्या अलीकडं छत्तीसगडी मजुरांसाठी तात्पुरत्या दहा-बारा झोपड्या उभारलेल्या. तट्टे अन् बोऱ्यांच्या खोपटातून धुराचे लोळ बाहेर पडत होते. पोटामागं धावत आलेल्या या परमुलखातल्या तुंग्यात तरण्याताठ्या पोरीबाळीही होत्या. त्यातल्या काही छानछोकी. गावातल्या पोरा-सोरांचं टोळकं दिवस बुडताना हटकून पुलाकडं फिरायला येई. पुलाच्या अर्धवट पिल्लरांवर चढून झोपड्यांकडं पाहात खिदळत बसे. काही मजूर वर्गातले पोरं तर इथल्या पोरींसोबत थट्टामस्करी करायला मिळते म्हणून; शेतीवाडीचे कामं सोडून मुद्दाम पुलावर कामाला येत. येणारा प्रत्येक दिवस हसत-बोलत निघून जाई. सपाटीकरणासाठी गावाभोवतीचे विजेचे तार अन् दिवे काढून घेतलेले.

अंधाराचं घोंगडं पांघरून येणारी प्रत्येक रात्र खायला उठे. पसरलेल्या वाळवणाचा अस्ताव्यस्त ढीग घातल्यावानी राहिलेलं सावेगाव दिसत होतं.

घरी येताच वामन घरात गेला. प्रगती भानवशीवर स्वैंपाक करत होती. तिच्या डोळ्यावर सोनेरी दांडीचा चष्मा दिसत होता. चुलीच्या लालसर धगीत चष्म्याची फ्रेम झळाळत होती. बाहेर येऊन तो अंगणात गोवऱ्या थापणाऱ्या नर्मदाला बारीक आवाजात बोलला–

"पोरं आले वाट्टे... काय सांगतलं मने डाक्तरनं?"

"कोंजीनं बा, मले काई सांगतलं नाई साजरं."

"चष्मा आनला वाट्टे पोरीनं."

"हूंऽऽ"

"केवढ्याचा झाला मनाव्?"

"कोंजीनं."

"काऊन, दिसत न्हौतं का बरोबर?"

"नसंन दिसत."

"यवढ्या नवपनात गेले मनाव डोळे?"

"गेले असंन."

तो जरा चिडल्यासारखा झाला, "तू बी असंन नसंनच करतं? हड्याले मोडनं आनं काडीले जोडनं!" मग तो स्वत:शीच बोलल्यावानी पुटपुटला, "दवाखान्यात गेल्ते का चष्म्यासाठी गेल्ते मनाव्?... लागन तं थ्या कोठ्यावर टाकासाठी टिना आनाचं नाई सुचलं त्याले."

"थे कायलेबी जावोत, तुमाले काय करा लागते? काई तुमच्या गुळ्यातले गेलेत का पयसे?"

एवढ्यात सागर बाहेरून आला. वामननं विचारलं, "काऊन रे, उशीर केला याआले?"

"गर्दी होयेऽ का काय होये? काटोलच्या इस्टानावर तीन घन्ट्यापासून गावची गाडी नाई लागली?" सागर वैतागवाना होऊन बोलला, "च्या बहीन! शेयरासाठी एकामागं एक नान्स्टाप गाड्या सोडतेत आनं खेड्यासाठी दिवसभऱ्यात दोन गाड्याबी सोडत नाईत वेळेवर."

"काय मने डाक्तर?"

"चष्मा घ्या लागते मने. त्याच्याबिगर डोक्सेदुखी थांबनार नाई मने."

"कोनाची– तिची का तुही?"

"माही कायले जी?" सागर लाजिरवाणा झाला. "तिचीच गोस्ट होये."

"मंग–?"

"आनला नं चष्मा."

"केवढ्याचा झाला?"

"ऊंऽऽ... झाला तीनंक्शाचा."

"बाप्पाऽ बाप्पाऽ! लय भाव वाहाडलेत मनाव् चेष्म्याचेबी! मांगरोजा गावात यक चेष्मेवाला फिरस्ती आल्ता तव्हा मले पंचिसाले देल्ला होता त्यानं."

"थो कोन्ता जी चष्मा? ह्या डाक्तरनं तपासून देल्लेला होये फोटूसनचा."

"मनजे?"

"थो सावलीत पांढरा अन् उनीत काळा पडते आपोआप."

"अस्सं? खूब झाली मनाव् हे बी! पन का रे, तिले कुठं जा लागते उनीत?"

"जा नाही लागत म्हनून काय झालं?... नंबरबी वाहाडला मने डोळ्याचा."

"आम्माय! ह्या डोळ्याइलेबी नंबर राह्यते का मनाव् रेशनकारडावानी?" –नर्मदानं नवलानं विचारलं, "मंग सादा बादा काऊन नाई आनला गा काळ्या दांडीचा?"

"थो कुठं साजरा दिसते वो मताऱ्या मानसावानी?"

"बऽरं बापा! असं तसं पसंत येते का तुमाले? थो गावात याइन पंचिसाले घेतलेला चेष्मा आमी दोघंबी वापरतो आलटून पालटून... ह्या तं यवढ्या माहागाचा असून तिच्याच कामाचा झाला."

"पयसा काय वो, कोनीबी कमावते. पयशाचं चीज करता आलं पाह्यजेन् मानसाले!"

"बरं बरं! आता तुमीच करत जाजा चीज ." वामन हळहळला, "आमचे असेच झालेत काळ्याचे पांढरे!

प्रगती रांधणाचा कोपर घेऊन बाहेर आली. तसं बोलणं थांबलं. वामननं तिच्या चष्माकडं नजर टाकली. मुळातच तिचा गोरा मुखडा. सोनेरी चष्म्यानं एखाद्या बड्या साहेबीनवानी वाटत होता. पण तीनशे रुपयात महिन्याचं तेलमीठ भागलं असतं... पन अजकालच्या पोराइले पैशाचं काळीज नाई. मंग सून तं परकीच. मोठ्या घरची लेक. थे तरी कसी? वामननं 'जेय जेय पांडुरंग हरी' म्हणताना बिडी पेटवली.

काम आटपताच शकून अंगठ्याशी बोटाचा गोल करत प्रगतीच्या डोळ्यापुढं पंजा हलवू लागली.

"चांगला दिसते?" प्रगतीनं विचारलं.

"हाँव्, हाँव्!" शकूननं नंद्यावानी मान हलवली. हसतच तिनं छातीवरचा हात डोळ्यापुढं नेला.

"हो, तुमालेबी चांगला दिसंन-खुलून." प्रगतीनं शकूनकडं बोट दाखवलं.

शकूनची हिंमत वाढली. खुशीच्या भरात तिनं भावजयीच्या डोळ्यावरचा चष्मा काढून आपल्या डोळ्याला लावला. आरशात पाहू लागली. 'वाँव् वाँव्; करत तिचं लक्ष वेधू लागली.

"तुनं कायले लावला वो इत्तरफिस्के?" नर्मदाचं लक्ष गेलं, "तुटला-गिटला म्हंजे माहागाचा?"

शकून केवढ्यानंतरी दचकली. घाबरून घाईनं चष्मा काडताना त्याची दांडी वाकली.

चष्मा हाती घेऊन प्रगती फुस्कारली, "झालं! वाकोली दांडी? फिटली का हाऊस?"

"तरी माहा तोंडातला सब्द तोंडातच हाये! पन ह्या गधडीले दम कुठं पचते?" तरंतरं शकूनजवळ येत नर्मदानं तिच्या थोबाडीत मारली. शकून कोपऱ्यात जाऊन मुसमुसू लागली.

प्रगतीचा मूडच गेला. चष्मा आणून धड तास-घन्टा लोटत नाही तोच त्याची दांडी वाकलेली. तिचं मन तळमळलं.

"आता कशी होईन थे दांडी सरळ? यक तं पह्यलेच चव नाही कोन्या गोष्टीची!"

"बरं बाई, सरू दे आता. तुटला तं दुसरा घेऊन देऊ आमी." वामनचा मिटवण्याचा प्रयत्न.

"–हं, घे." सागरने सरळ केलेला चष्मा बायकोपुढं ठेवला, "झाला आता सरळ."

"मले नाही पाह्यजेन. लावा आता तुमीच!" प्रगतीनं पुढ्यातला चष्मा झटक्यानं नवऱ्याकडं ढकलला. तणतणत उठून परात गेली.

सारं जागच्या जागी खिळल्यावानी झालं. कोणीच कोणाशी बोलत नव्हतं. शकून कोपऱ्यात मुसमुसत बसलेली. फुगाटलेली प्रगती घरात नखानं भुई उखरत होती. सागर मारोतीच्या मूर्तीवानी मान वाकवून जागीच खिळलेला. बायकोमुळं त्याला मायबापापुढं उगंच लाजिरवाणं वाटत होतं. पोरीबाळीची अडाणी जात. चष्माच्या वाकलेल्या दांडीमुळं कोणाचं काहीच बिघडण्याजोगं नव्हतं. पण बायकोला कसं पटावं हे? बापही जरा काही समजून घेत नव्हता. नवं कोणतंच मोकळ्या मनानं स्वीकारत नव्हता. सागरला बायको अन् बाप, दोघांच्या मधात चेपल्यासारखं झालं होतं. बायकोला दुखावता येत नव्हतं अन् बापालाही काही समजून सांगता येत नव्हतं. त्याची नुसतीच घुसमट होत होती... दोन पैशांचा चष्मा. त्यानं रंगाचा बेरंग केला होता. चष्म्यानं प्रगतीच्या चेहऱ्याचा रंग जरूर खुलवला

होता. पण नव्या-जुन्यातलं अंतरही वाढवलं होतं... जवळचं दिसण्याऐवजी चष्मा आता दूरचंही दाखवू लागला होता.

❑

उगवतीकडं उजळलं. सावेगाव झोपेतून उठलं. शेण पोवट्यातल्या गांडुळावानी आतल्याआत वळवळू लागलं. कुत्र्यावानी पाय पोटाशी घेऊन रात्रभर पसरलेले सूनसान रस्ते जाणाऱ्या-येणाऱ्यांच्या वर्दळीनं मोहरू लागले. कोणी नवातरणा गडी शेणाची पाटी डोक्यावर लादून लपकत चालला होता. जुनेरातली एक पोर गडवा घेऊन दुधासाठी भटकत होती. लोटलेले दरवाजे तोंड उघडून एकमेकांशी बोलताना पाखरांच्या आवाजात घरातला आवाज मिसळवू लागले. अंधाराच्या थरात काळवंडलेले कौलारू छपरं काळ्यापांढऱ्या धुरांचे सुस्कारे सोडू लागले.

हेटीवरचे नवे सिमेंटी घरं मुकाट ऊन खात बसलेले. तिथल्या नव्या करकरीत दरवाज्याचे तोंडं अजून उघडले नव्हते. दूरदूर घरं. हेटीवरचे प्लॉट वाटतानाच पंचरंगी जाती एकत्र मिसळलेल्या. उडीद-बरबटीचा बेड्डा जनावरापुढं मांडावा तशी सारी भेसळ झाली होती.

जुन्या गावातल्या गोठ्या-दावणींच्या गळ्यांना कंठ फुटला होता. शेणा-मुताच्या भपकाऱ्यात घुंगरा-घाटरांचे आवाज मिसळून गेलेले. नदीकाठच्या महादेवाच्या देवळातली काकड आरती घण्टेच्या तालावर सूर धरत होती.

दिवस हातभर वर आला. डावीकडल्या गोठाणावर गायी-बकऱ्यांची आवक वाढू लागली. चिंधाई गोठाणावरचे शेणपोवटे गोळा करत होती. गुलब्या कुंभार कानामागं खाजवत अंगणातून सूर्यनारायणाशी मनात येईल तसं बोलत होता. वामनच्या घरी मात्र सामसूम होतं. प्रगतीचा कालचा राग अजून गेल्यासारखा वाटत नव्हता. चष्मा मात्र आज तिनं लावलेला दिसत होता. शकून घरातलं भुईसरं सारवत होती. वामनच्या पुढ्यात बापुराव हजामतीला बसलेला. खांद्यापुढं खांदा अन् छातीपुढं छाती. वामनच्या छातीशी बापुरावचं मस्तक झुकलं होतं. कैचीची कुचकूच ऐकताना त्याचे सराईत बोटं बापुरावच्या सुकलेल्या केसांना पाण्याचा ओलावा देत होते. ग्राहकाच्या डोक्याला तो अधूनमधून मायेनं थोपटत होता. बापुरावनं डोळे लावून घेतलेले. लहानपणी ऊवा काढण्यासाठी मायपुढं बसावं, तसं त्याला वाटत होतं.

वामननं बापुरावची मान सरळ केली, "काऊन झोप येते, काजी?"

"जरा गुंगी आली, लमची. तुह्या हातात डोक्सं देल्लं मनजे झोपच येते ब्वा. जादू हाये जसी तुह्याजौळ."

गायी बैलांच्या घाटरांचं टणटणणं कमी होऊ लागलं. मध्येच सुरू झालेला

बुलडोझरचा कर्कश आवाज अवघ्या वातावरणाला व्यापून टाकू लागला.

"अंखीन कितीक दिवस चालतीन मनाव् हे कामं?"

"कोनाले ठावूक? आता सपाटीकरन हाये, घरं पाडनं हाये. पुन्ना रस्त्याची धोटाई होईन."

"सरकार तं खबरच नाई लागू देत– कोन्त्याच गोस्टीची. बांध कव्हा होईन, पानी कव्हा तुंबन; काईच सांगत नाई."

"अजीऽ तं दावनीच्या बैलावानी कारभार हाये सारा-आपला," वामननं मत मांडलं, "खरं म्हंजे जनतेले परत्येक गोस्टीची जानकारी द्याआले पाह्यजेन– सरकारनं."

"बरं, सायेब तं तसेच तसे, पर हे निवडून देल्लेले पुढारीबी यक अक्षेर बोलत नाईत."

"त्याहीनंच तं वाटोळं केलं जी सारं! आपापलं जमवून घेतलं पुनरवसनात आनं आपल्याले ठेवलं इथं-पान्यात सडाले! त्याइचं बरं; जिथं भरला दरा, थोच गाव बरा!"

"हौ, थेबी खरंच. थ्या जहागिरराव सरपंचानं सोताच्या घराबरोबर आजूबाजूच्या आबादी जाग्यावरबी आपला कब्जा दाखवून पुनरवसनाचा भरमसाठ पैसा लाटला. पुन्ना लोकाइचे काळे कामं पांढरे करासाठी त्याइच्याकडून कमिश्येन खाल्लं, थे निराळंच."

बोलता-सवरता हजामत झाली. बापुरावानं धोतराच्या सोग्यानं अंगावरचे केस फडक् फडक् झटकले अन् घराकडं निघाला. वामन सामानाची आवराआवर करू लागला. प्रगती सप्पर झाडत होती. अंगावर गागरा उडू लागला, म्हणून तो तिला बोलला, "बाई, घडीभर थांब नं वो गागरा उडते अतजारावर."

"आता तुमचं दिवसभरच आहे ते. हे केसं पाहा बरं कसे उडतेत वाऱ्यानं?"

"आता म्हाल्याच्या घरी केसं नाई उडनार तं का सोनाराच्या घरच्यावानी सोन्याचा गागरा उडंन का, बाई?"

झाडणं थांबवून प्रगतीनं फडा झर्रकन फेकून दिला. भांडे घासताना शकूनचं लक्ष होतंच. कालपासून प्रगती तिच्याशी बोलली नव्हती. शकून मुद्दाम स्वतःहून खाणाखूणा करू लागली तर ती तोंड फिरवत होती. कोण्या मोहतिराला चष्मा लावून पाहिला अन् भावजयीची बेरूखी विकत घेतली, असं तिला वाटत होतं. नाहीतरी तिच्याकडं कोणीच समजुतदारीनं पाहात नव्हतं. डोक्यातला गुंता आणखीच वाढला म्हणजे ती एकटीच खदखदत राही. वैतागवाणं आयुष्य. सारं जगणंच मुकं झालं होतं.

घराकाठची चिंधाई तुरूतुरू चालत वामनकडं आली. नसाची चिमट नाकाशी

धरून नर्मदाला विचारू लागली, "काय मने वं थो – बापुराव? या लागते मने का अज–कामाले?"

"हो मिरच्या निंदाच्या हाये मने. हजामतीले आल्ता तव्हा म्या इथंच इच्यारून घेतलं त्याले."

"मुकीले संगं घेतो मी. बरं, मैनाले देल्ला का अवाज?"

"थे तं येत नाई मन्ते अज. तिच्या घरचं सामान नेते खरं– नव्या घरी. चाल, भाकर बांधतो, बाई."

"काऊन वो जेवाचीच हाये का?"– नर्मदानं विचारलं.

"आवंऽ तं... माह्याकडं जेवजो म्हून सांगून मास्तर सकाळीसच गेला– शाळंत. आतापावतर वाट पाह्यली म्या. पन सून अद्याप हाक मारालेच तयार नाई– जेवासाठी. मंग थापली लेक घाईपांजी-भाकर."

❑

घराजवळ पोरासोरांचा कालवा जमलेला. बुलडोझर आता नदीकाठ सोडून गावाच्या काठाशी भिडलं होतं. मागंपुढं करत उभ्या भिंती ढासळवत होतं. विचंवानं नांगी मारावी तसा बुलडोझरचा काटा नेम साधून मातीच्या मोकळ्या खांडांवर आदळत होता. रखरखत्या उन्हात धुळीचे भुरकट लोळ आजूबाजूला उडत होते. डोझरचा भोंऽऽ आवाज अन् ढासळणाऱ्या भिंतींचं धडधडणं. सारा नदीकाठ गजबजून गेला होता. पीठगिरणीच्या कवेलूंवर पिठाचा थर जमावा, तसा घरा-दारांवर धुळीचा थर बसला होता.

जेवणं आटपताच प्रगती नाकतोंड एका जागी करू लागली, "काय बाई! कितीबी झाडा लोटा, तरी गागरा तयारच होते पुन्हा. नरकपुरीच वाट्टे जशी."

सागर दुखातल्यावानी झाला, "आता पस्तावल्यापेक्षा तुनं पह्यले लग्नाआधीच इच्यार करा लागत होता– ह्या नरकपुरीचा!"

"पन आताबी काय बिघडलं? खरं म्हनजे, तुमालेच नरकाशिवाय गमत नाही, त्याले काय उपाय?"

"मी मन्तो, असं पान्यात राहून मासोळीसंगं वैर धरनं जमंन का? जे आहे थे सोसावच लागंन कनाई?"

"कायचं सोसा लागंन? माह्यं आइकता का?... माह्या मतानं बजारात दुकान लावा तुमी आता. नाहीतरी इथं काई गिऱ्हायकी नाही राह्यली-दोघापुरती."

सागर काहीच बोलला नाही.

"अन पुन्ना बजारात लावलं तं धंदाबी वाहाडते. मलेबी सदा येनाऱ्या जानाऱ्याइपासून मुक्ती भेटंन जरा."

"आहे तुह्मंबी खरंच मना पन फुक्कटच होतं का बाजारातलं दुकान?"

"काय लागते मोठंसं? हजार पाचशाची गोष्ट. चार बोरे अन् दोन टिना मांडवावर टाकल्या म्हनजे दुकान उभं होते."

"पन तेवढ्यापुरतेबी कुठाय पयसे?"

"बुढ्याले मागून पाहा–"

"हूंऽ क!" त्यानं तोंड वाकडं केलं.

"नाहीच देल्ले तं मंग पाहू दुसरीकडून... करनाऱ्याले नाना उपाय सापडतेत."

"अस्सं?"

"असं कायचं?... उलट तुमचाच फायदा आहे त्यात. असं उपरं राह्यन्यापेक्षा स्वोतंत्र कमाई येते जवळ."

सागर काहीच बोलला नाही. गालावर हात ठेवून बसला. बायकोनं सांगितलेलं त्याच्या मनाला पटत होतं. पण पूर्वापरपासून चालत आलेल्या धोपटीचे दोन तुकडे करण्यासाठी मन धजावत नव्हतं. मायबापांचा विचार मनात सतत आड येत होता. अशा तंद्रीतच तो हेटीवरच्या संभाकडं निघाला.

सूर्य कलला. उन्हाची आच कमी झाली. म्हातारे बाहेर येऊन बसले. घरातल्या आया-बाया टीव्हीपुढं रमलेल्या. कोणी निवडण्या-पाखडण्यात गुंतल्या होत्या. तुलाराम अन् त्याच्या भावाच्या कोठीरामच्या घरातलं सामान हेटीवरच्या नव्या घरी दिवसभर डोहारणं चाललं होतं. लाकूड फाटा, खाटा, कवेलू, दारं-खिडक्यांच्या चौकटी, कोठ्या, पिपे जमंल तसं बंडीवर लादल्या जात होतं. घरातले स्वैंपाकाचे भांडे, आंथरून-पांघरून, गाडगे-मडके बाया-माणसांच्या डोक्यावर बसून जात होते. महादेवाचा पोहा निघाल्यावानी दिसत होतं. बुलडोझरनं घराच्या देहाला धक्का मारण्याआधी सारं हलवणं जरुरी होतं. नव्या घराच्या बांधकामामुळं अन् रोजीरोटीत गुंतल्यामुळं आतापर्यंत त्यांना वेळच मिळाला नव्हता. आता सारीच घाई झाली होती. नवरदेव मांडवात आल्यावानी वाटत होतं.

कोठीरामनं त्याच्या जुन्या घराचे खिडक्या दरवाजे आधीच काढून नेलेले. दारं खिडक्या काढून मागं उरलेले घरं माणसाच्या कवटीवानी भेसूर वाटत. घरांच्या आसपास तुटक्या नाकाचे कप-बश्यांचे तुकडे, दिव्यांच्या फुटक्या काचा, चपाटलेल्या थाल्या, टमरेटं, कंदिलाच्या पायल्या, प्लास्टिकचे भंगार डबे, सडकी पिंप असं काही बाही ढिगाळलेलं. कुठल्या दाराच्या भारवटावर रॉकेलची चिमणी तर कुठं वृंदावनाशी खापराचा दिवा तसाच राहून गेलेला. आता पुन्हा तो इथं पेटणार नव्हता. कोणाला उजेड देणार नव्हता, की कोणाचं दुखलं-खुपलं पाहणार नव्हता. वामन दुपारभर महादेवाच्या पारावर बसून होता. का कोण जाणे, आज घरी जावंसंच वाटत नव्हतां. पाहता पाहता सांजावलं. ढोरा-

वासरांचे घाटरं टणटणू लागले. त्यातच शिवारातून परतणाऱ्या बंड्या-खाचरांची खडखड एकजीव होऊ लागली. कौलारू छपरं थंडावू लागले.

नर्मदा अन् चिंधाई झपझप गावात शिरून घराच्या ओढीनं निघाल्या. देवळाजवळ येताच, पुढून डोक्यावर सामानाचं गाठोडं घेऊन येणाऱ्या मैनाजवळ उभ्या राहिल्या, "आम्माय, सरलंच नाई का वो?"

"सरलं बाई यवढ्यानं. दिवसभर डोहारलं. हे शेवटची खेप होये... आता तिथं रचा लागंन नं सारं."

"कसं झालं वोऽऽ? यकाजुटीनं इथं राहात होतो, बाई-अवघे" नर्मदानं मनातला सल बाहेर काढला, "पन नाई बरं दिसलं थ्या धरनवाल्याइले! नाहकच ताटातूट केली आपली."

"हो माय! आता कामावर जासाठी रोज हेटीवर अवाज द्याले कोन येईन मले?"

चिंधाई पुढं होऊन बोलली, "आता उभी काऊन वं असी? चाल घरात... कुक्कू असंन तं लावतो."

"इथं कुठं राह्यलं माय, कुक्कु? सारंच सावड सुवड करून नेलं नव्या घरी."

"असं कर, मैना; जराभऱ्यासाठी चाल माह्या घरी." नर्मदानं मैनाचा हात धरला, "चाहा पिऊन जा-माह्या गरिबीनच्या घरचा. कुक्कुबी लावनं होते घरी."

"पन तू येत जा, बाई अंधामंधात, आमाले तं ह्या वसाड वस्तीत खावालेच धावते वं, मैना."

अवघ्याजणी नर्मदाच्या घरात बसल्या. शकूननं चहा ठेवला. मैनानं तिचं मत मांडलं–

"सारं गाव उठतं माय, तं अवघ्याजनी नव्या गावात मिळून-मिसळून राह्यलो असतो."

"पन तसं कुठं व्हाआले गेलं? आमाले ठेवलं नं बाई, इथं– पान्यात बुडून मराले!"

"पन आत्याबाई," प्रगती बोलली, "आमालेही एक दिवस याच लागनार आहे. तुमच्या हेटीवर."

चहाचा पहिलाच घोट नर्मदाला कडू कडू वाटला, "पत्ती जास्त टाकली का ह्या फाकंनं?"

मैनानं कोंडी फोडली, "येजाऽ माय बह्यनी व्हा, आमचं घर पाहाले."

"काई वास्तुक गिस्तुक नाई करत का वं? का कोड्डंच बलावतं?" चिंधाईनं छेडलं.

"कायचं वास्तुक माय? जुन्या घराचा सारा पैसा जिरला नव्यामंधी. थ्या पलिस्तराचीच तं सोय नाई आता."

"तिथं हेटीवर चांगलं मोकळं मोकळं वाटत असंन नाई, आत्याबाई?" – प्रगतीची उत्सुकता बाहेर आली, "मोठमोठ्या घरात चांगलं गमत असंन तुमाले."

"आवो तं बिचारे, काई ढंग नाई तिथं! कोनींच कोनाशीन हिळून- मिळून नाई साजरं – इथं कसं होतं वो, आपलं? माडी-कोजागिरीले कसी मजा येत होती, माय? तिथं तं सारे शेयरातल्यावानी दूर दूर घरं. कोनी बोलाले नाई, का चालाले नाई. आमाले तं वनात आल्यावानीच वाट्टे तिथं." बोलता बोलताच मैना जागची उठली, "चालतो, माय पोरांचा बाप बोंबलंन माह्या नावानं."

चिंधाई अन् नर्मदानं मैनाला हळदकुंकू लावलं. शकून मैनाच्या पाया पडली. का कोण जाणे, शकूनचे डोळे भरून आले. मैनालाही कढ आवरला नाही. तिनं शकूनला उराशी कवटाळलं. अवघ्याजणी लुगड्याचे बोळे डोळ्याशी फिरवू लागल्या.

❑

।। दोन ।।

गेल्या आठवड्यात गुलब्याला एक नवाच उद्योग गवसला होता. उठलेल्या घरातील सामान हेटीवरच्या नव्या घरी हलवणं सुरू होतं. डोक्यावर सामानाचे गाठोडे घेऊन हेटीकडं जाणाऱ्यांना गुलब्या रस्त्यानं मध्येच अडवत होता. खिशातला कागद काढून तो जाणाऱ्या-येणाऱ्याजवळ देई. थबकणारा तो आलटून पालटून पाही. त्यावर काही लिहिलं असलं तर वाची. कोरा चिटोरा चुरगाळून फेकून देई. रस्त्यानं वळणाऱ्याला गुलब्या शंकेखोर नजरनं न्याहाळत पुन्हा नवा वाटसरू शोधू लागे. घाईत असलेला एखादा रगेल गडी चिटोऱ्याकडं पाहून म्हणे, "काय होयें रे? तुले कामं नाईत का दुसरे? चाल, व्हय् बाजूले!"

ढकलून पुढं निघून जाणाऱ्याकडं गुलब्या एसटी चुकलेल्या माणसावानी चेहरा करून पाही. पाठमोरा झालेला नजरंआड होईपर्यंत त्याचे डोळे पाठलागावर असत. एखाद्यानं उत्सुकतेनं त्याच्याजवळचा चिटोरा घेऊन वाचलाच तर गुलब्याचा चेहरा खुलून येई. मग तो म्हणे, "आता कवा येसीन?"

"यीऽन नं गाऽ... मी काई परदेशात चाल्लो का?"

"दे, बिडी दे यक."

वाटसरू खिशातली बिडी काढून देई. ती कानामागं खोचून ठेवत गुलब्या म्हणे–

"येसीन तवा माह्यासाठी बिडी आनाजो यक."

जाणारा हसत निघून जाई. बापामागून सामान घेऊन जाणारे लहानमोठे पोरंही गुलब्याच्या हातून सुटत नव्हते. टोलनाक्यावरच्या चौकीदारावानी त्यानं हा नवाच उपद्व्याप सुरू केलेला. पोराबाळाला हेटीच्या बरडाकडं जाताना पाहून तो मध्येच थांबवी–

"बापूऽ... बापूऽऽ... नदीले आला पूर... डोळ्याले आलं पानी... होसीन कोनावानी?"

पोर धीट असलं तर गुलब्याकडं पाहून हसे. गुलब्या खिशातला चिटोरा

काढून त्याच्याजवळ देत म्हणे, "घे... अब्यास करजो चांगला."

एखादं भित्रं पोर गुलब्याला रस्त्यात आडवा झालेला पाहून घाबरून जाई. भिऊन मागच्यामागं उठून पळे. बोकडावानी वाढलेली त्याची दाढी अन् डोक्याच्या झिंज्या पाहून नवख्या माणसाचीही गाळण उडे. शिवारातल्या झाडोऱ्या पांधनीनं भटकणारा गुलब्या कोण्या एकट्या-दुकट्या बाईला भर दुपारी आढळला तर तिच्याही काळजाचं पाणी होई. अंधार-आडोशाला बसलेल्या गुलब्याला पाहून भेवधरल्या पोराची तर चड्डीच भिजायची.

पण एवढं खरं, की गुलब्या मुद्दाम कधीच कोणाच्या वाटेला जात नव्हता. कोणं डिवचलं तरी त्याच्यावर हात उगारत नव्हता. एखाद्यानं मुद्दाम खोड काढलीच तर हातपाय जोरानं हलवून तो आपल्याच अंगाचा खकाना करी. शरीराला आळोखे पिळोखे देई. भूक लागली म्हणजे तो लहर फिरेल त्या घरी जाई. कोणी काही देऊ केल्यास, मनात असलं तर खाई; नाहीतर आल्या रस्त्यानं चालू लागे.

हेटीवरून खाली जुन्या गावात आलेल्या तुलारामला गुलब्यानं असाच रस्त्यात गाठला.

"आता कायले आला इथं?"

"आलो बा– पान्याचा राज्जन न्यासाठी. काऊन रे, माह्यं गाव नाई होये का हे?"

"आता कोनतं काम हाये इथं? मले जेऊ कोन घालंन आता?"

"काऊन सारेच गेलेत का गाव सोडून?... थ्या इमलीले मांगत जानं जेवाले."

"आता बिडी दे यक पयले."

तुलारामनं बिडी काढून देताच गुलब्याची बला आपोआपच टळली.

तुलाराम घराजवळ आला. पण आता त्याचं घर त्यालाच ओळखू येत नव्हतं. बुलडोझरनं त्याच्या भारी अवजड पायांखाली पार चकनाचूर करून टाकलं होतं. ओळखीची कोणतीच खूण मागं राहिली नव्हती. ओसरी दिसत नव्हती की माजघराचा पता लागत नव्हता. टिप्परनं आणून टाकलेल्या बारीक कोरड्या मातीमुळं न्हाणीच्या ओलाव्याचाही मागमूस उरला नव्हता. न्हाणीतला रांजण तर जमिनीत दबून चकनाचूर झालेला. दफनल्याची मसोंटी कालांतरानं भुईसपाट व्हावी, तशीच घराची दशा झाली होती.

"काय पाहून रायला, तुलारामदादा?"

– नदीकडं लोटा घेऊन निघालेल्या मदनमास्तरनं तुलारामला हटकलं.

"पान्याचा राज्जन राह्यला होता न्हानीत. उपडून घेऊन जातो मनलं, तं

सारंच भुईसपाट झालं दिसते.''

''अच्छा, पन जाऊ देनं... माती बाई माती. चांगलं सिमेंटचं छान टाकं आनजो विकत.''

''तसे तं दाहा टाके आनंन मानूस. पन वापरनीतल्या राज्जनाची सर टाक्याले येईन का?''

''का ब्वा..? असे काय मानीकमोती जडवले होते तुज्या रांजनाला?''

''तुमाले राज्जनामांगंची माही भावना नाई समजनार, गुर्जी. तुमी फक्त थ्या पुस्तकातलं लेह्यनंच सिकवू सकता पोराइले आयुक्शातलं जगनं नाई सिकवू सकत!''

''ओ. के... ठीक आहे. चलतो– परसाकडून येतो.''

मदनमास्तरनं काढता पाय घेतला. तुलाराम आपल्याशीच पुटपुटला, ''असं हाये म्हनूनच तं थ्या चिंधाकाकीले वनवास हाये यवढा! मास्तर झाला मने मास्तर! मुद्द्यावर आलं म्हंजे मंग हागुटते लवकरच!''

दुपारची वेळ. बुलडोझर नांगी पाडून जागीच विसावलेलं. दुपारच्या मधल्या सुटीत ड्रायव्हर चहापाण्यासाठी बाजारचौकाकडं गेला होता. पोरासोरांचा गोंधळही जाणवत नव्हता. अवघा नदीकाठ समाधी लागल्यावानी सुन्न वाटत होता. दुपारचं रणरणतं ऊन अंगावर घेत आमनदी सावेगावाला कुशीत घेऊन लोटली होती. पाखरं कोकरं झाडांच्या आडोशाला दडलेले. सायकलवर कुल्फी विकणाऱ्या पोराचा आवाज तेवढा अधूनमधून ऐकू येत होता, ''लोऽऽ थंडाऽऽ र... मिठेऽवालाऽऽऽ''

दरवाज्याच्या सावलीत अंगाचं गाठोडं करून विसावलेला गुलब्या आवाजानं एकदम चकारला. कान टवकारून उठला. ध्यानीमनी नसताना बाहेर कुल्फीवाल्याजवळ आला, ''मले देतं का यक कुल्फी?''

सायकलवाल्या पोरानं गुलब्याच्या अवताराकडं पाहिलं, ''पयसे देव पह्यले''

''तू जलमला तवा तुनं पयसेच मांगतले होते का मायले?''

काहीच न समजून नवखा कुल्फीवाला त्याला टाळून पुढं जाऊ लागला. त्याच्यामागं जाताना गुलब्या गाडग्याएवढा एक दगड हाती घेऊन बोलला–

''मले यक कुल्फी देसीन तं तुले गोटा मारून दाखोतो मी.''

कुल्फीवाल्या पोरानं गुलब्याकडं मान वळवून पाहिलं मात्र. गुलब्याचे तांबारलेले डोळे. आकसलेला थोबडा. पोराच्या मनात काय आलं कोणास ठावूक, त्यानं घाईघाईनं सायकलवर टांग मारली. सायकलला बांधलेला पोंगा न वाजवता तो वाट मिळंन तिकडं आडवी-तिडवी सायकल पळवू लागला! जराभर त्याच्यामागं जाऊन गुलब्या थबकला. विचित्रासारखा हसू लागला.

कुल्फीवाला नजरंआड होताच गुलब्या गोफन फिरवावी तसा दगड गोल गोल फिरवत भसाड्या आवाजात पटरला–

"गोफन गोटाऽ गोफन गोटाऽ जाये किती दूऽर?

नदीमायच्या काठाऽवर पसरला मशासूऽर!'

गुलब्यानं दगड तोल तोल केला अन् नेम धरून पुढं उभ्या असलेल्या बुलडोझरकडं फेकून मारला! खळकन आवाज होऊन कॅबीनची काच फुटली. तुकडे तुकडे होऊन जागीच कचकली. गुलब्या अचकट-विचकट हसू लागला.

'इमलाऽ इमलाऽऽ घडीभर बोंबलाऽ... इमलीऽ इमलीऽऽ आयुक्शाले झोंबलीऽ!'

– स्वत:शीच गुणगुणत गुलब्या आल्यापावली परतला. एका पायाची लंगडी घालत रस्त्यानं निघाला.

❑

नदीलगतच्या चिंचेखाली विसावलेला वामन तिसऱ्याप्रहरी घरी आला. 'पांडुरंगाऽ पांडुरंगाऽ' करत धडीवर विसावला. स्वैंपाकघराच्या दरवाजाच्या पाट्या नुसत्याच लोटलेल्या. शकून सपरीत वाकळ शिवत होती. वामनला चहाची हुक्की आलेली. त्यानं शकूनकडं पाहात उजव्या हाताची ओजळं करून तोंडापुढं धरली.

शकूननं घरात बोट दाखवून तेच बोट कपाळावरच्या गंधाकडं नेलं. ओठांवर मिशी पिरगळल्यावानी करून दाखवलं. डाव्या हाताच्या तळव्यावर मान टाकल्यासारखी केली.

"झोपले हायेत दोघंबी, तं झोपू दे त्याहीले. मंग पिऊ चाहा... पन पानी प्याआचं होतं–"

शकून हसल्यावानी झाली. मग एकाएकी गंभीर चेहरा करून तिनं गाल फुगवून दाखवले. त्याचा निरुपाय झालेला. त्याचा घसा सोकून आला होता. तो धडीशी बसून चहाची तलफ बिडीनं भागवू लागला. उजाड झालेल्या नदीकाठावर नजर खिळवून राहिला.

तासाभऱ्यानं, विसळलेलं तोंड पुसत सागर बापाजवळ येऊन बसला–

"गावाचे दोन तुकडे झाल्यापासून काही ढंग नाही राह्यला दाआजी गिऱ्हाइकीत."

"हूंऽऽ..."

"दिवसभऱ्यात दोन कटिंगी आनं चार दाढ्या नाई येत धडाच्या... सारे तिकडं हेटीवरच पळतेत– निलेसजौळ."

"हूंऽऽ..."

"आता काई पुरवत नाही इथं."

“हो, थे तं दिसूनच राह्यलं.”

“पुढं पाह्यजा अंखीन, बरसाद लागल्यावर कुत्रे हाल नाई खानार आपले.”

“ऊंऽऽऽ जव्हाचं तव्हा लेकाचं जसं थ्या पांडुरंगाच्या मनात असंन तसं होईन.”

“पन यक केलं तं–?”

“काय?”

“बाजारात दुकान टाकलं तं–?”

“बजारात?” वामनच्या बशीतला चहा उलंगला, “घरातला धंदा आता चव्हाट्यावर न्याऽचा मन्तं का?”

“पन इकडं गावाशेवट येऊन पोत्यावर हजामत कराले गिऱ्हाइकाचं मन नाही वळत आता.”

“येनारा येईन आपसूक. तिथं बाजारात दुकान टाकाले पयशाचं झाड हाये का तुह्याजौळ?... पुन्ना ह्या पोट्टीचं वझं कायमचं हाये डोक्शावर.”

“पयशाचं काय, मनात धरलं तं कोनतीबी तडजोड करता येते... सुंद्रीले इकून टाकू.”

“माह्या आज्यापासून येल्हानं हाये बापू थ्या गाईचं. तू लाह्यान्याचा मोठा झाला-तिच्या दुधावर.”

“पन गरज पडली म्हनजे घेता येते नं दुसरी. सध्याची चंदी लावू दुधाची.”

“नांदूनच तसा राह्यला-मालगुजार! चंदी लावतं दुधाची!”

सागरनं हातातील चहाची बशी खाली दचडली. जागचा उठत बोलला, “नाईतरी तुमाले अडथळेच आनाचे राह्यतेत– कोनत्याबी गोस्टीमंधी! जलमभर इथंच नदीकाठी बसा तुमी– गिऱ्हाइकाची वाट पाहात!”

अंगणात आलेला सागर चिंधाईच्या भिंतीशी टेकून उभा राहिला. नदीपल्याड नजर लावून काहीतरी डोक्यात घोळवू लागला. भावाच्या अन् बापाच्या हावभावांकडं शकूनचा सारखा डोळा होता. दोघांच्याही चेहऱ्याचे सरड्यावानी बदलत जाणारे रंग ती धडधडत्या काळजानं न्याहाळत होती. तिचं वाकळीवरचं लक्षच उडालेलं... अंतर राखून चालणारे वाकळीतले दोन्ही धागे एकमेकांना छेदले होते. ती वाकळीवरून लगबगीनं उठून बापाजवळ आली. ‘वॉंव वॉंव’ करत तिनं सागरकडं बोट दाखवलं. हाताच्या अंगठ्याशी लगतचं बोट घासून दाखवू लागली.

“तुले काय हाये-पयसे दे मनाले?” वामन तडकून बोलला, “कुठं गाहान राहू का मी त्याच्यासाठी?”

दोन्ही हातांचे दोन बोटं एकमेकात गुंतवून तिनं साखळीवानी त्यांची कडी करून दाखवली.

"येऊ दे– इरूद्ध यीऽन तं! मी काय करू त्याले?" भनकलेला वामन चिंचेच्या आसऱ्याला निघाला.

उतरलेल्या चेहऱ्यानं शकून मागं फिरली. छेदलेले वाकळीतले धागे उकलू लागली.

जराभऱ्यानं सागर घरात आला तशी ती उठून त्याच्यामागं गेली. उटोंडीतल्या जुनाट पाकिटातले दहा-दहाचे नोटं सागरपुढं धरून खुणावू लागली. छातीकडं इशारा करीत सुई चालवल्यावानी करून दाखवू लागली.

"तुहे होयेत वाकळा शिवाचे, तं ठेव तुह्याजौळच. मले नाई पाह्यजेन!" त्यानं तिचा हात झिडकारला.

शकूननं उजवा हात गळ्याला लावला.

"जा जा! मोठी शप्पत घालनारी आली तं!"

प्रगती नवऱ्याकडं पाहून पुटपुटली, "बापाले घाम नाही येत अन् लेकीले पाहा केवढा पुळका आला– भावाचा?... होट चाटल्यानं पोट नाही भरत म्हना!"

बायकोकडं डोळे वटारून सागर तणक्यानं वळला. ताड ताड चालत घराबाहेर पडला.

कावीळ झाल्यावानी ऊन फिक्कट होऊन पिवळटलं. थंडा वारा झुळझुळला. नदीकाठी दूर सळसळणाऱ्या झाडांवर कावळ्यांची कांव कांव सुरू झाली. गोठ्यातलं वासरू हंबरून दाव्याशी ओढ घेऊ लागलं. पाहता पाहता चहूभोवती अंधार दाटत चालला. मधूनच एखादा रातकिडा सूर धरू लागला. पानकोंबड्यांची कूंऽ कुच कूंऽऽ सुरू झाली.

❑

"का गाऽ वामनकाका, कुठं चाल्ला?"

"कुठं नाईऽ" तो नाराजीनंच बोलला, "इकडंच आल्तो-पाय मोकळे कराले."

"ये... बस."

महादेवाच्या पारावर चार पाच नवथळांचं टोळकं जागा धरून बसलेलं. येणाऱ्या-जाणाऱ्यांना बारकाईनं न्याहाळत होतं. देवळाच्या उजव्या बाजूला धुणं धुण्याचा घाट. बाया-पोरींची तिथं कायम वर्दळ असे. दुपार कलली तरी उशीरलेली एकटी दुकटी लेकबाळ, मांडीपर्यंत ओचे खोचून ओणव्यानं धुणं धुताना दिसे. देवळाच्या आवारातल्या विहिरीवरही बाया-पोरींचा दिवसभर राबता राही. डोक्यावरची घागर झलकून उरीपोटी चिंब भिजणाऱ्या उफाड बांध्याच्या पोरीबाळी डोळ्यांपुढून सतत येत्या-जात्या असत. देवळाच्या पारावरून हे सगळं सहज अन् विनासायास दिसे. पोरांचा कंपू तिथं असा नेहमीच जागा धरून बसत होता. कोणी तरणी

पोर पुढून जाताना पाहून एखादा आगावू गडी उगंच खाकरत होता. टीव्हीतले प्रेमप्रकरणं पाहून हुरूपलेली, एखाद-दुसरी वयात आलेली पोर मुद्दाम या रस्त्यानं काम काढी. पोरांचा वेळ हसता खिदळता सहज निघून जात होता.

वामन जरा पुढं आल्याचं पाहून बसणाऱ्यांत खूसपूस झाली. पोरातला संभा मनरंगी हसतच उठला अन् पुढं मोहऱ्यावरच्या नानाच्या मशीनजवळ जाऊन बसला. विकासनं वामनला बसण्यासाठी बोलावलं खरं, पण त्याच्यापुढं मोठाच पेच पडलेला. पण त्यानं मन निब्बर केलं. वाघ म्हणलं तरी खातो अन् वाघोबा म्हणलं तरी खातो. 'जेय जेय पांडुरंग हरी' म्हणत तो पारावर टेकत नाही तोवर दमन्या विकासला ढोपरानं इशारा करून बोलला, "अज रिक्कामपन दिसते, काका?"

"अं... मनलं तं हाये अन् मनलं तं नाइबी."

"नाई, पन तिकडं गिऱ्हाइक दाढूक खाजवत तुही वाट पाहीन, त्याचं काय?"

"तुमाले काऊन येऊन पड्ली-माह्या गिऱ्हाइकाची? माह्यं मी पाहात बसीन."

दोघं-तिघं गुदगुल्या झाल्यावानी आतल्या आत खदखदले. काकाचा तवा आता तापत आलेला. त्यावर त्यांची पोटभर खिदळण्याची पोळी सहज शेकून घेता येणार होती. विकासनं माणिकला इशारा केला.

माणिक गंभीर चेहऱ्यानं बोलला, "का गाऽ काका... यक काम भागोसीन का माह्यं?"

"कायचं?"

"जरा वस्तऱ्याची गरज होती–"

वामननं त्याचा सूर होईल तेवढा थंड ठेवत विचारलं, "कायच्च्यासाठी पाह्यजेन वस्तरा?"

"त्याचं काय आहे– अंऽ... माह्या वासराच्या आंगावर लिचोड झालेत लय ''

वामन ब्याद टळावी म्हणून बोलला, "बियस्सीचं पावडर लाव त्याले."

"देऊन टाकनं गा त्याले वस्तरा." गण्या हसला, "नाही तं असं कर– इकूनच टाक त्याले एकासोईचा. पयसे तरी वसूल होतीन तुहे. नाहीतरी अजकाल धंदा तं चालतच नाही तुहा!"

"लय श्यायना झाला का रे? मजा उडोता का– कोनाच्या धंद्याची?" पेटलेला वामन उठून उभा झाला. "कोनीतरी कारागीर अवजारं इकते का रे– नंगेहो?"

"त्याचं काय आहे काका–" विकासनं त्याला खाली बसवलं, "आमी

सहज बोललो हासता हासता. तू काऊन एवढा सिरीयस होतं बा–?''

''सिर्यस म्हंजे? असं कसं आयकून घेईन तुमचं काईबी? तुमच्यावानी पोट्टे तं बोटावर खेळोतो मी!''

दूर नानाच्या मशीनजवळ बसून हसणाऱ्या संभाकडं लक्ष जाताच वामन पुन्हा खसकन् उठला, ''हलकटं हो! याच्यासाठीच बसोलं कारे मले इथं? चागंली पायातली काह्डून तोंड लाल केले पाह्यजेन् तुमचे!''

अजिबात मागं वळून न पाहता वामन तरंतरं रस्त्यानं निघाला. मागून खिदळणाऱ्या पोरांचा आवाज त्याचा पाठलाग करू लागला. त्यानं आपली गती आणखी वाढवली.

चिंचेखाली एकट्याच बसलेल्या उकंडीनं आवाज दिला, तसा वामन थबकला.

''काऊन गा यवढी घाई?... पोरगं असननं घरी. ये, बिडी पिऊ–''

''इकडं गेल्तो देवळाकडं सहज,'' तो उकंडीजवळ बसत बोलला, ''अजकालची पिढी काई जाग्यावर नाई राह्यली, उकंडी भौ. लमचे झ्याटभर धसकटं नाईत तं फाल्तूच मजा उडवाले लागले माही!''

''जाऊ दे, वामन भौ. कुत्रं आपल्याले डसलं म्हून काई आफन त्याले डसतो का? कान कापून सोडून द्यावं त्याइले.''

घाटरं वाजले तसा वामन चिंचेखालचा उठून झपझप घराकडं निघाला. वळण घेऊन रस्त्यानं जाण्यापेक्षा, उठलेल्या घरांच्या ढिगांमधून सरळ जाऊ लागला. रोहिणीपूर्वी बरसलेल्या अकाळी पावसानं बुलडोझरची घरघर बंद केलेली. त्यामुळं काही उशिरा खाली झालेल्या घरांचं सपाटीकरण राहून गेलं होतं. पहिल्या पाण्यानं जिकडं-तिकडं गाजर-गवताला नुसता ऊत आला होता. ऊठलेल्या घरांच्या जागा परसाकडं बसण्याच्याही लायकीच्या राहिल्या नव्हत्या. चालताना पाय पुढं टाकावासा वाटत नव्हता. रात्री-बेरात्री तर अजिबात घराबाहेर पडता येत नव्हतं. अशावेळी अंधारात दर्ग्याजवळच्या दिव्याचा मोठा आधार वाटे. पण तोही, रात्रीची संधी साधून कोणीतरी नेहमी लांबवत होतं.

घाटरांचा आवाज वाढला. दिवसभर रानात चरायला गेलेलं गोहोण गावात शिरलं. हंबरत माना डुलवत रस्त्यानं निघालं. कोणी मारकुंडी गाय शिंगानं भिंतं उखरू लागली. कोणी एखादी खाजवणारी आपली पाठ कोपरा धरून भिंतीशी घासू लागली. आघाडीवरच्या जवानावानी सुंद्री धावतच गोठ्यात शिरली. पाय मुडपून सुस्तावलेलं वासरू घाटराच्या आवाजानं चकारलं. तगमग वाढून ते सुंद्रीला भलत्याजागी लुचू लागलं. वामननं गायीला वासरापासून दूर खुंट्याकडं ओढलं. त्याच्या सरावलेल्या हाताचा स्पर्श होताच ती त्याला चाटू लागली. तो तिच्या पाठीवर मायेनं खाजवू लागला. सुंद्री वामनशिवाय दुसऱ्या कोणाला

दोहू देत नव्हती. त्याच्याशिवाय पाण्यालाही तोंड लावत नव्हती. त्याच्या आज्याला कामरगित मिळालेल्या गायीचीच ही वंशावळ. दुधाला गाढी होती. व्याली म्हणजे वर्षभर तिचं दूध तुटत नव्हतं.

वामन सुंद्रीच्या आचोळावरचे गोचीड काढत होता. गाय विकून असा किती पैसा उभारता आला असता? गावरानी गायीला आजकाल खाटकाशिवाय दुसरं गिऱ्हाइक मिळत नव्हतं. जर्सीचा जमाना... गाय इकनं काय अन् माय इकनं काय; दोन्हीबी सारकंच. तिचा पयसा करून कोन धनवान झालं आतापर्यंत?''

...एकेक गोचिड तो सुलगत्या निव्यांवर टाकू लागला. आचोळातून हलकी होत जाणारी सुंद्री त्याच्या कानाशी खरखरत्या जिभेनं चाटत होती. अंगणात एकाएकी धाणकन् वाजलं. आवाजानं सुंद्री एकदम बुजली. उभ्या जागी उसळली. वामन सावध होता म्हणून बरं. पण गायीच्या पायानं डबक्यातलं शेणकूड फतकन त्याच्या अंगावर उडलं. पोटाखाली लेकरू रांगत गेलं तरी सांभाळून उभी राहणारी सुंद्री एकाएकी कशी टिमकारली, म्हणून त्यानं गोठ्याबाहेर नजर टाकली... डोक्यावर आणलेल्या टिना सागरनं अंगणात दचडल्या होत्या. 'हिट्ट त्तिया मायमी' म्हणताना अंगावर उडलेले शेणाचे शिंतोडे झटकत वामन बाहेर आला. सागर धडीवर दम खात बसलेला.

''कुठून आला रे?''

''काटोलावून.''

''टिना कायले आनल्या ह्या?''

''काम आहे.''

''कोनतं?''

''सारं आत्ताच सांगतलं पाह्यजेन का? दिसनच आता-''

''बरं ब्वा राह्यलं!'' वामननं तोंडाला कुलूप लावलं. छायवानीवर टाकण्यासाठी पोरानं टिना आणल्या असतील, अशी स्वत:ची समजूत घालून तो अंगणातल्या खाटंवर बसला.

एवढ्यात रस्त्यानं जाणारा गुलब्या त्याच्याजवळ खाटंवर येऊन बसला. त्यानं महादेवाच्या गाण्यांच्या चालीवर सूर धरला -

''पयसा पयसा करताऽ रेऽऽऽऽऽऽ डोळ्याऽले आलंऽऽ पानीऽऽऽ
बायको सांगेऽ नवऱ्यालेऽऽ होजा बाबुजीच्यावानीऽऽऽ
यक नमन गौराऽऽ पारबती हरबलाऽऽ हर हर्रऽऽ माहादेवऽ!''

गुलब्यानं मग आपला रूख वामनकडं वळवला, ''दे बरं, भाकर दे जरासी -''

का कोण जाणे, यावेळी गुलब्याला पाहाताच वामनच्या डोक्यात सनक

भरली. कधी नव्हे ते त्यानं गुलब्याला हाड्हुड करत रस्त्यानं लावला. अंगणातल्या केळीच्या झाडाकडं तो नुसताच टक लावून बसला. जुन्या केळीच्या बुडाशी एक नवा पिलाचा कोंब भुईला फाडून वर आलेला. सरसर वर वाढत होता. कोवळी कोवळी लुसलुशीत पानं. लळा लागावं असं मोहक डौलदार रूप. ... केळीला मिळणारं खतपाणी आता पिलाच्या वाट्याला जात होतं. कोंब आभाळाकडं झेपावत होता. जुन्या केळीचे पानं पिवळे-पांढुरके पडून फाटत चालले होते.

❑

उन्हाळभर तापलेल्या जमिनीला मृगाच्या सरींनी थंड केलं. पावसाच्या धारा पिऊन भुई गर्भारली. कोंबा-अंकुरांतून निसवत बाळंत होऊ लागली. करपलेला करडा रंग जाऊन रानशिवारानं पिंगट हिरवेपणा ल्यालेला. धूळभरल्या छपरांवरचे भुरकट विटकरी कवेलू आता अंघोळ घातल्यावानी तांबडे-काळे दिसत होते. कात टाकलेल्या सापावानी सारे रस्ते लख्ख झाले होते. मळका कपडा घासून धुवावा तसं अवघं गाव दिसत होतं.

पावसाची चाहूल लागताच सारं सावेगाव तयारीला लागलं. कोणी वावरातलं इंधन आणत होतं, कोणी गुडावरचा कडबा बंडीनं घरात आणून भरत होतं. इंधन कुटाराची बेजमी आटपताच जो तो पेरणीच्या तयारीला लागला. बी-बियाण्यांसाठी एकच धावपळ उडाली. गडीमाणूस कर्जासाठी बँकेत वा सावकाराकडं फेऱ्या घालून आपल्या पोटाची भाकर गहाण करून घेऊ लागलं. पळसाचे डाळं अन् तुऱ्हाट्यांवर माती अंथरून तयार केलेल्या पोलक्यांनी भिंतीचे उघडे खांड झाकले जाऊ लागले. अटाळ्यावर धूळ खात पडलेल्या तिफणी, डवरे-डुंडे अन् वखरं अंग झटकून खडबडले. गावात रिकामपणाच्या गप्पा हाकणारे माणसं पोरं आपापल्यापरीनं जमंल तशी उसाभर करू लागले. पेरण्या सरल्या. संत्रांचे बाग कांडोकांडी पांढरे झाले. मृगाच्या फुलोराचा वास साऱ्या शिवारभर दरवळू लागला. फांद्या पानं जोमानं वाढून नवनवे आकार धरू लागले. सगळ्यांच्याच जगण्याला एक नवी गती आली. रानतुळस, तिवडी, दवणा, काटाकोराटा फुलानं रंगून गेले. कूस उजवलेली भुई तुर्‍याफुलातून हसू लागली. खट्याळ वाऱ्यावर डुलणाऱ्या पाना फुलांकडं पाहून मोहरू लागली.

नागपंचमी अन् अष्टमी धडाक्यात आली. सालदार-गड्यांना पोळ्याचे वेध लागले. पळसाच्या मुळ्या खोदून त्यांचे चवरं-मठाठ्यांसाठी वाख काढणं सुरू झालं. गावगोहोण चारणारे गायकी आतापासूनच दिवाळीसाठी गायीच्या गाठ्यांची गाठवणूक करू लागले. पोळ्याचे सालकरी, चतुर्थीचे गणपती, महालक्ष्म्या अन् ऋषिपंचमीचे भगत पत्रावळीशिवाय जेवणार नव्हते. एवढ्या ताट-वाट्या

कुठवर धूत बसणार? पत्रावळीचं बरं होतं. जेवण जेवलं अन् उष्टावलेली पत्रावळी घरच्या जनावरापुढं टाकून दिली... नर्मदाला पत्रावळींची काळजी लागली होती.

वामन पानांच्या शोधात नदीकाठानं भटकत होता. याआधी जन्माष्टमी आटपण्यापूर्वीच त्याला पत्रावळींची धुंदी चढे. पोळ्यापर्यंत घरात द्रोण-पत्रावळींच्या थप्प्या मावत नसत. तोपर्यंत घरातल्या कोणाचाच हात रिकामा राहात नव्हता. दाढ्या-हजामतींमधून वाचलेल्या वेळात तो पत्रावळी लावत बसे. दिवसभर मोलमजुरी करून नर्मदाही जेवणरात्रीपर्यंत नवऱ्याला हातभार लावी. पण यावर्षी तसा उल्हासच वाटत नव्हता. नर्मदानं दोन-चारदा पत्रावळींची आठवण करून दिली, तेव्हा वामन जाग आल्यावानी खडबडला. पानांसाठी निघण्याचं बेतू लागला... पण मुहूर्तालाच पोरानं खोडा घातला होता...

"सागर, तू घरीच हायेस नं रे दिवसभर?"

– घरून निघताना त्यानं पोराला विचारलेलं.

"काऊन?"

"पानं तोडाले जातो मनलं अज. पोळा तोंडाशीन येऊन राह्यला तरी पत्राळींची काई सोय नाई अद्याप."

"बरं, मंग?"

"तू घरी राह्यशीन तं गिऱ्हाइकाइची काळजी नाई राहात, म्हून मनलं."

"मले काम हाये दुसरं!"

"कोनतं?"

"दुकानचं काम सुरू कराचं आहे— बाजारचौकात."

वामनचं काळीज हेलावलं, "...त्याच्यासाठीच आनल्या वाट्टे टिना... पन थे आत्ताच आलं का अर्जेंट?"

"तुमचं थे पत्राळींचं महत्त्वाचं आहे का एवढं? कोन घेते आजकाल थ्या पत्राळी? मागं थ्या बापूरावमामासाठी एवढ्या मेहनतीनं शिवून ठेवल्या, तं त्यानं नाप्पुरावून आनल्या इकत."

"म्हून काई शिवलेल्या सडल्यात का?"

"सडल्या नसतीन... पन ज्या मालाले उठाव नाही त्याच्यासाठी एवढी धावपळ करन्यात काय अर्थ?"

"मंग काय कर मनतं मले आता?"

"आपलं कोन आइकते इथं?" सागरनं तोंड कडवट केलं. "मांगं धरनाचा सर्वे सुरू होता. तव्हाच घराचं जमवलं असतं, तं कायले अशी वेळ आली असती आता? चिक्कार पयसा भेटला असता ह्या घराचा."

"मंग काय कराले पाह्यजेन होतं म्या?"

“लोकाइवानी बाबूले हजार पाश्शाची खिलाई देऊन आपलं घर धोक्याच्या पातळीखाली दाखोलं असतं तं? थ्या भोजराजकाकावानी नव्या गावात सलूनचा धंदा थाटात सुरू नसता केला?”

“म्हंजे मले थ्या भोज्यावानी लंदफंदं करून पुनर्वसनाचा पयसा फुकटात हडपाले सांगतं का तू?...माह्या आज्या-बापानं नाई केलेत हे कामं!”

“मनून तं मांगंच राह्यले तुमी! आनं धंद्याचंबी वाटोळं करून बसले... आता शिवत बसा पत्राळी!”

वामनकडून पोराच्या तोंडाला पुरणं जमलं नाही. बोलणंच खुंटलेलं. त्यानं चार घास पोटात ढकलले अन् पोत्याची घडी खांद्यावर घेतली... नदीकाठी जिथं अवघ्या फर्लांगभऱ्यात पानांनी पोतं भरत होतं तिथं कोसभर हिंडूनही मनाजोगे पानं मिळत नव्हते. ठेकेदारानं शंभराच्या करारपत्रावर सही करून हजारांच्या घरात नदीकाठचे झाडं तोडून नेलेले. आंजन, वड, कटउंबर, कौठ, पिंपळ, बाभूळ, पळस, शिंदी, किणी, आंबा, तिवस, साग असं कोणतंच झाड उरलं नव्हतं. फर्निचर अन् जळावू इंधनासाठी सगळा नदीकाठ ठेकेदारानं भादरून नेला होता. त्याच्या दाढेतून वाचलेले काही एकट दुकट झाडं बकऱ्या अन् गुराख्यांनी पार ओरबाडून काढलेले. कोणाच्या वावरा शेतातही पानांसाठी जाता येत नव्हतं. धुऱ्या-बंधाऱ्यावरच्या इंधनावर कास्तकारांची भाकर शिजत होती. पानं तोडल्यानं झाड वाढत नाही म्हणून शेतकरी नेहमी नेहमी त्यांच्याकडले पानं तोडू देत नव्हते. माय जेऊ घालीना अन् बाप भीक मागू देईना, अशी गत. नदीकाठानं चालून चालून वामन दमला. एका आंब्याखाली बसकन मारून बिडी फुंकू लागला. घसा जाळणाऱ्या धुपटानं मनावरचा शीण हलका होत गेला.

नदीच्या दिशेकडून हातात विळा घेतलेली कली बकरी हाकलत वामनजवळ येऊन थबकली.

“काऊन जी, काकाजी...येकटेच बसले इथं?”

“काई नाई, बाई... पत्राळीच्या पानासाठी आल्तो इकडं. नदीचा तं चमनगोटाच करून ठेवला – ठेकेदारानं.”

“अजीऽऽ कायले आले इकडं? मीच तं पस्तावून राह्यली-शिंदीच्या काचोळ्याइले येऊन. थ्या बाबल्लीच्याइले नदीकाठच्या शिंदीबी पुरल्या नाय. यकाकाठून सारं शिंदबन शेल्याशेवट नेलं छाटत.”

“मंग आता कसं वोऽ? फडे कायचे बांधसीन तू?”

“थोच तं इच्यार हाय, बापा. पह्यले दिवसभऱ्यात इस-पंचीस फड्यापुरत्या काचोळ्या जमा होत. आता तं दिवसभर लंगंलंगं हिंडाव् तं पाच फडेबी नाय बनत.”

"आपल्या मुळावरच आलं हे धरन."

"काय बापाऽऽ! हात पाय घासून मराची पाळी आली आमच्या गरिबावर. तुमाले निदान तुमचा हजामाचा धंदा तरी हाय दुसरा. पन आमाले तं मांगाची जात लेह्यडी म्हून कोनी कामावरबी टिकवून नाय ठेवत. आमी कसं कराव् मंग?"

"आता कसं, घरी जाव का वापस?"

"असं करू काकाजी, ह्या मरकसूरच्या नाल्यानं जाऊन पाहू आफन."

'जेय जेय पांडुरंग हरी' म्हणत वामन बिडी विझवून उठला. नदीला येऊन मिळालेल्या ओघळानं तोही कलीमागून निघाला. खांद्यावर टाकलेलं पोतं खांद्यालाच भार झालं होतं. त्याचे पाय बळ नसल्यावानी कलीमागून चालत होते. काट्या-गोट्यांशी धडका घेत आडवे-तिडवे पडत होते.

दिवसभर वणवण हिंडून वामन सांजवक्ताला घरी आला. कोसभर लांबून डोक्यावर वाहून आणलेलं पानांचं ओझं मानी बसलेलं. आल्या आल्या त्यानं ते छायवानीत धप्पकन आदळलं. आवाज ऐकून बाहेर आलेली प्रगती बोलली, "तिथंच ठेवलं का जी ते? जरा कोपऱ्यात एका बाजूले ठेवाचं होतं."

"आता थे इथंच राहीन का, बाई?...घरी आल्याबरोबर झालीबी तुले अडचन?"

"तसं नाही... पन ते येन्या-जान्याच्या रस्त्यावर मधातच ठेवलं तुमी, म्हनून म्हटलं."

वामन जोत्याशी टेकून बिडी फुंकत बसला. प्रगतीनं कधी नाही तो खराटा हाती घेतलेला. त्याला नवल वाटलं तिचं. सप्पर झाडताना सदा कुरकुरणाऱ्या सुनेनं एकाएकी शेणामुताचा गोठा झाडून काढावा, हे पहिल्यांदाच घडत होतं. त्याच्या मनात आलं... पोरगी तशी वाईट नाई. कामाची आहे, टापटापीची आहे. यवढं खरं, का जरा तोंढाळ आहे. पन मनात घेतलं तं कोनतंच काम जड नाई तिले. ...एकाएकी त्याच्या बोटाला चटका बसला. बोटापर्यंत जळलेली बिडी त्यानं भुईवर कुस्करली. ओझ्यामुळं आखडलेल्या किडकिडत मानेला झटके देत तो घराबाहेर पडला.

घरी येताच वामननं वळणीशी खोचून ठेवलेल्या वेळवाच्या कमच्या काढल्या. पावसाळी मोसमात ज्वारीचे धांडे ओलसर-चामट असल्यामुळं पत्रावळीच्या शिळकांसाठी मोठीच पंचाईत पडे. अशावेळी वेळवाच्या बारीक शिळका काढून काम चालववं लागे. कमची छिलण्यासाठी वस्तरा घ्यावा म्हणून तो ओसरीत आला... पण हजामतीची धोपटी जाग्यावर दिसत नव्हती.

"बाईऽ परगतीऽऽ... इथची हजामतीची पेटी कुठाय वोऽऽ?"

प्रगती घरातून बाहेर आली, "ते कनाई, मामाजी; मिनं कोठ्यात नेऊन ठेवली."

"तिथं कायले ठेवली– शेनामुताच्या आदळात? काऊन, इथं तिचा कोनता तरास होता, बाई तुले?"

"तरास नाही... पन अलग-सलग बरं होतं म्हटलं– येनाऱ्या जानाऱ्याले."

"पन आता थ्या शेनामुताचा वास घेत बसंन का गिऱ्हाइक तिथं?"

"वास कायचा? मघाशीच मिनं चांगलं झाडून सारवून साफ केलं कोठ्यात."

काय बोलावं, वामनला काहीच सुचलं नाही. सूनवायरीची जात. दुसऱ्याच्या लेकीबाळीला बोलताना तोंडातून काही उणंदुणं निघून गेलं म्हणजे, आली का पंचाईत?... अवघं घरदार पोसनाऱ्या ह्या धोपटीलेच घरात जागा उरली नाई. बरं हाये मनाव्! बायकोचं गनगोत वट्यात आनं नवऱ्याचं गनगोत कोठ्यात!... त्यानं 'जेय जेय पांडुरंग हरी' म्हणत धडीवर बैठक मारली. एक खोल सुस्कारा सोडून तो बिड्यांमागून बिड्या फुंकू लागला. पण बिडीच्या धुरासंगं काळजातील वाफ बाहेर पडत नव्हती. पोट फुगावं तशी ती काळजाला फुगवत चालली होती.

❑

नर्मदा अन् शकूननं पत्रावळी मोजल्या. घरांच्या हिशेबानं त्यांच्या चळती रचल्या. द्रोणांच्या सटांचे पुडके बाहेर काढले. वामनकडं तोंड करून नर्मदानं आवाज दिला– "ह्या पत्राळी जा घेऊन. पन्नास घराइच्या मिळून अडिश्शे हायेत."

पोळ्याचा दिवस. काल बैलांचं खांदमर्दन झालेलं. 'अज आवतन घ्या, उद्या जेवाले या,' म्हणत कास्तकारांनी बैलांच्या खांद्याला कच्चं तूप अन् हळद लावली. कामावरचे सालदार-कामदार आज मालधन्याकडं गोडधोड जेवणार होते. दुपारी बैलजोड्या धुवून-पुसून आणल्या म्हणजे रंगा बेगडांनी सजवल्या जात. बैलांची पूजा करून घरधनी त्यांना सांज्याचा गोड निवद खाऊ घाली. मालधन्याच्या जोडीला कामकऱ्यांची पंगत घरोघरी उठे. दुपारनंतर कलत्या उन्हाला बैलजोड्या पोळ्यात तोरणाखाली जमा होत. भूमकाची आरती येईपर्यंत ठसक्यात झडत्या म्हटल्या जात.

"चक चहाडा, बैल बहाडा
बैल गेला हो ऽ पोहनगडा ऽ
पोहनगडची आनली माती
थे देल्ली कुंभाराच्या हाती
कुंभारानं घडवला गनपती

थो मारला हो बैलाच्या मस्तकी
बैल तोरनामंधी, शंकर सभेमंधी
द्या हो चवरा-मठाठ्याचा झाडा!
एक नमन गौरा ऽ पारबती हरबला ऽ
हर ऽ हर ऽ महा ऽ देव!''

पोळ्याचा सण बैल अन् शेतकऱ्यांसाठी जसा महत्त्वाचा, तसाच अलीकडं तो दारू पिऊन गोंधळ घालणाऱ्यांसाठी एक नामी संधीच होता. पोळा भरेपर्यंत ते भेटंल तितकी पीत. इकडून तिकडं गावभर गोंधळ घालत. भरल्या पोळ्यात तोरण तुटताना तर त्यांच्या 'देशी' पणाला नुसता ऊत येत होता. पोळा फुटताच बैलांच्या जोड्या घरोघरी पूजेसाठी जात. हे खाऊन-पिऊन असणारे पोरंही बैलामागं जाऊन घरवाल्यांना जबरदस्तीनं पोही मागत. होळी शिमग्याला 'देशी' चं जेवढं प्रस्थ होतं तेवढचं पोळ्यालाही. बाजारचौकातले पानटपरीवाले पोळ्यापूर्वीच दारूचा साठा करून ठेवत. नेहमी न घेणारेही अशावेळी तिची चव घेऊन पाहात होते.

''पोरगं का घरी आलंच नाई का व रातपासून?'' – वामननं आठवण होऊन विचारलं.

'असंन कोनाच्या कोठ्यात पत्ते पिसत. पोळा आला का त्याइले फुरानच येते जसं !'

पोळ्याच्या आगेमागे महिनाभर अवघ्या गावात झंड्यामुंड्या अन् गंजिफ्याच्या जुगाराला उधाण येत होतं. नदीकाठच्या चिंचेखाली, मारोती, महादेवाच्या पारावर, दर्ग्यापुढं, घरांच्या धाब्यांवर, कोठ्या-खंडाऱ्यांत जागा मिळंल तिथं जुगार भरत होता. गावातल्या शेंबड्या पोरापासून तर तरण्या-म्हाताऱ्या पर्यंत सारेच रात्रंदिवस त्यात रमून जात. सागरलाही जुगाराचा नाद होता. तसाही बाजारात दुकान लावल्यापासून तो फारसा घरी राहात नव्हता. दुकानामुळं मिळालेल्या बरोबरीच्या साथी-सोबत्यांत त्याचं मन अधिक रमत होतं.

दुकानात जरुर त्या सोयी करण्यात त्याचा बराच काळ गेलेला. आरसा खुर्ची, बसण्यासाठी पाटी या साऱ्या जमवाजमवीत पंधरवडा निघून गेला तरी दुकान पाहिजे तसं सजलं नव्हतं. पैसा ओतल्या शिवाय कमाई होणार नव्हती. हेटीवरील निलेशच्या दुकानाच्या तुलनेत तर सागरला त्याचं दुकान खूपच खुजं वाटे. पण उपाय नव्हता. गाठीशी पैसा नाही. बापाच्या कानावर घालावं तर तो अजिबात उगाळत नव्हता. वामनचं बोलणं म्हणजे दगडावरची रेघ. त्याच्या मनाविरुद्ध सागरनं उभारलेल्या दुकानासाठी कुठून पैसा उभा करून देणं त्याच्या तर्काबाहेर होतं. म्हणूनच सागरनं एवढ्यात बापाला अडीअडचण

सांगण्याचं सोडून दिलेलं. सासऱ्यानं ऐनवेळी हात उंचावला म्हणून बरं. निदान एवढ्या सोयीतरी झाल्या होत्या.

सागरच्या सासऱ्याचं नागपुरातल्या गजबजलेल्या भागात सलून होतं. तिथं दिवसभर ग्राहकांची वर्दळ असे. कशाला काहीच कमी नव्हतं. रातोरात सासूरवाडीला जाऊन सागर तिथून खुर्ची, आरसा, बेंच अशा सासऱ्याकडल्या टाकाऊ वस्तू घेऊन आला. एकदाचं दुकान सुरू झालं. प्रगतीची त्याच्यामागची भुनभुनही कमी झाली. आपकमाईचा पैसा त्यांच्या हातात खेळू लागला.

वामनचा मात्र आसराच तुटल्यावानी झाला. सागरनं दुकान लावल्यापासून घरच्या गिऱ्हाइकीसाठी वामनच्या पायाला खोडा पडला. त्याला पत्रावळीच्या पानांसाठी शिवारात जाता येत नव्हतं, की घरी उबगलेल्या मनाला बाहेर पाय मोकळता येत नव्हते. तो घरी नसला म्हणजे ग्राहकांची गोची होई. वाट पाहून पाहून कंटाळलेला ग्राहक आल्या पावली निघून जाई... एकाएकी वामनला पत्रावळींची आठवण झाली. पत्रावळींचा गठ्ठा घेऊन तो घराबाहेर पडला.

❑

कळीचा दिवस. पहाटवा झाला. म्हाताऱ्यांनी झाकण्या, घमेले वाजवून मारबत काढली. काल दिवसभर दाठ्ठ्यांशी झुलणारे पळसमेढे एकाजागी गोळा केले. मेढ्यांचे शिरवलेले पानं नदीत तरंगू लागले. पळसाच्या काड्या दिवाळीच्या आंघोळीचं जळण म्हणून घराच्या छपरांवर वाळत पडल्या.

कामातून मोकळी झालेली नर्मदा सुनेला बोलली, ''बाई परगती, आज सैपाक नोको मांडू.''

''काऊन, अज जेवा नाही लागत का?'

''बाप्पा! जेवाचं काऊन नाई? पन अज कामरगीच्या घरून सनाचं मांगून आना लागंन. घरी सैपाक केला तं शिळा राहीन, म्हून मनलं.''

''पन मी म्हनतो, यवढं सारं घरी खाआले असल्यावर घरं कायले मागाचे?''

''आवोऽ तं, आज्या-पनज्यापासून चालत आलेला रीतीरिवाज हाये बाई ह्या. यकदम तोडून कसं चालंन?

''कायचा रिवाज? मांग-गारोड्यावानी लोकाइच्या घरी शिळंपाथं मागाले जानं!'' प्रगती नाक मुरडून बोलली, ''तुमीच खाजा ते. मी माह्यापुरता करतो सैपाक.''

''बरं बाई, तुही मर्जी!'' नर्मदानं मग शकूनला इशारा करून विचारलं, ''तू तरी चालतं का बाई, माह्यासंगं टोपलं घेऊन?''

शकूननं नंद्यावानी मान हलवली. प्रगती घरातून मनरंगी पुटपुटली–

"तिले काऊन नाई चालनार?... एकाच रक्ताच्या आहात नं!"

बोथटलेल्या मशीनकैचीला साफ करणाऱ्या वामनला सुनेची धानफून समजली. पण तो काही बोलला नाही... हे जीभ म्हणजे कैचीपेक्षाही भयंकर अवजार. जसं वापरलं तसं चालते. चार मानसं जोडते अन् कोडगेपनानं तोडतेही. तो कैचीच्या बोथटलेल्या पात्याला धार लावू लागला. शकून अन् नर्मदा टोपलं घेऊन निघाल्या. प्रगती इंधनाच्या सुडीवरच्या काड्या काढत होती. सुडीजवळ दडलेलं डुकराचं पिल्लू खाण्याच्या आशेनं घराकडं पाहात होतं. प्रगतीनं सुडीवरचीच एक काडी उचलून डुकराकडं फेकून मारली, "शेनखाया! इथं रांधून ठेवलं आहे का तुह्यासाठी? सक्काळीसच चाल्ला घरं पुंजाले!"

पिल्लू कंबर घासत गल्लीनं पळालं. नर्मदाचा जीव पाणी पाणी झाला. ती चालताना मागं वळून बोलली, "कायले मारलं वोऽ पोरीऽ थ्या लहानशा जिवाले? रामपाह्यरा कोन कोन्या रूपात घरी येते, त्याचा काई भरोसा नाई उगंच मारलं वोऽऽ", नर्मदा हळहळली.

"यवढीच फिकर आहे तं तुमच्यासंगं घेऊन जा त्याले!"

तोंडात आलं तसं प्रगती गंमतीनं बोलून गेली खरी, पण कळ नर्मदेच्या काळजात उठली. जाण्याची सारी उमेदच विरून गेली... आफन अन् डुकर. डुकर अन् आफन! सुनंले आफन डुकरासारके. वा रे नशिबा! चांगले दिवस आनलेत तुनं! याच्यासाठीच मायची जात पोटच्या पोराले लोन्याच्या गोळ्यावानी झेलते का – नाजूक हातानं?... पण ही विचार करत बसण्याची वेळ नव्हती. पटंपटं चार घरी जाऊन येणं जरुरी होतं. शकून तिच्यासाठी रस्त्यावर ताटकळलेली. नर्मदा पाय मागं ओढत निघाली. सपरीतल्या वामननं बायकोच्या झंकारलेल्या तारेवर सूर धरला–

"डुकरं संगं न्याजोगते आमी काई यवढे हलकट नाई, बाई! जरा इच्यार करून बोलाव् मानसानं. असं हासता हासता दात पाडनं आमाले समजत नाई का? आमी आमच्या कामरगीच्या इज्जतीची भाकर खातो, मनलं."

सासऱ्याचं सारं बोलणं प्रगतीनं मुटुमुटु ऐकून घेतलं. आपल्या बोलण्यातली चूक तिला जाणवली असावी.

"...है क्या बावाजी घरमें?"

धरणावर काम करणाऱ्या मेटबाबूला अंगणात पाहून वामन खडबडला, "हौ, काऊन जी?"

बाबू दाढी कुरवाळत बोलला, "दाढी बनानी है!"

तो झटकन उठला. बाबूला सामोरा जात बोलला, "आव ना, बाबूजी इधर बयठेगें–"

त्यानं गोठ्याकडं वळवलेलं पाहून बाबूनं विचारलं, "अरे उधर कहा लेके जा रहे, बावाजी?"

वामननं गोठ्यातल्या भुईवर पोतं अंथरलं. धोपटी पुढं ओढून त्याला खुणावलं, "चलो, बइठो सामने!"

मेटबाबू इकडं-तिकडं न्याहाळत बोलला, "नीचेही बैठना है? कुछ कुर्सी वुर्सी नही?"

"नाई जी खुडची कुठं आली गरिबाकडं? हे असंच जेमवा लागते खाली बसून."

"क्या बावाजी, कमसे कम उधर घरमें बिठाना था!" बाबू नाईलाजानं खाली बसला, इथं कुठं गोबर-मुताचा वास घ्यावाले बसोलं, बावाजी?"

हातातला वस्तरा वामनला चुकून आपल्याच दुखऱ्या फरकोडीवर ओढल्यावानी वाटलं. त्यानं विषय बदलला, "काऊन गावाले जाऊन राह्यले का, जी?"

"हौ नं... बारा की बस पकडनी है! वो साले ठेकेदारने पैसे के लिए घूमाया अबतक!"

"वस्ती कुठची मनाव् आपली?"

"बालाघाट."

"पोरंबाळं?"

"वहीच है गाँव में!... अरे क्या बावाजी; साबून नही है तुम्हारे पास? पानी हाथसे लगा रहे–"

"नही बाबूजी! साबन ठेऊन गाभन राहाव् का आमी? दिवसभऱ्याचे चार दोन गिऱ्हाइक येतेत इथं. नाई तं धंद्यासाठी म्हून आनलेली साबन घरचेच लोक वापरून घेतेत मंग!"

"च्!... साला, बुरी तरह फस गया अब!"

"...पोरंबाळं काऊन नाई घेऊन या जी, इकडं?सैपाकाची तं भारीच तानापाजन होत असंन."

"यहाँ लाकर क्या पानी लगाके हजामत करनी है उनकी? रहा खाने का सवाल! वो तो ठेकेदारही मेसपर इमली– वो गुलब्या की औरत के हाथ से बनवा लेता!"

"पगार बरा भेटत असंन, नाई?"

"कायका पगार? चार महिने हुए तो सालेकी कौडी नही देखी! आज पैसे के लिएही रोककर रखा भडवेने और सौ की नोट थमाई हाथमें!... अरे फवारा भी नही दिखता तुम्हारे पास?"

"नाई जी... खेड्यामंधी कोन पाह्यते फव्वारा?"

"ये छोटामोटा सामान तो रखना चाहिए! वो बाजारवालेकी दुकान अच्छी है!"

"वो अपनीच है– लडकेकी!" वामनचा ऊर पळभर का होईना, भरून आला.

बोलता बोलता दाढी आटोपली. एवढ्यात चिंधाई घरी आली. मेटबाबूकडं पाहून तिनं विचारलं, "तुमी पुलावर काम करनारे व्हा का जी? येता जाता पाह्यल्यावानी वाटता, म्हून मनलं–"

"हौ, बयजी! क्यूं?"

चिंधाई गोठ्याच्या दरवाजाशी येऊन बारीक आवाजात बोलली, "बाप्पा, माह्यं यक काम करानं, तं लय उपकार होतीन तुमचे."

"बोलो, आसानीनं होनेवाला असंन, तं ज्यरूर करीन."

"माह्या रमशाले चिटकून द्या नं, बापा तिथं– पुलाच्या मजुरीवर. शिकला सवरला हाये."

चिंधाईचा गळेपडूपणा पाहून वामनच्या कपाळाला आठी पडली. पण तो काही बोलला नाही.

"देखो आज मै गाँव जा रहा! परसो आऊँगा तो बोलूंगा ठेकेदारसे! नाम क्या है उसका?"

चिंधाई नाव-गाव सांगून नर्मदाकडं वळली. बाबूनं शंभराची नोट वामनजवळ दिली. ती पहाडाएवढी नोट घेऊन तो चिल्लरासाठी चार ठिकाणी फिरून आला. कुठंच सुटे मिळेनात म्हणून किसनाच्या दुकानातून बिडी-बिंडल घेऊन आला. बाबू घड्याळीकडं पाहून कपाळाला आठ्या पाडत निघून गेला. वामन घरी आला तेव्हा भालचंद्रा धडीशी बसलेला होता.

"हे अस्संच हाये भौ– धंदापान्याचं. यक तं दिवसनिघल्या बोह्यनीच्या पाह्यरी उधारीचं गिऱ्हाइक दाठ्ठ्यात येते. नाई तं यका रूपाच्या कामासाठी हिर्वी बाह्यडी शंभरी तरी दाखोते!

ऊंऽऽऽ" भालचंद्रानं तोंड हेकडं केलं, "चालतीले भलती. पडतीले कोनी नाई!"

"तुले कायची पडती आली गा आता? यवढे थ्या हेटीवर घरं बांधनं सुरू हायेत पुनर्वसनाचे. वाढकामाचा काय तोटा तुले?"

"अगाऽ तं घराले लाकूडफाटा लावंन तव्हाच वाढकाम राहीन, कनाई? शिमिटाच्या घराइतून लाकडी दरवाजे-खिडक्याबी हारपल्यात आता. सारं आयतंच बनवून देते थो परलाद – त्याच्या लोखंडाच्या कारखान्यामंधी."

"मनजे परलादचं दुकान बरं मुळावर आलं मनाव् तुह्या! तरी डवऱ्या - वखराचे कामं हायेत नं तुले."

"आता थेबी हारपत चाललं, भाऊ. पयसा देऊनबी लाकूडफाटा मिळत नाई फारेस्टच्या बंदीमुळं. त्यात ह्या धरनात जमिनी गेल्यानं शेती वाडीचेबी

कामं लय बाराने कमी झालेत आता.''

"बरं, जाऊ दे थे. पोरं बाळं काय मन्तेत तुहे? काई पत्र गित्र आलं का नाग्पुरावून?''

"पत्राचं काय... दोघबी पोरं खूष हायेत तिथं फर्निचेरच्या दुकानात. लेकाइले मनलं इथंच गावात टाका दुकान; तं नाई आइकलं दोघानंबी. तिथं लागंन तं दुसऱ्याची ताबेदारी करतेत.''

"आरेऽ तं थेच बरं हाये– आंगाच्या बाहीर. इथं त्याइचं दुकान असतं तं तुहे कुत्र्यानं हाल नसते खाल्ले, बह्यताडा!''

"काऊन बा?''

"तुले त्याचा अनुभाव नाई. मले इच्यार... पोरानं बजारात दुकान लावल्यापासून माही उरलीसुरली अर्धी गिऱ्हाइकीबी कमी झाली आता.''

चहा पिऊन भालचंद्रा घराकडं निघाला. वामनला भूक लागली होती. त्यानं घरात नजर फेकली. नर्मदा अन् शकून बाहेरून आल्या होत्या. नर्मदानं आवाज दिला तसा तो घरात ताटापुढं जाऊन बसला. ताटातल्या भाजी भाकरीच्या गरम वाफा निघताना पाहून त्यानं विचारलं–

"काऊन वोऽ? घरचंच दिसते अज ताथं. कामरगीचं नाई वाहडलं?''

"आता काय सांगू तुमाले-कपाळ? वाह्डलं थे चुपचाप खाऊन घ्या.''

"तरी पन?''

"आवोऽ तं थ्या जहागिर सरपंचाच्या पह्यल्याच घरी हटक लागली आमाले. आमाले दाठ्ठ्यात पाहून थे सरपंचीन मनत होती, त्याइच्या घरचे मानसं सागरच्या दुकानात पयसे देऊन हजामती करतेत मने. मंग आता तुमाले कायले पाह्यजेन मने कामरगीचं - वाह्डून?''

"वा रे व्वा! मंग काल पत्राळी घ्याआच्या वक्ती कुठं गेल्ती मना कामरगी?'' जेवताना वामनच्या हातातला घास हातातच राहिला, "मंग दुसरीकडचं असंन नं काई?''

"मंग दुसरीकडं कायले जाव आमी? पुन्ना जिवाची सोभा करून घ्याआले? रिकामं टोपलं घेऊनसन्या चूपचाप घरी आलो वापस.''

"पांडुरंगाऽऽ... हेबी खूब झाली मनाव्! पन तुनं काईच नाई मनलं सरपंचीनले?''

"तुमचा मानसा मानसाइचा यवहार. मी बाईची जात काय बोलू, गड्या तिच्यासंगं?''

चुलीजवळ पोळ्या लाटणाऱ्या प्रगतीला ही संधी बरी गवसली, "तरी मी म्हनतच होती– जाआच्यावक्ती. पन आपलं आइकते कोन?''

ताटातला घास वामन कितीतरी वेळ नुसताच कालवत राहिला. त्यानं पाण्याच्याच घोटानं पोटाची अवघी पखाल भरली. 'पांडुरंग हरी, पांडुरंग हरी' म्हणत उठला. आल्या परिस्थितीला उपाय नव्हता. जसं घडते तसं सोसणं भाग होतं. कोणा एकाला दोषी धरता येत नव्हतं, अन् धरलं तरी काही करताही येत नव्हतं. बापाची जात म्हणजे तुरटीचा खडा. नवथळ लेकरांच्या चेहऱ्यावरून तो कितीही नेकीनं अन् हलक्या हातानं फिरवला, तरी चुनचुन आग होणारच. त्याच्या डोक्यात एकेक येत होतं अन् एकेक जात होतं. बिडीच्या धुपटावानी अवघं घर डोक्याभोवती गोल गोल फिरत होतं.

❑

।। तीन ।।

पावसाळ्याचे तीन महिने माहेरी गेलेलं बुलडोझर दसऱ्यापासून पुन्हा घरघरु लागलं. मुरमाड रस्त्यांची घोटाई सुरू झाली. गावाकडं आपापल्या सोयऱ्याधायऱ्यात गेलेले छत्तीसगडी मजूर सावेगावात परतले. डेरा टाकून पुलाचं अन् बांधाचं काम सुरू झालं. बरसादभर पुराचं पाणी पांघरून झोपलेला नदीकाठ जागा झाला. पूर्वी जिथं डांगरांच्या मेरी अन् धुण्याचे वाळत घातलेले कपडे राहायचे तिथं आता रेती, गिट्टी अन् मुरमाचे डोंगर उभे झाले.

गावातल्या मजुरांना या निमित्ताने नवा तात्पुरता रोजगार गवसला. कोणी पुलाच्या रोजमजुरीला जाई. कोणी पुलावरचं लोखंड-सिमेंट गावातल्या गरजवंतांना कमिश्यनवर विकून देई. शिकून बेरोजगार असलेला एखादा सुपरवायजरकी करत होता. नदीकाठचे हे सारे बदल वामनच्या अंगणातून सहज दिसत होते. चिंधाई भाकरीचं बोचकं घेऊन नर्मदाला आवाज देऊ लागली तेव्हा वामनला अनायसेच आठवण झाली–

"मंग जमलं का वो, भाबी रगेसचं?"

"होऽ बापाऽऽ... थो मेटबाबू भेटला बिचारा देवावानी."

"नाई, पन अंखीन यखांद्या खेपंले परिक्शेले बसोती त्याले; तं पंधरावी पास होऊन जाता थो. यखांदी चांगली नवकरी तरी भेटली असती."

"हो हो! थ्या मोठ्यानं मास्तर होऊन कोनते पांग फेडले माहे, थे तं पाहूनच राह्यले तुमी!"

"त्याची-मदनमास्तरची गोस्ट निराळी हाये, भाबी. सारेच काई सांगकामे नाई राहात त्याच्यावानी."

"आजकाल काई भरोसा नाई, बापुजी-कोनाचा. घरात कान फुक्कनेवाली आली म्हंजे चांगले चांगले पाघळून जातेत तिच्यापुढं!" बोलता बोलता चिंधाई नर्मदाला म्हणाली, "चालनं वो, सावल्या आल्या वळनीखाली."

पुलाच्या कामावर जाऊ लागल्यापासून रमेशचं सारं दिनमानच बदललं

होतं. दहा वाजता जेऊन-खाऊन तो कामावर जाई. दिवसभर मन लावून काम करी... शिकण्याचं त्याचं कोवळं वय. पण मदनमास्तरनं माय अन् भावाकडं दुर्लक्ष केलेलं. बायकोच्या सांगण्यावरून त्यानं मायलेकांना पैश्यांचा पुरवठा बंद केला होता. कॉलेजात शिकणारा रमेश मायमागं निंदण्या-खुरपण्याला जाऊ लागला. रमेशनं शिकून मदनसारखं मास्तर व्हावं असं चिंधाईला खूप वाटे. पण परिस्थितीचा गळाठा. आधीच एका चुलीच्या दोन झालेल्या. एकट्या चिंधाईच्या मजुरीवर दोघा मायलेकांचे पोट विसंबून होते. रमेशला केव्हा मजुरी मिळे, केव्हा तो घरीच राही. शेतीवाडीच्या सगळ्या कामांचा त्याला सराव नव्हता. स्वत:चा कपडालत्ता अन् हातखर्चापुरतं तो जेमतेम कमवी. पण वय वाढत चाललेलं... कुठंतरी पोटापाण्याची सोय लावणं जरुरी होतं.

चिंधाईचं घर धरणात गेलं नसलं, तरी वावराचा एक तुकडा पाण्याखाली येणार म्हणून भूसंपादनाबाबतची सेक्शन एकची नोटीस तिच्या नावे आली होती. रमेशनं साथी सोबत्यांच्या संगतीनं जिल्ह्यातून धरणग्रस्तांचं प्रमाणपत्र मिळवलं. चपराशाची का होईना नोकरी मिळंल, म्हणून तो धडपडू लागला. पण यश येत नव्हतं. सरकारी अधिकारी कुठंच ताकास तूर लागू देत नव्हते. खटपटी करून तो त्रासून गेला. एकदिवस सहज बोलता बोलता कन्यालालनं रमेशच्या नोकरीचं जमवून देण्याचं कबूल केलं. कन्यालाल गावाच्या पंचायतीचा मेंबर. मोठ्या माणसांत ऊठबस असलेला. सरकारी अधिकारी अन् पुढाऱ्यांशी त्याची चांगली ओळख होती. त्यानं नोकरीसाठी लागणाऱ्या खर्चाची रमेशला आकडेवारी सांगितली. रमेश त्याच्या शेतमजुरीच्या कमाईतले पैसे वाचवून कन्यालालच्या स्वाधीन करत गेला. जाता-येता त्याच्याकडं चकरा मारू लागला.

बराच काळ लोटूनही कन्यालाल 'आज जमंल, उद्या साधंल' म्हणत रमेशला आशेच्या झुल्यावर झुलवत राहिला. त्याच्या घामाच्या पैश्यांवर काटोल-नागपूरला जाऊन चैन करू लागला. त्याची उडावू वृत्ती रमेशच्या लक्षात येताच त्यानं दिलेले पैसे कन्यालालला परत मागितले. पण अमक्या-तमक्या बाबू-साहेबांचे नावं सांगत कन्यालाल वेळ मारून नेऊ लागला. उलट तो आणखी पैश्यांची मागणी करू लागला. ढाळलेल्या घामाचे सातशे रुपये रमेशनं पोटाला चिमटा घेऊन कन्यालालकडं सोपवलेले. आणखी पुन्हा तो देऊ शकत नव्हता. दिलेले पैसे कन्यालालच्या खिश्यातून जबरीनं काढूनही घेऊ शकत नव्हता. भांडण-मारामारी करण्याएवढी त्याची कुवत नव्हती. रमेशनं नोकरीचा नाद अन् पैश्यांची आशा दोन्हीवरही पाणी सारलं. पण दोन्हीसांजा मायपुढं फुकटचं जेवताना त्याला अपराध्यावानी वाटे. तो रोजंदारीच्या कामाचा शोध घेऊ लागला... आता पुलावरच्या कामामुळं तात्पुरता का होईना, त्याचा प्रश्न सुटला होता. इथल्या

मजुरीवर खाडा होण्याचा प्रश्न नव्हता. घरच्या भाकरीवरच कमाई होणार होती. पुलाच्या पायव्यात काँक्रीट ओतण्यापासून तर रोलरच्या चाकांवर पाणी टाकण्यापर्यंत, कोणतंही काम तो मन लावून करू लागला.

नर्मदा अन् शकून कामाला निघाल्या. सकाळपासून गजबजलेलं घर एकदम शांत झालं. घरात प्रगती एकटीच लोटलेली. उबगल्यावानी झालेला वामन बाहेर पडला. चौकातलं सागरचं दुकान अद्याप सुरूच होतं.

खुर्चीतल्या बंजरंगाला तोंडापुढल्या आरशात वामन रस्त्यानं जाताना झळकला, "सागर, बुढा होये का रे तुह्याघरचा?"

हातातला वस्तरा थांबवून सागरनंही आरशात पाहिलं, "हूंऽऽ दिसते बा."

"...सरकला वाट्टे पुढं. काऊन, दुकानात नाई येत का तुह्या?"

"नाई."

"काऊन मनाव्?"

"यालर्जी आहे त्याले– आपल्या दुकानाची!"

"अस्सं? पन काय झालं, दोघंबी यकाजागी काम करते तं?... चांगला कारागीर हाये लागंन तं बुढा."

"काय करतं, आहे तं? इथं तं इचीबहीन, मले हागून येइपर्येंत दुकानावर लक्ष ठेवासाठी वेळ नाही त्याच्याजौळ... त्याले तिकडं नदीकाठीच गमते नं."

"ऊंऽऽ सोभावाले अवशीद नाई, सागर. कुत्र्याचं शेपूट कितीबी नळीत घातलं तरी हेकडंच राह्यते!"

वामन जराभर बाजारचौकात हिंडला. चालता चालताच त्यानं डोळा उचलून पोराचं दुकान निरखून घेतलेलं. सागरचं दुकान लागल्यापासून आज पहिल्यांदाच तो इकडं आला होता. पोरानं उभारलेलं दुकान पाहून तो हरखला. तिथली बैठकदार खुर्ची, भलामोठा आरसा... सारं त्यानं एकाच नजरंत टिपून घेतलं. पण एकाएकीच ओसाड नदीकाठच्या घराची मोडकी छायवानी हजामतीच्या पडीक धोपटीसह त्याच्या नजरंपुढं तरळली. त्याचा चेहरा झरंझरं उदासत गेला. चालणारे पाय जडावू लागले. त्यानं सुखीनाथाच्या देवळापुढं येऊन ओट्यावर बैठक मारली. त्याचं मायाळू बापाचं काळीज एकीकडं पोराच्या दुकानात जाण्यासाठी हट्ट धरून बसलेलं, तर दुसरं व्यवहारी कामसू मन स्वत:च्या बुडलेल्या धंद्याच्या काळजीनं पुरतं काळवंडून गेलं होतं. अशा उतार वयात परावलंबी झाल्याची भावना त्याच्या मनात जोर धरू लागली. काळजात अशी दोन्हींचीही लढाई सुरू झालेली. ती जेव्हा निकरावर येऊ लागली तेव्हा त्यानं कानामागं खोचलेली बिडी काढली. झुरक्यांमागून झुरके घेऊ लागला. पण तरीही लढाई आटपेनासी झाली, तेव्हा तो जागचा उठला.

तेलपाणी नसलेल्या केसांचा गुंता कंगव्यानं उकलत बसावा, तसा स्वत:लाच चाळवत घराकडं निघाला.

❑

दिवाळी जवळ आली अन् रानशिवारं उलंगले. भुईमुग-सोयाबीनचा खरीप माल घरात आलेला. कापूस सपरीतली जागा अडवून बसू लागला. सणासुदीचे दिवस जवळ आल्याचं पाहून शेतमालांच्या बाजारभावानं एकदम लोळण घेतली. शेतकऱ्यांच्या तोंडचं पाणी पळालं. आधीच नापिकी, त्यात भाव असे पडलेले... डाळ दाण्यापेक्षा, लेबल लावून महाग विकल्या जाणारी चुना-मातीसुद्धा दुकानात तडकून खपत होती.

दिवाळी अशी अंधार करून गेली. जो तो कठाणं पेरण्याच्या तडजोडीला लागला. ऐन गरजेच्या वेळी, पैश्यांची चणचण असताना घरी भावाअभावी साठवलेल्या धान्यांच्या थप्प्या काळजावर दगड ठेवल्यावानी वाटत होत्या. पण पडेल भावात धान्य विकूनही खर्चाचं भोक बुजण्यासारखं नव्हतं.

शिमगा दरवर्षीसारखाच थट्टामस्करी घेऊन आला. अवघ्या गावावर रंग चढला. तरण्या पोरांनी 'देशी'च्या साक्षीनं गावाबाहेर नदीकाठी सार्वजनिक होळ्या पेटवल्या. होळीची बोंब दोन दिवस राहिली अन् पुन्हा हवेत विरून गेली.

उन्हाचा ताव वाढला. घरादारात शेवया सरगुंड्यांची धांदल उडाली. अंगणातल्या खाटांवर धापवडे, कुरवड्या वाळू लागल्या. नदीकाठच्या रस्ते घोटाईचा गागरा वाळणाऱ्या जिन्नसांवर साचू लागला. नदीच्या निळ्याशार पात्रात पुलाचे बुजगावण्यावानी पांढरे पिल्लरं उभे झालेले. गावाच्या छाताडावरून रोलरचे जडावू चाकं थाटात फिरत होते. गिट्टीचे नुसतेच थरावर थर चढत होते. डांबराचा अजून पत्ता नव्हता.

पुलावरच्या सुपरवायजरनं गावातली सारी किराणा दुकानं लुबाडली होती. गुलब्याची इमली पुलावरच्या मेसचे कामं पाही. तिला जामीन ठेवून सुपरवायजरनं एकेका दुकानातून उधारीवरच मेसमधल्या तेलामिठाची अन् डाळ दाण्याची सोय बसवून घेतली. 'उद्या देतो, परवा देतो'– म्हणत त्यानं प्रत्येक दुकानात उधारी करून ठेवली होती. ठेकेदार माफक पैसा पाठवी. पुलाच्या मेसवर मात्र दररोज अंडे-मटनाच्या पार्ट्या झडत. सोबत नारिंगी-मोसंबीची लज्जत असे. पाहता पाहता दुकानदारांच्या, पीठचक्कीवाल्यांच्या, डिझेल इंजिन किरायानं देणाऱ्यांच्या उधाऱ्या थकत गेल्या. एकाचा आकडा फुगला म्हणजे सुपवायजर दुसरं दुकान धुवायला घेई! जो तो दुकानदार आता हिशेबाचा कागद घेऊन पुलाच्या ऑफिसाकडं वळू लागला. डेऱ्यावर मजुरांइतकीच थकलेले पैसे मागणाऱ्या व्यावसायिकांची

वर्दळ दिवसेंदिवस वाढत चालली. दुकानदार तिथं गेल्याबरोबर विचारी-

"काहो बाबूजी, अज येनार होता, तं मंग आला का ठेकेदार?"

"नही ना यार! हम भी तो मजुरी बाँटने के लिए राह देख रहे है उसकी!"

पैशांच्या आशेनं जाऊन जाऊन कंटाळलेला चिडून लाल होई, "काऊन काई बाळतपन-गी झालं का त्याचं?"

"कुछभी बोलते हो यार! आता नाय आला तं काय करू बाँ मी?"

सगळ्यांना तोंड देता देता सुपवयाजर पुरता वैतागून जाई. बाजाराच्या दिवशी जमणारी घेणेकऱ्यांची गर्दी चुकवण्यासाठी तो मुद्दाम आधल्या दिवशीच गावी जायला निघे. निघतानाही एखादा मजूर त्याला हमखास हटकून पाही, "हमारे पयसे ज्यंरूर लाना बाबुजी, इसबार!"

शनिवार गावी गेलेला सुपवायजर इतवारी उशिरापर्यंत हमखास परतणार म्हणून तो येण्याआधीच घेणेकऱ्यांची पुलावर गर्दी जमे. अवघ्यांच्या नजरा त्याच्या रस्त्याकडे खिळून राहात. सुपरवायजर मात्र चार दिवस पाहुणपण भोगून आरामात परत येई. तो खोलीत शिरण्यापूर्वीच पाच-पंचवीसांचा त्याच्याभोवती गराडा पडे–

"बाबुजी, जमलं का मंग आपल्या पयशाचं?"

"अरे यार! बीलही नही पास हुआ बोले इसबार!"

"पन आमाले तं गळफास लावला तुमी! वो बाहरवाले आदमी क्या खायेंगे अब?"

सुपवायजर नखुबुवाकडं पाहून विचारी, "तुमचं काय होये?"

"माहे मह्यन्याभऱ्याचे पयसे हायेत नं तुमच्याकडं... तिकडं लागंन तं घरी खाटंले खिळलेल्या बुढ्यालें पानी पाजाची सोय नाई माही, पन तुमच्या मजुराइले मह्यनाभर पानी पाजलं म्या– उन्हाळभर."

"अब मै अकेला आदमी किस किसको जवाब दूँ?" सुपवायजर कावलपिसा होऊन म्हणे, "वो साला ठेकेदार अलग रह्यता आरामसे, और मेरेही पीछे आ जाती सब मगजमारी!"

"फिर तुम सुपवायजर बने कायको-झक मारनेको?"

कोणी कसं, कोणी कसं. लोक मनात येईल तसं बोलून घेत. सुपवायजर मात्र गोदरीत पडल्यावानी चेहरा करून बसे. डेऱ्यावरची वर्दळ मंदावताच तो थैल्यात दडवलेली नारिंगी मनसोक्त पिऊन घेई.

ठेकेदाराकडले पैसे सहजासहजी निघत नाही याची प्रत्येकाला खात्री पटलेली. यावर काही दुकानदारांनी एक नवाच तोडगा शोधला. घेणेकरी सुपवायजरला म्हणे, "पाहा बाबुजी, तुमच्यानं पयशाची सोय तं जमूनच नाई राह्यली आता.

मंग थ्या पयशाच्या बदल्यात ह्या तुमचा लोखंडी पलंग घेऊन जातो मी घरी''

"अर्रे! लेकीन हम सोयेंगे कहाँ?''

"थे तुमी पाहात बसा आपलं. खालतं झोपा नाई तं डेऱ्याच्या छपरावर झोपा!'' सुपवायजर पुढं काही बोलण्याआधीच घेणेकरी खोलीतला पलंग उचलून बाहेर काढी. सुपवायजरला डोळ्यापुढून आपलीच मय्यत चालल्यासारखं वाटे. असंच किराणेवाल्या किसनानं बंडीभर सिमेंट त्याच्या उधारीची वसुली म्हणून घरी नेलं. कोणं सळाखा आणल्या, तर कोणं टिना. अनुभवी दुकानदार आता उधारीच्या चोपड्या घेऊन पुलावर वसुलीला जाण्याऐवजी हातगाडी किंवा बैलगाडी घेऊन जाऊ लागले. त्यांनी अशा मनपंसत वस्तू लांबवलेल्या पाहून मजुरांचीही हिंमत वाढली. मजुरीच्या बदल्यात गरज असलेल्या वस्तू ते उजागरीनं उचलून घरी आणू लागले. रमेशचीही बरीच मजुरी अडकली होती. त्यानंही लोखंडी स्टूल अन् एक लाकडी पलंग घरी आणलेला. कोणत्याही हातानं जेवलं तरी सारखंच होतं.

पैशांअभावी रखडलेले परमुलूखातले मजूर पुलावरचं सामान गाववाल्यांना विकून पैसा उभा करू लागले. नदीचे दोन्ही काठ सांधण्यापूर्वीच पुलानं, सरकारी माल अन् लोकांच्या गरजा अशा बेमालूम जोडून टाकल्या होत्या!... लोकशाहीच्या घसरड्या पात्रातले घोटाळ्यांचे पायवे मजबूत होते, तोपर्यंत हे असंच चालणार होतं.

❑

हेटीवर नव्या घरांची उभारणी जोरात सुरू होती. कधी नव्हे तो हाती खिळलेला पैसा बारा वाटांनी निघून जाण्याआधी घराच्या कामी लावणं जरुरी होतं. म्हणूनच जो तो धावपळ करत होता. चौकात 'आयर्न वर्क्स' ची पाटी लावलेल्या लोखंडकामाच्या दुकानात प्रल्हादला कामं सुधारत नव्हते. एका ग्राहकाचं काम सुरू होण्यापूर्वीच दुसरा त्याच्यापुढं येऊन तकादा लावत होता. लोटा घेऊन नदीकडं जातानाही त्याच्या जिवाला सुख नव्हतं! त्याला भरल्या लोट्यासह रस्त्यात थांबवून ग्राहक त्याच्याजवळ कामाची चौकशी करत. त्याला घरात बोलवून दारं-खिडक्यांची मापं देत. कोणी सेंटरिंगचा खर्च विचारी. कामाच्या अशा तकाद्यामुळं प्रल्हादला कुठं लपू अन् कुठं नाही, असं झालेलं. तो मग थकवा दूर करण्यासाठी दोनेक पव्वे झोकून एखाद्या खंडाऱ्यात पसरून राही. त्याच्या शोधात येणारे ग्राहक त्याला हलवून हलवून त्रासत अन् निघून जात... कोणामागं कामाची अशी झडी, तर कोणाला अजिबात काम मिळत नव्हतं.

सकाळची वेळ. वामन नदीकाठच्या चिंचेखाली दोघाचौघांसोबत गप्पा मारत बसला होता.

एकाएकी कावलपिसी झालेली सुगंधा त्याच्याजवळ आली, "भाऊऽजी, लौक्कर घरी चाला बरं जरासे."

"काऊन, काय झालं?"

"अजीऽ थो मोह्यरील पोलीसाइचा ताफा घेऊन आला घरी... चाला, रस्त्यानं सांगतो–"

वामन लगबगीनं तिच्यामागं निघाला, "भालचंद नाई का घरी?"

"हायेऽ बाप्पाऽऽ... थ्या चोरून लाकडं तोडनाऱ्या पोट्ट्याइनं निराळाच झमेला लावला– आमच्यामागं."

"मंग थ्या मोह्यरीलाजौळ कोनं लावली सुराग?"

"कोन लावंन? लाकडं तोडनाऱ्या पोट्ट्याइले पयसे मांगे खरं, थो मोह्यरील. थ्या पोट्ट्याइनं नसंन देल्ले, तं मोह्यरील ताफा घेऊन पोट्ट्याइमागं आला वासावर आमच्याघरी."

बोलता-चालता दोघंही घरी आले. भालचंद्राच्या सुतारकीच्या कामठात पाच सहा शेवाळी पोशाखातले एस. आर. पी. पोलीस मोठमोठ्या बंदुका खांद्यावर लटकावून उभे होते. जंगलात चोरून हातकटाई करणारे बाब्या अन् राम्या चेहरे पाडून पोलीसांपुढं उकिडवे बसलेले. दोघं पोलीस त्यांचा बयाण घेत होते. एकजण मुंड्याच्या चार लाकडांना टेपनं मोजून त्यांचा पंचनामा करत होता. तिसरा पोलीस अटाळ्यावरचं इंधन हुडकत होता. भालचंद्राच्या चेहऱ्यावरचं पाणी पार उडालेलं. आजूबाजूचे पाहाणारे त्याच्या कामठात गर्दी करत होते.

"आणखी काही लपवलेलं आहे का, मिस्त्री कुठं?" अटाळ्यावर हुडकणाऱ्या पोलीसानं विचारलं.

"नाई जी, तुमी पाहून घ्या– संशेव असंन तं."

पंचनामा लिहिणारा पोलीस बोलला, "मग कसं, भालचंद्राराव? तुम्ही हे लाकडं कोणाचे ते नाव नाही सांगितलं त्याचं?"

भालचंद्रा घुटमळला. खाली मान घालून बसून राहिला.

"कसं मग?" पोलिसानं धमकी दिली, "नाही तर तुमच्यावर केस लावू आम्ही."

भालचंद्र पुन्हा विचारात पडला, तसा वामन पुढं झाला, "थो कसं सांगंन जी, सायेब– लाकडंवाल्याचं नाव? थ्या लाकडावरच पोट हाये त्याचं. आपल्या धंद्याशीन कसा बेईमानी करंन थो?"

एक पोलीस भालचंद्राचे सारे अवजारं एका जागी गोळा करून प्लास्टीकच्या तरटात भरू लागला. वामननं त्याच्याकडं पाहात विचारलं, "हे अवजारं कायले भरता जी, साहेब?"

“यांचे हे अवजारं जप्त करून नेतो आम्ही. तुम्हा लोकांनाही अद्दल घडली पाहिजे ना?”

भालचंद्रा कळवळला, “सायेब, गरिबाच्या पाठीवर मारा पन पोटावर नोका मारू. माह्या पोटाची भाकर होये जी हे!”

“मग लाकडं कोणाचे आहेत त्याचं नाव का सांगत नाही तुम्ही?”

“थो काय सांगते जी, नाव?” वामन बोलला, “मी सांगतो; थ्या हेटीवरच्या संभा देसमुखाचे होयेत हे लाकडं.”

पण पोलिसांना त्याचा आधीच पता लागलेला होता. त्यांनी कोणाचंच ऐकलं नाही. वासला, पटास, किकरे, हातोडी, आरी, रंधा, शार, सिकंजा, गिरमीट, गुन्या असं कोणतंच अवजार त्यांनी जप्तीतून सोडलं नाही.

एवढ्यात बाहेरून आलेला एक पोलिस कामठात शिरला, “तो संभा तर घरीच नाही, साहेब. आपल्याला पाहून कुठंतरी फरार झाला वाटते.”

“साला! जाईल कुठे, हरामखोर? सापडेलच, चला–” साहेब जागचा उठला, “तुम्हीही चला मिस्त्री आमच्या सोबत.”

“अजीऽ पन, सायेब?” भालचंद्रा अडखळला तसा वामननं जोर लावून पाहिला, “त्याले कायले नेता जी, सायेब? कामदार मानुस थो. उगच चोर सोडून संन्याश्याले? इथंच मिटवून टाका नं–”

“तुम्ही आम्हाला सल्ला देण्याची गरज नाही, बावाजी! आमच्या दृष्टीनं लाकूड चोरणारा, ते विकत घेणारा अन् त्यावर काम करणारा, असे तिघेही गुन्हेगार आहेत.”

पोलिसांचा ताफा निघाला. लांब गावाबाहेर उभ्या केलेल्या जीपमध्ये जाऊन बसला. गाड्यासोबतच्या नळ्यावानी भालचंद्राही त्यांच्यासंगं रवाना झाला. नवऱ्याला पोलिसांसोबत जाताना पाहून सुगंधाचा धीर सुटला. आतल्या आत फुसांडताना ती वामनकडं आशेनं पाहू लागली. नवरा नजरंआड होताच ती कपाळ ठोकत रडू लागली. वामनला तिचा आकांत पाहवला नाही. त्यानं लगोलग तयारी केली. चार लोकांकडून उसणे पैसे घेऊन तो फॉरेस्ट ऑफिसाच्या मार्गी लागला.

भालचंद्राकडल्या धाडीची वार्ता विजेसारखी साऱ्या गावभर पसरली. जो तो फॉरेस्टवाल्यांच्या नावानं बोटं मोडू लागला. नवी कौलारू घरं बांधताना लाकडाशिवाय कोणाचंच भागण्याजोगं नव्हतं. पुनर्वसितांना सवलती देण्याऐवजी जंगलखातं पुनर्वसनाच्या बांधकामावर कडक नजर ठेवत होतं. त्याशिवाय त्यांना फुकटचं घबाड गवसणार नव्हतं. सावेगावाच्या बीटचा मोहरील तर गावात पोसणी घेतल्यावानीच झालेला. उठला-सुटला केव्हाही फटफटी वाजवत लाकडांच्या

वासावर गावात हिंडत होता. गावातल्या बिभिषण पुढाऱ्यांना आमिषं दाखवून चोरीच्या लाकडांचा पता काढत होता.

संध्याकाळी भालचंद्राला घेऊन वामन घरी आला. सरकारी दंडाची चलान भरल्यानंतरच त्याला वनविभागानं मोकळं केलेलं. पण त्यांनी त्याचे अवजारं मात्र परत दिले नव्हते. आधीच भालचंद्रा बदनामीनं गळाठून गेला होता. त्यात पोटाची भाकर अशी अवजारांच्या रूपानं गहाण पडलेली. भालचंद्राला त्याचे सतत कामात गुंतून असणारे हातच तोडून नेल्यावानी वाटू लागलं. नवे अवजारं घेण्याची त्याची कुवत नव्हती. रोजचं काम. दुसऱ्याकडून उसने अवजारंही मिळण्याजोगे नव्हते.

पुढं तर भालचंद्रा दिवस दिवसभर नुसताच बसून राहू लागला. डोक्यात उगंच काहीबाही घोळवू लागला. रिकामं मन, भुताचं घरं. तसंच त्याचं झालं. एक दोनदा फॉरेस्ट ऑफिसात अवजारं आणण्यासाठी तो गेला खरा, पण तिथं त्याची डाळ शिजली नाही. भालचंद्राला तर नंतर नुसतं घरी बसून राहण्याचाही कंटाळा येऊ लागला. त्यानं स्वत:ला पांघरुणात कोंडून घेतलं. काम थांबलं म्हणून कमाई थांबली. पण पोटातली भूक मात्र थांबणारी नव्हती. आतड्याला चिमटा बसू लागला, तशी सुगंधा त्याला कुठंतरी धडपडण्यासाठी सांगू लागली. भालचंद्रानं तर कामाची धास्तीच धरलेली. काम गोड तर माणूस गोड. आपण कमवत नाही म्हणूनच बायको आपल्याला बोलते, असं त्याला वाटे. तो थोड्या थोड्या गोष्टींसाठी चिडू लागला. त्याची अशी अवस्था पाहून एक दिवस वामननं त्याची समजूत काढली–

"अवजार मांगाले तू जात काऊन नाई गा– आफिसात?"

"आगाऽ तं गेल्तो नं परवाच्याच दिसी. थे लमचे मने संभ्याले इथं आनल्याशिवाय अवजारं देत नाई म्हून."

"त्याहीले सोता पकडून न्याआले काय झालं-थ्या संभ्याले? त्याहीच्या हातात बांगड्या हायेत का? बरं, मंग तू भेटला का संभ्याले?"

"हौ, भेटलो नं. पन थो तिथं वाघाच्या दाढीत हात घालाले येते का, हरामखोर? मलेच उलटं सिधं सांगाले लागला, भडवा!"

"मंग आता कसं, धंद्यापान्याचं?"

"आता तं माह्यं पार मनच उदासलं वामनभौ, ह्या धंद्यातून."

"तू असं कर. चार दिवस पोराकडं जाऊन हवापालट करून ये नाप्पुरावून."

❑

उन्हाचा ताव वाढला. वामनपुढं दाढीसाठी बसलेला मारोती बाहेरचा चहाळ घेत बोलला,

"रोलरचा आवाज बंद झाला, काका. दुपारची सुट्टी झाली वाट्टे- पूलवाल्याइले."

घडीभर मजुरांची कलकल कानावर आली अन् मंदावली. गेल्या आठवड्यापासून पुलाचं सेंटरिंग ठोकणं सुरू होतं. काही मजूर पुलालगतच्या वरच्या अंगाला सडकंवर घोटाई करणाऱ्या रोलरमागं होते.

मारोतीची दाढी घोटून होताच त्यानं वस्तरा पुसणाऱ्या वामनला विचारलं, "आरसा नाई का गा, काका?"

वामननं घरात आवाज दिला, "बाई शकनेऽऽ थे आरशाचं टिकर आनाजो बरं घरातलं?"

"इथं पेशलमंधी दुसरा आरसा नाई ठेवाव् का गा साजरा?"

"अगाऽ... होता इथं पेटीत पन तिकडला-घरचा फुटला तं, पोर्गी इथचा घेऊन गेली-वापराले."

शकूननं आणलेल्या धुरकट आरशात मारोती चेहरा न्याहाळू लागला, "दाढी साजरी चिकनी झाली बावा... पन ह्या डावा कल्ला लंबा वाट्टे जरा."

"ये छाटून देतो", वामननं पुढं झुकून मारोतीचा डावा कल्ला आखूड केला, "हं पाह्य आता–"

त्यानं पुन्हा आरशात पाहिलं, "आता ह्या उजवा कल्ला लंबा दिसून राह्यला, बावा."

"आन इकडं..." म्हणत वामननं त्याच्या उजव्या कल्ल्यावर घाव घातला, "हं, घे–"

त्यानं आणखी आरशात तोंड घातलं. बाहुलीवानी इकडून-तिकडं मान वळवत तो दोन्ही कल्ल्यांची लांबी जोखू लागला, "ऊंऽऽ..आता ह्या उजवा जास्तच बारीक केला बावा तुनं!"

"मिळवून देऊ का–?" वामन त्याच्या उजव्या कल्ल्याकडं वळला तसा मारोती कमिजीत झुरळ गेल्यावानी गडबडला, "आगाऽ आगाऽ! उजवा कायले करत अंखीन?... डावा मनलं म्या!"

"अरे, धुत त्तिया मायमी तं! ह्या डाव्या-उजव्याच्या घोळात पार चळलं आता मानूस!"

रोलरचा आवाज सुरू होऊन जराभर घरघरला अन् पुन्हा बंद पडला.

आरशातल्या टिकरातला मारोतीचा चेहरा थोबाडीत मारल्यावानी दिसत होता. "च् च! कल्ला आखूड करता करता तुनं सारा सफाचटच केला गा! वामनकाका

आता काह्ड इकडलाबी पुरा-''

"तूच तं मांगून राह्यला पुन्ना-पुन्ना बारीक करून! ये इकडं-'' वामननं वस्तरा पाजळला,

"म्हून तं मी आरसाच ठेवत नाई इथं. उगंच चळते मानूस त्यानं.''

बोलता बोलताच एकाएकी पुलाच्या बाजूनं कल्ला-गोंधळ झाला. 'धावाऽ रे धावाऽ' असे आवाज ऐकू येऊ लागले. मारोतीनं कान टवकारले, "कायची गडबड होये गाऽ, काका?''

कालवा एकसारखा वाढू लागला. पोरं सोरं घरापुढच्या रस्त्यानं दडंदडं पुलाकडं धावू लागले.

वामन अंगावरचे केस झटकत असताना पुलाकडून कावलपिसा झालेला उकंडीचा मोरबा चिंधाईच्या घराजवळ आला. त्याच्याकडं तोंड करून वामननं विचारलं, "काय झालं रे बापू-तिकडं?''

"अजीऽऽ लय बेक्कार झालं!''दम टाकत मोरबा बोलला, "सडकंवरच्या रोलरखाली पाऽर चेचरा झाला आपला रमेसभाऊऽ!''

"आर्रेऽऽ आर्रऽऽ आर्रेऽऽ! देवाऽ देवाऽ पांडुरंगाऽऽ!'' विजेचा झटका बसावा तसे वामननं हातपाय गाळले. मोरबाजवळ जाऊन विचारू लागला, "नाई रे! काईबी बोलतं तू!''

हजामतीचं सामान तसंच सोडून वामन पुलाकडं निघाला. जवळच्या सडकंवर पाहणाऱ्यांची एकच झुबंड उठली होती. टाका उंचावून एकमेकांना ढकलत जो तो गर्दी करत होता. सडकंवरच्या रोलरजवळ तर पायपैस नव्हता. लोकांनी रोलरभोवती कोंडाळं केलेलं. वामन गर्दीतून पुढं शिरला. ...रोलरजवळचं चित्र पाहून त्याला डोळ्यापुढं अंधारी येते की काय, असं वाटू लागलं.

रोलरच्या पुढच्या चाकामागं रमेशचा देह पार भुईसपाट झाला होता. हाडामासाचा चुरा होऊन जमिनीत दाबल्या गेला होता. रक्ताचं लालेलाल डोबरं... सडकंवरच्या गागऱ्यात पिठातल्या पाण्यावानी मुरून गेलेलं. चेहरा ओळखू येत नव्हता, की हातापायांचा पता लागत नव्हता. माथ्याकडं काळ्याभोर केसांचा बुचका. लालेलाल कपड्यात चपाटलेलं हाडमांस. चिखल चिकटावा तसे रोलरच्या पहाडी चाकाला मांसाचे लाल लगदे चिकटलेले. सारंच भयाण अन् भेसूर वाटत होतं. बिनजिवाच्या यंत्रानं चालत्या-बोलत्या माणसाला गिट्टी-मातीसारखं जिवंतपणीच दफणलं होतं. जो तो हबकलेल्या काळजानं रोलरकडं पाहात होता. अवघ्यांची मती गुंग झालेली. कोणीच कोणाशी बोलत नव्हतं.

"कसं झालं गाऽ हे, पुरषत्तम?'' – बधिरलेल्या वामननं भानावर येत विचारलं.

"दुपारची ऊन टाळाले थो झोपला होता खरं इथं–"

"मंग?"

"पुढचं नाही ठावूक आपल्याले. डायव्हरनं नेलं असंन आंगावरून रोलर."

"डायव्हर कुठाय?"

"कोंजीनं. आपल्याले काय ठावूक?" पुरुषोत्तम पाठमोरा झाला.

"आरेऽ... डायव्हरले पाहा नं कोनीतरी–" वामन भेटंल त्याच्या तोंडाशी लागू लागला, "पांडुरंग, तू तं इथंच राह्यतं गा– चौकीदारीवर. तुले ठावूक असंन नं?"

"तुले माहीत हाये का, कोठीराम भासा?... नाई? वा गा वा! कोनालेच ठावूक नाई?" वामन आपल्याशीच बोलावं तसा बोलला, "थ्या चिंधाभाबीले तरी बलावून आना रेऽ कोनी वावरातून."

"तिले कुठं पाहाव् आफन?" पाहणाऱ्यांत खुसफूस झाली. कोणी जमाव सोडून बाजूला झाले.

हातातली सायकल उभी करून उमेश गर्दीतून पुढं आला, "मी आनतो बावाजी- आजीले बलावून."

"पन मी मन्तो बाई, थ्या बाबल्लीच्या डायव्हरले दिसला नसंन का ह्या चाकापुढं?"

"काय सांगाव् ब्वा? ...हातभट्टीची लावून असंन, भडवा!"

"माजून गेलेत साळे हे– ठेकेदाराचे अन् सरकारी मानसं!"

एवढ्यात कोणंतरी बातमी आणली, "काकाजी डायव्हर तं पोलिसठान्यात गेला मन्ते."

"ठान्यामंधी? वा रे व्वा! चोर तं चोर आनं पुन्ना शिरजोर!... चांगला ठोकला पाह्यजेन साळ्याले!"

"त्याच्यापेक्षा त्याले पिच्चरातल्यावानी पाय बांधून रोलरमांगं घसाटला पाह्यजेन आनं वरतून मिठाचं पानी–!"

बाया माणसं जमत होते. मनातलं बोलत होते. बोलून-पाहून कंटाळले म्हणजे आपापल्यापरीनं घटनेची संगती लावत होते. दुपार टळली. ऊन उतरणीला लागलं. ...उभ्या माणसांच्या सावल्या त्याच्या उंचीपेक्षाही लांबत गेल्या.

तिसऱ्या प्रहरी पोलिसांचा ताफा ड्रायव्हरला संगती घेऊन पुलावर आला. खुर्च्या टाकून त्यांनी बस्तान मांडलं. दप्तरातील पांढऱ्या कागदांच्या चळती काळ्या कार्बनांच्या संगतीनं फडफडू लागल्या.

एका पोलिसानं टेप लांबवून दहावीस अंतरांची नोंद केली. ड्रायव्हरनं जबानी दिली–

"दुपेहर की छुट्टी में रोलर बंद करके चाय पिने के वास्ते मैं चौक मे चला गया! जरा देर हुयी तो झटपट निकला और रोलरपे चढ बईठा!

गर्दीतून मध्येच आवाज आला, "कोन्ता चहा पेला गाऽऽ थंडा का गरम?"

पोलिसानं ड्रायव्हरला विचारलं, "तो तुम्हे दिखा नही क्या– सामने कौन है करके?"

"नही जी साब... मै रोलरके पीछे से आया और सीटपर चढ बइठा! रोलरका सामनेका चक्का बडा होने के कारण; नीचे कोई लेटा रहा तो दिखाई नही पडता उपरसे! आप खूद देख लो सीटपर चढकर!"

एक पोलिस खरोखरच शीटवर चढून बसला. पुढच्या चाकाकडं पाहात बोलला, "नही नं साब, बायनट की उपरी तह के सिवा और कुछ दिखाई नही पडता नीचे!"

लिहिणारा पंचनाम्यात नोंद करू लागला.

पोलिसानं ड्रायव्हरला विचारलं, "अच्छा, वो लडका क्या कर रहा था वहाँ?"

"वो कुछ मालूम नही जी! दिखताही नही तो–"

"फिर तुमको कब मालूम हुआ?"

"बैठनेके बाद मैंने तुरंत अक्सिलेटर बढाया, तो नीचेसे चिल्लानेकी दर्दभरी आवाज सुनी! लेकीन तब तक रोलर उसे कुचलकर आगे निकल चुका था!"

"फिरभी सवाल यह है की वो लडका क्या कर रहा था– पहिये के नीचे?" पोलिसानं मग गर्दीकडं पाहिलं, "अरेऽ तुममेंसे किसीको मालूम है क्या?"

पाहणाऱ्या लोकांच्या नजरा खाली गेल्या. एकमेकांच्या कानात फुसफुसणं सुरू झालं. उघड कोणीच बोलत नव्हतं. पोलीस चिडून बोलला, "क्या यार! तुमच्या गावचा जित्ता जागता जवान पोर्गा रोलरखाली कुस्करून मेला आणि तुमच्यापैकी कोनीच बोलायला तयार नाही. आपसमे कैसी फुसफुसी करते हो?"

गर्दीतून उकंडी बोलला, "अज तं नाई पाह्यलं त्याले, पन काल दुपारच्या सुट्टीत ह्या चाकापुढल्या सावलीत झोपूनसन्या ऊन टाळत होता थो. दुपारच्या सुट्टीमंधी रोजच झोपे असा थो?"

"अजीब लडका था! उसको क्या यही जगह मिली क्या सोनेके लिए?"

"त्यात त्याचा काय कसूर जी? इथं बसा उठाले सावलीच कुठं ठेवली ह्या धरनवाल्याइनं?"

–वामननं मनातली खदखद बाहेर काढली, "लेकाइनं सारा नदीकाठ छाटून काह्डला यकाकाठून."

दरोग्यानं सुपवायजरची जबानी घेतली. ठेकेदाराचा नाव पता लिहून घेतला. मग त्यानं सुपवायजरला तंबी दिली, "देखो, तुम अपने ठेकेदार को कन्हॉंन में खबर दे दो उसकी! थाने में उसे तुरंत हमसे मिलने को कहो! चलो त्रिपाठी, तूम दो लोग लाश को इकठ्ठा करो! पोस्टमार्टम के लिए तुरंत भेजनी होगी!"

दोघं पोलीस पुढं आले. जमावाकडं पाहून म्हणाले, "काही कपडा वगैरे द्या बरं-लाश बांधायला." भोवतीची गर्दी चार पावलं मागं सरकली.

एक पोलीस घोंगडं घेऊन उभ्या असलेल्या नुपरूला बोलला, "ओऽ बावाजीऽ त्यो तुमचा घोंगडा द्या बरं, इकडं-"

"अजीऽ थे यक्कच घोंगडं हाये माह्याघरी– बसा– उठाले."

पोलीसानं त्याच्याजवळचं घोंगडं जबरीनं जवळ घेतलं..."कोई लडका है –लाश इकठ्ठा करनेवाला?"

कुत्र्यांची किलोंडी अंगावर यावी तसे पाहाणारे मागं सटकले.

"अरे आवो ना कोई... पैसे देंगे उसको! ये लडके इधर आ जरा–"

"सायेब, मले परसाकडं लागली जोराची."

"साले! तो फिर यहाँ क्या कर रहा तू? ये तू आ रे टोपवाला–"

कोणीच जागचं हलत नव्हतं. तसा वामन पुढं सरकला,"चाला सायेब, आमी करतो मदत."

वामननं दोन पोरं पुढं केले. प्रेताजवळ घोंगडं अंथरलं. खळ्यातला मातेरा सावडावा तसे प्रेताचे तुकडे मातीतून गोळा केले. घोंगड्याचं गाठोडं बांधलं. पोलिसांचा ताफा घेऊन जीप निघाली. चाकाखालचा गागरा गावावर उडवत गाठोड्यासह सडकंला लागली.

पोलीस निघून गेले तरी माणसं पोरं पुलाच्या आजूबाजूलाच घुटमळत होते. अवघ्या गावावर सुतक पसरल्यावानी अवकळा आली होती. गल्ली-बोळात, चौका-पारांवर जिकडं तिकडं रमेशचाच विषय चघळला जात होता.

"नाई, पन यखांदं बुजूरूक मानुस असतं तं यवढं वाईटबी नसतं वाटलं. पन पोर्गं ऐन जवानपनात असं कुत्र्याच्या मौतीनं गेलं. त्याच्या मायले समजल्यावर कसं वाटंन तिले? थो मोठा तसा–"

"थ्या मास्तरच्या घराले तं कुलूपच हाये बाहीरून. रमेसची भावजय पंधरवाड्यापासून बापाकडं जाऊन बसली तिकडं. तिचेबी हात नाई पडनार देरावर... नाईतरी त्याइचा अबोलाच होता मना."

"म्या तं निराळीच चर्चा आइकली गावात. लोकाइचा शक हाये, का पुलाले बळी द्यासाठी रोलरखाली मुद्दाम दाबला मन्ते-रमेसले!"

"पन मंग का ठेकेदाराची आनं डायव्हरची सादीगादी असंन का मनाव?"

नाना लोकांच्या नाना शंका. रमेशचा चेहरा फिरून फिरून प्रत्येकाच्या नजरंपुढं येत होता. दिवस कलताना कावलपिसी चिंधाई गावांत शिरली. रस्त्या-दाठ्ठ्यात बसलेल्या सगळ्यांच्या नजरा तिच्यावर स्थिरावल्या. उदासीनं झाकोळलेल्या जमावात एकदम उत्सुकतेचं चैतन्य संचारलं. आजूबाजूला लोकांचा जमाव पाहून चिंधाई अधीर झाली. मागून येणाऱ्या उमेशला खोदून खोदून विचारू लागली, "सांग नं दुस्मान्ना, काय झालं तं?"

उमेशच्या तोंडाला जसं कुलूपच लागलं होतं. चिंधाईबरोबर नर्मदाही आलेली. ती आपल्यापरीनं चिंधाईला समजावू लागली. पण तिला धीर धरवेना. ती आतूर व्याकूळ सुरात विचारू लागली. वामननं तिला घडलेली घटना सांगताच चिंधाईनं हंबरडा फोडला. तिचा हात धरून तो तिला पुलाकडं नेऊ लागला. पाहणाऱ्यांची वरात त्यांच्यामागून सरकू लागली. चिंधाई कपाळ ठोकत निघाली. पुलाजवळ आली तेव्हा रोलरचं धूड तिथं मुर्दाड चेहऱ्यानं जागीच उभं होतं. तिकडं बोट दाखवून वामन गहिवरल्या सुरात बोलला, "भाबींऽ यानं ह्या मुर्दाडानंच मारला आपल्या रमेसले-चाकाखाली दाबूनसन्या."

चिंधाईनं टाहो फोडला. डोळ्याला दुपट्टा लावून वामनही हुंदके देऊ लागला. नर्मदानं गळा काढला. चिंधाई धावतच चाकाजवळ गेली. हमसून हमसून रडू लागली. वैरिणीच्या झिंज्या ओढाव्या तशी रोलरच्या अवजड चाकाला धरून हलवण्याचा वायफळ प्रयत्न करू लागली. "सांगऽ नं दुस्मान्नाऽऽ! माह्या काळजाचा तुकडा कुठाय रेऽऽ? सांग, कमिन्नाऽऽ... काय गुन्ना केल्ता त्यानं तुहाऽऽ?"

रोलरच्या लोखंडी चाकावर चिंधाई थडंथडं डोकं आपटू लागली. नर्मदालाही ती आटपेनासी झाली. खालच्या रक्ताळलेल्या मातीला मायेनं गोंजारू लागली. तिच्या नसानसातून मायपण पाझरू लागलं. दुःखाचे कढ आवरेनासे झाले. तिची शुद्धच हरवते की काय असं वाटत होतं. एवढ्यात मदनमास्तरही आला. मायच्या गळ्यात हात टाकून रडू लागला. मुक्या रोलरला चिंधाई जाब मागू लागली, "दुस्मान्ना! कोन्तं पाप केलं रे म्या असं? माह्या राजाचा मुखडाबी नाई पाहू देल्ला रेऽऽ डोळाभर? दादाऽऽ रमश्या रेऽऽ आता कोनाच्या तोंडाकडं पाहू रेऽ मी?"

चिंधाईच्या शोकाकडं आजूबाजूचे सारे थिजलेल्या नजरंनं पाहात होते. वामन दाताखाली ओठ धरून डोळ्यातल्या आसवांना वाट मोकळी करून देत होता. मदनमास्तर हताशपणे कपाळावर हात मारून घेत होता. चिंधाईचे आसवं पुसताना नर्मदाच्या डोळ्यातल्या धारा तशाच मोकाट वाहात होत्या कोणीच कोणाशी बोलत नव्हतं, की फुसफुसत नव्हतं. सारं वातावरणच गोठल्यावानी झालेलं.

जीवन अन् मरणाच्या जोडपुलावर प्रत्येक मन आतल्या आत घुटमळत होतं. या जोडपुलाला कुठल्या आधाराचे पिल्लर नव्हते अन् सुरक्षा देणारा कोणता लोखंडी कठडाही नव्हता!

❑

सकाळी चहा पिताना नर्मदानं वामनला आठवण करून दिली,

"काल थो शेंकर आल्ता घरी. पोराच्या लग्नाची देवादेवी हाये मने, तं अज तुमाले पाठोजो मने घरी."

"अज कसं जमंन? रमेसच्या तिसऱ्या रोजासाठी घरीच राहा लागंन अज. ह्या सागर नाई जानार का लगनघरी?"

तंबाखू घोटणाऱ्या सागरनं आपलमतीच तंटा तोडला, "माह्यं नाही जमनार –गिऱ्हायकीमुळं."

तिसऱ्या दिवसासाठी राहणं जरुरी होतं. घराजवळचं काम. जातीची अन् रक्ताची नसली तरी चिंधाईशी प्रेमाची घडसण होती रोजची. नर्मदाचं अन् तिचं तर एकमेकींशिवाय पानही हलत नव्हतं. नर्मदाला ती मोठ्या बहिणीसारखी. दोघींही एकमेकींचं सुखदुःख वाटून घेत होत्या. चिंधाईच्या घरात तिला जिव्हाळ्याचं असं असूनही नसल्यावानीच होतं. तिचा नवरा पंधरा वर्षांपूर्वीच क्षयानं मेलेला. रंडवी बाई. अशावेळी तिच्या दुःखादर्दापासून दूर पळणं बरं दिसलं नसतं. रमेशच्या गाठोड्याला बिलगणाऱ्या चिंधाईला नर्मदानं परोपरीनं सावरलं होतं. पोस्टमार्टम होऊन मय्यत परतेपर्यंत चिंधाईला वामननं आपल्याकडंच ठेवून घेतलेलं. मायलेकांना त्यानं होईल तेवढा धीर दिला होता.

"मंग तू तिसऱ्या दिवसासाठी थांबसीन का रे घरी? मी जातो तिकडं शेंकरकडं."

"अंऽऽ पाहीन जमलं तं... थे तिसऱ्या दिवसाचं एवडं महत्त्वाचं राह्यते का? मयतीले गेल्तो नं आपन?"

"जात काऊन नाई रे? ह्या चालीरीती उगंच लावल्यात का लोकाइनं? थे लगनघरी जातेत. तू तं मोकळाच राह्यतं दिवसभर." नर्मदानं पोराला टोकून पाहिलं.

"होऽऽ क्" –सागर नाराजीनं बोलला.

सरत आलेली बिडी वामननं चुलीच्या परोळात विझवली... बिडीत तंबाखू असेपर्यंतच धूपट. तंबाखू सरला म्हनजे कुठचं काय? नुसत्याच पोकळ फुका मारनं. मानसाच्या आयुष्याचं काईच खरं नाही. सारंच क्षनभिंगूर. चुलीवर खदखदणाऱ्या आंधनाच्या बुडबुड्यावानी!.. तो चुलीजवळचा उठून दाठ्ठ्यात

आला. 'पांडुरंग हरी, पांडुरंग हरी' गुणगुणत राहिला.

न्याहारी करताना सागर हलक्या आवाजात बायकोजवळ बोलला, "मले लगनघरी जा मने टिक्के लावासाठी!"

"जा काऊन नाही?" प्रगतीनं काटा मारला, "–लोकाईनं ओवाळून टाकलेले पैसे उचलासाठी!"

बायकोच्या बोलण्यामुळं सागरला लग्नप्रसंगात जाणं म्हणजे हलकटावानी वाटून गेलं, "हूंऽ कू... चार-आठान्यासाठी पुढं पुढं करनं आपल्याले नाही जमत! याईनं लगनवाल्याइच्या तोंडी नाना रंगाच्या चालीरीती लावून ठेवल्यात आपल्यालेबी तसेच पाह्यतेत आता... त्याच्यापेक्षा दुकानात दोन कटिंगी केल्या तं वीस रूपे भेट्टे."

"तुमीच तं लहानपनापासून बुढ्यासंगं जात होते खरं –लग्नायेवात."

"तव्हाची गोष्ट निराळी होती. तव्हा समजत न्हौतं काई."

"आमच्या शेहरातलं बरं बाई... पैसे द्या, काम घ्या. कामरगीची घनघन नाई. म्हनूनच वाट्टे, का तिकडं शेहरगावीच लावाले पाह्यजेन होतं दुकान."

"तिथं शेयरात मनलं तं हागाले जान्यासाठीबी पैसा लागते मानसाले.

"देनारे तयार असल्यावर आताबी काहीच बिघडलं नाही... जाऊ द्या तुमाले माहीत आहे सारं."

काहीच न बोलता सागर तंबाखूचा बकणा मारून दुकानाकडं निघाला.

वामनला पुढून भेलकराचा ज्ञानेश्वर रस्त्यानं येताना दिसला. त्यानं त्याला थांबवलं.

ज्ञानेश्वर त्याच्याजवळ बसला. धुपटासंगं गप्पा रंगल्या. "नानेसर, अजकाल तू इकडं दिसत नाई हजामतीले?"

"ऊंऽऽ... तुह्या हातची यालर्जी होते, काका!"

'बरं मनाव्!" ज्ञानेश्वरच्या बोलण्यामुळं वामनची बोलतीच बंद झालेली.

बिडी सरताच ज्ञानेश्वर रस्त्यानं लागला, न लागला तोच गुलब्याची सूर्याकडं पाहून दिलेली आरोळी कानावर आली-

"होऽऽऽ बकरीऽ मरतेऽऽ येडीऽ पिसीऽऽ... खानारा मन्तेऽऽ वातड कसीऽ होऽऽऽ!"

काखंत बोचकं घेऊन गुलब्या दाठ्ठ्यापुढून गेला तशी वामनला आठवण झाली. त्यानं डोक्याचे केस बोटानंच मागं सारले अन् टोपी चढवून शंकरकडं निघाला. गुलब्या पुलाच्या रूखानं चालू लागला. एवढ्यात सकाळ सांज त्याच्या पुलाकडल्या फेऱ्या वाढल्या होत्या. तिकडं गेला म्हणजे तो सडकंवरच्या रोलरभोवती, मारोतीला प्रदक्षिणा घातल्यावानी हटकून फेऱ्या मारत होता. उकिडवा

बसून रोलरच्या खालच्या बाजूला न्याहाळून पाही. कोणं हटकलं तर उलट त्यालाच निरखून पाहात म्हणे, "मले नाई पायजेन तुहं इंजेन... माह्या इमलीले दे! हीऽ हीऽ हीऽऽ!"

गुलब्याच्या कमरंला धोतर असो वा नसो, पण एखादं पोत्याचं झिंगर मात्र कायम गुंडाळलेलं असे. अंगावर फाटकी, बाह्या लोंबणारी बिनगुंड्यांची कमीज. दिवसभर मनात येईल तिकडं तो भटकत राही. एखादं टवाळ पोर त्याला मुद्दाम चिडवी, "गुलाबभौ, तुही इमली बलावते नं तुले!"

"मले कायले बलावंन मले कायले बलावंन?...तुलेच बलावंन!"

पोरं खदखदून हसत. पुलाचं काम लागल्यापासून इमली तिथंच मजुरीला जाई. सुरुवातीला कामावरच्या मजुरांना ती पाणी वाटायची. इमली दिसायला सावळी, पण नाकीडोळी देखणी. तशी खूपच अडचण असल्याशिवाय कामावर खाडा करत नव्हती. तिची सर्वांशी ओळखपाळख पाहून सुपवायजरनं तिला मेसच्या कामावर घेतलं. धान्याची नीसपूस, चहापाणी, स्वयंपाक, जेवणखाण अशी किरकोळ कामंच तिला दिवसभर सरत नव्हती. त्यात किराणा, डाळदाणा आणण्यापासूनच्या जबाबदाऱ्या सुपवायजरनं तिच्यावर सोपवलेल्या. तिच्याच ओळखीमुळं त्याला दुकानां-गिरण्यांवर उधाऱ्या वाढवता आल्या होत्या. रात्रीच्या जेवणानंतरची आवराआवर करूनच ती घरी येई. मेसवर लागल्यापासून तिचा स्वत:च्या घरातला राबताच नाहीसा झालेला. गुलब्या मात्र तेव्हापासून जास्तच भरकटल्यावानी करू लागला. इमली पुलावरून जेवून घरी येई. काही शिळंपाकं वाचलेलं असलं तर गुलब्यासाठी आणी. नसलं तर गुलब्या कोणालाही खायला मागत होता... लग्न झाल्यापासून तसंही तिचं मन नवऱ्याच्या घरात फारसं रमलं नव्हतं. गुलब्याच्या घराच्या मोडकळल्या महिरपीत इमलीचं देखणेपण मावत नव्हतं. नव्या नवलाईच्या दिवसात तर तिचा एक पाय सासरी अन् दुसरा माहेरी असे. भरलेला थैला घेऊन ती बापाकडं गेली म्हणजे महिना महिना परतत नव्हती. गुलब्याच्या मनरंगी स्वभावाशी तिला जुळवूनच घेता आलं नव्हतं... पण पुलाच्या मजुरीला लागल्यापासून मात्र तिचं माहेरी जाणं कमी कमी होत गेलं. पोरगी संसारात रूळल्याचं गावकरी समजू लागले. तिच्यामागं गुलब्याही पुलावर रमू लागला. दिवसभर तो तिथं बायकोच्या नजरंपुढं राहात होता. ...पण इमलीला मात्र ते आवडत नव्हतं. एक दिवस त्याचं पुलाकडं जाणं कायमचं बंद झालं.

डेळमाथनीचं काम आटपून वामन घरी आला तेव्हा अंधारलं होतं. उद्याचं शंकरकडलं लग्न. कामरगीचा न्हावी म्हणून त्याच्याकडल्या नवरदेवासोबत वामनला लग्नाला जाणं जरुरी होतं. त्यानं घरी येताच शकूनला अक्षत भरल्यावानी

खूण करत लांबवर बोट दाखवून विचारलं, "कोनी आल्तं का लगनाचं सांगाले? हो, लगनघरचं?"

शकूननं खालचा ओठ दुमडून सरळ रेषेत आडवी मान हलवली.

आता येईल, मग येईल म्हणत वामननं वाट पाहिली. वेळेवर तयारी असावी म्हणून त्यानं ठेवणीच्या कमिजीवर घराजवळच्या उमेशला इस्त्री करून मागितली. घरी बसावं तर लाईन गेलेली. सगळीकडं अंधार गुडूप होता. अवघं घर खायला उठत होतं. बसल्याजागी हातापायांना डास अन् मुरकुटे जागोजागी चावत होते. लोडशेडिंगच्या नावाखाली विजेला काहीच धरबंद राहिला नव्हता. ओलिताच्या हंगामामुळं सारेच बागायतदार बोर्डाच्या नावानं बोंबलत होते. उन्हाळा दिवस. विहिरी संगाळ्यावर आलेल्या. अशात मोकाट ढोरावानी वीज केव्हाही येत होती अन् केव्हाही जात होती. ओलीत पुढं सरकतच नव्हतं. जरा पुढं सरकलं तरी मागचं ओललेलं लगेच सुकत येत होतं... वामन चिंचेखाली केव्हा आला, त्यालाच पता नव्हता.

दर्ग्यामागं योगराज हेकड्याच्या घरापुढून दोघं-तिघं लाळ गाळत तोल्हांडत येत होते. वामन जराभर थबकला. पण त्याला काहीच संगती लागली नाही. तो चिंचेखाली बसलेल्यांना विचारू लागला–

"थ्या हेकड्याच्या घरापुढं कायची गर्दी होये गा, बजरंग?"

"बाप्पा! तुले ठावूकच नाई, काका? 'माल' भेट्टे नं तिथं! थे धरनवाले आनं पुलावरचे सारेच जाते तिकडं. धरनवाल्या लोकाईनंच तं उद्घाटन केलं त्याच्या धंद्याचं."

"तुह्याकडला सागरबी तं जाते त्याच्याकडं चव घेऊन पाहाले!"

वामन उदासल्या मनानं घरी आला. आल्याबरोबर त्यानं विचारलं, "कोनी आल्तं का वो लग्नाचं सांगाले?"

"नाई तं."

दुसऱ्या दिवशी सकाळी उठल्याबरोबर त्यानं नर्मदाजवळ चौकशी केली, "रातचं कोन हाका मारे वो बाहीरून जोरजोरानं?"

"शेंकरच्या घरचा मानूस होये. लग्नाले चाला लागते म्हून सांगाले आल्ता राती."

"म्हंजे, जा लागते का मनाव्?" वामनचा चेहरा उजळला, "किती वाजता सुटनार हाये मने नवरदेवाची गाडी?"

"आवोऽ तं तुमाले नाई सांगतलं त्यानं. सागरले होये-चाला लागते मने."

"अस्सं?" त्याचा चेहरा झरंझरं उतरला, "इच्यामायमी! सारं गाव उतानं पसरल्यावर झोपंतले मानसं उठवाले आल्ता का, भडवा! बरं हाये मनाव् –

मेह्यनत करे मुर्गा अन् अंडा खाये फकीर!''

खटमल चिरडावा तसी हातातील बिडी वामननं अंगठ्यानं कुस्करून टाकली. धोतराचा बोळा घेऊन तो न्हाणीकडं वळला तसं नर्मदानं हटकलं, ''तुमची कायची घाई होये आता-यवढ्या सक्काळीस?

''लगनाले जातो खैरगावले.''

''बाप्पा! सागरले सांगतलं तं थोबी जाईन आनं तुमीबी जाता?''

''मी का थ्या शेंकऱ्याच्या भरोशावर जातो का? चांगला सोताच्या पयशानं जातो मी.''

''पन मी मन्तो ऐन तंगीत एवढा आटापिटा करून जावंच कायले बा?''

''अस्सं कस्सं? थ्या शेंकऱ्याले डेळमाथनीसाठी म्हाली कामरगीचा लागते आनं लगनाले न्याले नाई लागत?''

उसणवार पैसे घेऊन वामन खैरगावाला गेला. नवरदेवामागं न फिरता सरळ नवरीच्या मांडवात जाऊन बसला. निर्धारलेल्या वेळेपेक्षा तीन तासानं उशिरा लग्न लागलं. तो बसून बसून कंटाळून गेल्ता. मंगलाष्टकं सरताच तो जवळच्या बापूरावला म्हणाला, ''यवढा येळ काऊन लागला मनाव् नवरदेवाले यासाठी?''

''लागनार नाई तं का? आजकाल आडवे उभे नाचल्याबिगर समाधान होते का नवरदेवाचं?''

भेलकराच्या ज्ञानेश्वरनं हटकलं, ''पन तुह्यं काय बिघडलं काका? लगन काई बार बार होते का मानसाचं?''

लांबवलेल्या पायांना हात लावत वामननं विषय बदलला, ''पाय मोळांडले आता बसून बसून.''

''मंग असं कर काका,'' ज्ञानेश्वरनं शक्कल काढली, ''हाती धोतराचा काष्टा धरून हवा घाल तू मंडळीले. तुहे पायबी मोकळे होते आनं गावचा म्हाली म्हून पयसेबी भेट्टेत बक्कळ!''

वामनला उगंच लग्नाला आल्यावानी वाटू लागलं.

तो गावाकडं परतला. घराकडं वळताना सबाकती चिंधाईच्या उघड्या दरवाजातून आत डोकावला. ती घरात एकटीच बसलेली. रमेशचे कपडे मांडीवर घेऊन त्यांना कुरवाळत होती. डोळ्यातले आसवं मांडीवरच्या कपड्यांवर टपटपत होते.

''काऊन वो, भाबी; अज घरी? कामाले नाई गेली?''

''अं?'' चिंधाईनं पटकन डोळे पुसून वर पाहिलं, ''काई नाई... तब्बेत नाई लागे बरी.''

“असं गेलेल्या जिवासाठी कुढत बसल्यानं बरी राहिन का तब्बेत? चाल, ऊठ. आफन चाहा पिऊ घरी.”

त्यानं तिला जबरदस्तीनं उठवलं, “काल गेल्ती का मंग ठेकेदाराकडं?”

“ऊंऽऽ काय कराचं हाये बापा ऽ आता थ्या पयशाचं? जिवासारखा जीव गेला” तिला हुंदका आला.

“काय कराचं मनजे? मोकळा सोडाचा हाये का त्याले? आफन जाऊ मंग त्याच्याकडं. थो बाजाराच्या दिवशी मजुरी वाटाले आला, म्हंजे मीबी येईन तुह्यासंगं.”

❑

दमडू कावळेची हजामत आटपत आली होती.

छाटलेले राठ केस नरम पडावेत म्हणून वामन दमडूच्या डोक्याभोवती पाण्यानं भरलेली शिशी हलवू लागला. शिशीकडं डोळे वटारत दमडू विंचू दिसल्यावानी हबकला, “थे शिशी कायले हालवून राह्यला गा, डोकश्यावर– गोमतीर शिप्पडल्यावानी? तुह्या सागरवानी फवारा आननं साजरा–इस्परींगचा!”

“आपल्याजौळ पयसे कुठं हायेत ब्वा– फवारा इकत आनासाठी?”

“मंग थो दारूचा बंफर कायले केला पान्याले? माह्या तोंडाले पानी सुटते थ्या शिशीकडं पाह्यलं म्हंजे!”

“बरं ब्वा, राह्यलं! पन थो पुलावरचा मेटबाबू फवारा पाह्यजेन मने मांगरोजा, म्हून केला ह्या.”

“अरे धुत्त! ह्या शिशीपंक्षा तू डायरेक बालटीभर पानी वतत जा गिऱ्हाइकाच्या डोक्शावर!”

केसांचा भांग पाडताना दमडूनं नाकतोंड हेकडं करत विचारलं, “ऊंऽऽ निरा घुटरान वास कायचा येऊन राह्यलं काका, इथं?”

“कोंजीनं ब्वा, मले तं नाई जानवला.”

“...बरोबर हाये. गोमतीर अन् गेचोड्याइचाच होये वास. तू इथं हजामतीले बसवून ढोरावरचे गेचोड गिऱ्हाइकाच्या आंगावर सोडतं, काका!”

“आता कसं करतं भाऊऽ?... घरी जागाबी तं नाई दुसरी.”

“जागा काऊन नाई? केली तं बक्कळ हाये. दोन टिना टाकून यक खोली बांधाव्– पेशलमंधी.”

आतापर्यंत सगळं मुकाट ऐकणारा वामन एकदम भनकला, “होऽ गाऽ! कमाईच तसी होऊन राह्यली मले बक्कळ?”

वामनच्या हिसक्यानं दमडू नाक टोचलेल्या बैलावानी एकदम ढिलावला,

"हो तुह्यंबी खरंच. बरं चालतो आता... पयसे मात्र मंग देईन-पुढच्या खेपले!"

दमडू उठून गेला तरी वामन कितीतरी वेळ पोत्यावरच बसलेला होता. फवाऱ्याच्या शिशीकडं अन् हजामतीच्या धोपटीकडं आळीपाळीनं केविलवाणा पाहू लागला.

नाकाशी नसाची चिमट धरून चिंधाई त्याच्याजवळ आली. हलक्या आवाजात बोलली, "तुमाले यक गोष्ट समजली का, बापुजी?"

"कायची?"

"मास्तरनं आपल्या आंधीच ठेकेदाराले गाठून रमेसच्या जीवहानीचे हजार रूपे आनले मन्ते– त्याच्याकून."

"वा रे व्वा! मेल्या जिवाची किंमत फक्त हजारच रूपे केली थ्या ठेकेदारानं?"

"आता याच्यापुढं हे अस्संच होनार हाये, बाप्पा. माह्यामांगं कोन हाये धावाले? ज्याचा भरोसा होता थो तं गेला सोडून!" तिच्या डोळ्यात गर्रकन पाणी तरळलं, "भेटले थे बी हाती नाई लागले!"

"मनजे? हडपले का मास्तरनं?... पगार कमी पडत असंन त्याले!"

"बरं, घेतले तं घेतले. पन तिसऱ्या रोजासाठी त्यानं कवडी नाई खरसली सोताची. दाळदाना माह्याजौळचाच लावला म्या. थ्या बापुरावभाऊकडून पयसे आंगावर मांगतले तव्हा तेलमीठ झालं."

"वा रे व्वा! लयच मतलबी हाये मनाव् तुह्याघरचा मास्तर!"

"काय सांगू बापुजी? तुमी खोटं मनान, पर पोरगं मास्तर हाये म्हून सांगाची लाज येते मले."

"आता असं कोनं परक्यानं केलं असतं, तं तुह्यासाठी भांडलोबी असतो मी. पन आता कसं करतं, भाबी? आपलेच दात अन् आपलेच होट!"

"अंखीन काईतरी खटपट करून राह्यला थो. गरामपंचायतीतून याक्सीडंडचे का काय पयसे भेट्टे खरं-सरकारातून. त्याच्यासाठी कागदपत्रे लेह्यनं चाल्ले त्याचे."

"थो आता तुह्या हाती कवडीबी नाई लागू देत, भाबी."

"न देवो पयसा. मानूस हाये तं पयसा हाये. मी काई भुकेली नाई त्याची. पन निदान माह्या पोटापुरती भाकरीत भाकर तं शिजवाव् कनाई सुननं? पन थेबी नाई. थे तिकडं बापाकडं गेल्ती तोपावतर माह्या हातची भाकर चालली-मास्तरले. तव्हा नाई पडला त्याले मायचा इटाळ. पन थे आली अन्–"

"भाकर येगयेगळी झाली! नाई?" नर्मदा तिच्या तोंडचं बोलली, "मानूस होये का वं थो? हैवानच मनाव् "

“आता कसं करतं, बाई? त्याले जलम देऊन पस्तावली मी. वांझोटी राह्यती थे पुरवती.”

“ये, जेऊ इथंच आता,” नर्मदानं आग्रह केला.

“नाई. जेवा गड्या तुमी. माही भाजी शिल्लक राहीन घरी.”

“पाह्य, माही आन हाये तुले!” नर्मदानं तिचा हात धरला अन् ताट तिच्यापुढं सरकवलं.

दोघीही जेवल्या अन् लगंलगं कामाला निघाल्या.

दुपारचं दुकान बंद करून सागर घरी आला. केस चिकटलेले कपडे बदलताना धडीशी बसलेल्या वामनला स्वत:शीच बोलावं, तसा बोलला, “ब्यांकीचा मॅनिजर दाढीसाठी दुकानात आल्ता आज.”

“हूँ...”

“म्या सहज गोष्ट काहडली त्याच्याजौळ– दुकानच्या लोनसाठी.”

“बरं..”

“थो जमवून देतो मने.”

“आता कायले पाह्यजेन रे लोन?”

“दुकानात किती सोयी नाईत अद्याप? पायदानाची लोखंडी खुर्ची पाह्यजे, मोठा आरसा पाह्यजेन. आनतो मनलं तं केसं सेट कराची मशीन आहे. गिऱ्हाइकासाठी बेंच... घेतलं तेवढं आहेच आहे.”

“हे सारं जरुरीच हाये का?”

“न घेऊन कसं जमंन? थ्या निलेसनं कसं जमवलं? निदान त्याच्या अर्ध्यावर तं सोयी करा लागतीन?”

“त्याच्याजौळ सोताचा धरनाचा पयसा होता. तुह्याकून फेडनं होईन का थे कर्ज?”

“काऊन नाई होनार? दुकानात सोयी केल्या म्हंजे गिऱ्हाइकीत वाढ होनारच आहे.”

“पाह्य बा... तुले पटंन तसं कर.”

“पन यक अडचन हाये–”

“कोनती?”

“मॅनिजर मने, तुमचा धंदा असुरक्षित असल्यानं वावर गाहान करा लागंन.”

“वा! चांगला सल्ला हाये म्यानिजेरचा - पोटाची भाकर गाहान ठेवाचा.”

सागर जरा भडकलाच, “नाई तं असा काय काजू पिकून राह्यला– थ्या वावरात?”

“काजू नाई... पन घरच्यापुरता दाळदाना तं पिकते, कनाई?”

“नाईतरी माही कोनती गोष्ट पटते तुमाले? जागोजागी अडथळे आननं ठावूक आहे फक्त!”

बापलेकातलं बोलणं कान देऊन ऐकणाऱ्या प्रगतीला राहवलं नाही. ती घरातून बोलली, “ते कसे वावर गाहान ठेऊ देतीन तुमाले? त्याहीले पुढं तुमी भाकर देता का नाई देत! भरोसा तं पाह्यजे कनाई तुमचा?”

बापलेकांच्या मधात सुनेचं हे हेकडं बोलणं वामनला अजिबात भावलं नाही. तो अंगाची आग झाल्यावानी उसळला, “भरोसा कसा राहीन बाई– तुमच्यावर? इथं वाऱ्यानं उडत येनारं हजामतीचं यक केस नाई सईन होत तुले, तं मंग मताऱ्या मायबापाइले सईन करता तुमी?... काई तुमच्यापुढं हात नाई पसरत आमी.”

बायकोच्या बोलण्यामुळं सागर तापल्या तव्यावर बसल्यावानी होऊन बोलला, “मंग आमी आहो का तुमच्यावर अवलंबून? आमीबी कमावतो आमच्यापुरतं!”

शब्दाला शब्द वाढत गेला. बोलणाऱ्यांचा तोल सुटला. अर्थाचा बेअर्थ होऊ लागला. वामन तिरमिरीनं म्हणाला, “डोळ्यादेखतचे धसकटं नाई तं तुमची आमची भाषा आली का रे तुमाले? वरतून अगासातून पडला कारे तू? यवढा कमाईचा होये पावतर वाढोला तुले, थे गेलं का आमचं? बेवारस राहून कमाईले लागला असता तव्हा समजलं असतं तुले!”

“तसीच तुमची इच्छा आहे, तं तुमच्या मनानं...” सागरचा पारा आता पार शेंड्यापर्यंत चढला होता. “कोनी नाई राहात आता ह्या खोपड्यात!” तरंतरं चालत तो स्वैपाकघराच्या दाठ्ठ्याशी गेला. घरातल्या प्रगतीला बोलला, “चाल वोऽ... आत्ताच्या आत्ता थे आंधनाचं सामान भर पोत्यात. मी येतो घन्टाभऱ्यानं न्याआले.”

“पन–?”

–त्यानं बायकोचं दबकं बोलणं ऐकलचं नाही. दरवाज्यातूनच तो गर्रकन मागं वळला.

आतापर्यंत बापलेकांकडं मुटूमुटू पाहाणारी शकून घराबाहेर जाणाऱ्या सागरकडं धावली. त्याचा हात धरून त्याला मागं ओढू लागली. बोटांची जुडी बांधून पुन्हा पुन्हा तोंडाकडं नेऊ लागली.

सागरच्या डोक्यात बाहेर जाण्याचं भूत भिनलेलं. त्यानं तिच्या हाताला जोरानं झटका मारला, “तुमीच जेवा आता! मले नाई भूक!”

त्याला पकडून ठेवत शकूननं दुसऱ्या हाताचा पंजा हलवला. पण त्यानं पुन्हाही तिला झुरळावानी झटकून टाकलं, “जाऊ नाई तं काय करू? इथंच डोबऱ्यात सडत राहू का?”

“जाऊऽ दे नं वोऽ त्याले. तू कायले अडोतं? ठेसा लागल्या म्हंजे यीऽन आपोआप वापस! आपलं आफन पाहून घेऊ... काई बांगड्या नाई माह्या हातात!”

मागं ढुंकूनही न पाहाता सागर तडंतडं रस्त्यानं निघाला. वामन मात्र ओल्या गवताच्या विस्तवावानी बसल्याजागी धुमसत राहिला. चिकट तोंडातून बिडीचा धूर बाहेर सोडू लागला.

जराभर घुटमळल्यावानी होऊन प्रगती आंधणाचं एकेक भांडं पोत्यात भरू लागली. शकूनची तर मतीच गुंग झाली होती. काय करावं तिला समजेनासं झालं. भाऊ-भावजयीला समजवावं तर तिची जीभ अशी कायम रूसलेली... वा रे देवा! काय अभागी जीव घातला तुनं ह्या? जिले इथं बोलता येते तिले घराची माया राह्यली नाई अन् जिले माया आहे तिले बोलता येत नाई!

...शकून रडरड रडली अन् भावजयीजवळ जाऊन पोत्यातले भांडे बाहेर काढू लागली.

प्रगतीनं नजरभर शकूनकडं पाहिलं अन् तिच्याजवळचं पोतं आपल्याकडं ओढून घेतलं.

शकूननं तिला हात जोडले. दूर बोट दाखवून आडवा पंजा हलवला.

पण प्रगतीनं तिचं मनावर घेतलं नाही, “मले नाहाकच मार खा लागंन बाई, त्याइचा!”

शकून बाहेर येऊन कुडाशी टेकलेल्या बापाजवळ बसली. स्वैंपाकघराकडं बोट वळवून आसवं गाळू लागली. त्याच्या हाताला धरून घराच्या दिशेनं ताणू लागली.

वामन रागातच बोलला, “मले नाई गरज त्याइले अडवन्याची. थे काई माह्यापंक्षा मानानं मोठे नाईत!”

शकूनचा हा उपायही साधला नाही. ती हाय खाल्ल्यावानी धडीशी बसून राहिली... घरातलं कोणीच जेवलं नाही. रांधलेलं चुलीवर तसंच झाकून होतं. भाजीच्या गंजात कोंडाळलेली गरम वाफ झाकणाचा अडसर ओलांडून बाहेर पडत होती.

सांजवेळ उलटली तरी सागर घरी आला नव्हता. सामान भरून प्रगती त्याची वाट पाहात बसलेली. तिला कोणाजवळ मन मोकळता येत नव्हतं. जसजसा वेळ सरकू लागला तसतशी तिची बैचैनी वाढत चालली. भांडे पोत्यात भरल्यामुळे आता तिला इथं जागा उरली नव्हती अन् नवरा अजून न परतल्यानं बाहेर नजरंआडही होता येत नव्हतं.

नर्मदा कामावरून आली तेव्हा अवघ्या घरात मरणकळा पसरली होती. कोणीच कोणाशी बोलत नव्हतं. तिला रागरंग बरोबर वाटला नाही. तिनं वामनला

छेडून पाहिलं; पण त्यानं ताकास तूर लागू दिली नाही. शकूननं खाणाखुणा करून मायजवळ सगळं सांगितलं. नर्मदाला विचार पडला. तिनं चिंधाईला आवाज दिला. चिंधाईनं प्रगतीला अडथळा घालून पाहिला; पण तिनं काखा वर केल्या.

"मले काय म्हनता तुमी? तुमच्या पोराले म्हना. मले काय, जिथं 'ते' तिथं मी."

झालपडल्या सागर घरी आला. आल्याबरोबर बायकोला करड्या सुरात बोलला, "झालं का तुहं?"

"कुठं चाल्ला रे येधाळा?" नर्मदानं पोराकडं पाहात विचारलं.

"काऊन, माहीतच नाही का तुले?... आता तुमाले जडच झालोत आमी, तं लावतो कुठंतरी सोय."

"मायबापाचं रागाच्या भरातलं बोलनं, खरं धरा लागते का रे?"

नर्मदा मग प्रगतीकडं वळली, "चाल, ठेव वो पोरी थे पोत्यातलं सामान काह्डून काई जाआचं नाई कुठं!"

"जाऽचं नाई म्हंजे?" सागर मायवर तडकला, "मायबापाशिवाय कमाई करून दाखवा मने, तरीबी जाचं नाई? आता आपल्याकून नाई जमत-दुसऱ्याच्या आंजुळीनं पानी पेनं!"

"दुसऱ्याच्या कोनाच्या रे? परके हायेत का थे तुले?" चिंधाईला राहवलं नाही, "लेकाऽऽ तुले आता पख्खं फुटले म्हून मायबापाच्या आंजुळीनं पानी प्याऽची तकलीफ होते तुले, नाई? पन थ्या माउलीनं नव मह्यने आपल्या आतड्यातलं रक्त पाजलं तुले, तव्हा नाई होत होती का तुले तकलीफ?"

"हो हो! राहू दे. चाल्ली मोठी दुसऱ्याच्या घरात नाक खुपसाले तं!"

चिंधाईचा अपमान झालेला पाहून वामन भडकला, "भडव्या! तिले कायले उतरून बोलतं? काय बोलाचं हाये थे आमाले बोल नं! चाला, व्हा दोघंबी माह्या घराबाहीर!"

"तुमी गुच्चाप राहा वोऽऽ", नर्मदा पहिल्यांदाच नवऱ्याला दटावणीच्या सुरात बोलली. मग ती सागरजवळ जाऊन गयावया करू लागली, "मी पदर पसरतो दादा, तुह्यापुढं! पन आता आमच्या मतारपनात अंतर नोको देऊ आमाले."

"तुमाले आता आठोलं का मतारपन? वावर गाहान करू मनलं तव्हा नाही आठोलं?" सागर बोलता बोलताच बायकोवर डाफरला, "झालंच नाही का तुह्यं? चाल, उचल थो थैला–"

पुढं होऊन त्यानं स्वत: भांड्यांचं पोतं उचललं. प्रगतीनं थैले घेतले. सागर पुढं अन् प्रगती मागं. लग्न होऊन जसे कणकेच्या चाणक्यांवर पावलं

टाकत दोघंही घरात आले होते तसेच आता जळत्या निखाऱ्यांवर पाय देऊन जोडीनं बाहेर पडले. चाणक्यांवर चालत येताना भाकरीचं गणित प्रपंचाला बाधलं नव्हतं; पण आता निखाऱ्यांवरून चालत गेल्यानं तेच भाकरीचं गणित अवघ्या घरादाराला गिळू पाहात होतं... शेवटी भूक अन् भाकरच मोठी! माणसाचा जन्मच मुळात भुकेपोटी. जगणं भाकरीसाठी. माया, भांडणंही भूक–भाकरीच्या आशेपोटी अन् शेवटचं मरणही तिच्यासाठीच!... पाहता पाहता नर्मदाच्या डोळ्यातल्या आसवांत लेका-सुनेच्या आकृत्या काळवंडलेल्या आरशावानी अंधूक होत गेल्या. अल्याड काळीज अन् पल्याड काळजाचा तुकडा. मधात व्यवहारी प्रपंचाचा दणकट दाठ्ठा. येणाऱ्या-जाणाऱ्याला सदा वाकवू पाहणारा! शकूनच्या डोळ्यातल्या पुराचा पडदाही आता रुंदावत चालला होता.

वामन बसल्याजागी आलटून पालटून पायांची बैठक बदलवत होता. लेक अन् सून नजरंआड होताच नर्मदा नवऱ्याला बोल बोल बोलली. हुंदके देत त्याला दूषणं देऊ लागली. त्यानं अजिबात तोंड उघडलं नाही. केलं काय अन् झालं काय, असं त्याला सारखं बोचत होतं. नाजूक जागेचं दुखणं. कोणापुढं सांगताही येत नव्हतं. लहानपणी ज्याला मुरमुळ्याचं पोतं करून पाठुंगली वागवलं होतं, तेच पोटचं पोर आपल्या वेगळ्या प्रपंचाचं पोतं डोक्यावर घेऊन काळजापासून दूर दूर चाललं होतं!

❑

जेवणरात्री बॅग खांद्याला लटकवलेला पाहुणा वामनकडं आला.

"नमस्कार, मामाजी!"

"अरे, सुदाम तू! आता कुठून आला येधाळा?"

"नागपूरवरूनच आलो. आज हाफ डे होता. म्हणून मुद्दाम काम काढलं इकडं. प्रगती वैनी अन् सागर नाही दिसत घरी?" सुदामनं इकडं-तिकडं पाहात विचारलं,

"थे गेले तिकडं– परगती साधाले!"

वामनच्या तिरकस बोलण्याचा सुदामला काहीच अर्थबोध झाला नाही. नर्मदानं घडलेलं सारं रामायण त्याच्याजवळ सांगितलं. "आमचं तं नाई आइकलं दादा त्यानं. पन आता तुह्याच्यानं समजंन तं त्याच्याघरी जाऊनसन्या चार शाहानपनाच्या गोस्टी सांगजो त्याले."

सुदाम सागरकडून हात हलवत परतला तेव्हा एकटी शकूनच घरात स्वैंपाक करत होती. सुदाम हात शेकत चुलीजवळ जाऊन बसला. वामनला एकच बहीण. कळमेश्वरजवळ फेटरीला दिलेली. दोन वर्षांपूर्वीच विहिरीत पडून मेली

होती. त्याला भाचाही एकटाच होता. चुलीजवळ गुमसूम बसलेल्या सुदामला भाकरी थापणारी शकून खाणखुणांनी बोलकं करत होती.

शकुननं मुठीचे लाडू बांधले. खांद्या-गुडघ्यांवर अक्षत भरल्यासारखं केलं.

"लग्न का? करू नोकरी पक्की झाली म्हणजे."

तिनं कपाळाला आठी पाडली. हाताचा पाळणा करून हलवला.

"ते तसंच आहे, शकून. आधी शिकता-सवरता तरुणपण जळते. मग नोकरीसाठी वणवण. त्यात अर्धं वय निघून जातं." खाणाखुणांनी सुदाम मनातली खदखद बोलू लागला, "इकडून-तिकडून मिळाली नोकरी तर मग पक्कं होण्यासाठी थांबा. तोपर्यंत हे प्रौढपणही बसून राहात नाही मग."

शकून हसली. म्हाताऱ्यावानी मान थरथर हलवून तिनं हातात काडी धरल्यासारखं केलं.

"तोच तर विचार आहे आजकाल. दिवस मोजता मोजताच आमच्यासारख्यांचं आयुष्य संपून जाते. बेकारीशिवाय नोकरी नाही अन् पक्क्या नोकरीशिवाय छोकरी नाही!" बोलता बोलताच सुदाम शकूनकडं निरखून पाहात होता. ती मनमोकळं हसून, उलंगू लागलेलं पिठाचं आळं तुंबवत होती. शकून नाकीडोळी नक्षत्रावानी होती. पंचविशीतलं वय. निसवून टचटचलेल्या मकईच्या मुलायम कणसावानी अंगापेरात भरलेली. कणसावरल्या कोवळ्या पानांसारखी ती नेहमी चापून चोपून राही. सुदाम कितीतरी वेळ तिला निरखत राहिला नुसताच. तिच्याही ते लक्षात आलं असावं. तिनं बोट डोळ्यापुढं दाखवून पंजा हलवला.

सुदाम आपल्याशीच बोलावं, तसा हलक्या आवाजात बोलला, "पाहू नाही तर काय? तू नजर लागण्याजोगीच दिसते नं तशी!" त्याच्या मनात काय आलं कोणास ठावूक, त्यानं परोळ्यात रेघोट्या ओढणारा त्याचा उजवा हात लांबवला. भानवशीवरच्या शकूनच्या पावलाला तो हलक्या हातानं कुरवाळू लागला.

भाकर थापणारी शकून एकदम शहारली. चमकून सुदामकडं पाहाताना जरा हसल्यावानी झाली. पण लगेच गंभीर चेहऱ्यानं तिनं मिशी पिरगाळल्यावानी केलं. बाहेर बोट दाखवत आपल्याच गालावर चापटी मारून दाखवली.

सुदाम पुटपुटला, "त्यांना काय माहीत होते?... काही पाप करून राह्यलो का आपण?"

शकूननं खुणावल्यानंतरही त्यानं तिच्या पायावरचा हात काढला नाही. उलट तो तिचं अवघं पाऊल वरपर्यंत कुरवाळू लागला. एकमेकांच्या मुलायम स्पर्शानं दोघंही सुखावले. पण तिच्या चेहऱ्यावर सुख अन् भीती दोन्ही एकाच वेळी मिसळलेलं. घाईघाईनं स्वैंपाक आटपून ती उमेशच्या लहान बहिणीला

सोबतीसाठी घेऊन आली; तेव्हा कुठं तिच्या मनावरचं दडपण कमी झालं. पण आज ती उभ्या देही झंकारली होती. मनात नाही नाही ते येऊन जात होतं. पाप अन् पुण्याच्या झुल्यावर मन सारखं झुलत होतं.

रात्रीचे जेवणं होऊन खाटा पडल्या. निजानीज झाली. वामन तोंड वासून घोरू लागला. घोरणारा म्हणून त्याची खाट सपरीच्या एका कोपऱ्यात होती. दुसऱ्या अंगाला सुदाम अन् नर्मदाच्या खाटा जवळजवळ टाकलेल्या. खाटा कमी असल्यानं कोणी परिपाहुणा आला तर शकून मायसोबत झोपत असे. भिंतीकडेला शकून अन् मधात नर्मदा निजलेली. का कोण जाणे, सुदामच्या खाटेच्या दोऱ्या सारख्या करकरत होत्या. अंगावरचं पांघरून अधूनमधून फडफडत होतं... शकूनचा डोळा लागू देत नव्हतं.

रातकिड्यांचं किरकिरणं सुरू झालेलं. सपरीतला बारीक दिवा अंधूक उजेड सोडत होता. नदीकाठानं कुत्रे भुंकत होते. मदनमास्तरच्या ॲन्टीनावर बसलेलं घुबड मधूनच घुत्कारत होतं. एकाएकी नर्मदाला अंगावरचं पांघरून हलल्यासारखं जाणवलं. तिनं वळवळणारं पांघरूण सावरलं. डोळे किलकिले करून तिनं सुदामकडं कड फेरला... सुदामचं पांघरूण जराभर हललं अन् पुन्हा सुस्तावल्यावानी झालं.

घडीभऱ्यानं पुन्हा असंच झालं. नर्मदाच्या अंगावरचं पांघरूण आपोआप वळवळू लागलं. तिनं झोपल्या-झोपल्याच डोळे उघडले. सुदामचे डोळे तारा तुटल्यावानी लक्कन चमकले. मग मात्र सुदाम अन् शकून दोघांचेही पांघरूण आपापल्याजागी सुस्तावून बसले... त्याऐवजी आता नर्मदाच्या खाटेच्या दोऱ्या उगंच करकरू लागल्या. तिची बुबुळं लुकलुकणाऱ्या निस्तेज चांदणीवानी रात्रभर चमकत राहिली.

तिसऱ्या प्रहरी गहू निवडत बसलेल्या नर्मदानं पुस्तक वाचणाऱ्या सुदामजवळ एकांती विषय काढला, "लगन-गिगन नाई करत का दादा, अवंदा?"

"ऊंऽऽ पाहूऽऽ" सुदाम पुस्तकाआडूनच बोलला.

"करून टाक नं आता... कितीक दिवस राह्यसीन असा हातानं भाकरी खात?"

सुदामनं उगंच पुस्तकाचं पान पलटवल्यावानी केलं. नर्मदाच बोलली–

"नाई पन आता केलंच पाह्यजे लगन... वय झालं नं."

नर्मदा एकाएकी उदासली. थुंकी गिळून ती ओठांवरून जीभ फिरवत बोलली–

"रातचं ठावूक हाये मले सारं–"

"....."

"अशानं तू माह्या तोंडाले काळं आनशीन, बाप्पा! म्या कोन्तं पाप केल्तं

म्हून अशी मुकी लेक देल्ली देवानं. नाई तं आतापावतर दोन लेकराची माय राह्यती थे... पन आता लोखंडानंच लोखंड कापाची घडी आनून राह्यला तू!''

सुदामच्या हातातलं पुस्तक आणखी डोळ्यांवर सरकलं.

''तू चांगला शिकला-सवरला हाये, समजदार हायेस. आता तुले बरं वाट्टे थे. पन तू खरंच बायको म्हून पत्करू सकशीन का तिले?'' नर्मदा पळभर थांबली. सुकत आलेलं तोंड तिनं जिभेनं ओलावलं, ''म्हून मन्तो, अज रातचा बाहीर झोपजो तू. आमी घरात झोपू दोघी.''

नर्मदा मग त्याच्यापुढं जराही थांबली नाही. चिंधाईच्या घराकडं वळली.

वामन बाहेरून आला तेव्हा सुदाम थैलीत कपडे भरत होता.

''काऊन गा, येधाळा कुठं चाल्ला?''

''निघतो आता गावाला.''

''बाप्पा, आत्ता? आला कसाऽ... चाल्ला कसाऽऽ?''

''आलो होतो- तुमच्या गावच्या पुनर्वसनवाल्या लोकांना भेटण्यासाठी. सकाळी भेटलो त्यांना.''

''मनजे, कायले बा?''

''त्याचं असं आहे... धरणात पुनर्वसन झालेल्यांनी जर शासनाकडून पैसा कमी मिळाला, या सबबीखाली पुनर्मूल्याकंनाची केस आमच्या वकिलामार्फत कोर्टात दाखल केली तर खात्रीनं जिंकून देतात आमचे वकीलसाहेब. अशा केसेस गोळा करण्यासाठी आलो इथं ओळखीच्या गावात.''

''पन तुले कोन्ता फायदा त्यात?''

''फायदा आहे नं. मी वकिलाच्या हाताखाली काम करतो नागपूरला. आमच्या वकीलसाहेबांचे जज्ज चांगले ओळखीचे आहेत. निकाल देणारे आपले माणसं असल्यामुळं पुनर्मूल्यांकन मंजूर करून बक्कळ पैसा काढून देतात जमिनीचा. अशिलांना पैसा मिळताच त्यातले दहा टक्के कमिशन वकीलसाहेबांना अन् न्यायाधीशाला मिळते. थोडाफार वाटा मलाही भेटतो.''

''अस्सं? इथं कोन कोन भेटलेत मंग केस टाकनारे?''

''तुमचा तो संभा देशमुख अन् जहागिरराव सरपंच भेटले होते मागं साहेबांना. त्यांचे साहेबांनी दिलेत आठ आठ लाख मंजूर करून. आता त्या कन्यालालजींना पकडलं मी केसेस गोळा करण्यासाठी.''

''बॉप रे!'' वामन हबकून बोलला, ''मनजे अजकाल न्याय देनारेबी कमिशेनच्या नावावर शेन खाऽले लागलेत मनाव!''

''तसं नाही, मामाजी. ती एक साखळी आहे. न्यायाधीशापासून तर वकिलाच्या असिस्टंटपर्यंत. जाऊ द्या, तुम्हाला सांगून काही फायदा नाही. तुमचं घर धरणात

गेलं असतं तर तुम्हालाही भरपूर फायदा मिळवून दिला असता मी.''

''आपल्याले नाई पाह्यजेन कोनाचा हरामाचा पयसा. आपला घामाचाच बरा.''

''त्यात कशाची हरामी? सरकारी पैसा. त्यात तुमचा-आमचा फायदा होत असला तर का करून घेऊ नये आपण?''

''बरं बरं. करा ब्वॉ तुमी फायदा. लुटा सरकारले दोन्ही हातानं!''

''पन तुम्ही ही गोष्ट कुठं काढजा नका, मामाजी.'' सुदामनं बॅग उचलली, ''बरं निघतो आता.''

वळण्यापूर्वी सुदामनं शकूनकडं पाहिलं. तिची केविलवाणी नजर सुदामच्या मनात घर करून बसली. तो रस्त्यानं लागला तेव्हा शकून एकटीच सपरीत गुमसुम बसून होती. आपल्याच अंगोपांगाकडं पुन्हा पुन्हा निरखून पाहात होती. सभोवती वाढत चाललेल्या अंधारात उदास उदास झाली होती.

चिंधाईकडून आलेल्या नर्मदाला सुदाम गावी गेल्याचं समजताच ती वामनला म्हणाली–

''आता जरा यखादं पोर्गंऽ पाहा – पोरीसाठी. अशी कितीक् दिवस ठेवान तिले घरी?''

''पन अजच काऊन तूले पोरीची फिकर येऊन पडली बा यवढी?''

''बापा! यवढं तिचं वयबी वाहाडलं तरी? मंग कव्हा, म्हतारी झाली म्हंजे करान का लगन?''

''पन आता तिच्याजोगता वर तं सापडाले पाह्यजेन कनाई?''

''पाहान तव्हाच सापडंन कनाई? अशा यकाजागी बिड्या फुक्कत बसल्यानं आयता वर चालत यीन का घरी?... कसाबी दोन पयसे कमावून सुकानं खानारा असला, म्हंजे झालं.''

नर्मदाला पोरीच्या उजवण्याची घनघोर काळजी लागली. त्या दिवसापासून तर ती डोळ्यात तेल घालून शकूनवर लक्ष ठेवू लागली. पोरीची मोठीच काळजी होती. नियतीनं नर्मदाच्या गळ्यात अशी लोळी नसलेली टिनमणी बांधली होती. पाहायला दुरून साजरी पितळेवानी चकाकत होती. पण लग्नाच्या बाजारात ती अजिबात वाजत नव्हती! घरातला पेटता दिवा पदराआड धरून तुळशीजवळ न्यावा, तशी ती पोरीला जिवापार जपत होती.

❑

।। चार ।।

यावर्षी मृगाचं पाणी वेळेवर पडलं. सर्वांनी समाधानाचा सुस्कारा सोडला. गाव शिवारात उडणारा गागरा भुईला चिकटून बसला. रात्री बेरात्री आभाळ गरजू लागलं. कधी कोरडंच गडगडू लागलं. सुस्तावलेली माणसं जागी होऊ लागली. पेरणीपूर्वी शेतांना जांभुळवाह्या सुरू झाल्या. कोणं घरं फेरायला घेतलेले. बुजरूक माणसं कवलांच्या डोहोणीतलं काडी कैचण फड्यानं झाडून पाण्याची वाट मोकळी ठेऊ लागले. उघड्या कमी वर्दळीच्या जाग्यांवर गाजर गवतानं मूळ धरलं. उन्हाळ्यात चोखून फेकलेल्या आंब्याच्या कोयी कोंबिरू लागल्या. उकिरड्यांवर भुईछत्रांना ऊत आला. गर्भारलेली भुई हिरवी झाली. चारा खाऊन मस्तावलेले दावणीचे बैल जागीच फुरफुरू लागले. गोठ्यातले जनावरं बांधोड्यांवर हिरव्या शेणाचा काला करू लागले. धबधब गळणाऱ्या घरांच्या वळणी रहिवाश्यांच्या सुखदुःखांना साथ देऊ लागल्या.

मृग लागेपर्यंत धरणाच्या बांधाचं काम घाईघाईनं आटोपण्यात आलं होतं. बांध सावेगावापासून तीन फर्लांगावर. धरणात सावेगावाचा निवारा अन् घरतवाड्याची शेती मोठ्या प्रमाणात गेलेली. पण बांधापासून घरतवाडा जवळ, म्हणून धरणाचं कामकाज त्याच्या नावानं चालत होतं. सावेगाव सुस्तावलेल्या प्रापंचिक माणसासारखं, तर घरतवाडा धडपड्या नवथळावानी. त्यामुळं सावेगावाच्या तुलनेत घरतवाड्याला झुकतं माप मिळालेलं. तिथल्या लोकांनी सरकारदरबारी नाना खटपटी करून बरंचसं पदरात पाडून घेतलं होतं. कोणं जमिनी घेतल्या तर कोणं नवे धंदे सुरू केले. सुस्तावलेल्या सावेगावानं मात्र मिळालं तेवढ्या पैशात घरं बांधण्यापल्याड अद्याप काहीच केलं नव्हतं. गावाला एकही धडपडीचा नेता नव्हता. कोसल्यातल्या अळीवानी जो-तो आपापल्या घरादारात गुरफटलेला. सावेगाव मुख्य सडकंपासून कोसभर आत असल्यामुळं तसाही त्याचा बाहेरच्या जगाशी संपर्क कमीच येत होता.

आर्द्रा अन् पुनर्वसू दोन्ही नक्षत्रं चांगली बरसली. पिढ्यान्‌पिढ्यापासून

मोकळेपणानं वाहणारी आमनदी चालत्या माणसाला एकाएकी ठेच लागावी, तशी अडखळली. उताराची वाट मिळेल तिकडं, पाणी धरणात पसरू लागलं. नदीच्या नागडोहाचं पोट आणखी फुगाटलं. गावाभोवतीची नदी गर्भारल्या बाईवानी दोन्ही कुसा भरत गेली. महादेवाच्या देवळामागं खळखळून हसणारी नदीची धार अबोल झाली. जसजसं पाणी धरणात तुंबू लागलं, तसतसे नदीचे काठवे पुढं पुढं पाय पसरू लागले. धुणं धुण्याच्या घाटांपासून तर लहानमोठ्या वाटांपर्यंत अवघा नदीकाठ पाण्याखाली जाऊ लागला. श्रावणात तर काठालगतच्या घरांच्या पायव्यांशी पाणी येऊन थडकलं. एकट्यादुकट्या मागं राहिलेल्या विस्थापितांची पाण्यानं तारांबळ उडवून दिली. सपाटीकरणाच्या तडाख्यातून सुटलेल्या घरांचे बोडके खांडं पाण्यात विरू लागले. मेलेले जनावरं उधडण्याच्या नेहमीच्या ढोरफाडीवर पाणी खिळलं. नदीकाठच्या गोदऱ्यांवरही पाणी चढून बसलेलं. गावाभोवती टमरेटं घेऊन बसण्याची सोयच उरली नाही. लेकीबाळींची तर मोठीच पंचाईत होऊ लागली. नदीला येऊन मिळणाऱ्या नाल्या-ओघळांचे रुंदावलेले तोंडं वाघाच्या फुगीर मांड्यांवानी दिसू लागले.

याआधी नदीला पूर आला म्हणजे रोंऽ रोंऽऽ सोंऽ सोंऽऽ असा गर्जत गडगडत येई. झोपलेल्यांना रात्री बेरात्री जाग आणी. नदी तुंबल्यापासून मात्र हा आवाज कायमचा पारखा झाला. गावात लपतछपत शिरणाऱ्या चोरावानी पूर केव्हा येत होता अन् केव्हा उतरत होता त्याचा गावकऱ्यांना पताही लागू देत नव्हता. मुसळधार सरी आल्या म्हणजे गावातला एखादा नदीकाठी राहणाऱ्याला मुद्दाम विचारी, "का गा, वामनकाका, नदीले पूरगिर आला का? लमचा आयकूबी येत नाई सप्पा!"

"आगाऽ पूर तं सोड, पन यखांद्यारोजी झोपंतल्या झोपंत अवघं गाव आंगाखालच्या खाटंसहीत वाहून जाईन तरी त्याचा पत्ता लागनार नाई कोनाले."

आधी पूर आला म्हणजे तो पाहण्यात मोठी मजा वाटे. नदीच्या पात्रात धावणाऱ्या लाटांच्या टेकड्यांमागून टेकड्या दिसत. कात टाकलेल्या सापावानी पाणी नजरंपुढून वळवळत पुढं सरके. आता मात्र तसं नव्हतं. नदी समुद्रावानी नेहमीच भरून दिसे. कधी कधी तर पाणी मारोतीमुखं जातं, की महादेवरुखं तेही समजत नव्हतं. तुंबलेल्या नदीकाठचे एकट दुकट शिल्लक असलेले आंजन, वड, कौठ, चिंच, किनी, आंबा असे पाण्यानं वेढलेले झाडं तीर्थावरच्या पाण्यात उभ्यानं अंघोळी करणाऱ्या यात्रेकरूंसारखे गूढगंभीर दिसत होते.

नदी तुंबल्यापासून शेतीवाडीवर जाणाऱ्यांची मोठीच पंचाईत झाली होती. नदीतून जाणाऱ्या काठावरच्या अशा साऱ्याच गाडीवाटा, पाऊलवाटा पाण्याखाली बुडून गेल्या होत्या. पुलावरची स्लॅब अद्याप पूर्ण झाली नव्हती. नदीपल्याड

जाणाऱ्यांना खूप मोठा फेरा घेऊन ती पार करावी लागे. पायाखालच्या वाटा अशा लांब लांब लांबल्यात. नदीकाठच्या महादेवाला श्रावणात बेलपान जरी वाहायचं म्हटलं तरी नदीपल्याड हाकेच्या अंतरावर असलेल्या बेलाजवळ जाण्यासाठी मैलभर फेरा घ्यावा लागे. या वर्षीचा श्रावण दरवर्षीसारखा उत्साह घेऊन आला नव्हता. ना महादेवाच्या देवळात गजबज वाटत होतं, ना खुशालबावाच्या घरातून स्तोत्र ऐकू येत होतं. नदीकाठच्या पाचपावली, सातआसरा, सटवाई, मातामाय अशा नाना दैवतांना पाणी वेढून बसलेलं. घरात कोणाला उराई वा देवी झाली तरी नवसाची आरती घेऊन जाणं जमत नव्हतं... मोकळ्या असणाऱ्या वामनला हे सारे बदल भंडावून सोडत होते.

"अरे! तू लौकरच आला गा– नाप्पुरावून?" भालचंद्राला दाठ्ठ्यात पाहून त्यानं विचारलं.

"काय करतं, वामनभौ? गमलं तं पाह्यजेन कनाई, तिथं आपल्याले?"

"काऊन, साजरं खाऽले–ल्याआले नेटकं असल्यावर काऊन नाई गमनार, बा?"

"तसं नाई भौ, खुल्या हवेत उडनारं पाखरू पिंजऱ्यात जीव नाई धरत सप्पा... आगा ऽ आपल्याले इचीबहीन थ्या कोंडत्या संडासात हागूबी उतरत नाई धड. मंग ह्या तुंबलेल्या नदीवानी नुसतंच पोट डंभारून राह्यते दिवसभर! कसातरी थ्या संडासाचा दरौजा कलता ठेऊन बसलो, तं नातू खडे मारतेत फेकून!"

"हेबी खूब झाली, इचीमायमी!" वामन हसला, "बरं आनलेत का मंग अवजारं?"

"आता मनच उडलं, भाऊ. थ्या फारेस्टवाल्याइच्या मांगं खेटा मारू मारू कंटाळलं मानूस," भालचंद्रा उदास मनानं बोलला, "ह्या गावगाड्याच्या कामरगीतबी काई ढंग नाई राह्यला आता. असं वाट्टे, का ह्या नवथळ पोराइवानी तालुक्याले यंखाद्या फर्निचेरच्या दुकानात रोजमजुरीनं काम करावं; पन ह्या वसाड वस्तीत माश्या मारनं नाई पुरवत आता."

"मंग जान्या-येन्यात मजुरी आटवन्यापेक्षा इथंच यखांदं दुकान काऊन नाई टाकत, भालचंदभाऊ?"

"ह्या चिपड्या गावात कुठं चालते का गा, दुकान? इथं यकुलत्या पोरासाठी पोळ्याचा नंदी नाई बनवत लाकडाचा, तं फर्निचेर घेते का कोनी इकत? पिकते तिथं खपत नाई, वामनभौ."

"मंग आता तुले रिकामपनच हाये का?"

"हौ", भालचंद्रा धास्तावलेल्या सुरात बोलला, "आंगच्या कारागिरीले किंमतच

नाई राह्यली काई. अजकाल यंतरावरच आलं सारं.''

''हौ नं. आता हजामतीचीबी मशीन निंघाली म्हून आइकलं म्या. थे हजामतीची टोपी डोक्शात घालून वायराची गुंडी दाबली का टोपीखाली आपोआपच होते खरं, हजामत!''

''अजकाल तंतर लयच पुढं गेलं दिसते. ह्या मशिनाइनंच दानोडा केला, भाऊ! धुत्त तिया मायमी!''

''आमच्याबी बोखांडीत बसला ह्या सरावन मह्यना. ज्याची-त्याची पाळनूक सुरू राह्यते ह्या मह्यन्यात. कोनाचा चातुर्मास, कोनाची तीर्थयात्रा... त्याच्यानं हजामतीची गिऱ्हाइकीच पातळ पडते सारी.''

''पन ह्या सरावन तं दरसालच येते गा, वामन भौ?''

''दरसालची गोस्ट निराळी हाये, भालचंद. अवंदा लयच कडकी जानवून राह्यली, इच्यामायमी! हेटीवरचे आपले गिऱ्हाइकं तिकडं थ्या भोजराजच्या पोराजौळ जातेत. उरलेले खालचे इकडं याव् तं आमच्या चिरंजीवाजौळ पळतेत बजारात.''

''तुनं त्याले बेवायसीच जाऊ देल्लं, घराबाहीर. हाता तोंडाशीन आलेलं पोर्गं अशा उतारवयात येगळं होनं बऱ्याचं नाई, भाऊ. उद्या मानसाचा हात हाये, पाय हाये–''

नर्मदानं मध्येच संधी साधली, ''याइच्याच तोंडाले लगाम नाई राहात, बापुजी उगंच रागा-तमात बोलून बसले त्याले.''

''सागर तं हेटीवर संभाच्या घरी किरायानं राह्यते म्हून समजलं मले.'' भालचंद्रानं सांगितलं.

नर्मदा हात जोडून बोलली, ''कुठंबी राहोत थे; पन सुकानं राहोत म्हंजे झालं, बापा!''

''नाई, पन निदान चांगल्या शेजाऱ्याची संगत पाह्यजेन-मानसाले.''

एकाएकी आठवून नर्मदा वामनकडं पाहात बोलली, ''थ्या नवेगावले नाई जा का वो आश्रमशाळंत?

''कायले गा, नवेगावले?'' भालचंद्रानं विचारलं.

''आगाऽ थे शाळंतले पोट्टे भादराले जा लागते– दर मह्यन्याले. पन्नासक पोरं हायेत. डोक्शापिच्छे भेटतेत तीन रूप्या परमानं.''

''हे बरं हाये मनाव्-बांधलं बांधून इथं घन्टोगनती वस्तरा घासत बसन्यापंक्षा.''

वामन अंगात कमीज घालू लागला तसा भालचंद्रा उठून घराकडं निघाला.

वामन नदीकाठी नेहमीच्या थडीशी आला. माणूसभर पाणी पाहून पुढं काठाकाठानं चालू लागला. एक मोठा वळसा घेऊन तो मारोतीमुखं निघाला. बराच पुढं गेल्यावर नदीतली पाण्याची थोप कमी झाली. त्यानं धोतर वर

खोचून एका हाती चपला अन् दुसऱ्या हातात धोपटी धरलेली. तारावर कसरत केल्यावानी तो शेवाळलेल्या मोठमोठ्या दगडांवरून तोल सांभाळत चालू लागला. शाळेतल्या हजामतीचे पैसे नकदी मागून सध्याची नड भागवण्याच्या हुरूपानं त्यानं नदी पार केली.

आश्रमशाळेच्या ऑफिसात शिरताच वामन नेहमीसारखा बेंचावर बसत बोलला, "रामराम गुर्जीऽऽ"

चष्म्याच्या जाड भिंगांआड लपलेल्या पापण्या वर न उचलताच हेडमास्तर बोलले, "नमस्कार."

"कुठं बसवता मंग पोराइले–हजामतीसाठी?" वामननं विषयाला हात घातला...

हेडमास्तरनं वैतागल्या सुरात विचारलं "तुमच्याकडल्या मुलानं सांगितलं वगैरे नाही तुम्हाला?"

"नाई बा. काऊन, गुर्जी?"

"परवालाच तुमचा मुलगा विद्यार्थ्यांच्या कटिंगा करून गेला इथून."

वामनचे पाचही बोटं तोंडात गेलेत. "माह्याकडला पोर्गा? थो कसा काय आल्ता इकडं?"

"मला वाटलं तुम्ही गावात वगैरे नसाल तर आला असेल तो."

"नाई, पन मी तं गावातच होतो जी."

"ते झालं, पन यावेळी त्यानं स्वत:चं जमवून वगैरे घेतलेलं दिसते. गेल्या महिन्यात आमच्या शाळेला आदेश आला वरून की जानकार न्हाव्याकडूनच मुलांच्या कटिंगा करून घेत चला वगैरे."

"मनजे आता हे नवंच लचांड लागलं मनाव्!"

"त्याचं काय झालं, काही शाळेत न्हाव्यांचे अवजारं उबजलेत पोरांना."

"मंग आमच्यासारक्या म्हाल्याइले टेरनिंग घ्या लागंन का मनाव्– आता ह्या मतारपनात?"

"तुम्हाला वगैरे काही गरज नाही आता त्याची. तुमच्या मुलानं कारागीर न्हावी असल्याचं सर्टिफिकेट आनून दिलं शाळेत."

वामन तिथं जराही थांबला नाही. उदासलेल्या मनानं तो गावाकडं निघाला. का कोण जाणे, एवढ्यात ग्रहण लागल्यावानीच झालं होतं. ग्रहराशींवर त्याचा विश्वास नव्हता. पण काळमान पाहून पडती आली म्हणजे माणसाच्या मनात येऊ नये, तेही येऊन जातं... त्याचंही तसंच झालं होतं. पोटचं पोरगंच आज भाकरीच्या आड आलं होतं. तोंडचा घास दुसऱ्याला देऊन माणूस एकवेळ अर्धपोटी राहील, पण तोच घास कमवण्यात आड येणाऱ्याची तो अजिबात गय करत नाही. वामन ज्या रस्त्यानं हुरूप घेऊन आला होता तोच रस्ता

आता त्याला कर्दनकाळासारखा वाटत होता. पायाखालून सरता सरत नव्हता. गळकुटी बांधलेल्या गाईवानी तो पाय मागं ओढत चाललेला. हाताला जड झालेली हजामतीची धोपटी त्याला नदीत शिरवून द्यावीशी वाटत होती.

घरी पोचताना दुपार टळली. वामननं धोपटी छायवाणीत दचडली. हाश्श हुश्श करत तिथंच धडीवर बसला. त्याला लवकरच परतलेला पाहून नर्मदानं नाना प्रश्न विचारले. पण तिच्या कोणकोणत्या प्रश्नांना उत्तर होतं त्याच्याजवळ? तो एवढंच बोलला–

"माज्जर पिल्ल्याले तोंडात धरून उचलते, तं दात नाई रुतू देत सप्पा. पन थेच पिल्लू मोठं होऊन बुकरावलं म्हंजे उलिशा तुकड्यासाठी लढाई करून माज्जरीले वरबाडून काहाडते अवघी."

अंगणातल्या सरसर वाढत गेलेल्या केळीच्या पिलाकडं तो नुसताच टक लावून पाहू लागला.

❑

गुलब्याचं पुलाकडं जाणं एकाएकी बंद झालं. कोणी म्हणे, त्यानं सुपरवायजरला दगड फेकून मारला म्हणून झालं. कोणी, सुपवायजरनंच आवडाव पाहून गुलब्याला पजाई दिल्याचं बोलत होतं. खरं-खोटं देव जाणे; पण तो तिकडं जात नव्हता, एवढं खरं. इमलीत मात्र बराच बदल जाणवू लागला होता. जुनेराच्या जागी भारी भारी साड्या तिच्या अंगावर सळसळताना दिसत होत्या. नाकाकानातल्या बिऱ्या-बेसरींची डिझाइन वरचेवर बदलत होती. तिच्या वागण्या-बोलण्यातही छानछोकीपणा वाढलेला. सुपवायजरचे कपडे धुऊन देण्यापासून तर मजुरांचे हजरीबुकावर नावं सांगण्यापर्यंत तिची त्याला मदत होती. त्याचंही तिच्याशिवाय मुळीच पान हलत नव्हतं. पुलापासून तिचं घर जवळच. पुलावरून ती केव्हा घरी येत होती अन् केव्हा जात होती, त्याचा पताच लागत नव्हता. बऱ्याचदा तर उशीर झाल्यास ती तिथल्या शेडमध्येच झोपत होती.

गावातले लोकमात्र इमलीबद्दल चांगलं बोलत नव्हते. इमली संसारात रमल्याचा गावकऱ्यांचा भ्रम आता दूर झालेला. तिच्याकडं पाहण्याची लोकांची नजर बदलली होती. सुपवायजरसोबत ती जवळून बोलताना जरी दिसली तरी पाहणारा मनरंगी हसत होता... गुलब्याचे मात्र हाल होऊ लागले. त्याच्या अंगावरचे हाडं मोजून घ्यावेत असे उठून दिसत. एवढ्यात तो अधिकच चळल्यासारखा दिसत होता. पुलाकडं जाणं बंद झाल्यापासून गावात अधिक भटकत होता. कधी रस्त्यानं येणाऱ्याला तो मध्येच थांबवी–

"जा बरं, थो नदीवरचा पूल खसला खरं, थो पाहून ये भडकन्!"

"तू आला का रे गुलब्या – पाहून?"

"चाल जा. पळ लौकर... नाई तं थो पूल पुन्ना उभा होईन दोन पायावर."

गुलब्या गावात रमू लागला. त्याच्यामागं चार-दोन पोरं हमखास असत. कोणी त्याची कमीज मागं धरून ओढी, तर कोणी चिमटा घेऊन पळून जाई. एखादा त्याच्यामागून जाऊन रस्त्यानं फरफटणाऱ्या त्याच्या पॅन्टावर मुद्दाम पाय देई. त्यानं शिव्या दिल्या म्हणजे पोराबाळांना बरं वाटे. ते त्याला आणखीच भंडावून सोडत. असा पिसाळलेला गुलब्या पीठचक्कीवर जाई. त्याच्यामागचं लटांबर पाहून दळणासाठी आलेल्या एखादीला त्याची कीव येई. ती पोरांच्या नावानं ओरडे. पोरं पळून जात.

गुलब्याची कीव करणारी त्याला गळ घाली, "यखांदं गानं मनून दाखो नं रे आमाले–"

गुलब्या उजव्या हाताचं बोटं हनुवटीवर अन् डावा हात कंबरेवर ठेवून सूर धरे–

"दहीऽ घ्या दूद घ्याऽ दुदात नाई पानी! बाईऽऽ मऽ ला लागली कोनाऽची उच्चकी! लाजू नोको लाजू नोकोऽऽ ये, जवळ येऽऽ लाजू नोकोऽऽ

... नदीच्या काठाऽ वर पुलाच्या कामावरऽ

गुलब्याची इमली मऽ ला चाल मनतेऽ होऽ राया!"

चक्कीवर दळणासाठी जमलेल्या बाया त्याच्याकडं पाहून पोट धरधरून हसत. गुलब्याचा अवतार पाहून एखादी चटोरबाई त्याला गळ घाली.

"थे गानं मन रे, गुलब्याऽऽ 'पानी थेंब थेंब गळं!' मन नं गड्याऽ!"

गुलब्या तिच्यासारखंच तोंड करून म्हणे, "आत्ता नाई, गड्याऽ! मंग मनीन गड्याऽ!"

गुलब्या पुन्हा पवित्रा घेई. डोक्यावर अंगठा धरून गाणं म्हणे. गाणं सरताच तो हात पुढं करी, "दे, चिप्पोरा दे जरासा. जाऊ दे मले."

एखादीनं दिलेला सुपारीचा चिपोरा, खोबरं खावं तसा तो मिटक्या मारत खाई. असाच फिरताना गुलब्या चिंधाईला किसनाच्या दुकानापुढं आडवा झाला, "कुठं चाल्ली तू?"

"वावरात चाल्ली. काऊन रे?"

गुलब्यानं तिच्या हातातल्या गाठोडीकडं पाहिलं "मले देतं का भाकर?"

"बाबल्लीच्या! जेवाचंच होतं. तं घरी नाई येता?" तिनं गाठोडीतली भाकर गुलब्याला दिली, "घे, खा."

किसनाच्या दुकानात बसलेल्या लक्ष्मणनं विचारलं, "मंग तू काय खासीन वो बुढे वावरात?"

"अं... माह्यं काय, बाप्पा! जेवली जेवली, नाई जेवली. यकादसीच केली मनीन अज... आता सवंच हाये मले."

"कायले चााल्ली वो यवढ्या सक्कायीस वावरात?"

"जागली चाल्ली बाप्पा, भुईमुंगाजौळ."

"आता ह्या वयात जागली करतं का वो?" लक्ष्मणनं हटकलं, "आमच्यासारका रोजदार नाई सांगाव्?"

"माह्याजौळ कुठचा पयसा बाप्पा, रोजदारासाठी? मीच तं तुह्यावानी दुसऱ्याच्या कामाले जातो, लक्षमन."

गुलब्यानं दुकानाच्या जोत्यावरच पालवातली भाकर सोडली. मचंमचं आवाज करत खाऊ लागला. दुकानापुढं उभ्या असलेल्या लक्ष्मणला गुलब्या बोलला, "ये लक्षमनभाऊ, जेवाले... भाकर देल्ली माह्या मायनं."

गुलब्यानं पालवातली अवघी भाकर कोरडीच गटवली. पाणी न पिताच किसनाला मागितलेली बिडी ओढत रस्त्यानं निघाला.

चिंधाई झालपडल्या वावरातून आली तेव्हा गुलब्या चक्कीपुढं उभा होता. तिनं त्याच्यापुढं थबकून विचारलं, "कारे, मंघासी भाकर खाल्ली आनं पालो कुठाय माहा?"

गुलब्यानं उत्तर न देता उलट तिलाच विचारलं, "आली वावरातून?"

"हौ, पालो-गिलो कुठाय मनलं भाकरीचा?"

"राहू दे. इमलीले दस्ती शिवून द्याची हाये त्याची."

चिंधाई घरी आली तेव्हा तिला खोलीतली भुई उखरलेली दिसली. ऐन भिंतीशी पाच-सात घमेले मातीचा ढीग साठला होता. ती चक्रावल्यावानी झाली. "कोनं करतूत करून ठेवली माय, इथं?" तिनं हातपाय धुण्याआधीच माती उचलली. नदीकडल्या बाजूच्या भिंतीत लांबचलांब उकीर काढलेला दिसला.

रात्रीला तिचा जरा डोळा लागत आला असंल, नसंल; तोच खड्खड् आवाज झाला. तारवटलेले डोळे उघडून चिंधाईनं आवाजाच्या दिशेनं नजर टाकली. कोठीवरील शिताळ्याच्या घमेल्याजवळ काचेच्या कंच्यावानी दोन डोळे लक्कन चमकले. जराभर हालचाल झाली. तिचं काळीज खालवर झालं. ती सातरीवर उठून बसली. काळं काळं धूड घमेल्याजवळ उभं होतं. तिनं दिव्याची वात मोठी केली. वानरावानी केसाळ शेपूट. चवडा अन् फुगीर जबडा. खाली एकदम निमुळतं होत गेलेलं तोंड बोक्यापेक्षा डगळ असलेल्या त्या जनावराच्या पायाला लांबलांब नख्या दिसत होत्या. ती टकळी लागल्यावानी पाहातच राहिली. तिनं हिंमत बांधून खाटंवरूनच हाडहूड केलं, तसं काळं धूड कोठीवरून खडबडलं. टुणकन् उडी मारून खालच्या बिळाकडं उठून पळालं. चिंधाई आपल्याशीच

पुटपुटली, "आवोऽ माऽय! मसन्याऊद दिसते ह्या. कुठून पैदला मनाव्?"

ती खाटंवर लोटली. जराभऱ्यानं खाटंवरचं घमेलं पुन्हा खडखडलं. तोंडाचा चॉप चॉप आवाज येऊ लागला. दरवाज्यामागची काडी उचलून ती कोठीकडं लपकली. पण तिच्या पावलांची चाहूल लागताच मसन्याऊद चकारला. पुन्हा उडी घेऊन भिंतीखालच्या सुरुंगात गुडूप झाला. चिंधाई घडीभर डोळे उघडे ठेवून लोटली. खूडबूड कानावर येताच उशाकडली काडी तिनं नेम धरून कोठीवर फेकून मारली. पण हुशार जनावर हाती लागलं नाही. ढाण्दिशी आवाज होऊन कोठीवरचं घमेलं मात्र खाली पडलं.

पल्याडच्या खोलीतून सून पुटपुटली, "काय बाई, जरा म्हनून सुख नाही पडू देत दुसऱ्याला. रात्रीसुद्धा झोपेत वावरातील डुकरंच हाकलते काय तर कोंजीनं!"

चिंधाईला झोप कशी म्हणून लागलीच नाही. कडामागून कड बदलले तरी डोळ्यांवर गुंगी चढली नाही. तिच्या मिटलेल्या पापण्यांआड रात्रभर मसन्याऊद तरळत राहिला. शुक्राची चांदणी उगवली तरी ती जागीच होती. दिवस निघताना तिच्या डोळ्यांच्या पापण्या जडावू लागल्या.

पुढं या गाठीभेटी रोजच्याच झाल्या. चिंधाई दररोज उशाशी काडी घेऊन झोपू लागली. खरकट्या अन्नावर चटावलेला मसन्याऊद नेमानं कोठीवर येऊन तिची झोप चाळवू लागला. तिनं शिताळ्याची जागा बदलवून पाहिली. पण त्याच्या फेऱ्या चुकल्या नाहीत. चुलीवर झाकून ठेवल्या जाणाऱ्या भाकर भाजीचाही त्यानं शोध लावला. तिला विचार पडला. हे बऱ्याचं नव्हतं. काहीतरी बंदोबस्त करणं जरुरी होतं... भिंतीआड मास्तरचं तान्हं लेकरू नेहमी पाळण्या पलंगावर झोपत होतं... कोन्या दिवशी काय नेम सांगाव्? कोनी जवळ नसलं अन् मसन्याउदानं लेकराची टाळूच फोडली तं?... तिच्या अंगावर काटा सरसरला. तिनं चार दोन पोरांना सांगून पाहिलं. रात्री दिवा बारीक करून त्यांना कोठीजवळ बसवून ठेवलं. पण जंगली जनावर बधलं नाही. तरण्या पोरांच्या तडाख्यात गवसलं नाही.

❑

सागर दुकानातून घरी आला. प्रगतीनं कधी नव्हे तो, त्यानं म्हणण्याआधीच चहा केला. त्याच्या आंघोळीसाठी गरम पाणी काढून ठेवलं. त्याची पाठ घासून देताना म्हणाली, 'तो पॅन्ट पाहून घेजा बरं तुमचा, प्रेस जमली का तं? करून ठेवली मिनं."

"प्रेस करासाठी अज कसी काय फुरसत सापडली तुले?" मग तो खुशीत

येऊन बोलला, “बरं झालं, करून ठेवत जा अशी... कोनी कोनी मोठे मानसं दुकानात येतेत– हजामतीले.”

“एक विचारू का?”

“काय होये?”

“मी कोर्स करू का ब्युटीपार्लरचा?”

“ब्युटीपार्लरचा? हे आता कोनतं भूत शिरलं तुह्या डोक्शात?”

“काटोलले क्लास सुरू आहे त्याचा. तीन मह्यन्याची गोष्ट. बाराच्या गाडीनं जानं आनं पाचच्या गाडीनं येनं.”

“पन मी मनतो, आता गरजच काय त्याची?”

“पाहा, इथं गावात पार्लर लावलं तं बायाइच्या पटापट उड्या पडतीन त्याच्यावर. चांगली कमाई आहे त्यात. रिकामं राह्यन्यापेक्षा टाईमपास होते घरच्या घरी.”

“मले काई पसंत नाई थे. रिकाम्या बाया घरात जमा करनं!”

“तुमाले कोनता त्रास आहे त्याचा? तुमी तं दुकानातच राह्यता. जोडधंदा असल्यावानी तुमच्या धंद्यालेही पूरक होते– पार्लर. नाहीतरी घरी टीव्ही घेऊ म्हटलं तेही जमत नाही तुमच्या दुकानावर.”

“मंग घरी पार्लरसाठी सामानसुमान?”

“तेही काही जास्त महाग नाही. तिनक हजारात होऊन जाईन. काही बाबाले मागीन. खेड्यापाड्यात कोन पाह्यते एवढं?”

त्याचं डोकं कुरवाळत प्रगतीनं पुन्हा विचारलं, “मंग कसं, फार्म भरू नं मी?”

झुरळ झटकल्यावानी सागर बोलून गेला, “मले नोको विचारू, कर तुले वाटंन तसं!”

“बरं, तुमाले एक समजलं का? जुन्या घरचा बुढ्याचा धंदा आता पार बसला म्हनून आइकलं मिनं.”

सागरचा चेहरा झरंझरं उतरला. “कोन सांगे वो तुले?”

“ते त्याइच्या घरापुढल्या मदनमास्तरची सविताबाई सांगत होती... हे असंच होते म्हना– आपलीच टेक पुरी केली म्हनजे! बांगड्या नाही म्हने माह्या हातात. आता भरा म्हना आपलं पोट!”

“पन हे काई बरं नाही झालं. त्याइची उपासमार झाली तं लोकं आपल्याकडंच बोट दाखवतीन.”

“पन मी म्हनतो आपला काय गुन्हा आहे त्यात? काही आफन आपलमती आलो का घर सोडून?”

"थे कोन पाह्यते एवढं? लोकाईले एवढंच दिसंन कनाई, मायबापाची उपासमार होते आनं एकुलतं एक पोरगं मजेनं पाह्यते म्हनून."

"तुमच्यामागंही फाल्तूचाच विचार राह्यते जास्तीचा!"

"फाल्तू कसा? आपापल्याची कीव कोनालेबी वाट्टे. तुह्या मायबापावर अशी पाळी आली असती, तं तुहा जीव नसता दुखला का?"

"झालं! आता आले का तुमच्या-आमच्यावर? तुमाले कोनती गोष्ट सांगनंच गुन्हा आहे."

सागर उसळून बोलला, "मंग कायले सांगतली तुनं?"

सागर तडकल्यामुळं प्रगती जरा नरमली. आपल्या कामाकडं वळली.

❑

नर्मदा पुढं अन् चिंधाई तिच्या मागं मागं. चिंधाईच्या हातातली काडी दगडा-खडकांशी एका लयीत ठुकू ठुकू बोलत होती. बरंच अंतर चालल्यामुळं दोघींचेही छातीचे भाते जोराजोरानं वरखाली होत होते. उन्हानं चेहरे गांजरावानी लाल झालेले. चालण्याच्या आवाजानं गवता-काडीतल्या टिटव्या भुर्रदिशी उडत होत्या. अधूनमधून झाडाच्या बुडाशी खारुट्या खसफसत होत्या. रानचिमण्यांची चिवचिव वाटसरांना साथ देत होती. पायात गती अन् डोक्यात नाना विचारांची माती. दगड-गोट्यातून, टोंघळभर गवतातून वाट काढत दोघीही रस्त्याशी एकाकार झाल्या होत्या.

"थांब नं वो, नर्बदे... बसू बाई, घडीभर." मागं राहिलेल्या चिंधाईनं आवाज दिला, "दम भरून आला, माय! थ्या धरनामुळं यवढ्या फेऱ्याच्या लंब्या रस्त्यानं वावरात या लागते रोज रोज."

नर्मदा थबकली. मागं फिरून उभी राहिली.

"मंग घेतला कावो मास्तरनं-पलाट? ठेकेदारानं देल्लेल्या पयशात घेनार होता खरं नं?"

"कोनाले ठावं, बाई? माह्यासंगं काई आव–इच्यार हाये त्याइचा?"

"वा रे वा मानूस! असा कसा अधीन झाला मनाव् बायकोच्या? त्याचं बोलनं तं मोठं गुळचट हाये बाहीर."

"काय सांगाव् बाई, बाबल्लीनं कोन्तं घालक घातलं आहे त्याले तं? त्याइचं नवराबायकोचं आंगधुनं झालं म्हंजे, थे टवळी मुद्दाम चुलीतल्या काड्या इझवून देते आनं थंड पानी भरून ठेवते पानतावन्यामंधी. मी तं जसं सारवनाचं पोतिरंच हाये तिच्यालेखी!"

"वा वो, माऊले! कुठं भरसीन मनाव् हे पाप?"

"माह्या मताऱ्या जिवाचा सराप हाये बाई तिले. जसा तिनं माहा लेक तोडला माह्यापासून, तसीच तिचीबी सून तिचं पोरगं हिसकून घेईन– तिच्यापासून!"

"हो, या हातावरचं थ्या हातावर फेडाच लागनार हाये तिलेबी. बरं, उठतं का आता? नाई तं थो बापुराव आपल्या नावानं बोंबलंन तिकडं वावरात."

चिंधाई उठली. दगडाशी विसावलेली तिची काडी ठुकठुकताना पुन्हा मनरंगी बोलू लागली.

"धरनाच्या पयशावर आता थे गाडी घेतली बाई, त्यानं. यक दिवस घरच्या वावरातून येत होती मी, तं थो शाळंतून गाडीवर आला-माह्या मांगून. मले मने– बस गाडीवर, म्हून मी बसली गड्या. घराजवळ त्याच्या बायकोनं मले गाडीवून उतरतानं पाह्यलं आनं मास्तर घरात गेल्याबरोबर लागली थे त्याले लिच्चोडे घ्याऽले."

"आवोऽ माय! लयच काटेल हाये मनाव् थे निरी सुईच्या अनीवर! माही सून तरी लय बरी."

"आवोऽ लय मनजे सातपट बरी हाये– तिच्यापंक्षा. पन आता तिनं केवढी पंचाईत केली तुमचीबी. गिऱ्हाइकी तं गिऱ्हायकी गेली बापुजीची. आन यकुलतं पोरंगबी दुरावलं."

"हो ना बाई, याच्यापुढं कसं भागंन, ह्याच इच्चार हाये मोठा. मी कामाले येतो म्हून कसं तरी तेलमीठ तरी भागते."

"काय करतं, मायबह्यनी?... आपापल्या भाग्याच्या गोष्टी हायेत साऱ्या."

बोलता-चालता बापुरावचा धुरा आला.

❑

इंधनाच्या सुडीवर नर्मदाचा हात पुरेना म्हणून तिनं रस्त्यावर बॅट बॉल खेळणाऱ्या सेवकरामच्या उमेशला आवाज दिला. उमेश तिला सुडीवरचे लाकडं काढून देत असताना तिनं विचारलं,

"अज काऊन रे घरी? लिहाले नाई गेल्ता का काटोलले?"

"आलो नं दुपारीच", उमेशला एकदम आठवण झाली... "तुमच्याकडची प्रगतीकाकू तं रोज काटोलले येते, आजी."

"कायले बापा?"

"ब्युटीपार्लरचा कोर्स करते खरं, बा."

"मनजे?"

"म..न..जेऽऽ थे, बाया सुंदर दिसन्यासाठी केसं कापतेत अन् डोळ्यावरच्या भोवऱ्याचे केसं उपडतेत कनाई; थे शिकासाठी जाते थे."

"आम्माय! बाईचीबी हजामत करतेत का मनाव्? वारेऽ जेमाना!"

उमेश हसला. "पन कालेजात जानारे पोरंपोरी एस्टीत मोठी मजा घेतेत तिची. वानावानीचे चिडोतेत तिले."

"आवो माय! आनं हे काईच मनत नाई? नुसतीच आयकून घेते का?"

"काय करंन? तिले रोजच त्याईच्यासंगं जानं येनं करा लागते एस्टीनं. काल तं काटोलात मजाच केली तिची पोराइनं. तिथून गावची गाडी सुटल्याबरोबर प्रगतीकाकू धावपळीनं हात दाखवत गाडीजौळ आली. ड्रायव्हरनं गाडी थांबोली, पन तिले पाह्यल्याबरोबर पोट्ट्याइनं 'ब्युटीपार्लर ब्युटीपार्लर' करत डबल बेल मारली एस्टीची. टाकली ब्वा तिले काटोलात."

"वा रे वा! त्याइले साजरे चपली चपलीनं ठोकले पाह्यजेन. तू बी काई मनत नाई का रे, त्याईले?"

"मी काय मनू, आजी? माह्याच मांगं लागले म्हनजे पोरं?"

"कोनते पोट्टे होयेत, नावं सांग बरं मले."

"आपल्या गावचे नाई, घरतवाड्याचे होयेत थे पोट्टे."

"सागरले नाई ठावूक ह्या गोस्टी?... पन तिले यवढं वाईट समजतेत का रे पोरं? तसी चाल चलनुकीले तं काई वाईट नाई थे. नाई तं बाईच्या जातीचा गुन लपत नाई यवढे दिवस."

उमेश खेळायला निघून गेला. नर्मदा आपल्याच मनाशी चाळवू लागली... काय अजब लोक मनाव्? तरन्याताठ्या पोरीबाळीले तं चिडोतेच पन सुनवायऱ्याबी सुटत नाहीत त्याइच्या नजरंतून. पन आपलाच दाम खोटा. आता लेकरंबाळं वाढवाचे दिवस. लहान लेकराले तेलपानी लावाचं सोडून हे बायाईले चोपडाले लागली! आफन देठाचे म्हून मन दुखते आपलं... तिच्या मनात सारं सारं घोळत होतं.

ग्राहकांची वाट पाहात वामन रोज दुपारपर्यंत आंघोळीसाठी ताटकळत होता. अलीकडे गिऱ्हाइक दुर्मिळ झालेलं. बऱ्याचदा तर दिवस बुडेपर्यंत बोहणीही होत नव्हती. किटकलेलं ढोर चार दिवस बाहेर नेऊन बांधावं, तशी धोपटीची जागा सुनेमुळे तेवढ्यापुरती बदललेली. आता वामननं ती पुन्हा छायवाणीत आणली होती.

नर्मदानं ताट वाढताना त्याच्याजवळ विषय काढला, "या पंधरवाड्यात बायाइलेबी पयशाच्या मजुरीचे कामं नाईत सप्पा."

"ह्या उडदा-मुंगाच्या हंगामात आता पयशाचे कामं कुठून येनार हायेत– तुह्यासाठी?"

"काल थे घरामांगची देवकी सांगे बा– चौकीच्या जंगलात सीताफळाले

जातो म्हून. कोंढाळीच्या इस्टानावर चांगले तडकून खपतेत खरं सीताफळं.''

''असं?''

''थ्या दोघीबी मायलेकी जातेत खरं. दोघीचे दोन हारे चांगले दिडश्या रूपात खपतेत मनते.''

''बरी कमाई हाये मनाव्!''

''मले इच्चारे थे, चालत जासीन का म्हून. शकनीलेबी घेत जाजो मने संगं.''

''शकनीले कायले?''

''आवोऽ तं मोटारीतून उतरनारे लोक पोरीबाळीजौळचे सीताफळं आवडीनं घेतेत मने इकत. पोरीसोरीले इक्रीवर बसोलं तं दिवसभऱ्यात खपनारा माल दुपारपावतरच खपते मनते.''

''अस्सं! म्हंजेन आता जानजवान पोरी बसावाच्या हायेत का इक्रीवर? थ्यापंक्षा त्याइले यखांद्या मोटारवाल्याले इकूनच काऊन नाई टाका मना-यकासोयीच्या? वारे बेटे लोक!''

''मंग मी काय सांगू देवकीले? मी यकटीच येतो म्हनू का?

''काई जाऽ चं नाई सीताफळाले न् कायले! उपासी राहू पन हे उपद्व्याप नाईत कामाचे!''

वामननं बिडीसाठी कमिजीच्या खिशात हात घातला. बाहेर उलटवलेल्या खिशातून शेर छाप बिडीचा नुसताच कागद हातात आला. त्यानं विरलेल्या सुरात विचारलं, ''तुह्याजौळ पाचंक् रूपे हाये का वो सध्याचे?''

नर्मदानं उटोंडी हुसकली पण काहीच हाती लागलं नाही. त्याला आणखीच लाजिरवाणं झालं, ''पाह्य बरं, अज पाचा रूपासाठी माहाग झालं मानूस. उभ्या जल्मात कोनापुढं हात पसरला नाई... अन् अज नासुकल्या बिंडलासाठी बायकोपुढं! मोठी खराब हाये लमची हे आदत.''

''पन तुमी कायले मनाले लावून घेता यवढं? आता हे असे दिवस फिरले म्हून-''

''तसं नाई... पन यक यक गोस्ट छळते मानसाले. लमचा दुसरा काई कामधंदाबी दिसत नाई– कमाईचा. डोने पत्राळी शिवाव् तं अजकाल लोकं काटोल-नाप्पुरातच लगन काह्डतेत आता.''

नवऱ्याचा अंदाज घेत नर्मदा सांगू लागली, ''थो हुकूमराव मनत होता. बगिचा वलासाठी रोजदार पाह्यजे म्हून. मनलं, तुमच्याकडून जमलं तं इच्यारून पाहीन ब्वा.''

''पन लोक काय मनतीन्? दाढ्या हजामती सोडून वामन म्हाली पुढाऱ्याची

मोलमजुरी करते मनतीन्.''

''गावजेवन घालनाऱ्यालेबी बरं नाई मनत लोक.'' तिनं मग नेटानं विचारलं, ''मंग कसं? त्याले सांगू का येते म्हून?''

''पाह्य, तुले वाटंन तसं.''

नर्मदा उल्हासली. लगोलग हुकूमसेठकडं गेली. नवरा राजी झाल्याच्या खुषीतच ती हातचे कामं भरंभरं उरकवू लागली. असं दोघा नवरा-बायकोंचं एकमत झालं म्हणजे तिला हुरूप वाटे. अंगात अधिक बळ येई.

बापुरावचा मोठा मुलगा पुरुषोत्तम अंगणात दिसला तसं तिनं विचारलं–

''काऊन गा, दादा... बाया लागत होत्या का वावरात?''

''नाई... मी दुसऱ्याच कामासाठी आल्तो. माह्याघरी अज लगन जुडलं शालूचं. पाव्हन्यासाठी पंचीसक् पत्राळी लागत होत्या.''

वामन जाग्याहूनच बोलला, ''पत्राळी तं नाईत ब्वा, माह्याजौळ.''

पुरुषोत्तमनं सपरीतल्या पत्रावळींकडं बोट दाखवलं,''थे काय होये–थप्पी दिस्ते नं सपरीत.''

नर्मदा चमकल्यावानी झाली. वामन पटकन बोलून गेला, ''थ्या देऊ केल्या हायेत-दुसऱ्याले.''

''पन मले पंचिसच पाह्यजे.''

''मग मी काय करू आता? आडरच्या पत्राळीत तेवढीच नुपर पडली म्हंजे ऐन येळेवर कुठं हिंडू मी पानाले?... तुमचं काय ब्वा, तुमाले गरज पडली तं तुमी नाप्पुरावून आनान इकत!''

पुरुषोत्तम निघून जाताच नर्मदा नाराजीनं म्हणाली, ''आत्ताच पयसे नाई मनत होते-बिंडलासाठी. कसंतरी गिऱ्हाइक दाट्ठ्यात चालत आलं, तं देऊन नाई टाकते?... तेवढेच झाले असते खर्चापान्याले.''

''तुले काय हाये? मांगरोजा मले पत्राळी शिवाले सांगून अखेर चाट मारली त्यानं. नाप्पुरावून आनल्या मने इकत... जाईन आता थो पंचीस पत्राळीसाठी नाप्पूरले!''

''असंच तं हाये तुमचं!'' नर्मदा केविलवाण्या सुरात बोलली, ''लागंन तं दिवसभर बिड्याइवाचून कोंयकोंय करत राहान, पन मनाइरुद्ध पत्राळी नाइ इकाचे तुमी!''

दुसऱ्या दिवशी वामन सकाळवकाळ जेवला. गरम डाग देऊन देऊन फोडं आल्यावानी दिसणारा प्लास्टीकचा जोडा घालून हुकूमसेठच्या वावरात गेला. विहिरीवरचा पंप भडंभडं पाणी उपसू लागला. चिकटगाळ माती. झुळझुळ दांड. भेगाळलेल्या भुईत बुडऽ बुडऽ बुडऽ आवाज करत पाणी मुरत होतं. काडी-

कैचण अधर तरंगत होतं. दांडात अडकणारा पालापाचोळा वाहत्या पाण्याला तुंबवत होता. एखादं आळं पोटभरून जेवलेल्या माणसावानी नजर चुकवून उलंगत होतं. संत्राच्या एकेका आळ्याला पाणी पाजत वामन पुढं पुढं सरकू लागला. एकेक आळं म्हनजे आयुष्याचा एकेक पडाव. प्रत्येक पडावावर थांबत मानसाचं पुढं पुढं सरकनं. कोन्या भेगाळलेल्या आळ्याची भूक उशीरा भागत होती, तर कोनतं सपाट आळं लवकरच भरत होतं. मानसाचंही असंच. नुपरीत लवकर भूक लागते. सुपरीत डंभारलेलं पोट अजिबात उतरत नाही... एकाएकी मागून पाण्याचा मोठा भकाडा आला. फेरावरचं आळं गपकन् भरलं. कुदळीनं खांदून बारं लावीपर्यंत उलंगलं आणि चहूबाजूनं फुटून वाहू लागलं. त्यानं मागं वळून पाहिलं.

माथ्याकडले ओलून झालेले आळे एकमेकात फुटले होते. आळ्यांची अवघी रांग मागून फुटत फुटत उताराला वामनजवळ येऊन टेकली होती. बारे लावून लावून त्याची धांदल उडालेली. घाईतल्या ग्राहकाच्या गालावरचा फेस वस्तऱ्यानं भरंभरं ओढावा तसा तो माती पुढं ओढत होता. हे बुजवू की ते बुजवू, असं होऊन गडी कावलपिसा झाला होता! तरीही पाण्याचा पूर आटपत नव्हता.

''का गा, हेच होयें का तुह्मं पानी वलनं? यवढे आळे फुटले तरी काय करून राह्यला तू?''

वामनची तानापाजन सुरू असताना हुकूमसेठ जवळ येऊन बोलला–

''आता नाई राह्यलं मांगं लक्ष. यक तं तुमचं इहिरीजौळचं वलीत असल्यानं पानी जसं पुरावानीच पळते दांडानं.''

''मंग पंप जरा बंद नाई करून ठेवता आला का तुले-घडीभर? आनं हे पाह्य-'' हुकूमसेठ त्याला बारं दाखवत बोलला, ''बारे कसे देऊन राह्यला तू? हे असी चोपडल्या वानी लिपापोती नाई चालत आपल्याले. साजरे मजबूत बारे देसीन तं जमंन, नाई तं राहू दे थे.''

''मजबूतच तं देल्ले होते म्या–''

''म्हनूनच फुटलेत का हे सारे? तुह्यालेखी हजामती करनं होये मनतं का? लावलं तोंडाले पानी का वरपलं भरभर. चांगली कंबर ढिली करा लागते इथं!''

आधीच धावपळीनं वामन गळाठून गेलेला. तो जरा जरठ आवाजात बोलला, ''हे पाहा, माह्या धंद्यावर धावाचं कारन नाई तुमाले! मी बुजवून राह्यलो नं फुटलेले आळे?''

''आखीनं तूच उलटं– सिधं सांगून राह्यला मले? पानी वलनं याद नाई, तं आला कायले इथं?''

वामनचं डोकं सरसर तापत गेलं. कुंभाराच्या आव्यातून काढलेल्या मडक्यावानी चेहरा लाल झाला. त्यानं रागाच्या भरात हातातली कुदळी आळ्यात फेकून दिली. "तसंच हाये तं मंग वलत बसा आपलं. मी चाल्लो घराकडं.."

तो झर्रकन् मागं वळला. भरलेल्या हातापायांनिशीच गावाकडं निघाला. त्याच्या तापलेल्या कानातली नागोबाची बाळी पावलागणिक हालत होती. संत्राच्या झाडाला टांगलेली त्याची भाकर फांदीसोबत वाऱ्यानं अधांतरी झुलत होती.

❑

कन्यालालनं दरवाज्यातूनच आवाज दिला, "आहे का जीऽ वयनीऽ घरी?"

"कोन? बापुजी..." सवितानं सारवताना वर पाहिलं, "याना–"

"बाप्पा! मदनगुर्जी शाळेत गेले तरी अद्याप सडा सारवनच व्हाआचं आहे तुमचं? आता फरशी बसवून घ्या वयनी, घराले; म्हनजे सडा सारवनाची भानगड नाही."

"आता इथे फरशी बसवून काय करायचे आहे, बापुजी? एक ना एक दिवस इथून जावेच लागनार आपल्याला."

"मंग का तोपर्यंत घर तसंच ठेवता का खंडाऱ्यावानी?"

"आमच्यासाठी हेटीवर एखादा प्लॉट पाहून ठेवा, बापूजी. कोनाचा विकाऊ असेल तर घेऊन टाकू. सध्या पैसे आहेत-तुमच्या भावाजवळ."

"अस्सं? आता हेटीवर घर बांधाचा विचार आहे वाट्टे तुमचा. या मंग आमच्या शेजारी."

"काहीतरी तर सोय करावीच लागेल, बापुजी? तुम्ही बरे जमविले बुवा तुमचे. धरनात घर जात नव्हते तरी बरोबर ते पान्याच्या पातळीखाली दाखवून साधून घेतले."

"आजकाल यातलं त्यात केल्याशिवाय कोनतंच काम जमत नाही, वैनी. अर्ध्या गावाचं पुनर्वसन होऊनबी मी जुन्याच गावात राह्यलो असतो तं मंग आपल्या लिडरकीले अर्थच काय उरला असता?"

"पन तो तुमच्या घराजवळचा बजरंग खूप बोंबा मारतो तुमच्या नावाने. त्याचं घर तुमच्या घरापेक्षा उताराकडे आहे. तो म्हनतो, माझे नाही गेले आणि या वार्डमेंबरचेच कसे गेले?"

"माह्याच तं घराचं मोठ्या मुश्किलीनं जमलं. त्याचं कव्हा जमवून देऊ मी? बरं, नुसत्या सांगीवांगीनं कामं होतेत का आजकाल? हात मोकळा सोडा लागते."

"नाहीतरी खूप बेईमान राहते तुमची पुढाऱ्यांची जात! तुम्ही लोकांनीच तुकडे केलेत गावाचे. चिंबले चिंबले अन् शिळ्या कढीला झोंबले!"

कन्यालालनं पानाचा तोबरा तोंडात भरला. सविताला आठवण झाली, "ते लाइटं लावायचे जमले काय, बापुजी?"

"अरे ब्वॉ, थो मोठा घोळ झाला. घरं उठवले तव्हा बांधकामखात्यानं खंब्यावरचे तारं काढाले लावलेत बोर्डाले. त्याच्यानं लायटं लावाची सोयच उरली नाही. आता नवी डीपी बसवा लागंन मनतेत बोर्डवाले."

"डीपी केव्हा बसवतेत म्हनावे?"

"कव्हा बसोतेत अन् कव्हा नाही. गावातला कोनताच पुढारी जाऊन पडत नाही थ्या इलेक्टरी बोर्डाच्या आफिसात. मंग आफनच एकट्यानं करावं का पुढं पुढं?... जाऊ द्या, चालतो आता."

"पन ते आमच्या प्लॉटाचे तेवढे लक्षात ठेवाल, बापुजी. नाही तर तुमच्या इंटरनॅशनल डोक्यातून निसटून जाईल ते!"

"नाही जीऽ असं कसं निसटंन? वार्ड नंबर तीनच्या मेंबरीनबाईचं काम होनार नाई, म्हनजे खूबच झालं मनाव्!"

कन्यालाल बाहेर पडला. सविताचं सारवण सरत आलेलं होतं. अनायसे हात भरलेला म्हणून ती रस्त्याकाठची भिंत लिंपू लागली. गेल्या वर्षापासून भिंतीच्या अंगावरून हात असा फिरलाच नव्हता. तलावाच्या टांगत्या तलवारीमुळं घरादाराकडं दुर्लक्ष होत गेलेलं. पावसाळ्यात भिंतीना पाण्याची झडप लागत होती. दगडा-मातीच्या पिढीजात भिंती, पाण्यानं ओलावल्या म्हणजे पोपडे धरत होत्या. घराजवळच गोठाण होतं. रस्त्यानं जाणारे गायी-वासरं चालताना भिंतीशी अंग रगडत होते. भिंतीतली दगडी बांधण उघडी पडत चाललेली. अवघ्या भिंती तोंडावर फरकोड्यांचा ऊत आल्यावानी दिसत होत्या. हे कमी होतं म्हणून की काय, उंदीर घुशींनी मोठमोठे बिळं केलेले. तिच्या एकटीच्याच घराचं असं नव्हतं, तर जुन्या गावातले सारेच घरं एकमेकांचे भाऊ वाटत होते. कोणीच काही लिपापोती करत नव्हतं. घरादारातल्या मोऱ्या अन् तुंबलेल्या गटारातले सांडपाण्याचे दांड रात्रंदिवस गल्ली-बोळातून वाहात होते. रस्त्यानं चालताना वर्षभर पावसाळा असल्यावानी वाटे. घरातला काडी-कचरा अन् मारलेल्या उंदीर-घुशीही लोक भररस्त्यावर आणून टाकत. गावात संडास अनुदान योजना आल्यापासून लाभार्थींनी आपापल्या संडासच्या टाक्या सरळ रस्त्याकाठच्या उघड्या नाल्यांशी जोडून टाकलेल्या. गावाभोवतीच्या गोदऱ्या, हागदोड्या पाण्याखाली गेल्यामुळं बायाबापड्यांची रात्री-बेरात्री पंचाईत होऊन, त्या रस्त्याकाठीच जागा शोधत. गावात नाक मुठीत धरूनच फिरावं लागे. अवघ्या गावाला अवकळा आल्यावानी वाटत होतं.

❑

नर्मदा जेवत असताना गुलब्या सपरीतल्या धडीवर टेकला, "यकटीच जेवून रायली?"

तिच्या बोलण्याची वाट न पाहताच तो तिच्या ताटाजवळ गेला. त्यातली भाकर उचलून उभ्यानंच मचंमचं खाऊ लागला.

"आरें आरेंऽऽ हात नाई धुतले आनं तसाच–? लेकाऽ उष्टी खाल्ल्यापेक्षा दुसरी देल्ली असती म्या."

"माह्ये हात काई भरले नाई काई– इमलीवानी."

"अस्सं?" तिनं गंजातली भाजी त्याच्या भाकरीवर टाकली.

गुलब्यानं भाजीभोवतीची भाकर गोलगोल तोडून कोरडीच खाल्ली. मागं उरलेला भाजीचा पेंड शेवटल्या एकाच घासात तोंडात कोंबला.

"अंखीन देऊ का रे, भाकर?"

"तुयं झालं का जेवन? झालं असंन तं चाल, आफन इमलीले आनाले जाऊ."

"कुठं गेली रे, इमली?"

"चालसीन तं तूप घेजो किलोभर. पोटंशीन हाये थे.'

"आता तिले आनूनसन्या काय करतं लेका? थे तं दत्तक गेली– धरनवाल्याइकडं!"

बाहेरून आलेल्या वामनकडं टकरमकर पाहात गुलब्या म्हणाला–

"माह्या इमलीची हजामत देसीन का करून? चांगली करून देजो बरं– हिरोइनच्यावानी!"

वामन हसला, "लेका बायका हजामत करतेत का रे?"

नर्मदा मध्येच बोलली, "तुमी असं मनता. तुमची सून तं घेऊन राह्यली खरं बायाइच्या हजामतीचं टेरनिंग!"

"ऊंऽऽ पयसा असल्यावर नाई थे अबादगुन सुचतेत मानसाले."

"पन म्या तं आइकलं का थे पोटंशीन हाये म्हून. आता आपल्या तब्बेतीकडं पाहाव् तं थे नाई–"

"करू दे... आपलं काय जाते?"

"आम्माय! गुलब्या गेलाबी का उठून? बाबल्लीचा! जेवला तं पानीबी नाई पेला."

"आवोऽ पह्यले लय हुन्नरी होता– ह्या गुलब्या. मातीचे मडके अन् राज्जनाचा मोठा आवा राहे त्याचा नदीकाठी. गनपतीबी मोठे साजरे करत होता थो."

"कायनं बह्यताड झाला असंन मनाव्?"

"आता काय सांगाव् आफन? कोनी मनते चवचाल बायकोनं घात केला, कोनी मनते गावात इस्टीलचं दुकान लागलं तहीपासून चळला."

"थ्या इस्टीलच्या दुकानाशीन काय समंध येते त्याचा?"

"आवं तं हे इस्टील गावात आलं तहीपासून कोन इच्यारते मातीच्या भांड्याइले? तहीपासून धंदाच बसला त्याचा. बायको तसी भेटली– सुर्पनखा."

"पन नुसतं इस्टीलचं दुकान लागल्यानं होईन का कोनी बह्यताड?"

"साधं गनित हाये थे. आपल्या पोरानं खुडचीचं दुकान लावलं तहीपासून घरच्या बैठ्या हजामतीले इच्यारते का कोनी? तसंच त्याचं झालं असंन. रिक्कामा राहून राहून मी नाई बह्यताड होऊ सकत का कोन्यारोजी?"

"तुमचे दुस्मान होतीन बह्यताड! असे बुहाऱ्यावानी नोका बोलू तिन्हीसांजा. काई ना काई रस्ता गवसंनच यातूनबी. जगामंधी यवढे कामं नसलेले लोक हायेत, थे असेच करतेत का?"

"त्याइले दुसऱ्याच्या मुंडीवर आयतं बसून खाआची सवं राह्यते. आपल्याले कुठं जमते तसं? काम नसलं म्हंजे तं आपलंच मन कुडुकुडु खाते आपल्याले."

त्यानं पायात जोडे घातले तसं नर्मदानं विचारलं, "आता कुठं चाल्ले अंखीन?"

"घरच्या बड्डावून येतो. अवंदा घरीच वाहाव् मनतो बरड. नाईतरी मी रिकामाच हाओ आता."

वामन रस्त्यानं निघाला. गेल्यावर्षी बरड बटईनं दिलेलं. त्याच्याकडले दोन हजार लागवडीसाठी खर्च झाले होते. त्यानं त्याच्या वाट्याला आलेलं सोयाबीन विकलं तेव्हा फक्त बाराशे रुपये त्याच्या हातात मिळाले. आठशे रुपयांचा त्याच्या खिशाला खार लागला. शिवाय पेरण्यापासून तर सौंगण्यापर्यंतची सारी काळजी विकत घेतल्यावानी झाली होती. कास्तकारीचं काहीच खरं नव्हतं. कोरडवाहू वावर. खता-मजुरीचा खर्च आडमाप वाढलेला. आठ पैसे खर्चले तिथं पाच पैशांचं पीक हाती येत होतं. ज्याला-त्याला हे आवक-जावकीचं गणित ठावूक झालेलं. त्यामुळं पुरेसा मोबदला देऊन बरड ठेक्यानं करण्यासाठी कोणीच तयार होत नव्हतं. अंगोपरती करंल त्याची शेती. मेहनतीएवढा मोबदला निदान मागं उरत होता. त्यात ग्रह असे पालटलेले. एक करता दुसरंच घडत होतं... तो गावाबाहेर पडत असताना झोपडपट्टीतून जोरजोरानं बोलण्याचा आवाज कानावर आला. त्याचे पावलं आवाजाच्या रूखानं वळले.

एका खंडाऱ्यापुढं मारोती अन् नखुबुवाचं जोरजोरात भांडण सुरू होतं. भोवती पाहाणाऱ्यांची गर्दी जमलेली. जवळ गेल्यावर वामनला समजलं ते निराळंच...धरणाचा कली झोपडपट्टीतही शिरला होता.

नखुबुवा त्याचं जन्मगाव सोडून रोजीरोटीसाठी सासऱ्याच्या- उकंडीच्या आसऱ्यानं सावेगावात राहायला आलेला. मधल्या काळात पंचायतीनं बेघर योजनेखाली गावाकाठी लोकांना घरं बांधून दिली. तिथल्या आबादी जागेत नखुबूवानं दोपाखी खोपटं उभारून तो तिथं राहू लागला. पण त्याच्या बायकोचं तिथं वागेना. ती सारखी आजारी राहू लागली. आजूबाजूचे शेजारी करणी-कवटाळ करणारे आहेत असा समज करून नखुबुवाची बायको त्यांच्याशी नेहमी भांडत होती.

धरणाचं काम सुरू होण्यापूर्वी ग्रामपंचायतीनं हेटीलगतच्या बरडावर प्लॉट पाडून स्वस्तात विक्रीस काढले. बायकोच्या तब्बेतीमुळं अन् कटकटीमुळं वैतागलेल्या नखुबुवानं आढ्याचं देढ करून हेटीलगतचा प्लॉट विकत घेतला. त्यानं त्या प्लॉटवर दुसरं घर उभारलं. बायको-पोरांना घेऊन तो तिथं नव्या जागेत राहू लागला. झोपडपट्टीतल्या नखुबुवाच्या जुन्या घराच्या जाग्यावर मारोतीनं अतिक्रमण केलं अन् त्यानं आपलं स्वतःचं खोपडं उभारलं.

धरणाचं काम सुरू होताच अर्धी झोपडपट्टी धरणाच्या बाधीत क्षेत्रात गेली. नखुबुवाची जुनी जागाही त्यात होती. सर्व्हे झाला तेव्हा तिथं नखुबुवा राहात होता. जागा पंचायतीच्या मालकीची म्हणून केवळ इमल्याचाच पैसा नखुबुवाच्या नावे मंजूर झाला. पण आता पैसे मंजुरलेल्या घराचा इमला मात्र मारोतीच्या मालकीचा होता. इस्माइलनं मारोतीला सल्ला देऊन दावा टाकायला लावला. नखुबुवाला हे कळताच, त्याला तोंडचा घास गेल्यावानीच वाटलं. नखुबुवाला मारोतीकडून नोटीस येताच त्यानंही जहागिररावच्या मदतीनं मारोतीवर प्रतिदावा ठोकला.

खटला रंगू लागला. मंजूर झालेले पैसे जागेचे नसून आपल्या इमल्याचे आहेत, असं मारोतीला वाटे. पण ती रक्कम आपल्या जागेचीच असल्याचा नखुबुवाचा विश्वास होता. झोपडपट्टीतल्या त्या घराची जागा मात्र नखुबुवाच्या नावे लागलेली नव्हती. त्यामुळं खटल्यात ग्रामपंचायतही अडकली. पैसा इमल्याचाच निघाला म्हणावा, तर मारोतीकडं जागा हस्तांतरित होऊन इमला त्याचा असल्याबाबतची नोंद सिटीसर्व्हेत झालेली नव्हती. खटला चांगलाच गाजू लागला. नाठाळ ढोरं हाकलत न्यावेत तसे जहागिरराव अन् इस्माइल दोघंही आपापल्या दावेदारांना खटला लढण्यासाठी पुढं पुढं सरकवू लागले. दर तारखेला त्यांच्याबरोबर नागपूरच्या कोर्टात हजर राहून त्यांच्याकडून आपापले खिसे भरत गेले. पुढाऱ्यांपासून तर कोर्टातल्या चपराशापर्यंत पैसा चारून नखुबुवा अन् मारोती दोघंही हातघाईला येऊ लागले. नखुबुवाची परिस्थिती बेताची. तो अधिकच गळाठला. या सर्वाचं मूळ म्हणून त्याच्या जागेवर अतिक्रमण करणाऱ्या मारोतीला तिथून

हुसकावण्यासाठी नखुबुवा झोपडपट्टीत तयारीनं आला होता. मारोतीच्या अंगणातलं सामान उचलून बाहेर रस्त्यावर फेकत होता. भांडण जोसात आलं होतं. आजूबाजूचे लोकं नुसतेच ऐकून मजा लुटत होते. वामन घडीभर थांबून वावराकडं निघाला.

चौकातल्या पोटफाड्याच्या दुकानापुढं दोघं-चौघं पोरं उभे होते. आपापल्या भेदक नजरंनं रस्त्याच्या लोकांचा एक्सरे काढत होते. येणारा-जाणारा मात्र सोनोग्राफीच्या डॉक्टरपुढं बसलेल्या बाईवानी लाजिरवाणा होई. वर्दळीचा रस्ता. कोणी कसं, कोणी कसं. कोलीत लावलेल्या पाच-दहा फटाक्यांपैकी एखादातरी हमखास फुटेच! फटाका फुटला म्हणजे पोरं दातकडं काढायला मोकळे होत.

इकडच्या-तिकडच्या गप्पा झाल्यावर हातातला खर्रा घोटत माणिकनं बातमी दिली, "आपल्या गावातल्या ब्युटीपार्लरचं उद्घाटन होनार आहे खरं एवढ्यात."

"कोनाच्या हातानं रे? माह्यामतानं थ्या जेयललिताबाईलेच बलावाले पाह्यजेन् उदघाटनाले. तिच्या चेहऱ्याले लय स्कोप आहे-पार्लरच्या उद्घाटनासाठी."

"तुह्यं थे 'क्यालेंडर' पाठवत जानं रे गंग्या, पार्लरमंधी. नाईतरी काटोलले नेहमी जातेच थे."

"हौ... पाठवा लागंन नं आता. गावातला 'माल' बाहीर थोडाच जाऊ द्याऽचा आहे आपल्याले?"

"तिथं पार्लरात चहूबाजूनं मस्त आरसे लावले आहेत मोठमोठे. एक बाई उभी राह्यली तं साहा साहा बाया भोवताल उभ्या असल्यावानी दिसते खरं, आरशात!"

"दन्नाट कमाई करते आता ब्युटीपार्लरवाली. नाई तं ह्या दमन्या पाह्य, यवढा 'बिकाम' झाला तरी गावात लंगंलंगंच हिंडते-कुत्र्यावानी!"

"तं आता मले लाव मनतं का बे ब्युटीपार्लर? उगंच तुले थो धरनाचा पयसा भेटला म्हनून. नाई तं तुलेबी देव दिसले असते इकास!"

"कालची बातमी वाचली का तुमी?" विकासनं विषय बदलला, "सरकार आता साऱ्या मंडळाइचं खाजगीकरन करनार आहे खरं."

"मंग हे कर्मचाऱ्याइचे एवढाले हत्ती फुक्कटच पोसंन का मनाव् सरकार? सालं! खाजगी ठेके देनं सुरू झालेत मनजे आपल्यावानी भाकरमिठ्ठूची अंखीनच पंचाईत!"

"थे खाजगी ठेकेदारबी कोनते निवाड पाडून राह्यलेत, माहीत नाही का तुले? पाह्य बरं, धरनाचं तोंड बुजून नदीत पानीबी संगळलं तरी थ्या ठेकेदाराचा पूल व्हाआचाच आहे अजून."

"थेच गत इलेक्टरीबोर्डाचीबी. लेकाइनं ठेकेदाराकडं काम देऊन साऱ्या गावाभोवती अंधार करून टाकला. डीपीचा पत्ता नाही अजून."

"आरे हो,थ्या शंकरकडल्या लग्नातला पाव्हणा असाच लोडशेडींग सुरू असतानं रातच्या एस्टीमंधी गावात येऊन पुन्ना वापस गेला मन्ते काटोलात. अंधारात त्याले वाटलं खरं, का याऽचंच आहे गाव."

जेवणाची वेळ टळू लागली म्हणून पोरंही एकेकानं पसार झाले. चौकात पूर्वीपेक्षा गजबज वाढलेली. गावात बँक आल्यापासून पानठेले अन् लहान मोठ्या दुकानांचा सुकाळ झाला होता. पुनर्वसनाचा पैसा अल्पदराच्या मुदती ठेवीत घेऊन त्यावर ठेवीदारांना वाढीव दरानं कर्ज देण्याची फायदेशीर नीती बँकेनं गावात सुरू केलेली. गल्ली-गोदरीत ठेल्या-दुकानांचे बोर्ड कर्जाच्या पैश्यांनी रंगू लागले. कोरडवाहू शेतीचे हाल कुत्रेही खात नव्हते. बागायती संत्रांवर कोळशीचा कॅन्सर मूळ धरून बसलेला. बेकारांची फौज मिळंल त्या धंद्याकडं वळत होती. कोणं स्टील आणलं, कोणं रेडीमेड कपडा. एकानं इलेक्ट्रीकचं सामान आणलं तर दुसऱ्यानं तयार चपला. गल्लीबोळात स्पर्धा वाढू लागली.

यात ग्राहकांचा मात्र खूप फायदा झाला. गावात कोणत्याही रस्त्यानं गेलं तरी उधार मिळे. जो-तो दुकानदार हनुमानजयंतीच्या प्रसादावानी उधारीची खिरापत मोकळ्या हातानं वाटू लागला. एकाची उधारी थकली म्हणजे हुशार गिऱ्हाइक दुसऱ्या रस्त्यानं नव्या दुकानात खातं सुरू करत होतं.

❑

नुपरूला आपल्या अंगणात पाहून वामननं विचारलं, "का गा, नुपरूभौ, कुनीकडं इकडं?"

"बापा! हेबी काई इच्यारनं झालं? देवळात येनाऱ्याले कायच्यासाठी आला म्हून इच्यारल्यावानी झालं हे!"

"असं असं!" आता कुठं त्यानं नुपरूच्या वाढलेल्या दाढीकडं निरखून पाहिलं... आता त्याची तशी सवयच तुटत चालली होती.

"मंग का दाढी कराची मनतं?"

"हौ नं " नुपरू पोत्यावर बैठक मारत बोलला, "पोराच्या दुकानात गेल्तो बाजारात, तं थे लमचं बंदच दिसलं मले."

"असं?" म्हटलं तर वामन खूप खंतावला, म्हटलं तर त्याला खुषीही झाली.

"सागर कुठं गेला– दुकान बंद ठेवूनसन्या? तुले ठावूक असंन नं?" नुपरूनं पुन्हा विचारलं.

चेहऱ्यावरची रेषाही न हलवता तो बोलून गेला, "नाई बा. मले काई ठावूक नाई."

"त्याच्या बाजूचा हटेलवाला नाना सांगे बा, का आता सागरच्या घरी अंखीन यका दुकानाचं काम सुरू हाये म्हून. अंखीन कायचं दुकान लावते थो घरी?"

त्यानं घासलेल्या वस्तऱ्याला मोड मारली, "मले काईच कल्पना नाई, नुपरूभाऊ."

"तू कोन्ता बाप होये गा, काका? पोराचं काईच ठावूक नाई मन्तं... नाई, म्या भलतंच आइकलं म्हून मनलं."

"जाऊ दे, नुपरू भौ. आपल्या कह्यातला रोग नाई थो." त्याला उगंच गिऱ्हाइक आलं, असं वाटून गेलं.

"नाई, पन मले यक नाई समजलंऽ का थ्या नव्या दुकानात बायकाइची हजामत कसी करंन म्हून?"

कैचीचं कुचकुचणं बंद करून वामननं मोड मारलेला वस्तरा सरळ केला, "तू हजामत कराले आलाऽ नुपरूभौऽऽ, का पोलिसावानी माही जबानी घ्याआले आला? लमचा थो बायाइच्या हजामतीचं दुकान लावो, का डुकराइच्या! आपल्याले काय करा लागते? आफन बरं, न् आपलं काम बरं... सांग, काय मन्ते तुहा धंदापानी?"

"कायचा काका, धंदापानी? कव्हाच खोबरं झालं त्याचं. धरनानं नदी भरली तव्हाच तलावासहीत सारा मच्छ्या धराचा कान्ट्याक् कोंढाळीच्या मोठ्या ठेकेदारानं घेऊन टाकला."

"मंग?"

"मंग काय, ठेकेदारानं तलावाच्या नावाखाली अवघी नदीच ताब्यात घेतली. राती-बेराती त्याचे मानसं डोंग्यात बसून येतेत आन् ब्याट्रीकीच्या उजीडानं नदीतले आमचे ढिवराइचे जाळेच काह्डून नेतेत, लमचे."

"हेबी खूब झाली, इच्यामायमी! असं कराचा अधिकार हाये का त्याइले?"

"ठेकेदाराचं मननं हाये का, त्यानं धरनाच्या तलावात मच्छ्याइचं बी टाकलं तं साऱ्या नदीनं त्याच्याच मच्छ्या हायेत म्हून... आता मोठ्या मासोळीनं लहान मच्छीले गिळल्यावानीच गत झाली, काका हे."

"मंग आता पोटापान्याचं कसं गा, तुमचं?"

"कसं कायचं? थे तसंच.. ससे धर तं रानडुक्कर धर. जंगलं कमी झाले तं दिवसभर हिंडूनसन्या थेबी सापडत नाईत लमचे आता."

"मंग परपंच कसा चालोता बा तुमी?"

"थोच तं मोठा घनघोर इच्चार हाये, काका. पह्यले कसं, नदीतल्या मच्छ्याइवर तीन गावचे तीन बजार होयेत हप्त्यामंधी. घरातला खर्स सहज भागत होता. आता तं तीन मह्यने झालेत, जाळं घेऊनसन्या नदीवर नाई जाऊन

पाह्यलं सप्पा.''

''हायच खाल्ल्यासारकी दिसते तुनं!'

''अऽगाऽ यकडाव असाच मच्छ्या धरतानं सापडलो मी ठेकेदाराच्या मानसाले. लमचा थो मने, 'चाल पुलीस ठेसनात कोंडतो तुले.' म्या त्याले हात जोडून गळ घातली, पन गडी बधतच न्हौता. घरून शेंभराची नोट आनून त्याच्या मढ्यावर घातली, तव्हा जाळं सोडलं त्यानं. तहीपासून मच्छ्या धराचं नावच सोडलं काका, म्या.''

''पन जंगलातबी तं जनावर पकडासाठी बंदीच हाये फारेस्टवाल्याइची.''

''थे सोडून दे, काका. मानसाले साऱ्या बाजूनं पार केंडून टाकलं सरकारनं. पन दगडापंक्षा इट नरम, यवढंच. दुसरं काय?''

नुपरूची हजामत आता आटपत आली होती.

❑

एक दिवस अचानक दुपारी पोस्टमननं दाठ्ठ्यातून पुकारा केला–

''वामनराव आडकुजी पोहनकरऽऽ... पत्र घ्याऽऽ.''

जेवणानंतर आडवा झालेला वामन एकदम खडबडला. 'कोन आलं, इचीमायमी' म्हणत दाठ्ठ्यात आला. डोळे फाडून कार्डावरचं एकेक अक्षर जुळवू लागला–

'तीर्थरूप मामाजीस,

सुदामचा नागपूरवरून साष्टांग नमस्कार.

पत्र पाठविन्याचे कारन असे की आमच्या घराजवळ एक नवीन सलूनचे दुकान लागलेले आहे. दुकानात कारागिरावर लक्ष ठेवण्यासाठी अन् वेळप्रसंगी कटींग दाढी करन्यासाठी एका, पंचवीस वर्षाचा अनुभव असलेल्या जुन्या जानत्या कारागिराची गरज आहे. तुम्हाला इथल्या दुकानात काम करावे असे वाटले तर तुम्ही आपले अवजारं घासून-पुसून लवकरात लवकर नागपूरला येण्याचे करावे. वेळ लावू नये. नाही तर जागा हातची निघून जाईल. तसे मी दुकानाच्या मालकाशी बोललो आहे.

कळावे, लोभ असावा ही विनंती.

घरी सर्वांना नमस्कार.

आपला भाचा

सुदाम

त्यानं वाचलेलं पत्र खाली ठेवलं. ध्यान देऊन ऐकणाऱ्या नर्मदाला विचारलं, "आता कसं वं?"

"मी काय सांगू, बाई? तुमी आपलं ठयरवा."

वामन जेवढा खुषीनं, तेवढाच काळजीनं बोलून गेला, "नाईतरी आता इथं काई पइसच नाई उरला धंद्याले."

नवऱ्याचं नर्मदालाही पटलं, "रोजीरोटीसाठी बरं हाये... देवानं धाडल्यावानीच आलं कारडं."

"मीबी तसंच मनतो... यकडावचं नाप्पुरात बस्तान बसलं, म्हंजे मंग लागंन तं थे वावर ठेक्यानं देऊन टाकू कोनाले. तुले न् शकनीलेबी घेऊन जाता येईन मंग तिकडं."

"थ्या दूरच्या गोस्टी हायेत. पन आता जाऊन पाहाले काय हरकत हाये तुमाले?"

झालं! नर्मदानं हिरवी झंडी दाखवताच वामनच्या अंगात चैतन्य संचारलं. तो तयारीला लागला. गावात चार ठिकाणी जाऊन पैश्यांची सोय केली. दुकानातून सामान आणून त्यानं शकूनला चिवडा करायला लावला. हजामतीचे अवजारं हाताशी घेतले. तुळस नसलेल्या वृंदावनावानी बेवारस धोपटी. तो एकेका अवजाराला धार लावू लागला. नखं काढण्याचं लक्षन घासताना बोलला, "तू असं कर, जमलं तं आत्ताच कमीज-टोपी धुऊन टाक. वाळते झाल पडेपावतर. आनं हे पाह्य, जरा सावटी नीळ देजो कपड्याइले."

अवजारं घासून झाले. कपडे दोरीवर सुकत फडफडू लागले. वाळलेले कपडे थैल्यात घालून तो बाजारात आला. उत्तमचं इस्त्रीचं दुकान बंद पाहून त्यानं पानठेल्यावरच्या बशीरला विचारलं,

"कुठं गेला गा, ह्या उत्तम? दुकान काऊन बंद हाये?"

"दिवसभर बंदच राह्यते काका, त्याचं दुकान. सकाळीस खोलते फक्त दोन घन्टे."

"काऊन मनाव?"

"त्याच्यामांगं कम लफडे हैत का गा? रेती गिट्टीपासून तं इटापावतर वानावानीच्या एजंशा हैत त्याच्यापाशी. हेटीवरच्या बांधकामावर माल पुरवते नं थो."

"पन ह्या पिढीजात धंदा बंद करून?"

"काय करंन आता? घरोघरी इस्त्ऱ्या हायेत. लोकं कुठं येतेत पह्यल्यावानी? कपड्याइची धुलाई तं अजकाल बंदच झाली सप्पा."

वामन दुर्मुखल्यावानी घरी आला. धडीवर थैला ठेवत बोलला, "इचीमायमी!

आपल्यावानी वठ्ठ्याइचाबी निर्वंस झाला गावात! परत्येक गोस्टीसाठी दुसऱ्यावर अवलंबून राहाचा जमाना आला आता. गांधीबुढ्यानं सांगतलं, थे पटत नाई लोकाइले. सारं रेडीमेट काम आलं आता.''

दुसऱ्या दिवशी त्यानं पहाटवा केला. दिवस निघण्यापूर्वीच अंघोळ करून तो तयार झालेला. उशीरा उठलेल्या नर्मदानं विचारलं, ''रातभर झोपलेच नाई का वो, सप्पा?''

नऊच्या मोटारीसाठी वामननं आठ वाजताच थैला उचलला. नर्मदा अन् शकून रस्त्यापर्यंत आल्या, ''कही याऽन आता?''

''यीऽन काम ठिकान्यावर लागलं म्हंजे- चार पाच दिवसानं.''

''हे पाहा, जास्त इकडं-तिकडं हिंडू नोका. शेयरगावचं काम. आता तुमाले गवसत नाई बरोबर.''

वामन पाठमोरा झाला. मायलेकींना गहिवरल्यावानी झालं. कधी तो घर सोडून इतक्या दिवसांसाठी कुठं गेला नव्हता. त्याच्या तयारीला कालपासून हसणाऱ्या दोघीही उदास उदास झाल्या. नर्मदा एकाएकी आठवून पाठमोऱ्या नवऱ्याला म्हणाली, ''आनं बिड्या-गिड्या नोका फुक्कत जाऊ जास्त. मंग बातच ढास लागते तुमाले.''

तो बाजारात बशीरच्या पानठेल्याजवळ आला, तसा मागून कोणंतरी आवाज दिला, ''कुठं चाल्ला, काका?''

''नाप्पुरले चाल्लो बा.'' वामन मागं वळून बोलला. पानठेल्यापुढं पोरांच्या टोळक्याला पाहून त्याच्या मस्तकात तिडीक उठली. तो म्हटलं तर अभिमानानं अन् म्हटलं तर पोरांना खजील करण्याच्या हेतूनं, मुद्दाम बोलला, ''चाल्लो यका दुकानातल्या नवकरीवर.''

तो पाठमोरा होताच पाठोपाठ पोरांच्या हसण्याचा आवाज आला.

''काकाले कॉल आला वाट्टे-इंटरीवचा!''

❑

सकाळप्रहरी गावी गेलेला वामन त्याचदिवशी झालपडल्या परत आला. जाताना होता तसा येताना त्याच्या चालण्यात अजिबात उत्साह दिसत नव्हता. गोहणातून चुकलेलं ढोर पाय रखडत चालावं, तसा तो घराकडं निघाला. रस्त्यानं इकडं-तिकडं पाहात नव्हता, की कोणाशी बोलतही नव्हता... आता पश्चाताप करण्यात अर्थ नव्हता. जाऊ नये तिथं वस्तरा निघून गेला होता. त्याला दाठ्ठ्यात पाहून मायलेकींनी तोंडात बोटं घातले.

''काऊन वो, लघ्यातच आले? जमलं नाई का?''

एक नाही की दोन नाही. धडीवर थैला आदळून त्यानं तिथंच बसकन मारली.

चहाची बशी त्याच्याजवळ देताना नर्मदानं पुन्हा छेडून पाहिलं, "आता कोन्ती गाडी आली?"

हूं नाही अन् चूं नाही.

शकूननंही बापाला पाहून 'वॉव वॉव' केलं. पण त्यानं कोणाचंच ध्यानी धरलं नाही.

नवऱ्याचं काहीतरी बिनसलं आहे, हे नर्मदानं अनुभवानं ताडलं. चहा पिऊन वामननं बिडी पेटवली.

"काय मने सुदाम?"

"काय मने-आज्याचं बोडखं?" तो वैतागाच्या सुरात बोलला.

तिनं नेट धरून विचारलं, "काऊन भेटला नाई का थो घरी?"

"भेटला."

"मंग?"

"...."

"गरज नाई मने का कारागिराची?"

"कुठचं कारागीर न् कुठंच काय वं?"

"मंग? कारडं कायले पाठोलं मनाव् त्यानं?"

"म्या पाठोलंच नाई मने थो कारडं!"

"आम्माय! त्यानं नाई पाठोलं मने? तुमी दाखोलं नाई त्याले?"

"सारं दाखोलं... कारडावरचं अक्षेर माह्यं होयेच नाई मने थो."

"आरे देवा! मंग कोनं पाठोलं असंन मनाव् थे?"

"मीबी थोच इच्यार करून राह्यलो. सुदामबी मने, तुमची कोनं मजाक् केली असंन म्हून!"

"कोन असंन बाई, असा दुस्मान?... जाऊ द्या, कव्हा ना कव्हा लागंनच पत्ता."

जेवण होऊन खाटा पडल्या. सारं गाव निजलं. पण वामनला झोपच नव्हती... कोन असंन पत्र पाठोनारा? कोन असंन?... मनात एकेक तरंग उठत होता. येऊ नये तेही डोक्यात येत होतं. रात्र सरता सरत नव्हती. मनात जोजवलेल्या साऱ्याच आशांचा चुराडा झाला होता.

दुसऱ्या दिवशी सकाळीच त्यानं उमेशला घरी बोलवून खिशातलं कार्ड दाखवलं.

"तू शाळंत जानारा हाये... सांग बरं, बापू; तू वळखतं का हे अक्षेर कोनाचं होये तं?"

"अंऽऽ... वाटून राह्यलं बा, वळखीचं." उमेश बारकाईनं कार्डावरचं अक्षर न्याहाळू लागला.

"कोनाचं होये?" वामन अधीर झालेला.

"असं पानी पडल्यावानी तिरपं तिरपं अक्षर फक्त थ्या मानिकभाऊचं हाये आपल्या गावात."

"अस्सं?" वामनच्या डोक्यात एकदम उजेड पडला, "बरोबर हाये. थेच असंतीन हरामखोर! तव्हाच तं मले जाआच्यावक्ती पुन्ना पुन्ना इच्यारत होते हटकून. बदमास हायेत, साळे!"

वामन कार्ड घेऊन तरंतरं रस्त्यानं निघाला. पोटफाड्याच्या दुकानात पुढं अनायसे पोरांचा घोळका बसलेला होताच. तो त्यांच्याकडं वळला. वामनला पाहाताच माणिकला सुरसुरी आली–

"कसा काय झाला काका– कालचा इंटरीव्?"

"तुले सांगू का रे, भडव्या... कसा राह्यते तं, इंटरीव?" खिशातलं पत्र काढून तो माणिकवर तुटून पडल्यावानी झाला, "हे पत्र कोनं पाठोलं माह्या घरी?"

"मले काय मालूम, काका?" माणिकनं पत्र उगंच उलटंपालटं केलं, "तुह्या घरचे पत्र कोनं लिहिले म्हनून माहीत राह्यतेत का मले?"

विकासनं माणिकजवळच्या पत्रात तोंड खुपसत विचारलं, "ह्या तं इंटरीवचाच कॉल दिसते, काका!"

"तुले सांगू का बे, माकडा आता! नंगेहो, असं पत्र लेह्यता आनं म्हताऱ्या मानसाले टंगस टंगस करत नाप्पुरातून फिरवून आनता! लाज नाही वाटत जरासी? लेकहो, बापाच्या जागी हाओ नं मी तुमाले!"

"पन आमी कायले लिहाव् पत्र?" माणिकचा झटकण्याचा प्रयत्न, "लागंन तं गडवाभर पानी उचलतो मी."

"आबे, तू गुंडभर उचलसीन तरी भरोसा नाई माहा तुमच्यावर." वामन माणिकच्या तोंडापुढं पत्र नाचवत ओरडला, "हे असं पानी पडल्यावानी तिरपं अक्षरे दुसऱ्या कोनाचं हाये गावामंधी?"

"लवकर येऽऽ... अवजारं घासून येऽऽ... पंचीस वर्साचा अनुभव पाह्यजेन! भोसडीचे होऽऽ... तुमच्यावर तं दाहा जोडे मारून यकच मोजत गेलं पाह्यजेन!"

"पाह्य काका, असा भर चौकात जोडेगिडे नोको मारू आमाले!" माणिक पिसाळला, "नाई तं मंग माह्यावानी वाईट नाई दुसरा! हौ, सांगून ठेवतो!"

"काय करसीन रे तू, वान्नेरा? वरमाय शिनाल न् वऱ्हाड्यावर बोल!"

वामन माणिकच्या छातीशी रेटत बोलला, "काय करशीन तू?"

आता रागरंग बरोबर नसल्याचं पाहून पोटफाड्या दुकानदार मध्ये पडला. वामनचं बखोटं धरून बोलला," राहू दे नं, काका...! आता... पोराबाराइची जात समजून सोडून दे यवढ्यावक्ती!"

"सोड कसं मनतं गा, मले? आताबी दूदपेते पोरंच हायेत का हे? साजरे कर्ऽ दाढीमिशाईचे झालेत नं लगन करालायक! बरं, अजचंच हाये मनतं का त्याइचं हे? हमेशाच मांगं लागतेत, साळे! याईच्यानं थ्या धरनवाल्याइवर नाई काहाडनं होत जोर!"

❑

सागरनं सासऱ्याच्या मध्यस्थीनं दुकानासाठी कर्ज घेतलं होतं. अर्ध्या रकमेत त्यानं स्प्रिंगची लोखंडी खुर्ची, मोठा आरसा, ग्राहकांसाठी खुर्च्या, केसं वळवण्याची मशीन, हेअर डाय असं सारं सामान सासऱ्याच्या मदतीनं विकत आणलं. अर्धी रक्कम त्यानं प्रगतीच्या ब्युटीपार्लरसाठी खर्च केली. किरायाच्या राहत्या घरात प्लायवूड लावून वेगळी खोली काढली. स्टीमर, स्प्रेमशीन, रोलर रॉड, फेसिंग, वॅक्सिंगचे सामान, खुर्च्या, आरसे, वेगवेगळी मलमं अशा सगळ्या वस्तुंनी नवरा-बायकोनं पार्लर सजवलं. बाहेर 'सौंदर्य ब्युटीपार्लर' चा बोर्ड लावला.

सागरच्या सासऱ्याला प्रगती एकटीच मुलगी. लाडाकौतुकात वाढलेली. सागरकडली शेती अन् धंदा पाहून प्रगतीला दिलेलं. लग्नापासून तिच्या आई-वडिलांचं दर पंधरवड्याला तिच्या घरी जाणं येणं होतं. त्यांना पोरीची खूपच माया होती. जावयालाही कुठं ठेवू अन् कुठं नाही असं त्यांना वाटे. आज ना उद्या जावयाला आपल्याजवळ बोलावून नागपूरला धंदा टाकून देता येईल, या हेतूनं त्यांनी मुलगी दिलेली. पण सागरनं ते मनावरच घेतलं नव्हतं. सुरुवातीला प्रगतीनंही त्याचा पिच्छा पुरवलेला. पण तो तिलाही बधला नव्हता. घरजावई होऊन उपऱ्यासारखं जगणं त्याला पसंत नव्हतं. प्रगतीचं मन मात्र सदान्कदा माहेरीच घुटमळत होतं. तिची अशी माहेरची लव तुटावी म्हणूनच सागर पार्लरसाठी राजी झाला असावा.

प्रगतीचं मन खेड्यात अजिबात रमत नव्हतं. शहरात वाढलेली पोर. खेड्यातल्या जुनाट घरात सासू-सासऱ्यांच्या हाताखाली वावरणं तिला जड जात होतं. ते वेगळे निघाले हे तिला अनायसे बरंच झालं. इथं टोकणारं-बोलणारं कोणी नव्हतं. मनात येईल तसं मोकळेपणानं वागता येत होतं अन् चवीनुसार करून खाताही येत होतं. किरायाच्या घरी जाताच प्रगती बरीच बदललेली. तिच्या साडीची जागा आता गाऊननं घेतली होती. डोक्यामागील वेणीची शेपटी

'लेवलकट' मध्ये भुरभरत होती... सासू सासऱ्यांच्या दगडी घरापेक्षा इथल्या किरायाच्या खोलीची वीट केव्हाही नरम होती.

ब्युटीपार्लरचं थाटामाटात उद्‌घाटन झालं. गावात पत्रिका वाटलेल्या. प्रगतीनं तिच्या आई-वडिलांनाही बोलवून घेतलं. ओळखीच्या बाया पोरींना जमवून चहापाणी केलं. पार्लरला फुलांच्या माळा टांगल्या. हळदकुंकू आटपताच जमलेल्या बाया-बापड्या तोंडात बोटं घालत घराकडं परतल्या. संध्याकाळी घाईगर्दी संपल्यावर प्रगतीच्या वडिलांनी म्हटलं, "प्रगती, तू पार्लर लावलं खरं; पण चाललं पाह्यजे या खेडेगावात. एक तर आधीच धरणामुळं एकाचे दोन गाव झालेत इथं."

"ऊंऽऽ... नाही चाललं तरी आपलं भांडवल निघालं म्हनजे झालं, बाबा."

"त्यापेक्षा यांना तिथं नागपुरलाच लावा म्हटलं सलून," सासूबाईनंही संधी साधली, "पार्लरही चालत होतं तिथं... पण जावईबापूंनी नाही ऐकलं आमचं."

"तसं नाही. इथं बुढा-बुढी आहे. गाव कसं सोडाचं?" सागरनं त्याची बाजू मांडली.

"नाही, पण पुढं तिथं स्वतंत्र घर केल्यावर त्यांनाही बोलावून घेता आलं असतं जवळ."

"कायले? जुन्याघरीच तं त्याईले काटे रूतत होते आमचे. मग तिथं नागपूरात राह्यनार होते का ते?" प्रगतीनं मनातला सल बाहेर काढला, "हवामान तं मानवलं पाह्यजे तिथचं?"

"नाहीतरी ते इथं वेगळेच राहातात–" सासूबाईचा हेका, "तुम्ही नागपूरला असले काय अन् इथं काय."

"नाही पन इथची गोष्ट वेगळी आहे. इथं दुरून तरी लक्ष राह्यते त्याइच्यावर."

"होक्!" प्रगतीनं नाक मुरडलं, "याइचा जीव मोठा अटकला आहे बुढा-बुढीत!"

बायकोनं आपल्या ओल्या जखमंवर मीठ चोळावं, हे सागरला अजिबात आवडलं नाही. त्यानं तिला कैचीत पकडलं, "तुह्या जीव नाही का अटकून तुह्या आईबाबात?"

"माह्या नाही अटकला. मिनं तेव्हाच काढून ठेवला तुमचं बोट धरलं तेव्हा."

"म्हनूनच आठा दिवसाची मायबापाकडं जात होती का नागपूरले?"

"जाऊ द्या." प्रगतीनं पडती बाजू घेतली, "आता निकराईवर आले तुमी!"

"नाही पन मी मनतो, एवढीच माहेरची ओढ असली तं मंग लगनच नाई कराव् सप्पा्!"

❑

"झालं का वो बाई, नर्मदा?"

–बापुरावनं अंगणातूनच आवाज दिला.

"हो ऽ... झालंच हाये–" भाकर बांधणारी नर्मदा बाहेर आली, "येनं गा, दादा. बस, मी चाहा ठेवतो आनं हाक मारतो-चिंधाबाईले."

तोपर्यंत वामननंही बापुरावला गळ घातली, तसा तो मुंड्याशी टेकला. सबाकती बोलावं तसा वामनला म्हणाला, "आता तं फुरस्यदच राहात असंन."

"ऊंऽऽ रिटारच झालं आता आपलं काम." वामननं विषय बदलला... "माळवं हाये वाट्टे वावरात."

"हौ. अजकाल तुसारीवर तं नुसतं पीककर्जच फिटत नाई ब्यांकीचं. माळवं असलं म्हंजे बरं. हप्तेवारी पयसे येत राह्यतेत– मजुरी आनं हातखर्सापुरते."

"कोन्त्या वावरात केलं माळवं?"

"पान्याच्या सोयीनं इथंच हाये– नदीकाठच्या खारपटीत. पन आता थेबी अरजून नाई राह्यलं पुरेपुर."

"काऊन बा?"

"सरकारनं आमच्या खारपटीले लागूनच नवं हेटीचं गाव वसवलं. आता तिथचे लोकं आमचं माळवं परभायऱ्याच चोरून नेतेत रातचे. कालच पोतंभर गोबीचे फुलं नेले तोडून कोन्या लेह्यड्यानं."

"अजकाल लोकाईची नीती नाई राह्यली जाग्यावर. फुक्कटचं खाआले सोकावलेत सारे!"

"त्यात पुन्ना मोकाट ढोराइचाबी मोठा हैदोस लागला आमच्यामांगं. धरनाखाली पडीत जमिनी गेल्यानं जनावराइले इकडं तिकडं चरासाठी जागा उरली नाई कुठं. मंग थे सरळ घुसतेत आमच्या माळव्यामंधी. नुसतं व्हैक आनतेत मानसाले."

"कोंडवाड्यात नाई घेऊन जाव् का तुमी पकडून?"

"कोंडवाड्यात नेतो नं. पन तिथंबी साटंलोटंच हाये. ढोराइचे मालधनी चेपराशाले दहा-इस रूपाची चिरमिरी देऊन सोडून आनतेत लौक्करच. थ्या जहागिररावच्या म्हसी तं घरी सांजच्या दोहून घेते आनं चराले मोकाट सोडून देते थो. रातभर माळव्यात मोकाट चरून सक्काळीस थ्या बरोबर येतेत त्याच्या खुट्ट्यावर."

"असं करा इचीमायमी, त्याईले तुमी मोह्यप्याच्या कोंडवाड्यात घेऊन जा– टेम्पोत टाकून. तिथं मुन्शिपालटीत बरं हाये; पाचशे रूपे डिपाजीत घेतल्याशिवाय सोडतच नाईत ढोराले."

"अस्सं का बेटं! मंग आता तसंच करून पाह्यतो मी. त्याइलेबी अद्दल घडली पाह्यजेन साजरी."

चहा झाला अन् बापुराव घराकडं वळला.

जेवणरात्रीची वेळ. रातकिडे किरकिरत होते. मधूनच घुबडांचं घुत्कारणं कानी येत होतं. थोडी थोडी थंडी जाणवू लागली होती. वावराशेतातून आलेले जेवणखाण आटोपून आडवे झालेले. दर्ग्याच्या जोत्यावर मोहल्ल्यातले नवथळ आपापल्या सोयीनं टोळकं करून गप्पात रंगलेले होते. महादेवाच्या पारावर पोरा-सोरांचा जुव्वा भरला होता. नदीकाठानं पुलाकडल्या बाजूला कुत्रे भुंकत होते. रवंथ करणाऱ्या जनावरांच्या गळ्यातले घाटरं टणटणत होते.

"अरेऽऽ कोनी हायेऽ का रे ऽ बाहीरऽऽ? लौक्कर याऽऽ इकडंऽऽऽ!"

एकाएकी चिंधाईच्या खोलीच्या रूखानं आवाज आला. दर्ग्यापुढं बसलेले पोरं पटंपटं उड्या मारून तिच्या घराजवळ आले. मदनमास्तरनंही त्याचा दरवाजा उघडून बिळातल्या खेकड्यावानी तेवढ्यापुरतं घराबाहेर डोकावून घेतलं. वामन सातरीतून उठून रस्त्यावर आला, 'काय झालं, काय झालं?' असा एकच गलका झाला.

"आरेऽ इकडं या रेऽ" चिंधाईच्या तोंडून शब्दही फुटत नव्हता, "थो बाबल्लीचा बसून हाये चुलीमंधीऽ हाकलतो तरी हटूनच नाई राह्यला जाग्यावून."

बंडीच्या उभाऱ्या हातात धरून पोरं चिंधाईच्या खोलीत शिरले, "कुठं हाये थो?"

"चूल फोडा रे थे. नाई तं मांगच्यावानी अंखीन काजळ भरंन आपल्या डोळ्यात."

"नाई रेऽ... चूल नोका फोडू बाप्पाऽ!" ती काकुळतीनं बोलली, "मंग माह्याकडून घालनं नाई होनार पुन्ना."

पोरं बिथरले. आणखी कालवा करू लागले. कोणतरी उल्ह्यात काडी खुपसली, तसी जनावरानं बाहेर झेप घेतली. बेसावध पोरांना चकमा देऊन उठून पळालं. डोळ्याची पापणी लवते, न लवते तोच मधल्या कुडाच्या फटीतून ते मदनमास्तरच्या घरात शिरलं. आतापर्यंत सामसूम असलेल्या त्याच्या घरातून मास्तर अन् सविता दोघंही पोरांना हाका मारू लागले, "आरेऽ इकडं या रे पोरांनोऽ... या, इकडं आला तो."

चिंधाईही पोरांना विणवू लागली, "थो त्याकाठं गेला रे बापूऽऽ... जा रेऽ दादाऽऽ... त्याकाठं लहान लहान पोरं हायेत मास्तरचेऽऽ... जा मांऽऽ"

पोरं मास्तरच्या घरात शिरले. गॅसच्या ओट्याखाली जनावर दडून बसलं होतं. मिलीमिली डोळ्यांनी गर्दीकडं पाहात होतं. पोरं ओट्याखालच्या अंधारात काडीनं त्याला चाचपत होते. एकाएकी बाहेरून आलेला उकंडीबुढा "कुठं हाये, कुठं हाये?' करत गर्दीत शिरला. हातातली फरशी पुढं पुढं नाचवू लागला,

"कुठाय रे थो? चाला, व्हा बाजूले. अऽ य सरक बरं, पाहू दे मले!"

"वा! फरशी आनली तुही, हे बेस्ट झालं. चालू द्या," बोलता बोलताच मदनमास्तर बाजूला झाला.

उकंडीनं हातातली फरशी तोल तोल केली अन् जोरानं ओट्याखाली मारली.

मास्तर दुरूनच पुटपुटला, "वा, ऑलराईट!"

बुढ्यानं फरशी कुठं मारली, हे लक्षात येताच सविता तळमळून म्हणाली, "आरे अरेऽ गॅसची नळी आहे ती."

"इचीबहीन! नळी होये का?... धावपळीत थे सरपावानीच दिसली मले हिर्वीहिर्वी!"

"आगाऽ बुढाऽऽ सरप नाई, मसन्याऊद निघाला घरात!"

"असं का बेटे? मले कानानं आयकु नाई येत साजरं!"

उकंडीला मागं हटवून उमेशनं नेम धरत मसन्याऊदावर रट्टा कसला. पहिल्याच तडाख्याला जनावर तळमळलं. पवित्रा धरून गुरगुरलं. तोपर्यंत दुसरा रट्टा विकासनं मारला. पण तो पायावर निसटता बसल्यानं मसन्याऊद उभा उसळला. तेवढ्यात मोरबानं घाई केली म्हणून बरं, तडाखा ऐन त्याच्या मस्तकावर टपकला. जनावर जागीच अनमान्या आलं. विचित्र आवाज काढत गोल गोल फिरू लागलं. त्याच्या डोळ्याचे बारीक मणी लुकलुकू लागले. जीभ बाहेर आली अन् त्यानं भुईवर मान टाकली.

मसन्याउदाची हालचाल मंदावली तसा पोरांना आणखीच ताव चढला. त्याच्यावर रट्ट्यांमागून रट्टे पडू लागले. हातातल्या उभाऱ्या लचकून मोडू लागल्या. आतापर्यंत पुढं जाण्यासाठी कचरणारेही मेलेल्या जनावरावर जोर काढू लागले. एकेका तडाख्यागणिक मदनमास्तर उजवं बोट उंचावून 'ठीक! व्हेरी गुड! ऑलराईट!' असं शाळंतल्या सवयीनुसार पुटपुटत होता.

"राहू द्या रे आता... लय झालं मारनं. त्याचा आता उसावानी रस काह्डान का घरात?"

उकंडीनं पोरांना दटावताच पोरं थांबले. दोन पाय धरून बाहेर आणलेल्या मसन्याउदाचं प्रदर्शन सुरू झालं. सेवकरामनं त्याचं मत मांडलं, "हे नदी भरल्यापासून इचीपित्तर लयच जनावरं दिसून राह्यलेत-यवढ्यामंधी. कालच ह्या गंग्याच्या ढोलीखाली चांगला असा असा डोम्या मारला."

सेवकरामचंही खरंच होतं. आजूबाजूला दलदल वाढलेली. बरीच जमीन पाण्याखाली गेल्यामुळं तिथं राहाणारे उंदीर, घुशी, साप, हिरवे वासे, पानसरप, खेकडे यांचा नदीकाठच्या घरांना उपद्रव वाढला होता. हिरवे साप तर बेडकं दिसावेत तसे जागोजागी आढळत होते. भिंतीच्या पुस्त्यांशी, वृंदावनाजवळ,

न्हाणीच्या कुडाशी तर कधी चुलीपर्यंतही त्यांचा वावर वाढला होता. नदीकाठची वस्ती हटवल्यामुळं त्यांना खेळायला रान मोकळं झालेलं. रात्री बेरात्री परसाकडं लागली, तरी जाणाऱ्यांचा जीव खालीवर होत होता. मसन्याउदाकडं पाहात कन्यालाल बोलला–

"बॉपरे! लय मोठा राह्यते वाट्टे मसन्याउद. आफन पाह्यलाच न्हौता अद्याप."

माणिक हलक्यानंच पुटपुटला, "हौ, बरोबर आहे. एकमेकाईचे जातभाईच तुमी! कसे पाहान तोंड?"

उमेशनं संधी साधली, "पाहा नं आता, तुमी वॉर्डमेंबर आहे. नदीकाठी लायटं लावाची सोय करा."

मांगंच लावत होतो रे, लायटं. पन ट्युबलाईट कमी पडत होते पंचायतीत. मनलं, नवा कोटा आला म्हनजे लावून टाकू एकासोयीचे."

"आता तुमचा थो 'कोटा' येईपर्यंत दहा-पाच मयताच्या दसव्याचा गोटा शिरू देता का ह्या नदीत?"

"नाई गा," कन्यालालनं मदनमास्तरच्या बायकोकडं पाहिलं, "काजीऽ सवितावैनी, मांगं तुमच्याजवळ ट्युबलायटाची गोष्ट काह्‌डली होती कनाई म्या?"

सवितानं नुसतीच मान हलवली तसी बजरंग पवारानं संधी साधली–

"तुमच्या इकासाच्या साऱ्या गोस्टी का गावातल्या ह्या वैन्याइजौळच चालतेत का गा? मह्यन्याभऱ्यापासून कोनं थो दर्ग्यावरचा लाईट नेला चोरून, थो नाई लावला अद्याप? चवकसी तं दूरच हाये चोराची!"

पोरांसोबतच मोठी माणसंही कन्यालालला धारेवर धरू लागली. तसा त्यानं तिथून काढता पाय घेतला. हलकेच घराकडं पसार झाला. पाहाणारे जराभर बडबडले. आजचा दिवस तर सरला, उद्याचं उद्या पाहू म्हणत झोपी गेले!

❑

।। पाच ।।

आषाढी सरली अन् पुन्हा पावसाला सुरुवात झाली. पाण्यानं अवघा गावशिवार चेचून काढला. चार दिवस कोणी चिटपाखरू घराबाहेर पडलं नाही. लोटा घेऊन बाहेर जाण्याचीही सोय उरली नाही. दुसऱ्या दिवशी पाण्याचा थेंब जरा खंडल्यासारखा झाला. मातीच्या पेंडावानी घरादारात बसलेलं सावेगाव रस्त्यावर डोकावू लागलं. कोणी नदीकाठानं तर कोणी शेतीवाडीकडं चक्कर मारून आलं.

बांध पूर्ण झाल्यावरचा हा दुसरा पावसाळा. मृगाच्या पाण्यानं चांगलाच ढोल बडवलेला. आर्द्राही गर्जत गडगडत आल्या. 'आल्या अडदडा अन् भरल्या गडदडा' असं बुजरूकांचं म्हणणं. वर्षभर तुंडुबलेली आमनदी आणखी फुगून तिकडं बुडक्याच्या डोहापर्यंत तुंबत गेली. शिवारात जाणाऱ्या गाववाटा नाकातोंडात पाणी गेल्यावानी बुजून गेल्या. नदीलगतच्या झाडांभोवती पाणी खिळलं. वर्षभर पाण्यात सडून वठलेल्या खोडांची पाळंमुळं धारेच्या ओढीमुळं खिळखिळी होऊ लागली. नदीकाठापासून चऱ्हाडभर अंतरावर असलेल्या चिंचेला आता नदीचं पात्र टेकलं होतं. दर्ग्याच्या खालच्या बाजूकडून गावशिवारातून मरकसूरकडे निघणाऱ्या वाटेवर पिढ्यान् पिढ्यापासून चिंच आपली सावली ढाळत उभी होती. तिकडं जाणारा येणारा वाटसरू घटकाभर चिंचेखाली बसे. बिडीतंबाखू होई. कोणी संगतीला असला तर चार-दोन गोष्टीही निघत. पावसाळ्यात चिंचेला बहर येई. गुढीपाडव्यापर्यंत गाभुळणाऱ्या चिंचा तोडण्यासाठी पोरासोरांची झाडावर एकच झुंबड उठे. नेहमी अंगाखांद्यावर लेकरं खेळवणारं चिंचेचं झाड सभोवती पाणी खिळल्यामुळं कावीळ झाल्यावानी पिवळंसट पडत चाललं होतं. बुडातल्या खोडाला खोदरे पडू लागले होते.

अर्धा दिवस पावसानं उघाड दिली अन् आवतण दिल्यावानी तो पुन्हा सुरू झाला. झडींमागून झडी. थेंबांची नुसती फुलझडी. दाट्ठ्याबाहेर डोकावू लागलेलं गाव पुन्हा घरात गुडुपलं. चुलीत काड्या सरकवत बसून राहिलं. हात पाय शेकताना जुन्या आठवणी उगाळू लागलं.

आधी असं नव्हतं. चार-पाचशे घरांचं हे गाव बिळातल्या बेडकावानी हातपाय गुंडाळून एका जागी आटकुळलेलं. कधी कुर नाही अन् बुर नाही. गावात दोन पक्ष. दोन्हीही, नांदणारीला पळ म्हणणारे अन् पळणारीला नांदायला लावणारे! जहागिररावच्या खांद्यावर एका आमदाराच्या गटाची धुरा होती, तर हुकूमसेठ दुसऱ्या झेडपीच्या नेत्याचा गट चालवत होता. तसं पाहिलं तर आमदार अन् झेडपीचा नेता दोघंही कॉंग्रेसचेच. पण ते हवा पाहून तिवा मांडत होते. मात्र सावेगावातल्या दोन्ही गटांमधून अजिबात विस्तव जात नव्हता.

या गरीब अन् अनाथ गावावर सरकारचं लक्ष खिळलं. दहा-पाच सर्व्हे होऊन सावेगावाच्या लवणाकडच्या बाजूला तलाव मंजूर झाला. झोपेचं सोंग घेतलेलं गाव तलावाच्या पाणचट हवेनं एकाएकी खडबडलं. गाव उठणार असल्याचं ज्याच्या-त्याच्या तोंडी खेळू लागलं. मरणाला टेकलेल्या माणसांकडं शेवटचं पाहून घ्यावं, तसा जो तो राहत्या घराकडं पाहू लागला.

गावापल्याड मैलभऱ्यावर माथ्याकडच्या भागात ग्रामपंचायतीनं प्लॉट पाडून गावकऱ्यांसाठी स्वस्तात विक्रीस काढले. ज्यांची कुवत होती ते राजकारणी आणि कार्यकर्ते, घरातल्या लहान-मोठ्यांचे वेगवेगळे सात बारा दाखवून प्रत्येकाच्या नावानं स्वतंत्र प्लॉट खरीदू लागले. उठावं लागणार म्हणून सावेगावाला घरादारांची, जमिनीची चिंता लागलेली. मोठमोठ्या पिढीजात घरांचा एवढा लाकूडफाटा अन् इमला कसा अन् कुठं हलवणार म्हणून जो तो काळजी करू लागला. जहागिररावच्या सत्ताधारी पक्षानं कंबर कसली. आमदार मंत्र्यांना गाठून गावाचं पुनर्वसन रद्द करण्यासाठी ते धडपडू लागले. मंत्र्यांच्या दडपणामुळं अधिकाऱ्यांनी बांधाची उंची मिटरभर घटवली. पण बांध घटवूनही अर्ध गाव धोक्याच्या पातळीखालीच येणार असं दिसू लागलं.. नदीकाठच्या घरांचे पुनर्वसन मंजूर होऊन त्याचे कागदी घोडे एका टेबलावरून दुसऱ्या टेबलावर नाचू लागले. मधूनच फायलींच्या वाकळीत गाढ झोपी गेले.

एका गावाचे वाळकावानी दोन तुकडे होणार म्हणून हुकूमसेठ-इस्माइलच्या दुसऱ्या पक्षाने अर्धवट पुनर्वसन थांबवण्यासाठी जिल्ह्यात सारी इल्लत पणाला लावली. पुनर्वसनाचे झोपलेले घोडे जागे झाले. दहा-पंधरा सर्व्हे करत पुन्हा नदीभोवती अन् गावभर हिंडू लागले. मिटिंगा गाजल्या अन् वाजल्या. अवघ्या गावाचं दही घुसळूनही काहीच लोणी हाती लागलं नाही.

मध्ये एक वर्ष उलटलं. धरणाच्या बांधाचं काम सुरू झालं. आपल्याला काय त्याचं, म्हणत सावेगाव पुन्हा झोपी गेलं. दिवसेंदिवस अवघं गाव महारोग्यावानी खंगत चाललं. घरांच्या भिंतीवरचं मास गळून आतले दगडी हाडं उघडे पडू लागले. छप्परं खचून खंडारे झाले. कोणी परिपाहुणा आला

म्हणजे घरादारांचा हा अवतार पाहून तोंडात बोटं घाली, "का हो, सोयरे होऽ... काऊन असी घराची दुर्दशा?"

गावाच्या पुनर्वसनाचं काहीच निदान लागत नव्हतं. नेत्यांची तोंडं शिवल्यावानी झालेली. अधिकाऱ्यांपैकीही कोणीच बोलायला तयार नव्हतं. जो-तो आपापल्यापुरतं पाहू लागला. जहागिरदावांसारख्या काही हुशार लोकांनी नदीकाठच्या आपल्या पडीक जमिनीत संत्र्यांचे बगीचे लावले. जिथं धड गवतही उगवत नाही अशा ठिकाणी संत्र्या-मोसंब्यांची कलमं जागा अडवून बसली. पुनर्वसनात फळझाडांना भरपूर पैसा मिळणार म्हणून राजकारणी लोक असे नाना देखावे उभारू लागले. बापुरावसारख्या साध्याभोळ्या शेतकऱ्यांना मात्र कशाचाच अंदाज लागत नव्हता. ते आपापल्या रोजीरोटीतच गुंतून होते.

घरतवाड्यासारख्या आजूबाजूच्या प्रकल्पग्रस्त गावांनी धरणग्रस्तांची समिती उभारली. त्यांनी सावेगावच्या पुढाऱ्यांनाही समितीवर येण्याची गळ घातली. पण समितीचा अध्यक्ष होण्याची इथल्या ज्या त्या पुढाऱ्याची जबर इच्छा. अध्यक्षपदी डाळ शिजली नाही म्हणून सावेगावचे पुढारी समितीवर गेले नाहीत. इच्छूक गावकऱ्यांच्या मनात त्यांनी समिती विषयी काही बाही भरवून लोकांनाही जाऊ दिलं नाही. त्यामुळं अनायसेच बाजूचं घरतवाडा हेच धरणग्रस्तांच्या समितीचं केंद्र झालं. जमिनीचा चालू दरानं मोबदला मिळावा म्हणून समितीनं झेडपीवर मोर्चे नेले. घसा फाटेतोवर जाहीर सभा घेतल्या. पत्रकं-पावत्या वाटल्या. चर्चा रंगू लागल्या. पण सावेगाव झोपलं ते झोपलंच. देरे हरी, पलंगावरी; असा त्याचा खाक्या. घरतवाड्याची फक्त शेतीच धरणात जाणार होती. तिथले घरं प्रकल्पबाधित नसल्यामुळं अर्थातच समितीच्या मागण्या घरा-रस्त्यांच्या बाबत नव्हत्या. तरीही सावेगावात आलेला एखादा बाजूचा गावकरी म्हणे, "चालता का, कन्यालालजी? मोर्चा चाल्ला अज झेडपीवर."

"तूच जा– तुले रिक्कामपन असंन तं... माह्या वावरात बाया आहेत सौंगाले."

मर मर मरे, त्याचं पिंडाले पुरे, असं ज्याचं त्याचं धोरण! घरतवाड्याच्या समितीनं केलेल्या उठाठेवींचा फायदा सावेगावालाही झाला. शेजाऱ्याच्या हातानं विंचू मेला!... पण अंगात भिनलेल्या विषाचं काय? मोजता येणार नाही एवढा शेतजमिनीचा पैसा पहिल्यांदाच गावातील पुनर्वसितांच्या हातात आला. कुठं ठेवू अन् कुठं नाही, असं झालं. कोणं जीप घेतली, कोणं ट्रॅक्टर आणला. कोणी आपलं पैश्याचं डबोलं बँकेत नेऊन ठेवलं. पण भाकरीची भूक साखरीनं जात नाही. मूठभर गावात आंजुळभर टेम्पो झाले. एकानं घेतलं तेच दुसराही हटकून घेऊ लागला. सवाऱ्या मिळणार नाहीत एवढ्या जीपगाड्या गल्लीगोदरीत

उभ्या राहू लागल्या. गावात घरोघरी ड्रायव्हर तयार झाले. उठला-सुटला कोणीही स्टेअरिंगवर जाऊन बसे. ठेल्यावर पानाला चुना लावणारे पोरं आता हायवेवर गाड्या पळवू लागले. कोळशीनं काळवंडलेल्या संत्राबागांकडं दुर्लक्ष करून बागायतदार सुद्धा घरच्या टेम्पो-ट्रॅक्टरला धुण्या-पुसण्यात रमून गेले. काही लाळघोट्या लोकांनी साहेबांचे खिसे भरून आपला शंभर संत्राझाडांचा तुकडा कागदोपत्री दोनशेंचा करून घेतला. लहान पाठ्या झाडांचं वय कागदावर वाढून ते एकाएकी मोठे खोडवे झाले. पुनर्वसनाच्या अशा पैश्यानं घरात सुबत्ता आली अन् धरणग्रस्तांच्या बायकांचं वय आपसूक कमी झालं! उठलेलं सावेगाव तात्पुरतं गब्बर झालं खरं, पण रोजमजुरांची शिल्लक गाडग्या मडक्यातच राहिली. सुती कमीज जाऊन टेरीकॉटची अंगावर आली, पण पाठीवरचं ठिगळ काही गेलं नाही.

पुनर्वसनाचा मिळणारा भरमसाठ पैसा पाहून हुकूमसेठच्या सुस्तावलेल्या पक्षाच्या तोंडाला पाणी सुटलं. ते पुन्हा नव्या जोमानं झेडपीच्या नेत्यामागं संपूर्ण गावाच्या पुनर्वसनाचा हेका धरू लागले. जहागिररावच्या पार्टीला शिव्या देत गावकऱ्यांना आपल्या बाजूला वळवू लागले. पण सावेगावच्या शेतीची अन् वस्तीचीही पंचाहत्तर टक्यांपेक्षा कमी जमीन पाण्याखाली असल्यामुळं अधिकारी संपूर्ण पुनर्वसनाला नकार देऊ लागले.

त्यावर्षी असंच एकसारखं पाणी पडलं. तिसऱ्या दिवशी अवघं सावेगाव बुडापासून ढवळलं. मोवाड गाव वाहून गेल्याच्या बातमीचं बोरकूट साऱ्या गावानं कुटून काढलं. ज्याच्या-त्याच्या तोंडी तोच विषय. सकाळी मिळंल त्या वाहनानं गावकरी मोवाडच्या भेटीला गेले. पूरपीडितांच्या पंगतीत पोटभर जेवून ढेकर देत गावाकडं परतले. बाया-बापड्या मोवाडचे हाल ऐकून हळहळल्या–

"काय इपरीत मनाव्, माय! काय मनत असतीन थ्या मोवाडातल्या लोकाइचे जीव?"

"आवोऽ लगन होऊन पह्यल्या अखाडीले माहेरी आलेल्या मोवाडातल्या लेकीबाळीबी पुरानं वाह्यल्यात मन्तेत, बाई. पोलीसाइनं त्याइच्या आंगावरचे भांडेकुंडे तं लुटलेच पन मेल्या पोरीबी भोगल्यात बाबल्लीच्याइनं!"

"यक दिवस आपल्याबी गावाचं असंच होनार हाये– मोवाडावानी."

"पन मी मन्तो, यवढं अभिन्न आल्यावरबी कलेक्टरासारके सरकारी मानसं झोपंतच राह्यतेत का मनाव्?"

तेरवीचं जेवेपर्यंत मेलेल्याची आठवण. तसंच मोवाडचंही झालं. चार दिवस मोवाडला चघळून सावेगाव पुन्हा आपल्या येवंचाळीत गुरफटून गेलं. भिंतीवरच्या पंचांगांचे पानं भरभर उलटत गेले. पाहाता पाहाता एक-दोन पंचांग जुने झाले...

पण असा पाऊस पडला म्हणजे धरणामुळं भेदरलेली आमनदी सावेगावाच्या कुशीशी बिलंगून दडे, तेव्हा मात्र मनातलं मोवाड काळजाबाहेर येत असे.

...आताही तसंच झालं होतं. दोन दिवस सतत चाललेल्या पावसानं आमनदी बावचळल्यावानी झाली होती. तिन्ही बाजूनं गावाला धडका देत पाणी वाहात होतं. नदीला न सांभाळणारा पूर चवथ्या बाजूनं नदीची धाटी फोडून धावू लागला होता. पुलाच्या दोन्ही भागाचं काम अद्याप अधुरंच होतं. जुन्या गावाचं बेट झालेलं. सारा संपर्कच तुटला होता. हेटीवर राहणाऱ्या गावपुढाऱ्यांना खालच्या गावाच्या जगण्या-मरण्याशी काहीच देणं घेणं नव्हतं. विहिरीत पडलेल्या जनावराकडं काठावरच्यानं निर्विकार नजरंनं पाहावं, तसे अवघे जुन्या गावाकडं पाहात होते. हेटीवरच्या रहिवाशांना चारही दिशा मोकळ्या होत्या. जुनं गाव मात्र मनातून पुरतं धास्तावलं होतं.

तिसऱ्या प्रहरी गावाच्या मोकळ्या बाजूनं वाहाणारं नदीच्या धाटीचं पाणी उतरू लागलं. घराबाहेर पडलेले सभोवताल पाण्याचा अंदाज घेऊ लागले. दिवस सरताना दवंडीवाला ढोल घेऊन गावभर फिरला, "हाँऽऽऽऽ लक्षाऽत असू द्याऽऽऽ नदीकाठच्या सरवं रहिवाशांना सुचित कळविन्यात येते की,ऽऽ नदीकाठची घरं मोठ्या पुरामुळं वाहून जानेची जोरदार श्येक्यता हायेऽऽ... तरी सरवांनी सावधान असावे रेऽऽ गडे होऽऽऽऽ! तसेच नदीकाठच्या सरवं लोकांनी हेटीवरील दवाखान्याच्या धरमशाळेत महत्त्वाच्या सामानासहीत लवकर निघावेऽ रेऽऽ गडे होऽऽऽऽऽ!"

❑

लाटांमागून लाटा. त्यात गरगरणाऱ्या भोवऱ्याचा झपाटा. जिकडं-तिकडं गढूळ पाणी अन् पांढुरका फेस. एवढीशी नदी, पण आता नजरंत मावत नव्हती. पाण्याचा तर काही थांगच लागत नव्हता. कुठून कुठून जमा झालं होतं एवढं पाणी, देव जाणे? पुराचं रोंघावणं. सपाट्यात सापडंल ते ते घेऊन पळणं! नर्मदाच्या मनात कालवाकालव झाली. कपाळावर हाताचा आडोसा धरून ती आभाळाकडं पाहू लागली, "ये, मुर्द्या! जव्हा गरज नाई तव्हा अलबत येसीन हटखोरावानी! आमाले इथून बाड-बिस्तरा गुंडाळाले लावजो, मनजे झालं!"

सपरीत वाकळ शिवणाऱ्या शकूननं 'वाँव वाँव' केलं तसी ती मागं वळली. वाकळीत दोरा चालवू लागली. घरभर ओल. अवघी भुई पाण्याच्या शिंतोड्यांनी नरम झालेली. कुठं म्हणून पाय पसरण्याची सोय राहिली नव्हती. आभाळच फाटलं जसं. आभाळानं आपल्याबरोबर तिचं मनही असंच आत बाहेर उसवून टाकलेलं... फाटकी वाकळ ठिगळं लावून जोडता येईन. पण हे फाटलेलं

आभाळ अन् मन! त्याले जोडण्यासाठी अद्याप एकबी ठिगळ गवसलं नव्हतं कोनालेच. कालपासून तर ह्या पाण्यानं कहरच केलेला. जरा म्हणून त्याचा डोळा उघडत नव्हता. बेलदारानं भिजवलेल्या गाऱ्यावानी ज्याची त्याची अवस्था. वरून पखालीच्या पाण्याची धार अन् खालून हल्ल्याच्या पायाचं तुडवणं. जीव कसा सादळून गेला होता!... पाण्याचा शिरवा आणखी दाट झाला. वळणीला धारा सांभाळत नव्हत्या. अंगणात तळं साचलेलं. तिचं मन हुळहुळं झालं. वाकळीतून पार उडून गेलं. पुन्हा वळणीखाली येऊन ती नदीचं पाणी न्याहाळू लागली.

रोंघावणारा पूर कानाला बधीर करून सोडत होता. पाणी चढावर होतं. एकसारखं उसळ्या मारताना नदीच्या पात्राला अजिबात जुमानत नव्हतं. पुराची थोप दूरपर्यंत सर्रऽऽ सर्रऽऽ करत अंगणाच्या जोत्याशी येऊन भिडत होती. काडीकैचण बाजूला आणून टाकत होती. पुराच्या घोंगावण्यात शिरव्याचा आवाज मिसळलेला. अवघ्यांच्या काळजात भिनून गेला होता. नर्मदानं आवाज दिला–

"इकडं या वोऽऽ पानी पाहा, आपल्या बांधीपावतर टेकत आलं."

सपरीतल्या कोपऱ्यात कुत्र्यावानी पाय पोटाशी घेऊन बसलेला वामन जरा चुळबुळला. ओलीमुळं बधिरलेले पाय भुईवर दचडत बोलला, "काय अभिन्न दाखोनं लावलं- ह्या पान्यानं!"

"इकडं तं याऽऽ... पूर पाहा केवढा चाल्ला नदीले!"

तो वळणीखाली येऊन पुराकडं केविल्यावाण्या नजरंनं पाहू लागला, "अवंदावानी पूर नाई पाह्यला बा– ह्या लय वर्सात. इळा ठेवला का अंगनात?"

नर्मदा मागं फिरली, तसं त्यानं दबक्या सुरात विचारलं, "जरासा गुळाचा खडा हाये का डब्ब्यात? लमचे ह्या थंडीनं काटेच आलेत आंगाले."

घरात जाऊन ती चहागूळाच्या डब्यांशी खाडखूड करू लागली. चराळीनं आणखीच जोर धरला. धुवांधार पाणी कवलांत मावत नव्हतं. गीचमीड भुईला पेलवत नव्हतं. कवलांना पाझर फुटलेला. त्याचे काळे पिवळे आसवं जागोजागी ठिबकत होते. सपरीत धार. चुलीवरही धार. कुठं कुठं म्हणून बंदोबस्ती करावी? तिनं घरातून आवाज दिला, "जरा थ्या कोठ्यात जाऊन पाहा मन्तो मी. कोन्यासकाळपासून बिचारी थे सुंद्री आनं वासरू अकडले असतीन."

वामन गोठ्यात गेला. सगळीकडं हिरव्या शेणाचा नुसता काला झाला होता. पावसाळ्यात उगवलेलं हिरवं कोवळं गवत खाऊन जनावरं नुसतेच हिरव्या पातळ शेणाचे पोवटे टाकत. बांधोडीवर नुसताच शेणामुताचा राडा होई. पाय ठेवण्यासाठी म्हणून जागा शिल्लक नव्हती. सुंद्री अन् वासरू चारापाण्यावाचून बांधल्या जागीच दावणीशी अंग चोरून बसलेले. पावसामुळं

हिरवा चाराही आणणं जमलं नव्हतं. त्यानं मूठ मूठ कुटार ढोरांपुढं टाकलं. चहाच्या आशेनं झापी लोटून परतला. त्याच्याकडं पाहात सुंद्री जोरजोरानं हंबरू लागली. सुसाट वारा सुटला. पुरावानीच भुईशी टकरा घेऊ लागला. चराळीचा आडवा-तिडवा मारा न्हाणीचा कूड गदंगदं हलवत होता. एकाएकी भडंभडं वाजलं. नर्मदा हातचं काम सोडून लगबगीनं बाहेर आली–

"कायचा होये वो, अवाज झाला यवढा?"

"थे पाह्य, टिना पडल्या उम्पाच्या कोठ्यावरच्या!"

"आवो, माऽय! सारं धुवून नेते आता ह्या कमिनबच्या! विदवंस कराचा हाये नं त्याले!"

"कायचं वाहान हाये मनाव् ह्या नक्षत्राले?"

"कांजीनं ब्वा. मेंडकीचं असंन बहुतकरून इथं कोनाले समजते- पंचांग?"

"कोनतंबी असो थे. पन पानी खंडला पाह्यजेन आतातरी." तिनं ओसरीतच बसकण मारली, "थो चहा उकळला असंन तं घेऊन टाका."

तिचे डोळे घराच्या बांधीकडं खिळून राहिले. थोपेचं पाणी बांधीच्या जोत्याशी चढून बसलं होतं. तिकडं रस्त्याकाठच्या आंजनाला पुरानं भोवताल घेरलेलं. पाण्याची धार त्याच्या खोडाशी टकरत होती. झाडाला अडणारं पाणी उसळ्या मारून त्याला खलंखलं हलवत होतं. दावं तोडून हुंदडणाऱ्या नाठाळ ढोरावानी आमनदी मोकाट सुटली होती. एरवी हीच नदी जिवाला आसरा होती. उठलं-सुटलं कोणीही, केव्हाही गेलं तरी पोटच्या लेकरावानी त्याला उरीपोटी वागवत असे. सकाळी उठलं की हाती लोटा घेऊन तिचंच दर्शन. तिकडून परततानाही तोंड खळबळणं तिच्यातच होई. चातुर्मासाच्या आंघोळी तिच्याच कुशीत. अवघी घाण बिनबोभाट पचवून घेत होती. ढोरं-वासरं, हागायला बसणारे माणसं पोरं, महादेवाहून परतणारे भगत, साऱ्यांचीच वर्दळ नदीकाठी असे. तिनं कोणाला म्हणून दगा फटका केला नव्हता आजवर. पण आता तिच्या पायात धरणाचं लोढणं घातल्यापासून तिचा स्वत:वरचाच ताबा सुटत चाललेला... ऋषीला कूळ अन् नदीला मूळ नाही हेच खरं! चार-सहा पोरांचा जमाव वामनच्या घराजवळ पूर पाहण्यासाठी आलेला.

"तिकडं धरनाच्या बांधावरून मस्त पानी वाहून राह्यलं, काका धबधब्यावानी!"

"इकडंबी पानी चढावर हाये लेकाऽऽ! हे पाह्य, पयले इथं होतं, आता इथं टेकलं."

घरात बसल्या बसल्याच दिवस कलला. पावसाचा जोर जरा कमी झाला. घासाचं वरणं सरल्यानंतर पीठगिरणीतून नुसतंच भुरूभुरू पीठ गळावं, तसा पाण्याचा बारीक कोंडा आभाळातून गळत राहिला. पावसाच्या थांबलेल्या आवाजानं

पुराचं घोंगावणं जास्तच गडद जाणवू लागलं. आतापर्यंत घरादारात गुडूपलेलं गाव नदीच्या पेंडावर गर्दी करू लागलं. पोरांपासून तर म्हाताऱ्यांपर्यंत सारे घोंगश्या छत्र्या घेऊन वामन अन् चिंधाईच्या अंगणात जमा होऊ लागले. गावातल्या हौशी आया-बायांनीही अंगणात कालवा केला, "आम्माय! यवढा पूर आला तरी वाकळच शिवतं का वो, नर्बदे?"

"काय करू, बाई? थ्या पान्याले लागलं पिसं!... त्याच्यासाठी कामं सोडाव् का आपले?"

नर्मदा बोलावं म्हणून बोलली खरी, पण तिचं मन काही शिवण्यात रमलं नाही. चित्तच नव्हतं जाग्यावर. मन सारखं पुराकडं ओढ घेत होतं. चामट वाकळीत सुई चालत नव्हती. आभाळामुळं चहूकडं अंधारून आलेलं. तिनं शकूनला वाकळ गुंडाळण्याचा इशारा केला. चहा पिऊन हुरूपलेला वामन अंगणातल्या गर्दीत मिसळून गेलेला. नर्मदाला आता सपरीतूनच पुराचं पाणी दिसत होतं. डोळ्यात न मावणारा नदीचा पूर. तिच्या चेहऱ्यावरचं पाणीही पुरानं आपल्यात सामावून घेतलेलं. बांधीलगतच्या पाण्याकाठी कोण्या पोरानं तुऱ्हाटीची काडी टोचून ठेवली होती. गर्दीच्या नजरा पुराच्या लाटांवर हेलकावे खात होत्या. तिचं काळीज पुराच्या पाण्याबरोबर पोहणी लागलं होतं. पूर अन् घर. घर अन् पूर... एवढचं तिच्या मनात घोळत राहिलं.

"अरे बा, तुमी दोघंबी आता असेच गुमसुम राहान का काई सामान-सुमान बांधाची येवस्था करान?" बापुराव माळी अंगणातल्या गर्दीतून वाट काढत नर्मदाजवळ आला, "थे पानी पाह्य बरं, किती झपाट्यानं वाहूडून राह्यलं पुराचं?"

कसातरी उसणा धीर गोळा करणारं तिचं मन पाण्यातल्या बुडबुड्यावानी एकदम विरून गेलं. घर सोडण्याची कल्पनाच काळजाला चटका देऊन गेली, "अं...? सामान काह्डा लागंन मन्ता?"

बाहेरचा गलका आणखी वाढला. "आर्रे आर्रेऽऽ थे पाहा, आज्जनाचं खोड गंडवलं पुरानं!"

अवघ्यांच्या नजरा पुरातल्या आंजनावर खिळलेल्या. नर्मदा लगबगीनं अंगणात आली. आतापर्यंत मुळापासून हादरणारा आंजन पुरानं भुईसपाट केलेला. थेट तिच्या घरामागं आणून थोपवला होता. एवढं मोठं अवजड झाड! पण पुरानं पार मुळासकट उखडून फेकलेलं. तिचं मन आणखीच हुळहुळं झालं... झाड आपल्या मुळ्या डाळ्या संगती घेऊन निंघालं. पन मानुस? त्याले आपले मुळं डाळं कसे संगं नेता येतीन? काय काय म्हनून संगं घेऊन जाईन थो?... तिचे डोळे अंगणात चढणाऱ्या पुराच्या रेघेवर स्थिरावले. मागं-पुढं होणाऱ्या पाण्याच्या लाटेसंगं तिचा सारा भरला संसार डोळ्यापुढं हलू लागला.

"वामनकाका नाही का बाई, घरी?" पोलीस पाटलानं विचारलं, "तुमी सारे सावध राह्यजा बरं, रातभर. ह्या पुराचं काई खरं नाही. आत्ताच टीव्हीमंधी आदेश आला कलेक्टरचा."

"असं मनता–"

"नाई तं का... तुमी असं करा सारं, सामान सुमान बांधून घ्या एकाजागी."

"हौ नं. ह्या पुराच्या पोटातलं काय घ्याव्? हुशारी त्याची मुशाफिरी!"

वामनही गर्दीतून सपरीत आला, "चाल बरं, सारं सामान यकाजागी करू."

उदास मनानंच ती जागची उठली. गोळे भरल्यावानी जड जड पावलानं घरात गेली. एवढ्या मिनतवारीनं लावलेलं घरातलं सामान काढायचं म्हणताना काळीज तीळ तीळ तुटत होतं. शकूनला सोबत घेऊन ती एकेक जिन्नस पसारीवर आणून ठेवत होती. तेलाची शिशी, साखर–तिखटाचे डबे, चमचे, पोळपाट, पावशी, दोर-बालटी, गुंड, लाकडी संदूक, पिपे, सूप-टोपले, विळा कुऱ्हाड, देवघर काय काय नव्हतं घरात? रचला रमला संसार मोडताना डोळे भरून येत होते.

"बापूऽ... गंगाधर, जरासा इकडं ये बरं हे गाठोडं बांधू लागाले." वामननं आवाज दिला.

"मंग बांधू काका, थे. आगोदर कुऱ्हाड दे तुह्याघरची. थ्या वाहात आलेल्या आज्जनाचं इंधन फोडून घेतो भडकन." वामनच्या उत्तराची वाट न पाहाताच गंगाधरनं वळणीची कुऱ्हाड काढली अन् नजरंआड झाला. सगळे तरणेबांड पोरं आंजनाच्या खोडाभोवती जमलेले. खोडावर धडंधडं कुऱ्हाडी चालवत होते.

"थे पाह्य, बावा. मंघासी इथं टोचून ठेवलेली हिंदानाची काडी किती बुड्ली आता पान्यात!"

"अगाऽ वामन काकाऽऽ... पाहून काय राह्यला असा? बांधनं सामान भडंभडं!"

"बांधूनच तं राह्यलो गा. यक तं पह्यलेच कावलपिसं झाल्यावानी सुचून नाई राह्यलं काई. यवढं सामान बांधनं म्हंजे काय, तोंडातली वाफ होये का– धरली अन् सोडली पटकन्!"

एवढ्यात गळ्यात काळं डबडं लटकवलेलं देशमुखाचं पोरगं लोकांना बाजूला सारत घाईघाईनं ओसरीत आलं, "वामनकाका, तुमचं काम जरा थांबवून तिथंच बसा सामानाजवळ. मी फोटो घेतो तुमचा."

कन्यालाल एकदम पुढं होऊन म्हणाला, "कुठं पेपरात छापत असशीन तं आमचाही घेऊन टाक एक."

फोटोवाल्या पोरानं वामन, नर्मदा अन् शकूनच्या अंगावर दोनचार लाईट

मारले. साऱ्यांचे डोळे दिपवून देशमुखाचं पोरगं गळ्यातलं डबडं हलवत निघून गेलं. महत्त्वाचे जिन्नस बांधून होत नाही तोवर नर्मदा गळाठल्यावानी झालेली. जराभर ती मुंड्याशी टेकली. एवढ्यात चिंधाई तिच्याजवळ येऊन विचारू लागली, "झालं का वं सारं बांधून? इथून जा लागते खरं नं आपल्याले?"

"ऊंऽऽ होईन लोकाले" खोल गुहेतून बोलल्यावानी नर्मदा पुटपुटली, "तुह्यं झालं का?"

"माह्य असं कोन्तं हाये बाई, यकटीचं? मास्तर दुपारीच गेला त्याचा बाडबिस्तरा घेऊन. जाआच्यावक्ती आमाले-मायलेकीले फुक्कट इच्यारलं नाई, वैऱ्यानं! माह्या अनुचं पोरगं झोपलं हाये पाळन्यात. आता उठोलं तं लडंन उगंच; म्हून थांबू मनलं घडीभर."

"तुही अनूबी बरी आली वो, माहेरपना... उघड्याच्या घरी फाटका गेला अन् सारी रात हिवानं मेला."

चिंधाई पुढल्या चिंचेच्या झाडाकडं टक लावून बसली. भलंमोठं झाड. त्याला लटकलेला सुगरणचा खोपा वाऱ्यावर एकसारखा झोके घेत होता. खोप्यात थंडीनं कुडकुडणारी देवचिमणीची पिलं चिवचिवत होती. कोचोळ्यातून माना बाहेर काढून टुकूटुकू पाहात होती. चिमणी दाण्यापाण्यासाठी बाहेर गेलेली. अर्ध मन पिलांत, अर्ध मन खोप्यात. एकाएकी पाळण्यातल्या लेकराचं रडणं कानावर आलं, तसी चिंधाई सावध झाली. "आम्माय! हे अनू कुठं गेली?" म्हणत घराकडं वळली.

चिखलानं लदबदलेली खेटरं वामनच्या जोत्याला पुसत जहागिरराव सरपंच बोलले– "पयशाचं काई गाठोडं-गिठोडं गाड्लं हाये का गा, वामनकाका? असंन तं काह्डून घेजो आठोनीनं."

नर्मदाचं तोंड चिमणीएवढं झालेलं. मन कोणत्याच जिन्नसातून सुटत नव्हतं. काय काय म्हणून टाकून द्याआचं? पुन्हा अवघं बिराड पाठीवर घेऊन जाआचं कुठं? नाना तरंग पुराच्या लाटांवानी तिच्या मनात उठू लागले. पूर पाहाणारे पोरं कागदांच्या नावा करून पाण्यावर सोडत होते. कोणी बुजरूक माणूस पूर लवकर उतरावा म्हणून पाण्यात बेलफूल सोडत होतं. पुराचं पाणी अंगणाची बांधी ओलांडून वर चढलं, तशी नर्मदा केविलवाण्या सुरात म्हणाली, "माही यक अपेक्षा हाये. आफनबी नारेलपान वाहाव् मनतो नदीमायले. लागंन तं हे पयसे घ्या माह्याजौळचे." ती लुगड्याची कांबी चाचपू लागली.

"थ्या नारळाच्या शीपभर पान्याले मानते का वो, ह्या पूर? नदीपंक्षा थ्या धरनावरच्या सायबाले दे नारळपान. बांध फोडून पुढं वाहू दे मना अवघा पूर!"

पाण्याची चराळ वाढली तसी अंगणातली माणसं पोरं वामनच्या घराच्या

आडोशाला दडली. पायांचा लदबदलेला चिखल सारवलेल्या भुईवर खरडू लागली. कोणी दमेकरी तोंडातल्या थुंकीचा ठसा जागीच टाकून त्याचे चिकट हात सपरीतल्या मुंड्याला पुसत होता. कुठल्यातरी वैनीकडून पान खाऊन आलेल्या कन्यालालनं तोंडातल्या पानाची लालेलाल पिचकारी पर्रकन् सपरीचा कोपरा धरून फेकली. अवघं घर लग्न असल्यावानी गजबजून उठलेलं. घाण करणाऱ्यांकडं पाहून शकून 'वाँव वाँव' करत होती. पण तिचं कोणीच मनावर घेत नव्हतं. कोणाला बोलता हटकताही येत नव्हतं. घराची दुर्दशा पाहून नर्मदाचं तोंड कडू कडू झालं होतं.

घराला खेटून मुसांडणारा पूर उसळ्यावर उसळ्या मारत एकसारखा पुढं पुढं धावत होता. पिवळं पिवळं पाणी. नदीकाठच्या संसारात माती कालवणारं. त्याचं नुसतं आपलं धावणं. जे जे तावडीत सापडंन ते ते घेऊन पळणं. मागं फिरून पाहणं नाही. वामनचं मनही गढुळलेलं... मानसाचं आयुष्य म्हणजे पुराच्या पान्यातला एक भोवरा. स्वत:भोवतीच गोल गोल फिरनारा. पूर आहे तोपर्यंत धावनं अन् पुढं कोण्यातरी दगडावर जाऊन आपटनं. पळभऱ्यात सारा खेळ खलास!... आज्यापणज्याइनं तरी नदीकाठी कायले असे घरं बांधा लागत होते?... त्याच्या मनात एकेक लाट उसळून फुटत होती.

"झालं असंन नं सामान बांधून? मंग वाट कायची होये आता?" बापूराव सपरीत येऊन उभा. "काई राह्यलं असंन तं राहू द्या. लोभात नोका पडू आता. पानी छायवानीकडं सरकून राह्यलं बरं."

"पन आता यवढा बाडबिस्तरा कुठं हालवाचा, बाप्पा?" नर्मदा केविलवाणी होऊन बोलली.

"कुठं म्हंजेन? यवढ्यावूनबी गेलोत का आमी? तुमच्या चार जिवाइनं काई झिजनार नाई माह्यं घर."

"तसं नाई पर–" तिनं वामनकडं अपेक्षेनं पाहिलं.

"आता काई पर बिर नोका काह्डू. चाला, उचला थे सामान. मी थ्या चिंधाबुढीचं वझं घेतो."

बापुराव चिंधाईला आवाज देण्यासाठी तिच्या खोलीकडं वळला. नर्मदा अन् शकून दोघीही एकवार घरात पुन्हा चक्कर मारून आल्या. जावळं काढलेल्या लेकरावानी दिसणारं घर पाहून त्यांनी आपापले डोळे पुसले. शकून तर विरल्यावानीच झालेली. पाय बाहेर निघत नव्हता. पोरीला इशारा करून नर्मदानं कमरंला पदर खोचला. एका हाती गाठोडं अन् दुसऱ्या हातात कपड्यांचं बोचकं. वामननं लाकडी संदूक डोक्यावर घेतला. गोठ्यातल्या सुंद्रीला वासरासह मोकळं करून पुढं घातलं. रस्त्यानं सूंद्री हंबरू लागली. गावाबाहेर पालं टाकून संसार मांडणाऱ्या

उतरकऱ्यांसारखे अवघे निघाले. दोघीही मायलेकींनी एकवार मागं वळून अवघं घर डोळ्यात साठवून घेतलं. कोण जाणे पुन्हा ते दिसणार होतं की नाही? गळ्यातून बाहेर फुटू पाहाणारा हुंदका दाबून दोघीही वामनमागून निघाल्या. गळाठलेल्या चिंधाईच्या गतीनं पाय उचलू लागल्या.

सांजवक्ताला नेहमी गजबजणारं गाव आता सुतक पसरल्यावानी चिडीचिप्प झालं होतं. रस्ते सारे चिखलानं बरबटून गेलेले. वरून पाण्याचा फवारा सुरूच होता. घरात गिचमीच आणि बाहेरही पिचपीच. अंगावरची चामट ओली पांघरुणं अवघ्या तनामनाला थंडावून सोडत होती. बापूरावचं घर नजरेच्या टप्प्यात आलं, तसं चिंधाईनं विचारलं, "मंग कसं, बापूजी? बापूरावच्याच घरी चालता नं? तिकडं धरमशाळंत ह्या अनूच्या लेकरासाठी पाळन्याची कुठची सोय?"

अनूनं निर्वाळा दिला, "माह्या कायले इच्यार करतं वो, मां? मी निजवीन आपल्या लेकराले कसीबी."

"असं कसं वो?" मग चिंधाईनं आपला रूख पुन्हा वामनकडं वळवला, "बापूजी, मले तं जानं भागच हाये बापूरावकडं. तुमीबी चालता नं तिथंच?... तरनीताठी पोर्गी हाये तुमच्यासंगं म्हून मन्तो ब्वा."

वामन एका दमात बोलून गेला, "नाई भाबी. आमी जातो धरमशाळंतच."

"काऊन बाप्पा, असी ताटातूट करता आता आपली?"

"असं हाये, भाबी... इनाकारन कोनावर कायले भार टाकाचा आपला?"

"बरं बाप्पा, तुमच्या मनानं." चिंधाई बापूरावाच्या दाठ्ठ्याकडं वळली, "चाल वं अनू–"

नर्मदा अन् शकून चाबी सरत आलेल्या खेळण्यावानी वामनमागून मुकाट चालू लागल्या.

❑

"वा रे व्वा! लयच कोरीचा मानूस हाये मनाव् वामन! काय बिघडतं इथं येता तं?" बापूराव अनूच्या पोरासाठी हलकाऱ्याला पाळणा बांधताना बोलला. अनूनं लेकरू निजवलं. चिंधाई त्याला झोके देत बसली.

बापूरावनं घरात जाऊन शेवंताला विचारलं, "झाला का वो, सैपाक?... याइच्यासाठी चार भाकरी जास्त टाकजो मनत होतो–"

शेवंतानं नुसतंच 'हुंक' केलं. अंगणात शिताळं पाणी फेकताना तिचं लक्ष दाठ्ठ्याकडं जाऊन ती खेकसली, "हाडं! हाड्डं! बाबल्लीनं केवढी जागा उखरून ठेवली दाठ्ठ्यात. हाड्डं! मुदबखे, आमचंच घर दिसलं का तुले-पिल्ले घेऊन पाय पसराले?"

शेवंतानं कुत्रीला काडी फेकून मारली. क्याहांऽक्याहांग् बोंबलत कुत्री दाठ्ठ्यातून उठून पळाली. तिच्यामागून तिचे पिल्लेही दुडूदुडू धावत गेले. चिंधाईचा झोके देणारा हात जागीच थांबला.... पुराच्या डहूळ पान्यावानी मानसाचं मनबी डहूळ! ह्या लाचार कुडीनं निवारा सोडला, पन मन कुठं लाचार झालं अद्याप? पुराचं पानी तिकडं सपरीपर्यंत टेकलं असंन का मनाव् आपल्या? चिंधाईचं मन अधीर झालं. शेवंता कोपरात पीठ घेऊ लागली तसी ती लगबगीनं घरात गेली. “आमच्यासाठी काई जास्तीचं रांधू नोका, वयनी. जेवन करूनच आलो अमी.”

“जेवजा थोडं थोडं लागंन तेवढं,” बापूरावनं आग्रह धरला, “हे पाव्हनीन कायले येते इथं!”

अनूही घरात गेली, “देवा शप्पत! आमाले काईच भूक नाई, मामी. तिसऱ्यापाह्यराच जेवन झालं आमचं.”

झालपडल्या गोदरीतून परसाकडून येताना चिंधाई नदीकाठी थबकली. उसळणाऱ्या पुराकडं पाहात राहिली. तिचं लक्ष पुराच्या थोपंला वाहात आलेल्या पिवळ्या गवती ठिपक्यावर खिळून बसलं. सुगरणचा खोपा कैचणाला अडकलेला. पाण्यानं पार लोळागोळा दिसत होता. तिचं काळीज लक्कन हाललं. घराजवळचं चिंचेचं झाड हिरवंगर्द होऊन नजरंपुढं तरळून उठलं. देवचिमणीचा कोचोळा काळजात झुलू लागला. मन तिचं बेचैन झालेलं. त्या तंद्रीतच ती रस्त्यानं निघाली. लांब लांब टांगा टाकत तिच्या घराजवळ आली.

पुराचं पाणी आता तिच्या खोलीत शिरलेलं दिसत होतं. लाटांमागून लाटा भिंतीला धडका देत होत्या. नर्मदाच्या अंगणातला न्हाणीचा कूड पुरानं सारा उखडून नेलेला. चिंधाई डोळे फाडून पाहात राहिली. अंगातली चेतनाच घडीभर हरवल्यावानी झाली. घरातल्या फुटक्या घमेल्यानं ती खोलीतलं पाणी बाहेर फेकू लागली.

“... अरेऽ अरेऽऽ! हे तू बह्यताडावानी काय करून राह्यली वो बाई? आमी तिकडं किती वाट पाहून राह्यलो तुही!”चिंधाईचं बापूरावकडं लक्षच नव्हतं. ती भरभर पाणी फेकण्यात दंग होती. बापूरावनं तिचं बखोटं धरलं–

“बाई, यवढ्या मोठ्या महापुराचं पानी कहीपावतर फेकशीन तू अशी घमिल्या घमिल्यानं?”

बापूरावचा हात बाजूला सारत ती रडकुंडीला आल्यावानी बोलली, “फेकू नाई तं का? अज सकाळीसच सारवली म्या सप्पर.”

बोलताना चिंधाईचा आवाज कापत होता, “पाह्य बरं, घराले कसी अवदसा आनली ह्या पान्यानं?”

घराजवळ जमलेले माणसं पोरं चिंधाईकडं पाहून हसत होते. ती मात्र कोणालाच जुमानत नव्हती. खोलीत शिरलेल्या गढूळ पुराला घमेल्या घमेल्यानं मागं हटवत होती!

❑

दवंडी ऐकून सावेगावात कल्लोळ माजला. सारा नदीकाठ हादरून गेला. जो तो धावपळीत गुंतलेला. घाईगर्दीत लेकरं मायचे राहिले नाहीत अन् बाप लेकरांचा उरला नाही. हातात येईल ते घेऊन माणूस-कुणूस हेटीवरच्या धर्मशाळेकडं धावू लागलं. पोरं-सोरं कोंबडीच्या पिलावानी मायमागं पळत सुटले. गडीमाणसं डोक्यावरचं ओझं सांभाळत हेटीची टेकडी तानापाजनीनं चढू लागले. म्हातारे-पांगळे दम टाकत धापू लागले. कोणाच्या डोक्यावर बाजा-खाटा, कोणाजवळ संदूक पेट्या. एखाद्याचे गायी वासरं, दुसऱ्यासोबत कोंबड्या-बकऱ्या तर कोणासंगं आणखी काही. सगळी धर्मशाळा गजबजून उठलेली. यात्राच उतरली जसी. ज्यांचे हेटीवर किंवा जुन्या मध्यवस्तीत घरोब्याचे घरं होते ते त्यांच्याकडे जाऊन राहिले. विशेष संबंध नसलेले धर्मशाळा जवळ करू लागले. पिपे, गाडगे-मडके, तेलाच्या अन् रॉकेलच्या डबक्या, गुंड, लोखंडी पेट्या, संदूक, डाळदाण्याच्या गाठोड्या, सायकली, साबना, सूप टोपले, घमेले, कपड्यांचे बोचके, टमरेटं, खेटरांचे नवे जुने जोड अशा साऱ्या घरगुती सामानांचे ढीग पडले. शेतकऱ्यांनी डवरे-डुंडे, लोहारानं अडू-छन्न्या तर मांगांनी बँडबाजा आणलेला. जो तो आपापल्या कामाच्या वस्तू घेऊन आला होता.

धर्मशाळेतल्या गर्दीकडं मुटूमुटू पाहाणारी लेकरं मायच्या पोटाशी दडली. मरणाच्या सावलीत आया-बायांनी पदराखालच्या लेकरांसाठी पान्हा सोडला. एकाचं बोलणं दुसऱ्याला ऐकू येत नव्हतं. चिमटे घेऊन घेऊन एकमेकांशी बोलावं लागत होतं. कुटुंबातलं एकेक जण सामानाच्या ढिगाऱ्याशी राखण करीत बसलेलं होतं.

जेवणरात्र टळून पोरंबाळं पेंगुळले. दिवसभर कष्टणाऱ्यांचेही डोळे मिटू लागले. कोणी गोष्टीत मन गुंतवू लागले.

"वरच्या बुधल्यावरच्या पाझर तलावाले भोक पडलं मनते, भाऊ! म्हूनच नदीले पूर आला यवढा."

"काई भोक-गिक नाई! हे सारी थ्या धरनाचीच किरपा होये, दादा!"

हजामतीच्या पेटीसह सारं सामान घेऊन येणाऱ्या वामनला दमडू कावळेनं हटकलं–

"थे हजामतीची धोपटी कायले आनली गा, काका? इथं कोनाले भादराचं हाये?"

"तू कसा गा, दमडू?" उगंच इकडं-तिकडं मिरवणारा कन्यालाल बोलला, "थे अवजारं संगं असले तं कुठंबी करता येते धंदा... शीर सलामत तो हजामती पचास!"

"नाई तं असं व्हाव् इच्यापित्तर!... पुरात वाहून जानाऱ्याइच्या दसव्या निमित्तानंच दाढ्या डोया भादरून द्या लागाव् – काकाले!"

वामन त्याची टर्र उडवणाऱ्यांच्या तोंडी लागला नाही. चिडवणारे काळवेळ अजिबात पाहात नव्हते. अशावेळी बोलाला बोल वाढवणं बरं दिसत नव्हतं. तो अन् नर्मदा दोघंही जागा शोधू लागले. शकूनची काळजी होती. तरणीताठी पोर. एवढ्या गर्दीत तिच्यासोयीची जागा सापडत नव्हती. ज्यानं-त्यानं आधीच आपापल्यापुरती जागा अडवलेली. पडवीतही बाया-माणसांचा ढीग पडलेला. एकाचे पाय दुसऱ्याच्या तोंडावर. दुसऱ्याचे तिसऱ्याच्या पाठीवर. तशा गर्दीतही, लोळलेलं कोणी पटकन् नाक मुठीत धरून बाजूला सरकत होतं! फिरता फिरताच वामनला एक सोयीचा कोपरा गवसला. गाठोड्यातल्या वाकळा थंडगार फरशीवर अंथरून तिघंही आडवे झाले. नर्मदानं शकूनला मुद्दामच भिंतीकाठानं झोपवलं. पडवीच्या कोपऱ्यात वामनजवळ झोपलेल्या लक्ष्मणचा डोळा लागत आलेला. एकाएकी पाठीखाली ओलं ओलं जाणवलं म्हणून तो डोळे चोळत दचकून उठला–

"आर्रे बॉपरे! इथंबी आलं का वो-पुराचं पानी?"

लक्ष्मणची बायको दुर्गा जागीच होती, "हत्त माय! पूर कुठचा वो? आपला पोम्या होये-मुतला चेड्डीत!"

माणिकचं टोळकं इकडं-तिकडं नुसतंच हिंडत होतं. जीवभर सेवा करण्याची हीच वेळ समजून बाया-पोरींमधून मुद्दाम फिरत होतं. गंगाधर त्याच्याजवळच्या बॅट्रिकीचा उजेड झोपलेल्या लेकीबाळींकडं मुद्दाम सोडत होता. नवथळांच्या या धावपळीकडं काही बुजरूक मात्र कौतुकानं पाहात होते. गंगाधर विकासच्या कानाशी लागला, "असं करू, पह्यले ह्या सुकनंदनच्या पिप्यातला चिवडा खाऊन घेऊ. झोप लागली आता त्याले."

कलारानं आणलेला दुकानातल्या मिठाई-खाऱ्याचा अवघा पिपा पोरांनी संधी साधून लांबवला. दूर पडवीकडं जाऊन एकमेकांच्या हातातले जिन्नस ओढत पोरं बकबक खात सुटले. "हे मस्त जमलं, लेकहो! लग्नातला रूखवतच सापडला जसा– आपल्याले!"

धर्मशाळेत माणसां-जनावरांची गर्दी झालेली. एखाद्याच्या उशाशी बांधलेलं बकरं जागीच लेंड्या टाकत होतं. खोकणारा कोणी दमेकरी घशात दाटलेला ठसा बसल्याजागी वरपत होता. पाचदहा माणसं गोल करून बसलेले. अडत-

नडत गावाकडून सामान डोहारणाऱ्याला विचारत होते –

"का गा नुपरू, काय मनते आपल्या खालच्या गावाचा हालहवाल?"

"अद्याप तं पानी घुसलं नाई ब्वा. पन आपल्यासारक्या काठावरच्याइलेच हाये धोका."

"असे जिवाचे तितंबे होऊ देन्यापंक्षा सारं गाव पह्यलेच उठोलं असतं, तं काय बिघडलं असतं? ह्या काळ्या पुढाऱ्याइपंक्षा थे पह्यलंच राज बरं होतं गोऱ्याइचं!"

गावकऱ्यांच्या समाचाराला मुद्दाम आलेला हुकूमसेठ उसळून बोलला, "सरकारले दोष कायले देता तुमी? तुमच्याच पार्टीत निवाड न्हौता. पह्यले पुनर्वसन भेटत होतं तं तिथ्थं गेल्ते-इरोध कराले!"

घरून सामानाची शेवटली खेप आणणाऱ्या कलीच्या चुडामनला बजरंगनं विचारलं, "काऊन रे चुडामन; तू आला अन् तुह्याघरची कलाबुढी नाई दिसत इथं? का गेली लमची तिकडं पुरात–?"

"इकडं आनासाठी बुढीच्या पायापोटी पडलो मी. पन थे उंबराच सोडाले तयार नाय."

"काऊन मनाव्? काई डबोलं तं नाई गाडून ठेवलं तिनं घरात?"

"तसं नाय... तिचं मननं हाय का आता नायतरी कोन्याबी दिवसी जाऽच लागते देवाघरी. म्हून थे मनते, का घरी पुरात वाहून गेली तं पोराले सरकारातून पयसे तरी भेटंन मने मोवाडातल्यावानी!"

बायामाणसं एका ठिकाणी जमलेले पाहून माणिकला मोठा हुरूप चढला. काय करू अन् काय नाही, असं त्याला होऊन गेलं, "गन्या, चालनं बे, पडवीत... आता झाला असंन थो 'कंच्या' जागा."

इकडून तिकडं फिरताना पोरं पडवीत आले. नर्मदाशी लगटून झोपलेल्या शकूनकडं डोळे रोखून पाहू लागले. पावलांचा आवाज ऐकून नर्मदानं डोळे उघडले. पोरांचं टोळकं दिसताच तिनं शकूनच्या अंगावरची घसरलेली वाकळ चापूनचोपून पोरीला पांघरली. पोरं तिथून जाईपर्यंत ती अंथरुणावर बसून राहिली. या मोकाट पोरांची तिला भारीच धास्ती वाटत होती.

एक-दोघा हौश्यांनी झेंड्याच्या खांबाला अन्टीना जोडून नारायणचा टीव्ही सुरू केला. टीव्हीवर मालिका सुरू होती. पडद्यावर इंग्रजी अक्षर धावत होते...

"थे काय होये रे, लिहून आलं टीव्हीत?"

"आरे! ह्या तं धोक्याचा इशारा होये-नदीकाठच्या झोपडपटटीवाल्याइसाठी."

"काय बेअक्कल मनाव हे-टीव्हीवालेबी!" उकंडीबुढा बोलला, "झोपडपट्टीतल्या अडानी लोकाइले ह्या विंग्रजीतला इसारा कसा समजाव् आता?...

उचल्याचे सरदार लेकाचे! म्हुन मनतेत सायबाची आघाडी आनं गध्याची पिछाडी धरू नये-शायन्या मानसानं!''

झोप येईना म्हणून वामनही उठून बसलेला. बाजूला गप्पात रमलेल्या लोकात जाऊन गावाच्या सुस्तपणाविषयी मनातली आग ओकू लागला.

अर्ध्यारात्रीच्या सुमाराला सरपंच, पोलीस पाटील अशी प्रतिष्ठित मंडळी धर्मशाळेत आली.

''का गा, थ्या दवंडीवाल्याले कोनं सांगतलं-गावात पानी शिरनार आहे म्हनून?''

''तुमच्या गरामसेवकानंच तं द्याआले लावली मनते दवंडी. आनं मंग थो पळून गेला खरं आपल्याघरी काटोलले.''

''ठान्यातून फोनबी आला मन्ते मंघासी.''

''जा बरं, ठान्यात फोन करून चौकसी करून पाहा पुन्हा.''

दोघंचौघं फोनसाठी पंचायतीच्या ऑफिसाकडं निघाले. जहागिररावनं तर्क बांधला, ''गावात पानी शिरलं असतं तं आतापर्यंत वाहून गेलं असतं सारं. आता पानी खंडल्यावर मले नाई वाटत वाहाचा भरोसा.''

फोन करणारे, खेटर मारल्यावानी चेहरे घेऊन आले. ''इचीबहीन! थे पोलीस होयेत का हैवान? आमी चांगल्या रीतीनं चौकसी केली, तं थे उलटं आमालेच शिवा द्याआले लागले.! मनत होते, ''आमाले वरून कलेक्टरचा आदेस आला म्हून आमी तुमाले इशारा केला.''

''मंग आमी खऱ्या पोजिशनबद्दल विचारलं त्याइले, तं थे आताच काई सांगू शकत नाई म्हने. कुठं काही वाहून हानी झाल्यावर कळवू मने तुमाले.''

जहागिरराव हुरूपला, ''तरी मले वाटेच, का हे अफवा फैलवन्यामांगं इरोधी पार्टीचाच हात असंन म्हून.''

कन्यालालनं माहिती पुरवली, ''दुपारी त्याइचा थो इस्माइलच हिंडला ज्याले त्याले सांगत.''

''आरेऽ तं आमी बांध आनखी कमी करून पुनरवसन टाळत होतो तं याइनं कायले मंधात टांग मारा लागत होती, आँ? पुनरवसन पाह्यजे मनेत गावाचं! घ्या आता शेकून!''

पाहणी करण्यासाठी हेटीवरून आलेली प्रतिष्ठित मंडळी आपापल्या घरांकडं परतली. धर्मशाळेतला गडबड-गोंधळ पुन्हा पहिल्यासारखा सुरू झाला. रात्र उताराला लागली. दवाखान्यात वस्तीला आलेले काही धडपडे लोक अंधाराच्या वाटा तुडवत नदीकाठी गेले. नारळ पान वाहून नदीमायची पूजा करू लागले. पूर उतरावा म्हणून, कोणी जाणकार पात्रातलं पाणी पायलीनं मोजून काठावर

टाकू लागला. नदीमायला नवस बोलू लागला.

संसारात पाणी मुरलेले नदीकाठचे रहिवासी रात्रभर धर्मशाळेचा आसरा धरून राहिले. मायेची ऊब देणारं घरदार पुराच्या भीतीनं बेवारस झालेलं. चुटूचुटू करत अवघे थंडीनं कुडकुडत बसले. चमडीचोरांच्या भिरभिरणाऱ्या नजरांपासून आपापल्या देहांना पांघरुणात दडवत बाया-बापड्या हातभर जाग्यात उकडझोप घेऊ लागल्या. महापुराच्या धास्तीनं अधूनमधून दचकून उठणारे माणसं पोरं पुन्हा झोपेत शिरू लागले. रात्रभर कोणाचाच डोळा कायम मिटला नाही. काळजावर कोरलेली घरादाराची काळजी पुसली नाही. रात्र सरत गेली, तशी कहर काळजी वाढू लागली. सावेगावची रोजची वाटचाल अंधारबनात अडून बसली.

❑

।। सहा ।।

वामन कमरेपर्यंत वाकून भालचंद्राच्या कामठात शिरला. कामठाला रस्त्याकाठंनं नुसत्याच पाट्या, तर कुठं वेळवाच्या कमच्या बांधलेल्या होत्या. अध्ये मध्ये पिपांची टपरं ठोकलेली. उजवीकडं तुऱ्हाट्यांचा कुड होता. कूड अन् टपरांच्या फटीतून येणारा बाहेरचा उजेड कामठातल्या अंधाराशी दोन हात करत होता. कामठाच्या बैठकवजा खोलीचे सर्वच खांब छपराच्या वजनानं मागच्या बाजूला झुकले होते. आडव्या मयाली पोट सुटलेल्या बाईवानी खालच्या अंगानं वाकून गेल्या होत्या. छायवानीच्या वळणीवरचे कवेलू अन् कमच्या नाहीशा झालेल्या. त्यामुळं ठेंगण्या छपराचे उतरते लाकडं ओठांतून लांब लांब दात बाहेर आल्यावानी दिसत. वाकून नमस्कार घातल्याशिवाय येणाऱ्यांना भालचंद्राच्या कामठात प्रवेश नव्हता.

जुन्या आरीच्या खनपटाला कानसानं धार लावणाऱ्या भालचंद्राला वामननं विचारलं, "काऊन गा, आता काम आलं का कुठचं?"

"कुठंच काम अन् कुठचं काय गा?" भालचंद्र आरीचा कर्रस् कर्रस् आवाज थांबवून बोलला, "पह्यले कामं कराची इच्छा होती, तं अवजारं हाताशीन् न्हौते... आता अवजारं असूनबी मनच वोढ घेत नाई."

"पन आफन दरोग्याशीन यवढी हुज्जत घालून अवजारं आनले– त्याच्या दाढंतून काह्डून; तं आता कामाची धून तुटू नाई द्याआले पाह्यजेन होती तुनं."

"खरं सांगू का, वामनभौ? तिकडं फारेस्टाच्या आफिसात पडून राह्यल्यानं ह्या अवजाराइच्या धारा जंगून गेल्या आनं इकडं रिकामं राहून राहून माह्याबी कामाची धार तुटून गेली कायमची."

कामठाच्या आतल्या कोपऱ्यात बंडीचं खचलेलं जुनं अर्धवट चाक लाकडा अभावी कितीतरी दिवसांपासून भिंतीशी उभं होतं. उजव्या बाजूला रंध्याचे हिसके खाऊन तिरसटलेलं पाट्या रंधण्याचं कठडं. डाव्या हाताला पातळ कणीचं भलंमोठं जंत्राचं चाक, त्याच्या आऱ्यातले कातीनचे जाळे, जंत्र बऱ्याच वर्षात

फिरलं नसल्याचं सांगत होते.

सुगंधानं आणलेला चहा पिऊन होत नाही, तोच उजवीकडच्या तुऱ्हाट्यांच्या कुडातून एक मोकाट कुत्रं तोंड घालू लागलं. त्याचा कुचकूच आवाज ऐकून भालचंद्रा कुत्र्यामागं धावला.

"यवढे कुत्रेबी घरात घुसतेत तरी घराची काई सोय नाई कराव् का गा, भालचंद?"

"आता कुठून सोय कर मनतं, भाऊ? इथं लमचं, उंबऱ्याले लावाले लाकूड नाई भेटत यक!"

– भालचंद्रा उदास मनानं म्हणाला,

"चंभाराचं खेटर नेयमी तुटकंच राह्यते, भाऊ! जाऊ दे... थ्यारोजी मात्र फुकटचीच तानापाजन झाली साऱ्या नदीकाठच्या लोकाइले."

"असं मुसळधार पानी आलं, म्हंजे आता हे आपल्या कर्माले नेयमीचंच लागलं, भालंचद. हमेशा अशी धावपळ करन्यापंक्षा, तेवढीच ताकत सरकारले पुनरवसनाची मांगनी करन्यात खर्ची घातली, तं ह्या कायमचा तरास दूर होते आपला. पन कोनं कराव् हे उठाठेव?"

बोलणं सुरू असतानाच गुलब्या कामठात आला. त्याच्या तोंडाला अन् डोक्याला कोणंतरी शेंदूर चोपडलेला दिसत होता. हातापायांवर डांबर अन् राखडीचे वाघावानी आडवे उभे पट्टे. गुलब्या रंधण्याच्या कठड्याशी रेलून उभा राहिला.

"हे तं निराळंच ध्यान दिसून राह्यलं, भालचंद! पाह्य बरं, शेंदरानं देव करून दगडं तं चोपडलेच लोकाइनं, पन जित्ते मानसंबी सोडले नाईत!"

वामननं मग गुलब्याला विचारलं, "कोनं रंगवलं रे तुले?"

"नाप्पुरला चालता काय? मला आमदाराजौळ तक्रार कराची आहे. मला पुलाच्या कामावर घेतलं नाई त्यांनी." गुलब्यानं जराभर भालचंद्राकडं पाहिलं अन् सूर धरला–

'रंग लावला रंगाऱ्याने, मानसाचा वाघ झाला.
बिना रंगाचा मानूस त्याला भाव नाई उरला!'

"वा! गानं चांगलं मनता येते तुले!"

गुलब्या एकदम उठून उभा झाला, "इमलीचा इंटरीव् आहे अज दवाखान्यात."

त्याच्या बोलण्याकडं लक्ष न देता वामन भालचंद्राला म्हणाला–

"माह्या मतानं भालचंद; इतर कोनत्याबी गोस्टीपंक्षा अधुरी राह्यनारी वासनाच जास्त पागल बनवते– मानसाले."

"कशावून मनतं तू?"

"तू त्याचं बोलनं बारकाईनं लक्ष देऊन आयकत जा. त्याच्या तोंडून नेयमी बायको-इषयीचंच बोलनं जास्त येते, कनाई तं."

❑

लोखंडी चाकांचा धडंग धडंग आवाज करत बापूरावची बंडी वावरातून निघाली. चढाउतारावरून गचके खात निघाली. बंडीत मांडवाच्या लाकडी बेळ्या, फोकाच्या ताट्या अन् वीसपंचवीस फाटे. बंडीवर बापूराव अन् त्याचा सालदार लक्ष्मण बसलेला. दगडा-गोट्यांतून बंडी जोरानं उसळत होती. एका बाजूनं उतार आला म्हणजे ती तिरपी कलत होती. बंडीच्या उसळण्यामुळं अंगाला सारखे झटके बसत होते. बसणाऱ्याची पाठ ताट्यांशी धडका घेत होती. पुन्हा पुन्हा चवडून बसवलेलं गुबडं खालच्या लाकडांवर सारखं आदळत होतं. घरी पोहोचेपर्यंत अवघं बूड माकडावानी लालेलाल होत होतं. बंडीपेक्षा पायी जाणं परवडलं, असं बसणाऱ्यांना वाटे. पण उपाय नव्हता. धरणामुळं लांबलेल्या रस्त्यांनी पायातली अवघी ताकत खाऊन टाकली होती.

बापूरावचं वावर तसं गावापासून फक्त कोसभऱ्यावर. पण हा रस्ता मात्र खूप दुरून चक्कर घेऊन जात होता. नदीकाठानं जाणारा नेहमीचा जुना रस्ता तसा अर्ध्याच तासाचा. पण तो गावालगत नदीच्या पाण्यात बुडून गेलेला. त्यावरची वहिवाट आता कायमची बंद झाली होती. या फेऱ्याच्या रस्त्यानं शेतात पोचायला दोन तास लागत. बरडाचा रस्ता. रस्त्यावरचे दगड गोटे बंडीला अडथळे आणून येता-जाता वाट नकोसी करत होते. बापूरावानं लक्ष्मणला घाई केली–

"हाकल रेऽ पटंपटं... अंधार पडला म्हंजे पुढं दिसणार नाई–गावाजौळच्या नालीपाशी."

रस्त्याच्या धास्तीमुळं तिरीप बुडण्यापूर्वी लौकरच बंडी जुंपलेली. अंधारण्याआधी गावात पोचावं म्हणून तडंतडं आणली होती. पाण्यात बुडलेल्या जुन्या वाटंनं कामठाकडल्या साऱ्याच शिवारकऱ्यांचे वांधे केले होते. गावाजवळच्या खारपाटीतून नवा सरळ रस्ता वा पायवाट घडवावी तर स्वत:च्या शेतामधून कोणीच शेतकरी जाऊ देत नव्हता. रस्त्याअभावी वाटसरू आडवे-तिडवे घुसतात म्हणून ज्यानं-त्यानं आपापल्या तुकड्याभोवती तार ठोकून बंदिस्ती केलेली. पायी जाणाऱ्या मजुरांचेही जाण्यायेण्यात दोन तास सहज निघून जात. दिवसभऱ्यात फक्त तीनच घन्टे शेतातलं काम होई. त्यातच दुपारची अर्धा तास जेवणाची सुटी असे. महागलेल्या मजुरीचा पैसा, कास्तकारांना फुकापासरी गेल्यावानी वाटत होता. जुना रस्ता बंद झाल्यापासून लांबच्या शेतांसाठी राबणारे बैलही नेहमी

फेऱ्यानं चालून खंगारले होते. अजिबात अंग धरत नव्हते.

"बापूऽऽ इथून झोकानं घेजो... भरतीची बंडी. पुढं वाट मोठी खराब हाये." बापूराव म्हणाला.

बरडाचा हा फेऱ्याचा रस्ता पूर्वी नेहमी वापरला जात नव्हता. पावसाळ्यात झडीच्या महिन्यापुरती त्यावर वहिवाट असे. पण आता इतर वाटा बुडल्यापासून साऱ्यांना तोच एक पर्याय उरलेला. आमनदीनं सावेगावाची जी चौथी बाजू मोकळी सोडली होती, त्या गावमुखाकडूनच हा रस्ता शिवाराला जोडल्या गेला होता. महापुरानं नदीची धाटी फुटली तर पुराचं पाणी या पांधणीवजा रस्त्यातून वाहे. हा त्रास वाचावा, म्हणून बांधकाम विभागानं या रस्त्यावर गावालगत छोट्या पुलाची आखणी केलेली. ठेकेदारानं पायव्यासाठी भलीमोठी नाली खोदून ठेवली होती. पण मध्येच ठेकेदाराचं अन् सरकारी अधिकाऱ्यांचं कमिशनच्या देवाण-घेवाणीवरून काहीतरी बिनसलं. पुलाचं काम पायव्यावरच रखडलं. खोदलेली नाली न बुजवता तशीच पसरून राहिली. नालीजवळ एकारलेल्या रस्त्याला एका बाजूनं उंच माथा अन् दुसऱ्या अंगाला खोल खाई. बैलांची अन् धुरकऱ्याची दोघांचीही कसरत होत होती. वाघाच्या दाढेत शिरल्यावानी वाटत होतं.

गावकऱ्यांच्या अर्ज विनंत्यांचा विचार करून बांधकाम विभागानं, पुलाचं काम निर्धारित वेळेत झालं नाही; या सदराखाली ठेकेदारावर दावा ठोकला. विरोधी हुकूमसेठनं रस्त्यासाठी पुढाकार घेतला म्हणून सत्ताधारी जहागिररावनं ठेकेदाराला हाताशी धरलं. ठेकेदारही कमी नव्हता. त्यानं जहागिररावच्या मदतीनं आजूबाजूच्या शेतकऱ्यांनी पैसे मिळाल्याशिवाय पुलावरचा रस्ता शेतातून पुढं जाऊ न देण्याविषयी उचकवून दिलं. राजकारणातले छक्के-पंजे ठाऊक नसलेल्या रस्ताबाधित शेतकऱ्यांनी रस्त्याचं काम रोखलं. पुलाच्या ठेकेदारानं पायव्यासाठी झालेल्या खर्चापोटी बांधकाम विभागावर प्रतिदावा टाकला. केस चालत राहिली. काळ भरभर सरकू लागला. रस्त्यावरची पायव्याची नाली मात्र जबडा वासून तशीच लोळत पडली.

"लक्ष्मन, घरी गेल्याबरोबर तू खारीतून चक्कर मारून येजो पटकन. मांगं वामन म्हाल्याच्या शक्कलीपरमानं आफन मोकाट गायी मोह्यप्याच्या कोंडवाड्यात नेऊन कोंडल्या; तहीपासून मोकाट ढोराइले पायबंद झाला थोडाफार."– बापूराव म्हणाला.

"हौ, इचीबहीन! कालबी दोन मोकाट वासरं सापडले माळव्यात," लक्ष्मण मग स्वत:शीच बोलल्यावानी म्हणाला, "थ्या ढोराइचं तरी काय चुकते, बावा? ह्या धरनांमुळं त्याइनं तरी कुठं चराव्?"

"थ्या पवारानं मोकाट ढोरा-डुकराइसाठी वाडीभोवती तार जोडून करंट

सोडला होता मने त्यात. गावातल्या कोनं त्याच्याच नावानं रिपोट देल्ली ठान्यामंधी. केला लेकाले अंदर. इच्यामायले! आपलंच वावर, आपलाच कूप आनं आपल्यावरच बंदी सारी. याइले मात्र सायबापासून तं डुकराइपावतर चरू द्या मोकाट!''

चालता चालताच बंडी डाव्या बाजूला तिरपली. उजवीकडल्या उभाऱ्यांशी टेकून असलेल्या ताट्या डावीकडं जाऊन आदळल्या. बंडीतले बेळ्या-फाटेही उतारकडं सरकले. बापूराव जरा सावध होऊन बसला, ''झोकानं घे रेऽऽ... झोकानं हाकल, बापूऽऽ.''

बंडीचं एक चाक माथ्याकडं अन् दुसरं लवणातून चाललं. अंधारी रात्र. काही दिसतही नव्हतं. घराच्या ओढीनं तडंतडं निघालेले बैल नेट लावून बंडी ओढत होते. एकाएकी माथ्यावरचं चाक उटेला अडलं. लक्ष्मणनं बैलाला दपटलं. जोर लावून बैल पुढं सरकला अन् माथ्यावरचं लोखंडी चाक उटेवरून चेंडवावानी वर उसळलं. वरच्या बैलाच्या गळ्यातली बेड्डी कटकन् तुटली. तिरपलेली बंडी गोल गिरकी घेऊन उताराकडं उलटी आदळली! काय अन् कसं घडलं, हे कळण्याआधीच बेळ्या-फाट्यांखाली दबलेल्या बापुरावाची एक जोरदार किंकाळी वातावरणाला भेदून गेली. धुरीवरचा लक्ष्मण दूर फेकल्या गेला. खाली आदळल्याबरोबर तो वाचा बसून बेशुद्ध झाला. उतारावरचा बैल जुवाशी टांगणी लागलेला. जोरजोरानं हंबरत तो आवळलेल्या बेड्डीतून सुटण्यासाठी धडपडू लागला.

❑

नदीवरच्या पुलाची मधल्या भागाची स्लॅब मागंच टाकून झाली होती. दोन्ही काठाकडचे एकेक तसमे तेवढे जोडण्याचे राहिले होते. त्या दोन्ही बाजूला सेटरिंग ठोकणं सुरू होतं. पुलावरची गजबज पहिल्यापेक्षा कमी जाणवत होती. पावसाळ्यात आपापल्या गावाकडं गेलेले बरचसे छत्तीसगडी मजूर अद्याप परतले नव्हते. ठेकेदाराचा सुपवायजरही आता पूर्वीसारखा नेटानं कामावर राहात नव्हता. पाडुरंग चौकीदार तेवढा डेऱ्यावर कायम राखणीला असे. ऑफिसाच्या अवतीभोवती पसरलेलं सामान त्याच्याच निगराणीखाली होतं. गावातून आलेला चौकीदार सहज थांबावं, तसा वामनजवळ थबकला.

जराभर घुटमळल्यावानी होऊन पांडुरंग बारीक आवाजात बोलला, ''काई शिमीट-गिमीट लागंन तं सांगजो, काका.''

''काऊन, इकाऊ हाये का?''

''हौ... लेकानं-ठेकेदारानं सालभऱ्यापासून पगार नाई देल्ला माह्या. कायच्यावर चालवाव् आपला परपंच? लागंन तं पाऊनशाच्या अर्ध्या भावात लावून देऊ पोतं.''

"बरं, पन का गा, तुहं कपडे शिवनं बंदच हाये का आता?"

"हौ नं, ह्या पुलाच्या चौकीदारीवर लागल्यापासून बंदच हाये शिवनकाम त्याच्यानं मशीनची गिऱ्हाइकीच तुटली अजिबात. आता येळ भेट्टे तं गिऱ्हाइक राह्यलं नाई. दोन्हीकडूनबी तुटलं मानूस."

"थे तसंच होते, पाडुरंग; लावन्यामागं धावनं झालं मनजे!"

"कालची बापूरावची घटना तं अजबच झाली, काका. नाप्पुरले दवाखान्यात नेलं मनते नं दोघालेबी."

"अद्याप तं नाप्पुरावून आलं नाई कोनी-निरोप घेऊन."

"च्! मोठं वाईट झालं मनाव्.... थे लक्ष्मनची दुर्गी लय रडे गाऽऽ लेकराइकडं पाहूनसन्या."

पांडुरंग हळहळला. मग एकदम आठवल्यावानी बोलला, "आमचाच ठेकेदार घेनार होता– थ्या लहान पुलाचा ठेका. पन वांध्यातलं काम. म्हून त्यानं जोर लावला नाई."

"वावराइचा पयसा नाई द्याव् का सरकारनं? आता भांडत बसा मना सालोगनती. गावाचा उगंच चपाटा केला ह्या पुढाऱ्याइनं."

पांडुरंग पुलाकडं निघून गेला. वामन बराच वेळ रस्त्यावर बसून राहिला. सूर्य बुडतीकडं सरकला. थंडीचा दिवस भरंभरं धावत होता. कामात गढलेल्यांना वेळ कसा भुर्रकन उडून जातो, कळत नव्हतं. रिकामटेकड्यांना मात्र अवघा दिवस खायला धावे. कामकऱ्याला आस मोठी अन् रिकाम्याला भूक मोठी! वामनचं तोंड सारखं वळवळ करत असे. निदान चहाची हुक्की तरी आलेली असे. बाजारात जाऊन काहीतरी चघळत बसावंसं वाटे. पण गावात उघड्यावर कधी खाणं-पिणं केलं नव्हतं. खिशातही दमडी राहात नव्हती. कमाईचं दुसरं साधन गवसत नव्हतं, तोपर्यंत हे असंच चालणार होतं. त्याला घरात सामसूम जाणवलं.

"शकनी कुठं गेली वो?"

"तिले देविदासच्या घरच्या कामावर पाठोलं आज."

"यकटीच गेली?"

"यकटीचंच काम होतं. भित्ती सारवाले माती आनाची हाये मने थे–जिजा."

"मंग तू नाई जाती? थ्या पोरीबारीच्या मागं देल्लं लावून?"

"मले थे मातीचे घमिले उचलनार नाईत मनलं, म्हून राह्यली गड्या मी घरी."

वामननं बिडी पेटवली. आता त्याचं बिड्यांचं प्रमाण खूपच वाढलं होतं. रोजचं एका बिंडलातही भागत नव्हतं. तरी नर्मदाचा त्याच्यावर सतत डोळा

असे. धुपट दिसलं म्हणजे ती जाग्याहूनच हटकत होती, "अंखीन पेटोली का थे धुनी? सप्पा चईन नाई पडत तुमाले तिच्याबिगर! मंग खोकलत जा– रातभर."

घरापुढल्या सावल्या फिक्कटल्या. घरोघरी चुली पेटलेल्या. कौलारू छपरातून धुराचे लोळ आभाळाकडं झेपावत होते. एकट-दुकट खिडकीतून येणारा, फोडणीचा खंमग वास नाकाला झिणझिण्या आणत होता. गावात गजबज वाढू लागली. पोरांनी पोटफाड्याच्या दुकानापुढं गवताचा धुना पेटवला होता. सूर्यानं हेटीमागच्या टेकडीआड तोंड लपवलं... काळाकुट्ट अंधार पुलाच्या दिशेनं गावावर चालून येऊ लागला.

कावलपिसी झालेली शकून एकाएकी नदीकाठच्या रस्त्याकडून रडतच घरी आली. 'वाँव वाँव' करत मायच्या उराशी जाऊन बिलगली. हमसून हमसून रडू लागली. नर्मदाचे दहा गेले अन् पाचच राहिले. पोरीच्या भेदरलेल्या अवताराकडं पाहून वामनही तिच्यामागं आला.

"काऊन वो, काय झालं?" शकूनची हनुवटी वर उचलत नर्मदानं विचारलं.

शकून आणखी रडू लागली.

"रडूनच घेसीन का, फोकने पह्यले! का सांगसीन काई? चुंभळ आनली आनं घमिलं कुठं टाकलं?"

डोळे पुसत शकूननं सामटीच्या दिशेला बोट केलं. कुदळीनं खांदल्यावानी अन् घमेलं भरल्यासारखं करून दाखवलं. दोन्ही हात डोक्याजवळ नेऊन पंजे हालवले.

"बरं मंग?"

तिनं मिशी पिरगाळल्यावानी करून पुलाकडं बोट वळवलं. कवायतीसारखे दोन्ही हात एका रेषेत आडवे धरले... नर्मदाला भलतीच शंका आली. तिनं खुणा करत विचारलं–

"आडवं झालं का कोनी तुले? कोन होये थो- बाबल्लीचा?"

शकूननं नंद्यावानी मान हलवत पुन्हा पुलाकडं इशारा केला. आपल्या डाव्या हाताचं मनगट उजव्या हातानं धरलं. साडीचा पदरही ओढून दाखवला. डोक्याजवळ हात नेऊन प्रश्नार्थक हलवला.

"माती कायले नेतं मने? हात धरून साडीचा पदरबी वोह्डला मनतं?... कोन होये थो?"

डोक्यावर दोन्ही हात नेऊन तिनं मायच्या तोंडावर फेकल्यासारखं केलं. धावल्यावानी करून रडू लागली.

"कोन असंन मनाव् पोरीच्या वाटी जानारा?" आतापर्यंत पोरीच्या इशाऱ्यांना

निरखणारा वामन एकदम उसळला, "चाल बरं; कोन होये तं दाखवून दे मले-"

शकूनचा हात धरून तो घराबाहेर निघाला. नर्मदाही त्यांच्यामागं आली. चिंधाईच्या घरापल्याडच्या सामटीत येताच शकून थांबली. अरुंद रस्त्यात एका बाजूला घमेलं अन् माती पडलेली. घमेल्याकडं बोट दाखवत शकून 'हॉंव हॉंव' करू लागली.

"थ्या कमिन्नानं पह्यले हात धरला मनते इचा."

"चाल बरं, कोन होये थो हात धरनारा तं-" वामन दोन पावलं पुढं सरकला.

"हे पाहा, पह्यले आयकून घेजा त्याचं. उगंच गेल्याबरोबर गरम नोका होजा."

तमतमलेला वामन डोळे पुसत चालणाऱ्या शकूनला घेऊन पुलावर आला. पुलाच्या बाजूला बसलेल्या काळ्यासावळ्या छत्तिसगड्याकडं बोट दाखवून शकूननं 'हॉंव हॉंव' केलं.

वामन छत्तिसगड्यापुढं जाऊन थडकला, "का गाऽ... काय मनून राह्यली हे पोर्गी?"

"आँ?... अरे हाँ । कुछ नही... मेंयूने मजाक उडायी थी उसकी ।"

"मजाक मनजे? तरण्याताठ्या पोरीची असी हात धरून मजाक करते का कोनी?"

"अरे बावाजी, मजाक ही थी । ये लडकी दिनभर पिल्लरके पासवाली माटी तसले भर-भरके ली जा रही थी । देखकर मेंने उसकू ऐसेही टोका। वो कुछ बोली नही तो हाँथ पकडकर पूंछा मेंने! तो उसने बिनाबोलेही यकायक तसले की माटी फेक दी मेरे मूँहपर!"

"तू तं आता सांगसीनच गा आपलं बरोबर बनवून! तू हातच धरला मनतं आनं हे पोर्गी साडीचा पदरबी ओह्डला म्हून सांगून राह्यली."

"अब वो कोईबी बात बनायके बतायी तो मेंय क्या करू?"

शकूननं छत्तिगड्याकडं पाहात 'वॉंव वॉंव, हूँ हूँ' केलं. वामननं आवाज वाढवला-

"अस्सी कस्सी बनवून सांगंन थे? का तुह्याशीन वैरदावा हाये तिचा? खूब झाली मनाव्!... बोलनारा तू खरा झाला आनं थे मुकी पोर्गी खोटी ठयरली का?"

पाहता पाहता त्यांच्याभोवती पुलावरचे कामकरी अन् आजूबाजूचे पोरंबाळं गोळा झाले.

"मेंय बालबच्चेबाला आदमी! भला मेंय क्यूं छेडछाड करता उससे?"

वामन त्याचा हात धरून त्याला ऑफिसाकडं ओढू लागला, "चाल बरं, तुह्या सुपवायजरजौळ–"

"मेंय नही आता । तुमके जरूरत हय् तो जाव् ।"

"भडवे व्हो! माजून गेले तुमी! साऱ्या गावाचं वाटोळं करून ठेवलं तुमी धरनवाल्याइनं! बायकोंपोरं तिकडं नजरंआड ठेवता आनं इकडं असे धंदे करता, लुचाडं हो!"

दोघांचं हातघाईवर आलेलं पाहून पांडुरंग चौकीदारानं वामनची समजूत घातली, "आता राहू दे, काका... थो सुपरवायजर काई हाजर नाई इथं. मंग थो आला म्हंजे घालू आफन त्याच्या कानावर."

"नाहीतरी तुहा सुपरवायजेर कव्हा राह्यते इथं-रोपून? आनं थो तरी कितीक धुतल्या तांदळावानी हाये, थे ठावूक हाये मले ! याचाच मावसभाऊ थोबी !"

"नाई पन आता इथं भांडनतंटा करूनसन्या काय साधनार हाये?"

"काय मनजे? लोकाइच्या बायकापोरी काई वाटंवर पडल्या हायेत का– याइच्यासाठी? आपल्या मायबह्यनीचा धरा नं लेकहो हात! थांब, मी रिपोटच देतो आता ठान्यावर."

रिपोर्टचं नाव ऐकताच कालूराम पिसाळला, "मेरी क्या रपोट देंगे तूम? मेंय क्या अकेला हूं क्या हाथ धरनेवाला? ऐसे कई लोग मजा लुटते होयेंगे!"

"कोन लुटून राह्यलं बे, मजा? असा का धंदा खोलला का आमी– रंडीबजारावानी?" वामन देठापासून झंकारला, "भडव्या! पह्यले आता नाव सांग मजा लुटनाऱ्याचं? पाहू दे मले त्याचंबी पानी!" बोलता बोलताच त्यानं कालूरामची गच्ची पकडली. वय सोय विसरून तो धडधाकट छत्तीगड्याशी झोंबी घेऊ लागला.

गचाटू पाहाणाऱ्या वामनच्या हाताला कालूरामनं जोराचा हिसका मारला, "हाँ, पकडा मेंय्ने हाथ । बोलो, क्या करते तूम?"

पांडुरंगनं पुढं होऊन कालूरामला अडवलं, "रह्यने दे नं रे, कालूराम! तू कायकू बात आगे बढा रहा अब? चल, हट... जाने दे । चल उधर आफिसमें!"

चौकीदार कालूरामला ऑफिसकडं खेचू लागला. दोघाचौघांनी वामनला आवरून धरलेलं. त्याचा भडका उडून तो मोठमोठ्यानं बोलत होता, "मले का कमजोर समजून राह्यले का रे, तुमी? परस्थितीनं गांजलो म्हून; नाई तं यक्काबी धरनवाल्याले उभं नसतं राहू देल्लं ह्या गावामंधी!" ओढत-ताणत चारचौघांनी वामनला त्याच्या घरापर्यंत आणलं. तो नुसता धुमसत होता. बडबड ऐकून चिंधाई लगबगीनं बाहेर आली अन् त्याला विचारू लागली.

वामन काहीच बोलत नव्हता. चेहरा रागानं लालेलाल झालेला. तमतमणारे डोळे. हातातल्या काडीनं तो सपरीतली भुई उखरत होता. घडलेली घटना नर्मदाकडून चिंधाईला सांगून झाली, तसा त्याचा आतापर्यंत दाबून धरलेला राग बाहेर पडला–

"तूच तसी हाये, नालायक! आफन सोता जाती, तं तिले पाठोलं मातीच्या कामाले!"

नर्मदा डोळ्यात पाणी आणून बोलली, "आता का म्या मनात चित्तलं होतं का वो, चिंधाबाई; अशानं असं होईन म्हून? बरं, अजच गेली का थे कामाले? नेयमीच जाते. उठसूठ माह्यावरच ढोबरं फोडतेत माय, हे!"

"आवंऽ तं, आता मानसाची जात... डोक्सं गरम झालं म्हंजे बोलतेच हाये."

"ह्या फाकंची मले असी रातंदिस काळजी हाये बाई; का काई इच्यारू नोको. मुकं लेकरू. वय गेलं वाह्डून. कुठं कामाले गेली तरी काळजी आनं घरी राह्यली तरी काळजी. जेमाना नाई राह्यला जाग्यावर. 'याइले' मनलं; यखांदा पोरगा पाहा, तं हेबी लक्ष नाई देत."

चिंधाईनं एकाएकी विचारलं, "तुमाले बिजवर चालंन का यखांदा?"

"आवोऽ तं, आता आपलं जित्रभ असं यका गोस्टीनं लंगडं असल्यावर कुठं नवथळ पहात बसतं, माय? मुक्या जिवाचा सराप घेतल्यापंक्षा यकडावची तिले उजवली, म्हंजे आफन ऋनातून मोकळं."

वामननं चिंधाईच्या बोलण्याचा धागा पकडला, "काऊन भाबी, तुह्या लक्षात हाये का कोनी?"

"माह्या भावाच्या गावी कळमेसरले हाये तुमच्या जातवाला येक बिजवर मांगंरोजाच बाळातपनाच्या बिमारीत बायको मेली त्याची. याटो का काय चालोते खरं."

"पाह्य बाई, जमत असंन तं... तुहे मोठे उपकार होतीन आमच्यावर."

"उपकार कायचे त्यात? कोन्या लेकीबाळीचं भलं झालं, तं पुन्याचंच काम हाये थे. जमलं तं उद्याच जातो मी."

काही न बोलताच नर्मदानं चिंधाईचे दोन्ही हात आपल्या तळव्यात घेऊन खांद्याशी ओढले.

❑

जेवणरातीला जरा उशिराच प्रगतीच्या घराचा दरवाजा बाहेरून धडधडू लागला.

"स्यालीऽऽ! क्या कर रही हय् अंदर?"

प्रगतीनं धडधडत्या अंत:करणानं दरवाजा उघडला. अल्कोहोलचा कडवट दर्प तिच्या नाकात शिरला.

"स्याली बेकूफ! क्याऊन एवढा ट-टाइम लावला दरवाज्या उय्घडाले?"

"जेवून लोटली होती आता. तुमची वाट पाहून पाहून डोळा लागाले आल्ता."

"ब्येसरम! सोईबी क्या? आँ? ये क्या मोटार स्टँड? डू यूव् अँडरस्टँड? अँ? कुछ फिकर हय् की नही!"

सागरचा तमतमलेला चेहरा. तांबारलेले त्याचे मोठमोठे डोळे तिच्या उरीपोटी खोलखोल खुपत गेले, "फिकर कराचीही मर्यादा राह्यते नं! तुमी असे खाऊन-पिऊन यान् अन् मी जेवाची राहू का तुमच्यासाठी?"

"नालायक भ्योसडीकी! ऊऽऽ" सागर तोल्हांडला. भिंतीचा आधार घेत बोलला, "स्याली! उलटीसिधी बोलती म्येरेकू, अँ? अपने बाप का घर समझी क्या, अँऽऽ?"

"पाहा, फाल्तू बापाचं नाव नोका घेऊऽऽ चुपचाप जेवाचं असंन तं जेवा, नाई तं झोपून राहा गुमसूम."

"आत कस्सी झोप लागन मले? अँ? झोप उडाज्योगतीच गोस्ट घडली नं जुन्या घरी!"

"कायची गोस्ट?"

खरं तर प्रगतीला ही गोष्ट आधीच समजली होती. पण तिनं नवऱ्याजवळ मुद्दामच विषय काढला नव्हता. एक तर त्याचं पिऊन येणं अस वाढत चाललेलं. त्यात पुन्हा हे कोलीत टाकणं म्हणजे दारूच्या उघडलेल्या बाटलीच्या तोंडाशी काडी उगाळून पाहण्यासारखंच झालं असतं. माणसाची जात रागाच्या भरात काहीही करून बसणारी. तिनं जाणून-बुजून माहीत नसल्यावानी दाखवलं.

सागरनं जेवणाचं नाव काढताच तिनं ताट वाढलं. सागर उकडच पाटावर बसला. कितीतरी वेळ नुसताच अन्नात हात कालवत राहिला. ताटात लाळ गाळू लागला. त्यानं चार-दोन घास चिवडले अन् भरल्या ताटात हात धुऊन उठला, "स्यालं! मी पेनार न्हौतोऽऽ अँज. अँ? पन लमच्चं डोक्संच पेटून उठलं - बातमी आइकल्यापासून, स्यालं! अप्पनबी क्या कम हाय? अप्पनबी सौ कमाते दिनभरमें."

"नाही तरी तुमी पेतच नाही अजिबात!" प्रगती स्वत:शीच बोलल्यावानी पुटपुटली.

सागर दुकानच्या कपड्यांसह तसाच झोपला.

मोठमोठ्यानं घोरत तोंडातून आंबट उग्राण वासाचे भपकारे सोडू लागला. प्रगतीचा जीव मात्र मळकल्यासारखा होऊ लागला. तिनं भिंतीकडं कड फिरवून तोंडावर पांघरून ओढलं.

सकाळी उठल्यावर सागर कोमेजून गेला होता. कालचा टवटवीतपणा कुठल्या कुठं निघून गेलेला. चेहऱ्यावर अपराधीपणाचं सावट पसरलं होतं. प्रगतीनं चहा देताना मुद्दाम विषय काढला–

"काल रात्री काय म्हनत होते तुम्ही?... शकून शकून करत होते. काही समजलंच नाही चांगलं."

सागरची जखम भळभळून वाहू लागली, "साला! थो छत्तिसगड्या होये, हरामखोर! सांगतो नं त्याले... आता... थांब मना जरा. दोन-चार पोट्टे घेऊन लावतो त्याची सोय!"

"पन मी म्हनतो; आता झालं गेलं पार पडलं. त्याचा सूड घेन्यामुळं आता तिची झालेली बेअब्रु वापस येनार हाये का? उगंच आपल्या हातानं आपल्यालेच गळफास लावान तुम्ही!"

"नाही पन, त्याची सोय लावाले पाह्यजेन म्हनून गावातल्या एकदोघा पुढाऱ्याइनंबी सांगतलं मले."

"त्या पुढाऱ्याइचं काय आइकता तुम्ही? उद्या कशानं काही झालं म्हनजे ते येतीन का निस्तराले?... कानफुके लेकाचे!"

"तसं नाही. थे नाहीबी सांगते तरी थ्या हरामखोराचा बंदरा बसोनारच होतो मी."

"हे पाहा, आतापर्यंत वेगळं होतं तुमचं. आता आमची मायलेकराची दोघाचीबी जबाबदारी आहे तुमच्यावर. उद्या कमीजास्त झालं तं मिनं अन् त्या लेकरानं कोनाच्या तोंडाकडं पाहाव् मग?"

सागर प्रगतीचं बोलणं ऐकत नुसताच तिच्या म्हणण्याचा विचार करू लागला.

❑

पोंगा वाजवत जीप गावात शिरली. बापूरावच्या घरापुढं येऊन उभी राहिली. गल्लीवर खेळणारे पोरंबाळं कलकल करत जीपभोवती गोळा झाले. बापूरावचा मोठा लेक गाडीतून खाली उतरला. दोघा-चौघांनी जीपमधून बापूरावला बाहेर काढलं. हातांच्या साखळ्यावर आडवं धरून त्याला सपरीतल्या खाटेवर झोपवलं. बापूरावाच्या हातापायांना अन् डोक्याला प्लास्टर गुंडाळलेलं. सिमेंटचा पुतळा दिसावा, तसा तो दिसत होता. येणारे-जाणारे जीपकडं पाहात विचारू लागले–

"दोघालेबी आनलं का रे बापू, नाप्पुरावून?"

"अं... हौ जी, काकाजी." पुरुषोत्तम तुटक तुटक बोलला.

"कशा हायेत तब्बेती?"

"एका पेशंटचं जमून जाईन, काका... एक गेला बा!"

"आँ!" विचारणाऱ्याला झटका बसला, "कोन गा?"

"लक्ष्मन!"

"च् च् च्! खूबच वाईट झालं रे पुरषाऽऽ! लेकरं बाळं उघडे पडलेत गरिबाचे!"

"आपल्या हातात होते थे सारे उपाय केलेत काकाजी, आफन. यक्सरे काह्डला, डोक्शाचं इस्कॅनिंग केलं. पन मेंदूचा मार. गडी शेवटपर्यंत शुद्धीवर आलाच नाई!"

पुरुषोत्तमनं बापाला तर जीपबाहेर काढून घेतलं, पण लक्ष्मणसाठी आता त्याची हिंमतच होत नव्हती. मन कच्ची खात होतं. त्याच्या बायकोपुढं असं दुर्मुखलेलं तोंड घेऊन कसं जावं, याचाच त्याला विचार पडलेला. बातमी वाऱ्यावानी गावभर पसरली. गल्ली-बोळातले बाया-माणसं पाहायला येऊ लागले. लक्ष्मणच्या घराजवळ जीप जात नव्हती. दोघा-चौघांनी लक्ष्मणच्या प्रेताला खाटंवर ठेवून त्याच्या घरी नेलं.

नवऱ्याला खाटंवर पाहून दुर्गानं हंबरडा फोडला. प्रेताजवळ धावत येऊन ती त्याला झोंबू लागली. एक दोघांनी तिला आवरून घरात नेलं. पुरुषोत्तमनं लक्ष्मणच्या अंगावर चादर पांघरली. लोकांनी घरभर गर्दी केली. जो तो लक्ष्मणला पाहाण्यासाठी गडबड करू लागला. दुर्गा एकाएकी गुमसूम झाली. रडत नव्हती, की काही बोलतही नव्हती. भोवती जमलेल्या बायांकडं नुसतीच मुटूमुटू पहात होती. एकदोघींनी तिला हात धरून सपरीत आणलं. नवऱ्याच्या प्रेताजवळ बसवलं. तरी ती उगीमुगीच. बर्फावानी गोठलेले डोळे. ओठ शिवल्यासारखे पक्के मिटून घेतले होते.

"दुर्गाऽ दुर्गाऽऽ बोल नं वो ऽऽ... काऊन वो बाई, असी गुमसुम बसली?"

देविदासनं तिची बाहेर खेळणारी पोरं घरी आणून मायच्या मांडीवर बसवली.

"बाईऽ दुर्गा... पोराइशीनबी नाई बोलत का वं?"

दुर्गा मूर्तीवानी निश्चल. तिची गोठलेली नजर केव्हा लेकरांवर, तर केव्हा गर्दीकडं नुसतीच फिरत होती. पण तिच्यात चेतना नव्हती. पहिल्यांदाच पाहात असल्यावानी ती सगळं न्याहाळत होती. नर्मदानं एका हातानं तिची हनुवटी धरून तिच्या तोंडात बोट घातलं, "आम्माय! दातकडी बसोली वाट्टे!"

"डाक्तरले आना रेऽ कोनीतरी बलावून." वामन तिच्याजवळ बसत बोलला.

उमेश डॉक्टरकडं पळाला. घरभर एकच गोंधळ. कोण काय बोलत होतं, तेही समजत नव्हतं. दुर्गाचे दोन्ही लेकरं बापाच्या पोटावर इकडून तिकडं खेळत होते. एकमेकांना डिवचून खोड्या काढत होते. आयाबाया रडत होत्या. माणसं पोरं तोंड फिरवून डोळे पुसत होते.

डॉक्टरनं दुर्गाला तपासून इंजेक्शन दिलं. जबरीनं तिचं तोडं उलवून चमच्यानं पाणी पाजलं, "या बाईला इथून कुठेतरी दुसरीकडे हलवा. तिला धक्का बसलेला दिसतो. इथेच राहिली तर परिणाम होऊ शकतो तिच्या मनावर."

दुर्गाला शेजारच्या घरी नेलं. दोघी-तिघी तिच्याजवळ बसल्या. बापूरावच्या दिनकरला दुर्गाच्या चुलत्याकडं निरोप घेऊन पाठवलेलं. सेवकराम लक्ष्मणच्या बहिणीच्या गावी गेला. जो-तो धावपळीत गुंतला.

बाहेरगावचे सोयरे आले अन् लक्ष्मणला न्हाणायला काढलं. गोवऱ्यांवर पाणी तापत घातलं होतं. म्हाताऱ्यांनी वेळवाची तिरडी बांधून तयार ठेवलेली. बाया-माणसांच्या रडाभुकीत लक्ष्मणची आंघोळ आटपली, तसा त्याच्या बहिणीनं सूर काढला–

"कसाऽऽ अर्ध्यात सोडून गेलाऽ बाईऽऽ वोऽऽऽ! आताऽ चिले पिलेऽ कोनाच्या तोंडाकडंऽ पाह्यतीन माऽय?"

बँडबाजा वाजू लागला. लोकांचा एकच गलबला झाला. नणंदेच्या आवाजानं शेजारच्या घरी बसलेली दुर्गा एकदम शहारली. जिवाच्या आकांतानं धावत लक्ष्मणजवळ आली. नवऱ्याच्या प्रेतावर तिनं झोकून घेतलं. त्याच्या छातीवर डोकं आपटत ती फुसांडून रडू लागली.

न्हाणणं होऊन प्रेताला नवे कपडे चढवले. त्याला तिरडीवर ठेवताना दुर्गाचं अनावर दुःख चहूअंगानं फुटून बाहेर पडू लागलं. कपाळाचं कुंकू आधीच पुसून गेलेलं. एक दोघींनी तिच्या बांगड्या फोडल्या. दुर्गाचा जीवघेणा शोक पाहून वामन बोलला, "चाला, ठेवा शिडीवर. आता येळ नोका लावू जास्त. उगंच थे पोर्गी अंखीन तब्बेत बिघडून घेईन आपली."

तिरडीवर मढं ठेवलं न् ठेवलं तोच 'उचला उचला' झालं. हातात दोरी घेऊन असलेल्या उंकडीनं कसेतरी चार-दोन वेढे प्रेताभोवती गुंडाळले अन् तिरडी उचलण्यासाठी तोही हातभार लावू लागला. दुर्गा प्रेताला आडवी झाली. तिरडीसहीत खांदेकऱ्यांना पकडून ठेवत ओरडली, "कुठं नेताऽ जीऽ त्याइलेऽऽ? यकटीऽ राहून काय करू वोऽऽ मीऽऽ? मलेबी घेऊन जाऽऽ त्याइच्यासंगंऽऽ!"

एक दोघींनी दुर्गाला आवरलं. मय्यत रस्त्याला लागली. वाजत्र्यांच्या सुरावटीत गावाबाहेर जाऊ लागली.

"खूबच धक्कादायक मरन झालं बा-लक्ष्मनचं. जानजवान मानूस."

"आगाऽ यालेबी धोका नसता झाला. पन भेजाले मार लागला असंन त्याच्या. मानसाचं काई खरं नाई, नारायेन."

मय्यत गावाबाहेर चिंचेजवळ आली. चिंच आता कावीळ झाल्यावानी पिवळसट पडली होती. तिथून पुढं खारपाटीकडं जाणारा जुना गाडीरस्ता चिंचेजवळून पाण्यात डुबक्या मारत एकदम नाहीसा झालेला. चिंचेचे पानं एकेक झडत पाण्यावर तरंगत होते. जरा माथ्याकडल्या बाजूला खारपाटीतील काही शेतांमधून एकपावल्यानं वहिवाट सुरू झाली होती. पण या पायवाटंमुळं पिकांना गायी-बकऱ्यांचा नवाच उपद्रव सुरू झाला होता. पिकांमधून सरसकट जनावरांना जाता येऊ नये म्हणून खारपाटीतील शेतकऱ्यांनी आपापल्या वावरात पायवाट शिरते त्या धुऱ्यावर अडथळ्यासाठी लाकडी डेळफाटीवजा बेळं रोवलेले होते. एकावेळी एकच माणूस शिरू शकेल अशी वाट अरुंद झाली होती.

दोन दिवसांपूर्वीच्या शिरव्यामुळं रस्ता चिखलानं बरबटून गेलेला. चालणाऱ्यांना धड पाय टाकता येत नव्हता. चपला जोड्यांना चिकटलेला चिखल मागून अंगावर उडत होता. खारपटीतल्या काळ्या चिकण मातीवरून पाय फर्रकन घसरत होते. शेतातल्या ज्वारीच्या पात्या उघड्या अंगावर चरे फाडत होत्या. गावालगतचं वावर. लोकांनी पायवाटंच्या दोन्ही बाजूंनी अध्येमध्ये हागून ठेवलेलं. चालणाऱ्याला मोठी कसरत करावी लागे. चिखलातून आपला तोल सांभाळावा लागे अन् अंगाला चरे फाडणाऱ्या ज्वारीच्या पात्याचे फरकाडेही चुकवावे लागत. काटेगोटे चुकवावे लागत, त्याचवेळी मागच्याचा पाय आपल्या चपलीवर पडणार नाही याची काळजीही घ्यावी लागे. खांदेकऱ्यांना तर तिरडी घेऊन चालणं भारीच कठीण झालेलं. दुहीऱ्या हाटाच्या लक्ष्मणचं अवजड ओझं. रस्त्याच्या चढा-उतारांवर अन् वावरांच्या बांधांवर तिरडी सारखी खालवर होई. कधी मागंपुढं झुके. खांदेकरी एकमेकांना, 'धिरेऽऽ धिरेऽऽ... झोकानंऽ रे बापूऽऽ... थांबा, हं चाला' असे सारखे आवाज देत होते. एकमेकांना इशारे करत होते.

दामा काटकराच्या शेतात शिरताना मयतीपुढं वाजंत्र वाजवणारे मांग एकेकानं धुऱ्यावरच्या बेळफाटीतून आत शिरले. पुढं जाऊन थबकले. वामननं आवाज दिला, "आरेऽ थे डेळफाटीचं बेळं उपडून टाका. खांदेकऱ्याइले जाता नाई येनार त्यातून."

"बेळं कायले उपडता? जाते नं, जरा मागं-पुढं झालं म्हंजे," काशिनाथबुढा बोलला, "उगंच थ्या वावरवाल्याची घनघन कायले आयकाची, ब्वा?"

हो-नाही करताना खांदेकऱ्यांनी मागं-पुढं होत बेळं ओलांडलं. मय्यत पुढं सरकू लागली. पुढं बापूरावचं माळव्याचं वावर. पायवाटंच्या आजूबाजूला पऱ्हाटी होती. बोंड्या झडलेल्या पऱ्हाटीच्या नख्या चालणाऱ्यांचे पाय ओरबाडत होत्या.

उघड्या पोटऱ्यांवर काकर उमटत होते. बुजरूकांची धोतरं नख्यांना अडकून जागीच फाटत होती. त्यात भर म्हणून की काय नदीकडेनं घातलेल्या कुपाचे काटे जागोजागी सांडलेले. चालणाऱ्यांच्या पायांत खसकन् रूतत होते. बापूरावचा तुकडा सरला. मय्यत शंकर येलपाड्याच्या शेतात शिरली. शेवटल्या धुऱ्यावरही काढवणाचं निमुळतं बेळं रोवलेलं. बेळं ओलांडलेले वांजत्री पुढं जाऊन उभे राहिले. मघासारखेच खांदेकरी मांगपुढं होऊन बेळ्यातून शिरू लागले. अरुंद बेळफाटीतून तिरडी निघावी म्हणून त्यांनी ती कलती केली. एकाएकी खांदेकऱ्याच्या कानांशी कटकट वाजलं अन् जोराचा धप्पकन् आवाज झाला. चालणाऱ्यांच्या लक्षात येण्याआधीच लक्ष्मणचं फुगलेलं वजनदार प्रेत भडकन् धुऱ्यावर आदळलं! तिरडी खांद्यावर अन् प्रेत खाली!... खांदेकऱ्यांच्या काळजाचं पाणी पाणी झालं.

वाजंत्रं बंद असल्यामुळं प्रेताचा झालेला धप्पकन आवाज कोणाच्याच कानातून सुटला नाही. पाठमोऱ्या मांगांनी आवाजाच्या दिशेनं मागं वळून पाहिलं. प्रेत खाली पडल्याचं दिसताच त्यांनी हातातले वाजंत्रं खाली टाकले अन् ते पुढच्या रस्त्यानं धावू लागले. मांगांना पुढं पळताना पाहून मयतीमागची भित्री माणसंही हादरली. आल्या रस्त्यानं सुसाट गावाकडं पळू लागली. खांदेकऱ्यांच्या तर जिवात जीव नव्हता. साऱ्या गर्दीत एकच धांदल. अरुंद पायवाटंवरून नुसतीच पळापळी सुरू झाली. धावताना म्हातारे-कोतारे ठेच लागून तोल्हांडू लागले. कोणी एखादा तोंडाच्या भारावर आदळू लागला. बुजरूकांना पायदळी तुडवत तरणे पुढं धावत सुटले. मय्यत सारी दाणाफान झाली. एकास एक राहिलं नाही.

पळापळी पाहून हबकलेले उकंडी, काशिनाथ, वामन जराभऱ्यानं सावरले. हिंमत बांधून वामन प्रेताजवळ जाऊन निरखू लागला... तसं काहीच शंका घेण्याजोगं दिसत नव्हतं. कलत्या केलेल्या तिरडीवरचं प्रेत एका बाजूला झुकून त्याच्याभोवतीची सुतळी तुटली होती. बिनआधारी प्रेत घसरून खाली पडलं होतं, एवढंच. वामन पळणाऱ्यांना आवाज देऊ लागला, ''आरेऽ पळू नोकाऽ रेऽऽ... तसं काई घायबरन्याजोक्तं नाई इथं. या इकडं; शिडी उचलाची हाये पुन्ना. ये गाऽऽ मारतीऽऽ... ये रेऽ उमेस चाल, तुलारामभासा.''

एकेक करत पळणारे जवळ येऊ लागले. खाली पडलेल्या प्रेताकडं शंकेखोर नजरनं पाहू लागले. काही कमजोर मनाचे सरळ घराकडं परतले. एकमेकांच्या संगतीनं चारचौघांनी धाडस करून प्रेत उचलून तिरडीवर ठेवलं. तिरडी पुन्हा उचलली. मय्यत पुढल्या रस्त्याला लागली.

''वारे व्वा! लयंच आंगभर झाली मनाव् हे! लमचं, असं उभ्या आयुक्शात नाई पाह्यलं आफन, कोनाचं मढं शिडीवरून पडतानं!''

''ह्या धरनानं मयतीले याटोम्याटीक इसावा देल्ला, इच्यापित्तर! पार दांदरून

गेल्ती माही!... मनलं, झालं का जागृत?''

"नाई पन, असं शिडीवरून मढं पडनं काई बऱ्याचं लक्षन नाई, नारायेन! मढ्यातला जीव घुटमळत असंन कुठंतरी!''

मयतीमागं नाना तर्का-कुतर्कांना ऊत आलेला. चालताना पायांची कसरत होत होती. बोलून-चालून तोंड चिकटगाळ झाले होते. बेमुर्वतीनं रुतलेले काटे जागीच सलत होते. कळ थेट मस्तकापर्यंत पोचत होती. पण काटे काढता येत नव्हते. इकडचे सोवळे-ओवळे तसेच टाकून लक्ष्मणचा आत्मा कधीचाच वाटचाल संपवून निघून गेला होता. मयतीमागून चालणाऱ्या पायांखालची बिकट वाट मात्र सरता सरत नव्हती. आयुष्यातली दावण सुटत नव्हती... मय्यत पुढं पुढं सरकत होती.

❑

चिंधाई भावाकडून परतली अन् वामन नर्मदाचा जीव भांड्यात पडला. चिंधाईनं बिजवर पोराविषयी बरीच माहिती आणली होती. चाळिशीतला मुलगा दोन पोरांचा बाप होता. एक आठ वर्षाचं अन् दुसरं पाच वर्षाचं. तिसऱ्या बाळंतपणात बायको पोटातल्या लेकरासह मरून गेलेली. बिजवराला मायबाप नव्हते. कळमेश्वरात स्वत:चं घर अन् एक ॲटो होता. चिंधाईनं सांगितलेला हालचाल ऐकून नर्मदा हरखून गेली.

"मंग सोयरिक कराले काईच हरकत नाई मनाव् तुह्या मतानं?''

"तसं तं सारंच बरोब्बर ठाई ठिकलं दिसलं बाई, मले. पन तुमीबी इच्यार करा आपला... नाई तं मंग उद्या– ...गद्यलेच तं तुह्या पोरानं माह्या परकेपना दाखून देल्ला मागं.''

"त्याले काय वो, उचल्याले! गाव जळे अन् हनुमान पळे । त्याले हाये का बह्यनीच्या लग्नाची फिकर?''

"तसं नाई, पन यकडाव तुमीबी सोता डोळाभर पाहून या– पोराचं घरदार.''

"बरं, तं मंग मी उद्याच पाठोतो याईले.''

"पन यक फरक जानोला, बाई मले भावाकडं गेल्यापासून. तिथं भावाकडं कस हाये वो सारं- गोकुळातल्यावानी! बापलेकाइचं , सासासुनाइचं यकमेकासंगं मायापिरतीनं वागनं पाह्यलं म्या आनं मनात मनलं; देवा, हे कसे राह्यतेत यका छपराखाली? तहीपासून मले आपलं आयुक्श कोल्हाकुत्र्याइपंक्षाबी निपटाळं वाटाले लागलं, माय!''

"तसं नाई तं का, वो? आफन लेकरंबाळं कायच्यासाठी वाढोतो? शकत्यापायी सुक भेटाव् म्हुनच, कनाई?''

"तू काईबी मन, बाई... भावाकडचं पाह्यल्यापासून मनच नाई लागत आता इथं."

"माह्या मतानं तिथंच राह्य तू– भावाजौळ. यकटा जीव... कसीबी वलीसुकी भेटली थे खात जा आनं राहात जा– त्याइच्या आसऱ्यानं."

"नाई बाई, हेच बरं आपलं. दुरून डोंगर साजरं. अज माह्या मानपान हाये तिथं. उद्या आपलं आंगन सोडून परदेस जवळ केला, तं माही आब राहीन का तिथं?"

"थेबी खरंच. आपलं घर थे आपलंच. पन आता नवं घर बांधनं लावलं खरं नं मास्तरनं?"

"बांधू दे, वैऱ्याले! काय कराचं हाये आपल्याले? हो, बरी आठोन झाली, लेक; जरासी कनीक हाये का तुह्या इथं? मी घेईन म्हून सुनंनं डब्बाच लपवून ठेवला- कनकीचा."

"वाऽ वो मनाव्ऽ बाई! कुठं फेडसीन मनाव् हे पाप?"

"मी कबूल न्हौती, तरी शिळे तुकडे गिळासाठी मले त्याइच्यातच जेवत जा मने मास्तर. कोनी कोनी मास्तरलोकं घरी येतेत तं मायच्या येगळ्या सैपाकाची त्याले घाडी लाज येत होती खरं!"

"राहू दे, इथंच जेवजो." नर्मदानं आग्रह धरला, "मी पोळ्या टाकतो आता."

"नाई माय, कायले? कितीक उपकार करून ठेवता तुमी माह्यावर?" चिंधाईला एकाएकी आठवलं, "थ्या बापूरावचं आनं लक्ष्मनचं अजबच झालं बाई! ह्या बुहाऱ्या धरनानं सुरंगच लावला बाई, आपल्या रचल्या रमल्या जिंदगानीले."

वामन घरी येताच नर्मदानं चिंधाईकडून ऐकलेलं त्याला तपशीलवार समजावून नवऱ्याचं मन भरवलं. हो ना करता तो बिजवर पोराकडं जाण्यासाठी राजी झाला.

नर्मदाला रात्री जेवताना आठवण झाली, "का वो, तुमाले समजलं का काई अज?"

"कायचं?"

"काल राती पुलाच्या डेऱ्यावर चार-पाच पोराइनं हल्ला केला मनतेत् अंधारात."

"नाई बा. पन राती तिकडं कल्ला-गोंधळ झाल्यावानी आयकू ये, खरं."

"पुलावरच्या कोन्या छत्तिसगड्याले ठोकलं म्हनते राती."

अर्धी अधिक रात्र उलटली तरी वामन सातरीवरच चुळबुळत होता. नीज

कशी म्हणून येत नव्हती. डोक्यात विचारांचं भुईचक्र पेटलं होतं. पुलावरच्या घटनेपासून शकूनची वेगळीच काळजी लागलेली. लक्ष्मणच्या मयतीपासून तर त्याचं मन ठेवणीतल्या कपड्याला घुईकिडा लागावा, तसं एकसारखं कुरतडत होतं. शकूनचं पुढचं आयुष्य राहून राहून डोळ्यापुढं तरळत होतं. हजामतीचा बुडालेला धंदा अन्न गोड लागू देत नव्हता. जिथं तिथं धरनच आडवं येताना दिसत होतं. कशातच मन लागत नव्हतं. झोपेची वाट पाहून पाहून तो कंटाळला. अंथरुणावर उठून बसला. पेटवलेल्या बिडीचे चार-सहा झुरके मारून उठला. न्हाणीतला लोटा उचलून किर्र अंधारातच नदीकडं निघाला.

थडीवर येऊन त्यानं आजूबाजूला न्याहाळून घेतलं. रातकिड्यांची किरकिर वाढलेली. अधून मधून पाण्याच्या काठावर खेकडे तुरतुरताना दिसत होते. झुडपातून पान कोंबड्यांचा आवाज येत होता. त्यानं एक नजर पुलाच्या डेऱ्याकडं टाकली. सगळीकडं सामसूम होतं... अंधूक उजेडाचं जाळं विणणारे शेडवरचे दिवे आपल्याभोवती फिरणाऱ्या पिखोल्यांना जाळून टाकत होते. तो काठाशी रचलेल्या सिमेंटच्या थप्पीजवळ आला. धोतराचे ओचे सावरले. आजूबाजूला पुन्हा नजर फिरवली. सावेगावाला बगलंखाली दाबून हातपाय लांबवलेली आमनदी झोपेतही हासल्यावानी भासत होती. पुलाचं पांढरं थताड नदीनं डोक्याशी उशी घेतल्यावानी किर्र अंधारात उठून दिसत होतं. हातांच्या ओंजळीवर तो पचकन् थुंकला. हातावर हात घासून ओणवा झाला. थप्पीवरचं एकेक सिमेंटचं पोतं थडीच्या काठाशी ओढू लागला. प्लास्टीकच्या तरटाची एकावर एक रचलेली पोती. वरचं पोतं खालच्या चोपड्या तरटावरून सर्रकन् घसरत होतं. तेवढ्याच गतीनं तो ते पाण्याशी आणून ठेवत होता.

त्यानं पंधरावीस पोती नदीच्या थडीशी ओढली. उभा होऊन सभोवती न्याहाळून घेतलं. काठाशी आणलेलं एकेक पोतं तो दरडीवरून धिरे धिरे खाली सोडू लागला.

बराच वेळ पाण्याचा 'डुबूक धुप्प... डुबूक धुप्प!' आवाज येत राहिला.

पुलाची उशी घडवणारं सिमेंट वामनच्या काळजाचा तळ साफ करत नदीच्या पोटात सामावू लागलं!

❑

।। सात ।।

दरवर्षीसारखा यावर्षीही गावात गणराज्यदिन साजरा झाला. महिन्याभरापासून पुस्तकपंडितीला बगल देऊन मास्तरांनी कवायत अन् नृत्यांसाठी पोरांची तयारी केलेली. आदल्या दिवशीच गावातल्या रस्त्यांकाठचे दगडं चुन्यानं पोतिरले गेले. चौकांचौकांत पताका फडफडू लागल्या. शाळेच्या अन् पंचायतीच्या झेंड्याजवळ सजावट झाली. सावेगावातील डेअरी-सोसायटीसारख्या संस्थांनी आपापले बॅनर रस्त्यांवर टांगले. शिंदीच्या काचोळ्यांना फुलं खोवून शाळा–ऑफिसाच्या मुख्य दारांवर कमानी उभारल्या.

सकाळी सावेगावातील प्राथमिक अन् माध्यमिक अशा दोन्ही शाळांतील पोरांची एकत्र प्रभातफेरी निघाली. रस्त्यातल्या मोऱ्या अन् गटारातील सांडपाण्यानं भरणारे पाय दगडांना पुसत प्रभातफेरी गावात फिरू लागली. एका हातानं नाक दाबून, दुसऱ्यानं देशाचा जयजयकार करत शाळकरी पोरं गावातलं वातावरण दुमदुमून टाकू लागले. शाळंत न जाणारं लक्ष्मणचं लहान पोर जयजयकाराचे नारे ऐकून घराबाहेर आलं. पोटफाड्याच्या दुकानात टांगलेल्या कागदी झेंड्यासाठी दुर्गाजवळ हट्ट धरून बसलं. दुकानापुढंच हातपाय घासू लागलं. प्रभातफेरी पुढं निघाली. जिल्ह्याच्या शाळेपुढं सपाटीकरण केलेल्या फुफाट्यात विसावली. शाळेच्या पडवीशी एक पडदा ताणून तात्पुरता मांडव उभारलेला. त्यात गावचे सरपंच, पुढारी अन् कार्यकर्ते मोजक्या मास्तरांसह स्थानापन्न झाले.

भाषणांना सुरुवात झाली. कोण्या शिक्षकानं देशाच्या गुलामगिरीचा आढावा घेतला, तर कोणं आतापर्यंत आपल्या देशानं केलेली प्रगती विद्यार्थ्यांपुढं मांडली. गावचे पुढारी आपापल्या पक्षाच्या कर्तृत्वावर बोलू लागले. आपण सावेगावाच्या भल्यासाठी काय काय केलं, हे सविस्तर सांगताना, दुसऱ्या पक्षानं त्यात कसकसे अडथळे आणलेत ते तिखटमीठ लावून रंगवू लागले.

रटाळ भाषणं लांबत गेले. त्यातच दुपार झाली. उघड्यावर बसलेल्या लहान मोठ्या पोरांची तगमग वाढली. वरून तापू लागलेलं उन्ह अन् खाली

सपाटीकरणाचा फुफाटा. पोरं जागच्याजागी चुळबुळू लागले. कोणी पुढचा, मागच्याला चिमटे काढत होता. एखादा मागचा, पुढल्याच्या पाठीवर पेनानं रंगवत होता. मांडवात देशाच्या भवितव्याविषयी जोरजोरानं भाषण सुरू होतं. पोरं भुकेल्या पोटानं कडंकडं जांभया देत होते. विद्यार्थ्यांनी जांभया देऊ नये म्हणून कवायतीचा मास्तर स्वत:च्या इच्छेविरुद्धच पोरांवर आवळ्याएवढाले डोळे वटारत होता. बोलणाऱ्याशिवाय भाषणाकडं कोणाचंच लक्ष दिसत नव्हतं. शाळेचे शिक्षक राहून राहून मनगटावरच्या घड्याळीकडं नजर टाकत होतो.

गावातल्या सामान्य लोकांनाही या कार्यक्रमाशी काहीच देणं घेणं नव्हतं. ज्यांना कुठल्यातरी निमित्तानं लोकांना मतं मागायची आहेत किंवा सबसिडी, अनुदानासारखा काहीतरी राजकीय लाभ पदरात पाडून घ्यायचा आहे, असेच लोक कार्यक्रमात हजेरी लावत होते. इतर सगळे आपापल्या नित्याच्याच व्यापात गढून गेलेले. वर्षा-दोनवर्षानं एकवेळ शाईनं बोट रंगवून घेऊन शिक्का मारण्यापलीकडं दुसऱ्या कशाशीच त्यांचं सोयरसुतक नव्हतं. दुर्गाला तिच्या हट्ट धरणाऱ्या लेकराचा विचार पडलेला. नुपरू, वामनसारख्या कित्येकांना भाकरीची काळजी होती. चिंधाई अन् बापूरावला त्यांच्या अनाथ म्हातारपणाची चिंता छळत होती.

बापूरावचा अवघा देह जायबंदी झाला होता. हातापायाला अन् डोक्याला कडक प्लास्टरनं जखडून टाकलं होतं. हालचाल तर अजिबात करता येत नव्हती. दिवसभर एकाच जाग्यावर खिळून राहावं लागत होतं. दुसऱ्याच्या आधाराशिवाय उठणं-बसणं जमत नव्हतं. एका जागी बसून बसून हातपाय बधिरले होते. अवघं अंग ठणका मारत होतं. चार शिवारातले वावरं तासाभऱ्यात हिंडून येणारा बापूराव वावभर खाटंला चिकटून गेला होता. बापूराव धडधाकट होता तोपर्यंत त्याची चलती होती. पुरुषोत्तम अन् दिनकर दोघंही त्याचा शब्द खाली पडू देत नव्हते. दुभत्या गायीच्या लाथा कुठंही गोडच. पण आता बाप खाटंला खिळल्यापासून पोरं त्याच्याशी धड बोलेनासे झाले. येता-जाता त्याला टाळू लागले. घरात सासासुनेचंही असंच. आजपर्यंत लेकीसारखी वागणारी पुरुषोत्तमची बायको-नंदा आता थोड्या थोड्या गोष्टींवरून शेवंताईशी कुरबुरत होती. सासऱ्याच्या थुंकण्यापासून तर लघवी-परसाकडेपर्यंत तिरस्कारानं पाहात होती. बापूरावला वाटे, काल तसं अन् आज असं! नशिबाचाच खेळ, दुसरं काय? मानूस म्हनजे नियतीचं बाव्हलं अन् कास्तकारी म्हनजे निसर्गाचं बाव्हलं... कशाचं काहीच खरं नव्हतं.

लक्ष्मण मेल्यापासून बापूरावनं हायच खाल्ली होती. घरात डाळदाण्यानं

ढोल्या-कोठ्या भरून होत्या. मनात आणलं ते खाता-पिता येत होतं. पण धरणाच्या तुंबलेल्या पाण्यानं गोड घास कडू केला होता. त्याची अन्नावरची इच्छाच उडून गेलेली. दिवसभर जीव नुसता टांगणीला लागल्यावानी अडकून राही. कोणी भेटण्यासाठी आलं, तर तेवढाच त्याच्या मनाला विरंगुळा मिळे. पण त्याच त्या बंडी उलटण्याच्या गोष्टी करून त्याचं काळीज हुळहुळं होई. भेटणारा निघून गेला म्हणजे घराचे आडे फाटे खायला उठत. आतापर्यंतची सारी धावपळ, तानापाजन सारंच व्यर्थ वाटे. खाटंवर पडल्या पडल्या त्याचं दुखरं अंग आणखी ठणकू लागे.

"का वो, लक्ष्मनले जाऊनसन्या झाला असंन नं मह्यनाक्?" त्याला एकेक दिवस पहाडावानी वाटत होता.

"काऊन? तुमाले काय कराचं हाये त्याचं?" नवऱ्याचं तेच ते ऐकून शेवंता कंटाळलेली.

"नाई, तेरवी-गिरवीचं अद्याप काई कानावर नाई आलं, म्हून मनलं."

"मी मनतो– जानारा थो गेला आनं आता त्याचा इच्यारच कायले कराव् बोडख्याचा?"

"तसं नाई, पन आता तेरवीसाठी तं काई सोयच नसंन त्याच्या घरी?"

"नसंन. आता तेरवी करून थे लोकाइले जेवू घालंन का, आपले पोरंबारं पोसंन?"

बापूराव एक खोल सुस्कारा सोडून म्हणे, "हंऽ स्सूऽऽ! मानूस हाये तं सारं हाये... नाई तं ह्या सारा परपंच पोपईच्या खोडावानी पोकळच. धड पेटतबी नाई आनं कोन्या कामीबी पडत नाई. निरा कुइजून सडाच्या कामाचा"

नवऱ्याच्या बोलण्याला उबगलेली शेवंता त्याच्याजवळून उठून जाई. बापूराव पुन्हा एकटा. सदा कुरकुरणाऱ्या खाटेच्या कुजक्या दोऱ्या तेवढ्या मग त्याच्याशी बोलत होत्या.

❑

पुलावरच्या घटनेपासून शकून सारखी उदास राहात होती. धड हसत नव्हती, की कोणाशी खाणा-खुणांनी बोलत नव्हती. सदा आपल्यातच गुंग असे. तेव्हापासून तिचं कामाला जाणंही बंद झालेलं. तेलामिठाला कसातरी होणारा आधार तुटला होता. मायच्या जिवावर खाणं तिला बरं वाटत नव्हतं. ती आजूबाजूच्या घरच्या वाकळा शिवून देऊ लागली. वाकळीमागं वीस रुपये मिळत. तिच्या शिवण्यात कसब होतं. बारीक बारीक टाके घालून ती मशीननं शिवल्यावानी वाकळ शिवे. लुगड्या-धोतरांची देखणी जोड देऊन वाकळीला रंगरूप आणी. तिची कारागिरी

पाहून तिच्याकडं वाकळींचं काम वाढू लागलं. दोघीही मायलेकी रात्री उशिरपर्यंत शिवत बसत.

एवढ्यात शकूनच्या लग्नाविषयी घरात सुरू असलेल्या गोष्टी मायबापांच्या हावभावांवरून पुसटशा का होईना, तिला कळत होत्या. मायला तिच्या लग्नाची असलेली घाई तिच्या नजरंतून सुटली नव्हती. आपला संसार मार्गी लागण्यापेक्षाही अब्रुच्या काळजीनंच लग्नाची घाई होत असल्याचं बोचरं दु:ख तिला छळत होतं. मायबापाच्या डोक्यावर आपण भार असल्याची भावना तिच्या मनात मूळ धरून बसलेली. चार भिंतीआड तिला हे अधिकच जाणवे. वाकळीच्या संगतीनं मुकं मन सुईच्या एकेका टाक्याबरोबर बोलू लागे. काळजातले टाके वाकळीच्या टाक्यांसंगं साधले जात. माय, बाप, नवरा, पोरं असे जुन्या-नव्या नात्यांचे पदर घेऊन संसाराची शिवलेली वाकळ. वाकळीचे दोरे सरळ नाकापुढं चालले तर बरं, नाही तर अवघी वाकळ विद्रूप. ...एवढा जीव लावून शिवलेली वाकळ मात्र तिच्यासारकी मुकीच. कुठंबी टाका, कोनीही लोळा. तिले वाचा नाई. मळली तरी दु:ख नाई अन् धुऊन उजळली तरी खुशी नाई... दु:ख असलं तरी ते वाकळीच्या वरच्या पदराआड साचणाऱ्या गागऱ्यावानी काळजाच्या तळात साचून राही. श्रीमंतांघरची गादी डागाळली तरी वरची गवसणी बदलून भागत होतं. पण गरिबाच्या वाकळीवरचा धब्बा हटकून दिसत होता.

वामन कमळेश्वराहून पोराचं घरदार पाहून आला. पुढल्या हप्त्यात बिजवर पोरगा शकूनला पाहाण्यासाठी येणार होता. पोरानं दिलेल्या दिवसाची नर्मदा डोळ्यांच्या वाती करून वाट पाहात होती. घरदार सारवून लख्ख झालेलं. खाणाखुणांनी ती पोरीला रोज नवनव्या सूचना देत होती.

अखेर तो दिवस उजाडला. नवरा मुलगा त्याच्या लहान लेकरांना घेऊन एकटाच शकूनला पाहाण्यासाठी आला. शकूननं चहा पोहे आणून बाहेर पाहुण्याच्या हाती दिले. पाहुण्यापुढं टाकलेल्या पाटावर शकून मातीच्या बाहुल्यासारखी भुईवर नजर खिळवून बसली. बाजारातली फुलारलेल्या भाजीची जुडी पुन्हापुन्हा निरखून पाहावी, तसी बिजवरानं शकूनला अंगोपांगी निरखली. स्वत:च निर्णय घेऊन त्यानं पोरगी पसंत असल्याचा निर्वाळा दिला.

वामननं शंका काढली, "तुमाले पोर्गी पसंत हाये, हे खरं; पन तुमी जोडनुकीले कोनीच सगे-सोयरे संगं आनले नाईत."

"इथं येऊन सोयरे काय करनार हायंत जी?" पोरानं त्याचं मत मांडलं, "फाल्तू त्याइचेच मानपान निस्तरत बसा लागते-आपल्याले... सारे सुकाचे सोबती हायंत."

भालचंद्रानं मग मुद्द्याची गोष्ट काढली, "हे पाहा, आमची पोर्गी मुकी

हाये, हे ठावूकच हाये तुमाले... तिले संभाळून घ्या लागंन.''

''थे मंजूर हाये आपल्याले. पन माह्येबी हे दोन पोरं तिले आपले म्हनून संभाळा लागतीन.''

''थे आपसुकच आलं मना. पोर्गी काई आमच्या मनन्याबाहीर जानारी नाई.''

बोलता बोलता लग्न ठरलं. देण्या-घेण्याच्या गोष्टी झाल्या. इतर लग्नांसारखी फारशी घासाघिसी झाली नाही. बिजवराला लग्नाची घाई दिसत होती. पंचांग पाहाणाऱ्या कोठीरामला बोलावून लग्न निर्धाळलं. देवळात हारावर लग्न लावायचं ठरलं. जेवणखाणं आटोपताच लेकरांना अ‍ॅटोत घालून नवरामुलगा गावाकडं निघून गेला.

पंधरा दिवसांवर लग्न निघालेलं. वामनजवळ काहीच पैसा नव्हता. त्याला सुंद्रीशिवाय दुसरा कोणताच पर्याय दिसत नव्हता. सुंद्रीला विकताना त्याचं काळीज कळवळलं. गाय विकणं काय अन् माय विकणं काय, सारखंच वाटत होतं. पण पोराला चांदीची अंगठी करायची होती. त्यानं काटोलावरून गरजेचं सामान आणलं. पाहाता पाहाता दिवस उलटले. नर्मदाच्या हाताला चैन नव्हतं. कुरवड्या-शेवयांपासून तर चिवड्यापर्यंत तिनं सारी तयारी केली. चिंधाईही हातभार लावत होती. लग्नाचा इतवार उजाडला. दहा-बारा लोकांना रद्दीच्या पोत्यावानी अ‍ॅटोत कोंबून नवरदेव सावेगावात आला. महादेवाच्या देवळात लग्न लागलं. सुलग्न लावताना नवरदेवाच्या पाहुण्या मित्रानं पोराला हात धरून शकूनकडं आणत म्हटलं, ''चाल रे पिंट्याऽ... तुह्या मायच्या डोक्शावर अक्षीद टाक आनं पाया पड बरं.''

पाहुण्याच्या हाताला झटका मारून पळताना पिंटू कुरकुरला, ''हिट्ट! आमी नाई लागत पाया! आमची आई नाई होये काई थे! आमची आई तं पह्यलेच गेली देवाच्या घरी!''

शकूनच्या काळजात कालवाकालव झाली. वाकळ शिवताना एकाएकी बोटात सुई खुपसावी तसंच झालं. नवरी होतानाही शकून इतर लेकीबाळींसारखी मोहरली नव्हती. दिवसभर उदास उदास होती. आपण सासरी गेल्यावर मायबापांचं कसं, ही चिंता काळजाला छळत होती. तिच्यापुढं एकीकडं सुखाचं तळं तिला पसरलेलं दिसत होतं अन् दुसरीकडं मागचा दुःखाचा भयाण सागर डोळ्यात मावत नव्हता. तिच्या सोबतच्या पोरीबाळी तिला दिवसभर खाणाखुणांनी चिडवत होत्या. पण शकूनला कशाचंच अप्रुप वाटत नव्हतं... बाहेर गल्लीवरचा अ‍ॅटोचा कर्कश पोंगा एकाएकी कानाशी वाजू लागला.

शकून अवघ्यांच्या पाया पडली. मुक्या काळजाला वाचा फुटली. तिचं अवघं शरीर गलबलून आलं. उभ्याउभी ती मायच्या कुशीत गदगदू लागली.

एकुलता एक भाऊ बहिणीच्या लग्नाला डोळ्यानं म्हणून दिसला नव्हता. तिच्या डोक्यावर अक्षतीचे चार दाणे फेकण्यापुरताही त्यानं वेळ काढला नव्हता. नर्मदा लग्नाआधीच सागरकडं जाऊन त्याला विणवून आलेली. पण तरी तो मानला नव्हता. शकूनचे डोळे झरू लागले. तिला थोपटताना नर्मदा गहिवरलेल्या आवाजात जावयाला म्हणाली, "पाह्यजा, बापा... संभाळून घेजाऽ... येडीमुकी पोर्गी हाये. तुमीच मायबाप होजा तिचे!"

वामनलाही कढ आवरला नाही. तो पाणी पिण्याच्या निमित्तानं पटकन घरात गेला. वळाण्यावरच्या पांघरुणात तोंड खुपसून उभ्याउभी गदगदू लागला... मुकं लेकरू. सावलीवानी दिवसभर संगतीला होतं. दिवस बुडाला अन् भुईवरची सावली लांबत गेली. दूर दूर पळत मुक्या मनानंच अंधारात गुडूप झाली. गल्लीवरील ॲटोच्या पोंग्याचा कर्कश आवाज तेवढा कानात किरकिरत राहिला. ❑

"आहे का जीऽ... वयनी घरीऽऽ?" कन्यालालनं दारातून आवाज दिला.

"याऽनं जीऽ... बापूजी." दुर्गा भांडे घासताना पटकन उठली. सपरीत पाट टाकू लागली.

कन्यालाल पाटावर बसला. "तुमच्याघरची लक्षमनभाऊची बातमी आयकून मोठं वाईट वाटलं; वैनी."

"होऽ बापाऽ... कव्हा चित्तलं नाई, थेच घडलं यकायकी." दुर्गा डोळ्याच्या काठावरून बोट फिरवत बोलून गेली, " त्याइच्या वाट्याचा देव मलेच घेऊन जाता, तं बरं होतं. "

"थे काई कोनाच्या हातचं आहे, वैनी? फाळ्जी नोका करू तुमी. सारं व्येवस्थित होईन."

"तुमी तव्हा गावात न्हौते वाट्टे, बापूजी?"

"तव्हा मी आपल्या भागाच्या आमदाराकडं गेलो होतो. मंग तिकडंच राह्यलो पंधराक् दिवस ."

दुर्गानं सांगितलेली बंडी उलटण्याची गोष्ट. ऐकून कन्यालाल स्वत:शीच बोलावं, तसा बोलला, "हेबी उलटंच झाले मनाव् ... ज्याची बंडी थो वाचला आनं सालदार मानुस गेला!"

"थे काई कोनाच्या हातचं हाये, बापूजी?"

"मंग त्यानं काही पैसे-गियसे देल्लेत का तुमाले?"

"पयसे कायचे जी?"

"पैसे म्हनजे नुकसानभरपाई म्हनतो मी."

"भरपाई कायची बापा? त्यानं का जानूनबुजून उलटोली बंडी? धुरकरी तं हेच होते-तुमचे भाऊ."

"दवाखान्यातबी लय खर्च आला असंन तुमाले?"

"सारा मेडिकलचा खर्च त्याइनंच केला. निदान तीन-चार हजार तरी लागले असतीन त्याइले."

"थे सारं खरं. पन एक गोष्ट सांगू का तुमाले?"

"सांगा नं बापाऽ–"

"पाहा, तुमाले आपलं मानूस म्हनून सांगतो–" कन्यालालनं आवाज खाली आणला, "आजकाल कायद्यात तरतूद आहे तशी. एखाद्याच्या कामावर असतानं अशी दुर्घटना घडली, तं नुकसान सोसनाऱ्याले कोर्टात नुकसानभरपाई मागाचा अधिकार आहे कायद्यानुसार... तुमच्यावर तं एवढं घोर संकट आलं."

"पन गावगाड्यात आपल्याले असं करनं सोभते का जी, बापू?"

"तिथं कायचा गावगाडा? पैश्याइचे कामं पैसाच करते वैनी. गावगाडा नाही करत तुमचा!"

"थे सारं खरं, पन–"

"आता तुमी पन पन करान, तं उद्याच हे पोरंबाळं उघड्यावर ठेवून लोकाइच्या कामाले जा लागते तुमाले! तुमच्याघरी काई वडलोपार्जित बाग-बगिचे नाहीत. हातावरचं पोट तुमचं."

"तुमचं पटते-गिटते, बापूजी. पन मन नाई वळत तिकडं."

"पाहा ब्वा, हाता-तोंडाची गाठ पाडता पाडता तुमाले उपास घडाले न लागो, म्हनजे झालं! पन समजा तसं झालंच, तं मंग तव्हा कसं करान? म्हनूनच मनतो, जखम वली असताना औषीद मांगतलेलं बरं आता!"

"असं मनता?" दुर्गा घडीभर विचारात पडली अन् मग एकाएकी उठली "बसा बापूजी, मी चाहा ठेवतो."

कन्यालाल ओठांच्या कोपऱ्यातून हसला, "तुमच्या घरी मी चाहा प्याआले नाही आलो, वैनी. म्हनलं आपल्या अडानी मानसाले तिच्या फायद्याच्या दोन गोष्टी सांगून पाहाव्."

दुर्गा चहाचं आधण चुलीवर ठेवून बाहेर आली.

"पुन्हा एक तह्यसिलीत अर्ज करा वैनी– तुमी. घरातला कर्ता मानूस अपघाती मेला म्हनजे सरकारकडून दाहा हजार रुपे भेटते– वारसदाराले."

"मले बह्यताडीले काय समजते जी, त्यातलं? थे तुमीच देजा बापा, जमवून. लागंन तं–"

एकाएकी घरातून फुर्रफुर्र आवाज आला तसी लगबगीनं उठून दुर्गा घरात

गेली. उतू जाणारं चहाचं आधण फुंका मारून रोखू लागली. कन्यालालनं चहा पिऊन पानाचा तोबरा तोंडात भरला.

"बरं, चालतो वैनी. मग तह्यसिलीचा अर्ज भरला म्हनजे त्याच्यावर सई घ्याआले येईन पुन्हा तुमच्याकडं."

जनसेवा केल्याच्या समाधानानं कन्यालाल रस्त्याला लागला.

❑

जो तो आपल्यापुरता धडपडत होता. सारी अक्कलहुशारी पणाला लावत होता. पण वामन मात्र मनाविरुद्ध घडलेल्या गोष्टींसाठी पिसाळून उठत होता. केव्हा काळजातल्या अंगाराला वाट मोकळी मिळे, तर केव्हा तुंबलेल्या नदीवानी मनातलं सारं बुडाशी साचून राही. प्रसंगापुरता अंगाराचा भडका मात्र जरूर उठत होता.

तरीही तो उदीमपाण्यात गुंतू पाहात होता. पोटाच्या खळ्याची सोय लावणं जरुरी होतं. नर्मदाच्या आग्रहावरून वामनचे हात पुन्हा पत्रावळींकडं वळले होते. काळजात कचकच शिळका टोचत असल्या तरी बोटं त्याच्या तालावर नाचत होते. कुबडं काढून बसलेला भालचंद्रा वामनच्या तोंडाकडं टक लावून पाहाताना त्याच्या मनाचा अंदाज घेत होता. भालचंद्राची बेचैनी पाहून नर्मदालाच राहवलं नाही. ती मुकाट असलेल्या नवऱ्याला बोलली,

"जा काऊन नाई वो –थे बापूजी यवढ्या आंगोनीनं सांगाले आले तं?"

"...."

वामननं लांबवलेले पाय पोटाशी घेतले. गोगलगायीवानी अंग चोरून बसला.

"यक तं गिऱ्हाइक येत नाई मनता आनं असं गिऱ्हाइक दाठ्ठ्यात चालत आलं तं आता जमनार नाई मनता? अशानं कसं भरंन मनाव् पोट?"

"आता तूच राह्यली का मले पोटभराची अक्कल सांगासाठी?" एकाएकी झंडु फुटल्यावानी त्याच्या तोंडातून बोल फुटला.

"पन मी मन्तो, घाटापावतर जाऊन थ्या नानाची दाढीडोई भादराले असा किती येळ लागते?"

"तुले काय समजते, भेंड्या!" तो बायकोवर डाफरला. मग भालचंद्राकडं पाहात म्हणाला, "ज्याची जळते त्यालेच कळते, भाऊ!"

"हौ, थे झालं मना," आतापर्यंत चुपचाप ऐकणाऱ्या भालचंद्राला वाचा फुटली, "मंग तुह्यं जमनारच नाई का दाढीडोई भादरनं?... मले वाटलं, निदान माह्याकडं पाहून तरी–"

"तुह्याकडं पाहून तं मी गूपचापच हाओ गा. पन मले सांग; बुढी तुह्याघरची मेली, का नानेसरची?"

"नानेसरच्या घरची. पन काऊन?"

"मगं थो नान्या हजामतीले माह्याजौळ येते का दुसरीकडं जाते?"

वामनचा रोख भालचंद्राच्या लक्षात आला असावा, "दुसरीकडं जात असंन. पन तुह्याच पोराजौळ जाते, कनाई?"

"त्याले मंग पोरालेच ने मना घाटावर दाढीडोईसाठी! थो हजामत त्याच्याकडं फोमच्या खुर्चीवर बसून करंन आनं थ्या मसनघाटात मी येऊ का पोतं घेऊनसन्या?"

"थो काय येते गा, तिथं? आजकालची पिढी फायद्याचे काम तेवढे पाह्यते."

"तसंबी भालचंद, मयताच्या निमित्तानं दाढीडोई भादरन्याचा रिवाज पटत नाई मनाले. साऱ्या भाकडकथा हायेत नुसत्या!"

भालचंद्र नजराआड होताच नर्मदा हळहळली, "अशानं तं बरं पुरं खाआन तुमी! साठा गेला पन अद्याप काटा नाई गेला तुमचा!... दोन दिसापासून पयसे नाई म्हून यक बिडी चार चार खेपा पेता, तरी उघडत नाई तुमचे डोळे!"

तिनं टोचलेला काटा खरोखरंच त्याच्या जिव्हारी झोंबून गेला. "हो हो, पेतो. पन का कोनाले मांगाले जातो मी? थे पोट्टं बेइमान झालं म्हून असं फावलं लोकाइचं."

हजामतीच्या पोत्याकडं पाहाताना वामन धांड्याच्या शिळका काढू लागला. आधी बरं होतं. पोत्यावरच्या ग्राहकांच्या वर्दळीनं पत्रावळींसाठी त्याला पुरेसा वेळ मिळत नव्हता. सकाळचा चहा होण्यापूर्वीच हजामतीचं गिऱ्हाइक दाठ्ठ्यात हजर असे. त्याला परसाकडं जरी लागलेली असली, तरी घाईचं गिऱ्हाइक दाढीमिशी घोटून झाल्याशिवाय जागचं उठू देत नव्हतं! त्या काळात अशी धोतर जागीच भरण्याची पंचाईत अन् या काळात नवं धोतर विकत घेण्याची पंचाईत. काळाचाच महिमा, दुसरं काय? त्याचं मन जुन्या आठवणीत रमलेलं ... पेरकंडाचा गाभा गेला अन् वरच्या निक्कस शिळका तेवढ्या हाती राहिल्या.

"हं बोट धर बापू, माह्यं."

वामनचं लक्ष पोराला घेऊन येणाऱ्या प्रल्हादकडं गेलं.

"कुठून आला गा, परलाद?"

"ह्या पोट्ट्याले नेल्तं बजाराकडं. तिथं हे बेटं सागरच्या दुकानात हजामतच करतो मने. मनलं, मनतेच हायेऽ तं दे ब्वा करून. नाई तं आपल्याले कुठं वेळ भेट्टे थ्या लोखंड कामातून?"

"बरं ब्वा... तुमची मर्जी."

"पोराबाराइले खुर्चीवर बसाची खुशी राह्यते, काका! आता करतं कसं? लेकराचा हट्ट."

पोराबाळांनाही अशी बाजाराकडली लव लागत होती. वामनकडल्या पोत्यावर बसून बसून कंटाळलेले ग्राहक सागरकडल्या खुर्चीचा आस्वाद घेत होते. दुकानातल्या जुन्या फिल्मी मासिकातले भडक चित्र चवीनं न्याहाळणारा बाप्या सागरकडून मसाज करून घेत होता.

जराभऱ्यानं नर्मदा बाहेर आली. पत्रावळी शिवण्यासाठी चवडून बसली.

"तू डोने लाव भरंभरं. मी शिवतो पत्राळी. दोह्यपारच्या साक्षगंधाले कामी पडल्या पाह्यजेन्."

दोघांचीही बोटं शिळकांच्या तालावर नाचत होती. पाहता पाहता पत्रावळींची चळत झाली. द्रोणांचा ढीग लागला. हजामतीची धोपटी मात्र दूर बसलेल्या विटाळशा बाईवानी एकाजागी पडून पडून काळवंडून गेलेली. कितीतरी दिवसांपासून तिच्या अंगावरून हात फिरला नव्हता. काळवंडलेल्या धोपटीला काळजावरून पुसून वामन उठला. फाटक्या पोत्यात द्रोण-पत्रावळी बांधून पावड्याच्या घराकडं निघाला.

लहानसं गाव. गावात हजामतीच्या कामरगीचं वामनचं एकच घर. कामरगीची प्रथा आता बंद झालेली. सारंच रोखठोक काम आलं. म्हणूनच सागरचं फावलं. बापाचेच अवजारं अन् गुणही त्याचाच. ऐन ज्वानीत पोरगं बापाच्या मुळावर आलं. वामननं डोक्यावरचं गाठोडं पावड्याच्या छायवानीत टाकलं. डेळमाथनीजवळ बसलेल्या पावड्याला आवाज दिला, 'हंऽऽ मोजून घ्या भाऊ."

"अगाऽ पन आमी तं ताट-वाट्याइचा परवाच याडव्हांस देऊन ठेवला-थ्या संभाजौळ."

"ताट-वाट्या म्हंजेन?"

"थ्या संभा देसमुखानं हेटीवर ताट-वाट्या, गिलास असं भांड्या बिछायतीचं दुकान लावलं नं आता."

वामन उभ्या देही झंकारला. "मंग मले कायले सांगतल्या होत्या पत्राळी शिवाले?"

"आरे बा! पन तव्हा गावात नव्यानं ताट-वाट्या येनार हायेत म्हून कुठं कल्पना होती-आमाले? आता त्यानं आनल्याचं समजलं; मनलं तुबी वेळंपावतर देतं का नाई पत्राळी?"

"पन तुमाले भरोसा देल्ला होता नं म्या? जरा वाट तं पाहाची होतीं-"

"अजकाल यकाच्याच नावानं कुक्कू लावून बसल्यानं जमते का, काका? पुन्ना थ्या ताट-वाट्याइचा किराया तुह्या पत्राळीपंक्षा कमीबी पडते मने थो."

"पन मले निदान सांगाचं तं होतं तसं. म्या कायले रातचा दिवस करून झक मारली असती आपली?" स्वत:वर होईल तेवढा काबू ठेवत त्यानं पत्रावळीच्या

पोत्याकडं बोट दाखवलं– "आता याचं कसं?"

"आता केल्याच हायेत तं इकून टाकजो कोनाले. कुठं कामकाज निंघंनच गावात."

"बरं हाये तुमचं– दोन्हीबी डगरीवर पाय ठेवून चालनं!" त्यानं डेळमाथनीजवळ आरती धरून बसलेल्या सागरकडं एक जळती नजर टाकली अन् झटक्यानं पोतं उचललं. वयाला पेलणार नाही अशा कुर्‍यात ओझं खांद्यावर घेतलं. तणतणत निघाला. गावगाड्याला अन् परिस्थितीला शिव्या देत पायाखाली येईल त्या रस्त्यानं चालू लागला. तो स्टँडवर केव्हा अन् कसा आला, हे त्यालाही कळलं नाही.

पूर्वी हा बसस्टँडचा परिसर म्हणजे सावेगावाचं नाक होतं. सपाटीकरणाआधी पानठेले, हॉटेल अन् टपऱ्यांनी हा भाग नेहमी गजबजलेला दिसे. टपऱ्यांवरचे भोंगे दिवसभर जोरजोरानं केकाटत असत. पण आजूबाजूची वस्ती हटली अन् गावाचा हा थोबडा सपाटीकरणाच्या नावाखाली बुलडोझरनं पार चपाटा करून टाकला. आलेल्या मोटार-गाड्या जराभर थांबून इथून परतत होत्या, म्हणून त्याचं 'इस्टान' हे नाव कायम राहिलं. पण आता तिथं पूर्वीची काहीच रया शिल्लक नव्हती. गाड्यांच्या वेळांवर रोज नेमानं हजर राहणाऱ्या माणिक विकासचं टोळकं एसटीजवळ उभं होतं. उतरणाऱ्या पोरीबाळींचे चेहरे पोरं मन लावून न्याहाळत होते. वामनकडं लक्ष जाताच माणिकनं उल्हासानं विचारलं–

"का गाऽ वामन काका, कुठं?"

"...."

"पोतंबी दिसून राह्यलं-कायचं होये तं? काय आनलं गा, काका त्याच्यात?'

"......"

"बाटरं धरून आनले का, लमचे– काकानं!"

❑

सविता पार्लरच्या दाराशी उभी होती. तिच्या फूटबॉलसारख्या गोलाकार देहानं काचेरी दाराची चौकट व्यापून गेलेली. शिशीच्या गळ्याशी रबरी बूच अडकून बसावं, तसंच दिसत होतं. ही वेळ लोडशेडिंगची नसली तरीही सकाळपासून गेलेले दिवे अजून आले नव्हते. पार्लरच्या खोलीत आधीच अंधार. सविता दारात थबकल्यामुळं आणखीच काळवंडल्यासारखं झालं होतं. धुरानं छत काळं होणार म्हणून दिवाही लावता येत नव्हता. प्रगतीला काम करताना त्रास होऊ लागला. तसा तिनं आवाज दिला, "याऽ नाऽ ताई, दारात काऊन उभ्या? या, इकडं खुर्चीवर–"

सविता दारातून हलताच पार्लरच्या खोलीनं मोकळा मोकळा श्वास घेतला.

"मला किनईऽ प्रगती, फार म्हनजे फारच घाई आहे आज. माझा नंबर लवकर लावशील, गडे." ब्लिचिंग करून घेणाऱ्या खुर्चीवरच्या पोरीकडं नजर टाकून सविता आरशापुढं बसली.

"घाई कशाची हो ताई, एवढी? काही विशेष?"

"विशेष काही नाही गं. पण आमच्या विक्कीच्या डॅडींची दिवसभर सारखी कामं असतात माझ्यामागे. आता तर त्यांचे केंद्रप्रमुख म्हनून शाळेवर प्रमोशन झाल्यापासून घरी सारखे कुन्नी ना कुनी येनारे जानारे असतात– दिवसभर. मला थोडीसुद्धा सवड मिळत नाही, बाई."

"तरी म्हटलंच मिनं, बऱ्याच दिवसांनी दिसल्यात आज."

"होऽ गं. उद्या रविवारी सन्डेची सुटी आहे ना ह्यांना. उद्या काटोलला तेरवी आहे ह्यांच्या फ्रेन्डकडे. जाऊ म्हनाले दोघंही गाडीवर. म्हनून ऐन वेळेवर आले इथं-फेसिंगसाठी."

"आवड असते ताई एकेकाची." ब्लिचिंग संपून खुर्चीवरची मुलगी उठली तरी सविताचं लक्षच नव्हतं. प्रगतीनं आवाज दिला, "या, ताई. खुर्ची खाली झाली."

सविता खुर्चीवर बसली, "यावेळी मागचे केस 'युकट' ऐवजी 'लेवलकट' करायचे आहेत. या 'युकट' ला गावातल्या बाया उगीचंच पाठीमागे हसतात बाई, आपल्याला! काय घानेरडे लोक आहेत इथले, कळत नाही!"

प्रगतीनं तिच्या काळ्याभोर केसांवर स्प्रेपंपानं पाणी शिंपडलं. कात्रीचा आवाज खोलीभर रेंगाळू लागला. पार्लरात पुढंमागं मोठमोठे आरसे लावलेले. खुर्चीपुढल्या फडताळावर प्लकर, चिमटे, ब्रश, वेगवेगळे कंगवे, क्रिमच्या बाटल्या, स्टीमर अन् रोलर रॉडसारख्या मशिना मांडून ठेवलेल्या होत्या. थ्रेडींगचा धागा हुकला लटकत होता. आडव्या पाइपावर तीन-चार नॅपकिन ओळीनं टांगलेले. आरशाखालची कापसाची गुंडाळी सवितासारखीच अंग फुगवून बसली होती. गरम केलेल्या रोलररॉडनं प्रगती सविताचे केस कुरळे करू लागली. मानेजवळून रॉड फिरवताना सविता एकदम विव्हळली, "आई गं! अगंऽ अगंऽऽ चटका बसतोय, बाई प्रगतीऽ!"

"एक मिनीट–" म्हणत प्रगतीनं रोलर बाजूला केलं.

"बरं प्रगती, तुझ्या सासुकडील हालचाल कळला काय?... आता तर ती लोकांचे भांडे घासायला जाते म्हनून ऐकलं मी."

स्टीमरमधलं पाणी तपासताना प्रगतीच्या हातावर एकदम गरम वाफ धावली. "हो का?"

"तिला कुणी विचारले, तर सांगते म्हने, की आमच्या मुला सुनेला आई-वडिलांची गरज नाही म्हनून. तुम्ही दोघंही शकूनच्या लग्नातसुद्धा गेले नव्हते वाटते."

हर्बल क्रिम लावून प्रगती सविताचा मसाज करताना म्हणाली, "त्याचं काय आहे, ताई; त्यांची म्हाताऱ्यांचीही आमच्यात राहन्याची पात्रता पाह्यजे ना? राहिलं लग्नाचं, तर तान्ह्या पोरांमुळं जाताच आलं नाही मला."

माठाला चुन्यानं सारवावं तसा प्रगतीनं सविताच्या चेहऱ्यावर चंदनमातीचा लेप लावला. ओल्या स्पंजनं लेप पुसत असताना सविता म्हणाली, "तुझं खराय गं, तुझ्या सासूचं ते गावरान बोलनं आणि तो अवतार वगैरे पाहून तसंच वाटतं मलाही. आमच्याकडली विक्कीच्या डॅडींची मातुश्रीही वेगळी नाही यापेक्षा! खरोखरच नावासारखी चिंधाबाई आहे ती!"

"ते तसंच असते, सविताताई. दहा लोकांजवळ गाऱ्हाने करनाऱ्यांचं नेहमीच खरं वाटते सगळ्यांना. पन सूर्य तळहातानं लपत नाही कधी." सविताच्या हातावर गरम वॅक्स क्रिम लावून प्रगती ते कापडी पट्टीनं ओढू लागली, तशी सविता 'आई गं, आई गं' करत कण्हू लागली.

"असू दे गं, ते. मी काही म्हातारीचं एवढं सिरिअसली मनावर नाही घेतलं."

प्रगती समाधानी मनानं सविताची हळूवार क्रिम मसाज करू लागली.

❑

वामनचा अद्याप पत्ता नव्हता. दुपारी पावड्याकडं पत्रावळी घेऊन गेलेला तो चार वाजून गेले तरी अजून परतला नव्हता. नर्मदा टुकूटुकू वाट पाहात होती. आता येईल, मग येईल म्हणताना ती दुपारपासून जेवणासाठी ताटकळलेली. वळणीखालच्या सावल्या रस्त्यावर लांबल्या तशी ती आणखीच बेचैन झाली. उमेशच्या लहान भावाला तिनं पावड्याकडं पाठवलं. पण पोर हात हलवत परत आलं,

"कुठं गेले असतीन मनाव् मंग?... बापू जरासा बजाराकडून येतं का मां, पाहून? जाऽ मांऽ पिल्याऽऽ!"

वामनला कुठं कुठं पाहायचं ते तिनं पोराला पुन्हा पुन्हा समजावून सांगितलं. पोरगं पोंऽऽ असा गाडीवानी आवाज काढत रस्त्यानं पळालं. तिच्या डोक्यात तर्कांचे नाना किडे वळवळू लागले. नवऱ्याचा स्वभाव असा. कोणत्याही नादात स्वतःला आरपार झोकून देणारा. एखादी गोष्ट त्यानं मनात धरली की ती लवकर निघत नव्हती. विचाराच्या तंद्रीतही तिचा एक डोळा वाटंकडंच होता.

पुन्हा पोराचा पोंऽऽ आवाज कानावर आला, तशी ती लगबगीनं अंगणात आली, "लागला का रे कुठं पत्ता?"

"नाईबा, हायेच नाई काई."

"सागरकाकाच्या दुकानाकडं?"

"ऊं हूं!"

"थ्या भालचंदबावाच्या घरी?"

"तिथंबी नाई."

"इस्टानाकडं पाह्यलं बरोबर?"

"हो ना वो."

"मग कुठं गेले असतीन मनाव् लेक?"

"मालूम?" पोरानं ओठ दुमडला, "पन आजीऽ थ्या बह्यताड गुलब्याले कानाई सागरकाकानं दुकानात खुर्चीवर बसोलं. तिथं जमलेल्या पोराइनं कानाई गुलब्याच्या डोक्शाचे फक्त अर्धेच केसं काहाडले आनं दाढी-मिशीबी वरपली अर्धीच! मस्त हासाची मज्जा!"

"थ्या बाबल्लीच्याइले कामं कोनते हायेत? भरतीन देवाच्या घरी!" नर्मदा गंभीर झाली, "पन याइचं कसं मनाव्? आता कुठं पाहावं लेक?"

पुढून रस्त्यानं येणाऱ्या प्रल्हादला तिनं विचारलं, "तुह्ये काकाजी दिसले का रे बापू, तिकडं कुठं?"

"नाई बा. आता तं नाई दिसले यवढ्यात. पन मंघासी इस्टानाकडं त्याइले पाह्यलं म्या पोतं घेऊन."

प्रल्हाद पुढं सरकला. तिच्या डोक्यातला गुंता आणखीच वाढला. जेवावंसं वाटत नव्हतं, तरी तिनं ताटात वाढून घेतलं. पण घास घशाखालीच उतरत नव्हता.

ऐन झालपडल्या खांद्यावर तट्ट्यांची गुंडाळी घेऊन वामन घरी आला. त्यानं गुंडाळी खाली ठेवली न ठेवली तोच नर्मदाचा आतापर्यंत दाबून धरलेला धीर सुटला, "कुठं गेल्ते वोऽ यवढ्या येळंपासून? तिथं लगन घरीबी न्हौते–पावड्याकडं."

"त्याइनं किरायाच्या ताट-वाट्या आनल्या खरं, तं मंग काटोलले गेल्तो –थ्या पत्राळीचं काळंपांढरं कराले."

तिनं तट्ट्यांच्या गुंडाळीकडं पाहात विचारलं-

"आनं हे कायले आनले-बोरे? कोनतं काम पडलं त्याइचं अवघाती?"

"तुले काय कराचं हाये त्याचं?" आधीच कातावलेला वामन कंदिलाच्या काचेवानी तडकला, "चवकसी भारी अन् घुगऱ्याची न्याहारी!"

"बरं बापा, नोका सांगू मले! मी कोन लागून गेली तुमची?" ती रडकुंडीस

आल्यावानी झाली, "आमचा रांडाइचा जल्मच असा. नवऱ्याले उशीर झाला, तं डोळ्याच्या वाती करून वाट पाहा त्याइची; आनं नवरा घरी आला, का त्याच्याच तीन-तेरा आयकत बसा पुन्ना."

तो काहीच बोलला नाही, तसं तिनंच विचारलं, "जेवा-गिवा नाई लागत का?"

"भजे खाल्ले म्या हटेलात."

"बरं झालं! लागंन तं जरासे आनले नसान बायकोसाठी. इकडं लागंन तं मले चार कुटके नाई धकले –तुमच्यावाचून."

वामनला अपराध्यावानी झालं, "आनले असते वोऽ भजे, पन खरं सांगू का? अज माह्यं डोक्संच नाई ताळ्यावर. काटोललेच तं कसा निघून गेलो, थे माह्यं मलेच समजलं नाई. यस्टी दिसली म्हून अंदर जाऊन बसलो."

"वा वोऽ माय! असंबी होते का मनाव् लेक?" नवल करतानाच तिनं बरोबर वार टाकला- "मंग थे तट्टे आनलेत त्याचंबी असंच झालं असंन, नाई का? दिसले, तं चाल्ले घेऊन!"

"नाई वो" तो आपलमतीच उगाळला, "थे मुद्दाम आनले दुकानासाठी."

"दुकान?" ती गंमतीवर नेत बोलली, "आता अंखीन कायचं दुकान काह्डलं?"

"बाजारात टाकाचं हाये हजामतीचं!"

"होक्! आता ह्या मतारपनात दुकान लावता? घरीच तं गिऱ्हाइक नाई आनं तिथं निवाड पडते तुमच्यानं!"

"तुले खोटं वाट्टे का? पाह्य, तुले दुकान नाई उभारून दाखोलं, तं मले मनजो!"

नवऱ्याच्या जिद्दी स्वभावाला पारखून असलेली नर्मदा काकुळतीनं बोलली, "माह्यं आइकता का जरा; उगंच तिथं बजारात दुकान लावून कायले पोराच्या जखमंवर मीठ चोळता अंखीन?"

"मी कायले मीठ चोळू? माह्यं मी पाहीन, त्याचं थो. त्यानंच तं उलट थ्या पावड्याले पत्राळी नाई घेऊ देल्ल्या."

"नाई तं नाई. पन पह्यलेच तुमच्या बापलेकातून इस्तो नाई जात. त्यालेच भरू द्या नं पोट. आफन आपलं भागवू लेकाले कसंबी वलंसुकं."

"मोठी श्यायनीच हायेस तू!" त्यानं तिच्यावर डोळे रोखले, "मंग तूच चालवत जा घर आता याच्यापुढं!"

नर्मदा मुकाट आपल्या कामाकडं वळली. कोठीतली गागरलेली ज्वारी पाखडू लागली. पण कामात अजिबात मन लागत नव्हतं. सारखा दोघा बापलेकांचाच

विचार मनात घोळत होता. कपाळाचं कुंकू अन् पोटचा गोळा, या दोहोत तिचं मन चेंडवावानी इकडून-तिकडं उसळत होतं. ज्वारीतला वरवरचा गागरा सुपानं निघत होता. पण दाण्याच्या पार पोटात शिरलेले सोंडे कसे निघावे? टोकरून पोकळलेला दाणा सुपाबाहेर फेकला जात होता. त्याला कुठंच थारा नव्हता... मात्र भरलेला एकट-दुकट दाणाही गागऱ्यासंगं मातीत मिसळत होता. ❑

"...तू काईबी मन वामनकाका; पन मी मनतो थेच खरं हाये!"

"आगा पन असं कसं मनतं, नागो? कोनतंबी धरन मनशीन तं आमी लाहानपनी खेळत होतो थ्या खो खो च्या खेळावानी! रचल्या-रमलेल्या मानसाले सुदारनेच्या नावाखाली खो देऊन उठवनं म्हंजे धरन. उठलेला गडी मंधातून धावनाऱ्या पोरामांगं पळते, तसं थ्या सुदारनेमांगं धावनं हाये नुसतं. सुदारना काई हाती लागत नाई. पन खेळातले किती गडी आपापली जागा सोडून टांगणी लागतेत? त्याइच्यामांगं फक्त थेच– उठत जानं, पळत जानं! जागा काई पक्की होत नाही!"

"तरी पन काका, धरनाचे फायदे किती हायेत, याचा इच्यारच करत नाही तू."

"आगाऽ तं थ्या फायद्या-तोट्याइले येगयेगळे घेऊन तोलून पाह्य तू, मंग समजते तुले. शेंभर मानसाइच्या घरामंधी सुकाचे साधनं जान्यासाठी दाहा मानसं जर आयुक्शात कायमचे बर्बाद होत असले, तं तू मोठेपना कोनाले देसीन? सुकी होनाऱ्याले, का बर्बाद होनाऱ्याले?"

"पन मले नाई पटत काका, तुह्या ह्या गोस्टी!"

"कशा पटतीन?... तुमी इथून मातीच्या घरातून उठले. खिशात मावनार नाई यवढा बक्कळ पयसा घेऊन तिकडं हेटीवर सलापच्या नव्या घरात गेले. तुमाले जर आमच्यावानी इथं यक डोळा नदीकडं आनं यक डोळा घरावर ठेवून बसा लागलं असतं नदीकाठी; तं मंग पटल्या असत्या-माह्या गोस्टी."

"जाऊ दे काका, थे; सांग धंदापानी काय मनते आपला?"

"धंद्याच्या गळ्यात आता फासीचा फंदा अटकला, भाऊ! सारंच बुडलं-धरनाच्या पान्यात." वामनला एकाएकी आठवलं... "बरं, नागो, तुमच्या हेटीवर तं ताट-वाट्या आनल्यात म्हून समजलं. अंखीन काय काय आनलं मनाव् थ्या संभ्यानं?"

"त्यानं सारंच आनलं– पुनरवसनाच्या पयशात. डेकोरेसनचे पडदे आनलेत. मंडपाचा बोगद्यावानी दिसनारा गेट आनला. बिछायतीसाठी गाध्या, दुलया,

संतरज्या-उयशापासून सारंच हाये.''

"लय सामान भरलं मनाव् त्यानं?''

"थे तं सोड, पन आता तुमच्या म्हाल्याइची लग्नायेवात अत्तर शिप्पडासाठीबी गरज नाई उरली, काका. अत्तराचा फवारा मारनेवाली मशीनच आनली त्यानं. गेटजौळ सुरू करून ठेवली का येनाऱ्या-जानाऱ्याइवर याटोम्याटीक फवारा सुरू!''

"वा! अजकाल जसी फवाऱ्याशिवाय गोबी-पऱ्हाटी पिकत नाई, तसाच मानुसबी पिकनार नाई मनाव् आता! इचीबहीन, आला मानूस का मारा फवारा, बाई आली का मारा फवारा!''

नागो घरून गेला अन् चिंधाई आली. आल्या आल्या वामनला म्हणाली–

"बापूजी, तुमच्या पुतन्याले समजवाना जरा-''

"काऊन भाबी, काय झालं?''

"हेटीवर घर बांधनं चाललं मास्तरचं. तिथच्या सामानाची राखन करासाठी मले तिथं राहाले जा मनते थो आता. पलाटाच्या कोन्ट्यावर यक खोपडं उभारून देतो मनते-तात्पुरतं.''

"तुनं काय मनलं मंग?''

"मी उगीमुगीच राह्यली, बापा. तिथं रातची-इरतची यकलकोंड्यावानी कसी राहीन मी?''

"चूपचापच राह्यली तू? माह्याकून नाई जमत मनती–''

"नाई कसं मनू बापा, मी? आता कुठं यवढ्यात त्याइच्यामंधी ताथं अन्न भेटून राह्यलं मले. नाई मनलं, तं अंखीन माह्यापुढं शिळ्या तुकड्याचा अलप मांडत जाईन थे सून... बिगरदाताचं काम.''

नर्मदानं हटकलं, "तू कायले त्याइच्यात खातं वो आता? येगळं नाई रांधाव् आपलं?''

"आता वयानं सुचत नाई बाई, सैपाकाचं. भाकर कराले जाव् तं अर्धी कच्चीच राह्यते मंधात. पोटाले जानोते माय, मंग कसं करतं? अडला हरी''

"पाह्य भाबी, तुह्यं आमच्याघरी बसनं उठनं असल्यानं थो मास्तर माह्याशीन रूख घेऊन बोलत नाई साजरा. त्यात माह्यंच तं पोरगं तसं, आनं मास्तरले काय ग्यान सांग मनतं मले? आपल्या घरात अंधार ठेवून लोकाइची दंढार कसी नाचवू मी? वाटलं तं, दुसऱ्या कोनासंगंबी तुह्या जिवासाठी भांडीन मी मरेपावतर.''

चिंधाईचं तोंड चिमणीएवढं झालं.

❑

।। आठ ।।

न सांगता सवरता एक दिवस सांजवक्ताला शकून एकटीच थैला घेऊन आली. आल्याबरोबर रडतच मायच्या कुशीत शिरली. फुसांडून रडू लागली. डोळे सुजून गेलेले. वामन अन् नर्मदा तिला पाहून हबकले. 'काय झालं, काय झालं' करत पोरीला विचारू लागले. नाना तर्कांचे जळमटं काळजात घर करून गेले. तिच्या रडण्याचा भर ओसरल्यावर नर्मदानं तिला खुणेनं विचारलं. शकूननं मिशी पिळल्यावानी केलं. गळ्यातल्या डोळल्याला हात लावून दूर लांबवर बोट दाखवलं.

"काय केलं तुह्या नवऱ्यानं?"

तिनं अंगातलं झंपर ओरबाडत फाडल्यावानी करून दाखवलं. साडीच्या निऱ्या ओढण्याची खूण केली. बोटांचं कांडं अंगाला लावून आडवा नकाराचा पंजा हलवला.

"काय, अंगावर बोटभरबी कपडा नाई ठेवत मनतं थो? काय झालं तं मंग, नवराच होये तुहा!"

"हूंऽ हूंऽऽ" पाठमोरी होऊन शकूननं पाठीमागचं झंपर वर सरकवलं.

"आम्माय! हे कायचे डाग होयेत वो?"

तिचे डोळे पुन्हा डबडबले. तिनं तोंडाला बोट लावून बिडी पिल्यावानी केलं अन् तेच बोट पाठी-पोटावर, मांड्या पोटऱ्यांवर लावून दाखवू लागली.

"वा वो माऽय! ह्या कोन मानूस होये, का हैवान होये मनाव्– कोन्या जलमचा?"

तिनं मुठीचा अंगठा ओठांशी धरून मान वर उचलली. पोटाकडं इशारा करत दात चावले.

"खुब मानूस हाये मनाव् दारूकस! यकडावचे जनावरं तरी पुरोले त्याच्यापंक्षा!

शकूननं मायचं काळीज हडबडून टाकलं होतं. पुढचं काही ऐकण्याची

नर्मदाची इच्छाच उरली नव्हती. तिनं चिंधाईला आवाज दिला. चिंधाईनं शकूनला तिच्या घरी नेवून तिला खोदून खोदून विचारलं. जराभऱ्यानं शकूनच्या नवऱ्याला शिव्या देत दोघीही वामनकडं आल्या. चिंधाईनं आपला ठाम निर्धार मांडला–

"पोरीले आता काई पुन्नावून नांदाले पाठवाचं नाई, बापूजी!"

"असं मनतं, भाबी? मले वाटलं, पोट्टीचाच दोस असंन काई. सुरवातीले कोन्या पोरीबाळीले नाई होत मनलं सईन."

"नाई, नाई! सईन कराचीबी यक मर्यादा राह्यते नं, बापूजी? थो मानूस नाई, राक्कस होये राक्कस! जमान्याच्या यकदम इरुद्ध वागणारा हाये थो. लोकं पुढून जेवतेत तं थो मांगून जेवनारा हाये, असं समजा. काय बाप्पा! मले सांगतानंबी सरम येते-तुमच्यापुढं; पन त्याले वागतानं नाई येत."

नर्मदा रडू लागली, "काय माय! वन झालं माह्या पोरीचं. इथं होती थेच बरी होती. वाघाच्या तोंडाले रगत लागलं आता!"

"होऽ वोऽ... मलेबी कसी दुर्बुद्धी सुचली- थ्या वैऱ्याचा ठावठिकाना सांगाची! आता त्याच्या पोटात कोनं धसून पाह्यलं, बाई?" चिंधाई पश्चाताप करू लागली, "कढ आलेल्या कढीले आता उगंच कुढत बसनं आलं कनाई, नसिबी? आता मले भेटू दे थो. चांगला खडसावतो, वैऱ्याले!"

शकूनचा संसार सरला. नांदण्याचं चाऩ्न झालं. लहान पोरीनं भुलबा-भुलबीचा खेळ करावा, तसी ती अवघी महिनाभर रांधापाण्याचा खेळ खेळली. खेळता खेळताच घायाळ होऊन परतली. घरच्या उसवलेल्या जुन्याच वाकळीत मनाला गुंतवू लागली.

घरापुढून जाणारी कोणीही आई-बाई विचारी, "आम्माग! मुकी कव्हा आली वो?"

शकूनचा मुक्काम वाढत चालला, तसा विचारणाऱ्यांच्या प्रश्नांचा रोखही बदलला–

"बाप्पा! मुकी इथंच हाये का वं, तव्हाची?"

"काऊन वं नर्बदे, नवरा नांदवत नाई का पोरीले?"

"अं... नाई."

तुटक उत्तर देऊन देऊन नर्मदा कंटाळून गेलेली. खरं ते सांगण्याजोगं नव्हतं अन् सांगताही येत नव्हतं. नाजूक जागेचं दुखणं. ती 'हो' ला 'हो' लावून विचारणाऱ्यांच्या सुरात सूर मिसळवू लागली. झाडाचं तोडलेलं फूल देठासह चिंबत जावं, तशी शकून दिवसेंदिवस झुरू लागली. तिच्या चेहऱ्यावरची टवटवी हरवली. सारखी उदास उदास राहू लागली. अवघं आयुष्यच पायाखाली चुरगळलेल्या वाकळीवानी चोळामोळा झालं होतं. सुई पुढं अन् दोरा मागं...

टोकदार सुई काळजाच्या पगलात कटकन् मोडली होती. सदा तुटणारा फुसका दोरा तेवढा गुंता होऊन हातात राहिला होता.

❑

बापूरावच्या हातापायांचं प्लास्टर सुटलं होतं. प्लास्टरऐवजी आता हातात कुबड्या आल्या होत्या. उजवा पाय चेचरल्यानं तो पुरता कामातून गेला होता. दोन्ही बखोटं कायमची कुबड्यांवर विसावलेली. सदा तुरतुरणारा बापूराव लंगडत परसाकडं गेला तरी दमून जात होता. शेतीवाडीशी त्याचा संपर्कच तुटला होता. मोठ्या पुरुषोत्तमनं आता त्यात लक्ष घातलं होतं. पण नवथळ पोर. त्याला शेतीचा फारसा अनुभव नव्हता. बाराण्याऐवजी रुपया खर्च होई. मजूर सालदारांवर त्याचं वजन पडत नव्हतं. पूर्वीइतकं काम निघत नसे. सालमान असं. दिवसभर कापसाला गेलेली बाई पाच किलोच्यावर वेचून आणत नव्हती. संत्र्याच्या बगिच्यानं गेल्या तीन वर्षांपासून खो दिलेला. नदीकाठचा कष्टकरी वर्ग नव्या हेटीवर वस्तीला गेल्यापासून मजूर लवकर सापडत नव्हते. हेटीवरचे चोर अन् मोकाट ढोरांची काळजी पडेल बाजारभावासारखी मनाला सतत कुरतडत होती. पण नुसतं बसून पाहात राहण्यापल्याड त्याला गत्यंतर नव्हतं.

"मामाजी हायेत का जी, घरी?"

"कोन, दुर्गा? ये नं, बाई–" बापूराव खडबडून बसला,

"काय मनतेत वं, पोरंबाळं?"

"ब्येस हायेत." दुर्गा मुंड्याशी टेकून बसली.

"तुहं जमत असंन तं येत जा-जवळच्या खारीत कामाले."

"....."

"कसी काय आल्ती इकडं?"

"अं?– मी का? मी आल्ती यका कामासाठी-" दुर्गा घुटमळली. बापूरावकडं एक धावती नजर टाकून तिनं ती पुन्हा आपल्या पायाकडं खिळवली. भुईवर नुसत्याच रेघोट्या ओढू लागली.

"काऊन, वोऽ... बोलता बोलता थांबली? सांग नं–"

काहीतरी जुळवाजुळव केल्यावानी मनात कालवून तिनं एक सुस्कारा सोडला, "–पयसे लागत होते."

"कितीक पाह्यजेन?"

"अं?" तिनं थुंकी गिळली.

"कितीक् पाह्यजेन् मनत होतो?"

"दाहा हजार!" दुर्गानं पाठ केल्यावानी एका दमात म्हणून टाकलं अन्

कोरडलेल्या ओठांवरून जीभ फिरवली. खाली घातलेली मान तिनं अजिबात वर केली नाही.

बापूराव हबकल्यावानीच झाला. तिची नजर टाळू लागला. पण वरवर तसं दिसू न देता त्यानं भरडल्या आवाजात विचारलं, ''येवढे पयसे कायले पाह्यजेन् वं बाई?''

''आँ?''

त्याचा आवाज आणखी जरठ झाला, ''येवढे पयसे कायले पाह्यजेन, मनत होतो?''

''पोरंबाळं जगवाले.''

बापूरावाची बोलतीच बंद झाली. काय बोलावं, त्याला काहीच कळत नव्हतं. तो सुचेल तसं बोलला, ''कामाले येत जा आमच्याकडं. आमी तुले अंतर नाई पडू देनार कव्हाच.''

दुर्गाची हिमंत वाढली, ''पन तुमी असे कितीक दिवस साथ द्यान, मामाजी? चार हाताची कमाई आनं माह्या यकटीची कमाई, फरकच पडते.''

''पन आता ह्या भोग नसिबी आला, थो तं भोगाच लागंन कनाई, बाई? काऊन, मी नाई सोसून राह्यलो का आता?''

''पयशाचं काम पयसाच करते मामाजी, दयामाया नाई करत. मी आता कोनाच्या तोंडाकडं पाहून जगू? दोन दोन लेकरं तळहातावर घेऊन कसी काटू – यवढी जिंदगानी?''

बापूराव सुन्न झाला. त्याच्या मनाच्या डोहात खोल खोल ढवळत गेलं. आतापर्यंत घरातून चूपचाप ऐकणारी शेवंता तणतणत बाहेर आली. खाली मान घालून बसलेल्या दुर्गाला बोलली–

''तू कायचे पयसे मांगून राह्यली, थे समजलं बाई– आमाले. पन आमी जव्हा लावाचे तव्हा खर्च नाई केले का– तुह्या नवऱ्यासाठी?'' शेवंतानं हाताचा पंजा दुर्गापुढं धरला, ''चांगले पाच्च हज्जार खरसल्यावर मेला तुहा नवरा. पुन्ना तिसऱ्या रोजाचा खर्स आमीच केला. दाळदानाबी देल्ला तुले– घरचा.''

''थे झालं, पन आता म्या बाईच्या जातीनं कसं कराव् पुढं? माह्याघरी काई वावरंशेतं हायेत -पिकतीन आनं खाईन म्हून? काय घालू मी पोराइले?''

बापूरावाला बायकोचंही खरं वाटत होतं अन् दुर्गाच्या बोलण्यातही तथ्य दिसत होतं. पण त्याला ते बाहेर उगळता येत नव्हतं. त्यानं जडावलेलं डोकं झटकलं, ''तू खरंच तुह्यातोंडचं बोलून राह्यली का बाई, हे? मले तं निराळाच वास येऊन राह्यला– तुह्या बोलन्यातून!''

''तसं काई नाई, मामाजी.''

"नाई कसं मनतं?... आपलमती बोलनारं मानूस मनातलं सारं जहर यका दमात उगाळून फेकते भडंभडं. तुह्या मनात मात्र कोनंतरी पेरलेलं दिसते हे जहर. बरं, तुहा नवरा मेला पाह्यजेन् म्हून आमी काई मुद्‌दाम नाई उलटोली बंडी. हे धरनच बाधलं, बाई आपल्याले. पुलासाठी खांदलेली थे नाली येळेवर बुजवली असती, तं कायले उलटत होती बंडी?"

शेवंतानंही बाजू सावरली, "पुन्ना धुरकरी तुहा नवराच होता– बंडी हाकलनारा. बैलाइतबी काई खोट न्हौती आमच्या. थ्या पुलवाल्याइची फिर्याद कराची सोडून तू इथं आली–संन्याशाले फासावर चढवाले!"

"वाटलं तं पुन्ना पोतंभर गहू घेऊन जा इथून. कामाले येत जा उशिरा-पाशिरा. लागले तं उसनेपासने पयसेबी देत जाऊ आमी. पन हे असी भाषा नाई सोभत तुह्या तोंडी. तुहा नवरा दाहा वर्सापासून कामाले होता– आमच्याकडं. घरच्या जिवावानी वावरला इथं. त्याची परतफेड असी नोको करू, माऊले! समंध जोडाले लय काळ लागते. तोडाले येळ नाई लागत सप्पा!"

दुर्गानं पदराचा बोळा तोंडाला लावला. बाहेर निघू पाहाणारा हुंदका घशातच गिळून टाकला. खालच्या मानेनंच उठली. तोंड दिसू न देता घराकडं निघाली.

ती नजरंआड होताच शेवंता नवऱ्यावर तोंडसुख घेऊ लागली, "पाह्यलं? कसी बदमास हाये, भोसडी! जसे झाडालेच लागतेत पयसे? आनं तुमी घडीघडीले तिचाच इच्यार करता मनात!"

"आवोऽ तं तिचं तरी काय चुकलं?" बापूराव पुन्हा मूळ पदावर आला, "येडीबांगडी पोर्गी, कोनं सांगतलं तसी आली, गोटा मारून पाहाले. साऱ्याइलेच इच्यार राह्यते आपापला."

"होक्! येडीबांगडी हाये थे?... तुमालेच दिसते तसी!"

"तू काईबी मन्–" बापूराव मनातलं बोलला, "पन तिच्या भोंड्या कपाळाकडं पाह्यलं, मनजे हुरदयच भरून येते माह्यं."

"पन त्याले आफन हाओत का दोसी? तुमीबी फाल्तूच इच्यार करता यकेक."

"तसं नाई... पन मले कव्हा कव्हा तिच्या थ्या लेकराइकडं पाहून वाट्टे, का वाचलेल्याची अन् मेलेल्याची आमची उलटापालट झाली असती, तं बरं झालं असतं म्हून!" बापूरावनं आढ्याकडं नजर खिळवली, "तिले थे लेकरं नसते राह्यले कनाई, तं आपल्या दिन्यासाठी करून घेतली असती."

शेवंता एकदम विजेसारखी कडकडली, "गुच्चाप राहा! असे चळल्यावानी नोका बोलू. जातीची ना पातीची; जे नाई थे कडू घान मनात आनता!"

तोंडांवर पांघरूण घेऊन बापूराव या कुशीवरून त्या कुशीवर नुसताच वळवळू लागला.

❑

वामननं घराच्या अटाळ्यावरच्या पाच-सात बेळ्या अन् जुन्या खाटेच्या तुटक्या दोऱ्यांची गुंडाळी हुडकून काढली. वरूनच आवाज दिला, "शकनेऽऽ... अय शकनेऽऽ ह्या बेळ्या घे खाली."

नर्मदा अटाळ्याच्या पावठ्याजवळ गेली, "द्याऽ... हे कायले काह्डता खाली?"

"दुकानासाठी होये." वामन वरूनच बोलला.

"अंखीन दाटून आला का तुमाले-दुकानाचा उमाळा?"

"तुले काय हाये? शकनी आल्यापासून अंखीन दोघाचे तिघं झालेत खानारे... तुह्या यकटीच्या मजुरीवर भागंन का आता साऱ्याइचं?"

"बरं बापा! तुमी का आयकाले गेले कोनाचं? पन माह्यं मननं होये, का उगंच थ्या पोराच्या शेपटावर–"

"पोर्गं... पोर्गं! थेच नाचवतं नेयमी! काई वाघ होये का वं थो– खाऊन घेईन? म्या त्याले खेळोलं. त्यानं मले नाई!"

तो घराबाहेर पडला. भेटंल त्या मजुराला दुकानाच्या कामाला येण्यासंबंधी विचारू लागला. पण प्रत्येक जण कुठं ना कुठं गुंतून असल्याचं सांगत होता. तो दोघाचौघांच्या घरीही जाऊन आला. पण कोणीच मिळालं नाही. कोणी हेटीवर विटा मसाला भिजवण्यासाठी जात होता, तर कोणी सेटरिंगच्या कामाचं निमित्य सांगत होतं. तो स्वत:शीच पुटपुटत होता, 'इचीमायमी! गावातले सारे मजूरबी खाल्लेत का ह्या धरनानं!"

वामननं बाजारचौकाच्या एका बाजूला जागा निवडली. चार बेळ्या रोवून त्यानं स्वत:च तट्ट्यांचा मांडव उभारला. मांडवाच्या तिन्ही बाजू तट्ट्यांनी बंद केल्या. मध्यभागी कंबरेएवढ्या दोन बेळ्या रोवून त्यावर आडवी पाटी ठोकली. तशीच एक आडवी पाटी मांडवाबाहेर बसण्यासाठी म्हणून तयार केली. चार दिवसात खोपडं उभं झालं.

जाणारा-येणारा थबकून पाही. कामात गढलेल्या वामनला विचारी, "का गा, काका... काय चाल्लं?"

"काई नाई, हजामतीचं दुकान जमवाचं हाये."

दुसरा एखादा म्हणे, "इथं दुकान लावन्यापंक्षा घरीच काऊन नाई करत काका, धंदा?"

"घरी कसा गा? पोत्यावर मांडी घालून हजामत केली म्हंजे अजकाल तुमच्या ढुंगनाले फोडं येतेत नं, भाऊ? मंग कसं करतं?"

थबकणारा मनात हसत पुढं निघून जाई. वामन आपल्या कामाकडं वळे. चौकशी करणारे आधी त्याला सहानुभूतीनं विचारत होते. पण पुढं पुढं त्याची तीच ती ठाशीव उत्तरं ऐकून विचारणाऱ्यांना आतून गुदगुल्या होत. अशावेळी विचारणाऱ्यांच्या बोलण्यात गंमतीचा सूर असे. वामनच्या ते लक्षात येताच, त्याच्या अंगाचा तिळपापड होई. मागंपुढं न पाहता तो मनातील गरळ ओकून टाकी, "पुन्ना पुन्ना काय इच्यारता, भाऊ? कर्माच्या गती होयेत ह्या! हे इकासाचे तंतरं नसते पैदले गावात, तं कायले घरदार सोडून पोटासाठी इथं चव्हाट्यावर या लागलं असतं?"

दुकानापुढं थबकणाऱ्याला घडीभर मनोरंजन झाल्यासारखं वाटे. वामन मात्र पुरता अस्वस्थ होई. बदलणाऱ्या जगाशी कसं जुळवून घ्यावं, त्याचं त्यालाच कळत नसे. दुकानाचं काम थांबवून तो मध्येच बिडी पेटवी. मन शांत होईपर्यंत धूपट गिळत बसे.

गेल्या चारपाच दिवसांपासून त्याचा घरात अजिबात पाय ठरत नव्हता. रात्रंदिवस त्याला दुकानाचीच धुंद चढलेली. सकाळीच सुरू झालेलं त्याचं काम अंधार पडेपर्यंत चालत होतं. नर्मदाला मात्र घास गोड लागत नव्हता. पुढं काय वाढून ठेवलं आहे, त्याचा अंदाज येत नव्हता. एक दिवस ती भालचंद्राकडं गेली. नवऱ्याला समजवण्यासाठी तिनं त्याला गळ घातली. भालचंद्रा हातचं काम टाकून बाजारात आला. उभारलेल्या खोपटात वामन दोऱ्या बांधत होता. भालचंद्रा जोरानं खाकरला तसं पाठमोऱ्या वामननं वळून पाहिलं, "का गा, भालचंद, कुनीकडं?"

"आता या वयात हे कायचे सोंगं लावले गा, तुनं?"

"सोंग कायचे? हजामतीचं दुकान होये आपलं."

"आगाऽ पन आता तुहं वय काय, आनं सोय काय? हे दुकानदारीचं झेपंन का तुले?"

"तसं नाई, भालचंद. मानसाचं वय कितीबी वाहाडलं तरी पोटातली भूक मरते का? तसं असतं, तं तुमचे मायबाप हातापायाच्या किलच्या होईपर्यंत खरपूस पाटीले रंधत नसते बसले?"

"आता तू भाषेनच सांगून राह्यला मले! माह्यं मननं होये, का पोराचं रचलं रमलं दुकान बजारात असतानं तुह्यं चालनार हाये का पुन्ना इथं? उगंच त्याच्या पतंगीत तुही बिनामांज्याची पतंग गुत्तवून राह्यला तू! तुले माहागात पडंन, भाऊ हे कट्याप!"

"त्याच्यात कायची कट्याप? थो आपलं पाह्यते, मी आपलं पाहीन."

"त्याच्यापंक्षा पोराच्याच दुकानात यक खुर्ची टाकून काम करत जा तू. त्याच्या हातची कमाई थो घेत जाईन, तुही तू... लागंन तं मी सांगतो त्याले तसं."

"हे पाह्य, भालचंद; आज सांगतली तं सांगतली तुनं हे गोस्ट. पन याच्यापुढं पुन्ना असी भाषा वापरशीन तं तुंहं माह्यं जमनार नाई!" भालचंद्रा नाराज झालेला दिसताच वामनचा सूर खाली आला, "तुमी कसे गा? पोरानं माह्या हाताखाली काम करावं, का म्या पोराच्या हाताखाली?"

"बरं ब्वा, चुकलं माह्यं!"

कडू कडू तोंड करत भालचंद्रा घराकडं परतला. नव्या दुकानाच्या उत्साहात वामननं त्याला तोडून तर सहज टाकलं होतं, पण तो नजरंआड होताच त्याचंच मन त्याला कुरतडू लागलं. लहानपणापासून भालचंद्रा त्याचा जीवलग सोबती. घानमाकड खेळण्यापासून तर अखाड्यावरच्या कुस्त्यांपर्यंत दोघांचं कधी बिनसलं नव्हतं. देण्या-घेण्यावरूनही दोघांत कधी अंतर पडलं नव्हतं. पण आज मात्र वामननं त्याला वाऱ्यालाही उभं राहू दिलं नव्हतं. खरं तर भालचंद्रापुढं त्याला हे दुकान कवडीमोलाचं. पण भालचंद्र त्याला दररोज जेवू घालू शकणार नव्हता. म्हणून आज तेच त्याला लाखमोलाचं झालेलं. होऊ नये ती गोस्ट घडून गेली होती. काळ कोणासाठी थांबत नाही. पण निष्ठूर काळाच्या पोटात काय दडून बसलं आहे, हे त्या काळालाही ठावूक होतं की नाही, देव जाणे!

❑

वामन दुकानाला प्लास्टीकचं तरट बांधत होता. हेटीवरचा तुलाराम सहजच बसल्या बसल्या तरटाला धरून ठेवत होता. वामननं खिळा ठोकताना विचारलं, "तिकडची हेटीवरची सोन्याची लंका सोडून तुले इकडं कसं गमते गा, तुलाराम?"

"आता कसं करतं, मामा? तिथं हेटीवर जो थो शेयरातल्यावानी आपापल्या खुराड्यात दडूनच राह्यते दिवसभर. आपल्यासारक्याले गमते का तसं? कसंबी असलं तरी हे जुनं गाव होये मामा, आपलं. वावरातून आलं म्हंजे नेयमीच्या सवयीनं पाय आताबी आपोआप इकडंच वळतेत, लमचे!"

तुलारामला त्याच्या गावालगतच्या खारीचा धरणबाधित म्हणून पैसा मिळालेला. धरणाचं पाणी खारीत शिरलं नव्हतं, म्हणून गेली दोन वर्षे तो खारीत पीक काढत होता. पेरलेली पऱ्हाटी ऐन पाती-बोंडीवर असताना एक दिवस अचानक

बुलडोझर त्याच्या खारीत शिरलं. गावालगतच्या रस्त्यावर टाकण्यासाठी त्याच्या वावरातली माती उपसू लागलं. तुलारामनं त्याला विरोध केला. पण कामावरच्या बाबूनं तुलारामला धरणपीडित शेत कसण्याची सरकारदरबारची परवानगी विचारली. तुलारामला या गोष्टीची कल्पनाच नव्हती. त्याच्या विरोधाची धार बोथट झाली. त्याच्या डोळ्यापुढंच अवघी पऱ्हाटी डोझरच्या साखळी चाकांखाली चकनाचूर झाली. कापसाचे पिवळे लाल फुलं साऱ्या वावरभर पसरले. मातीत मिसळणारी बोंडं पाहाताना कपाळ ठोकून घेण्यापल्याड तुलाराम काहीच करू शकला नाही. त्याची बाजू लंगडी होती. भांडण्यापुरतं वा सरकारात खेट्या घालण्याएवढं कोणतचं बळ त्याच्या पाठीशी नव्हतं.

दडंदडं पावलं वाजले म्हणून दोघांनीही वर पाहिलं. गुलब्याची वावटळ सुसाट धावत दुकानात शिरली. भेदरलेल्या सशावानी गुलब्या वामनच्या आडोशाला येऊन बसला. त्याचे भिजलेले कपडे अन् थंडीनं थडथडणारं अंग पाहून वामन त्याच्यामागं धावत आलेल्या पोरांना विचारू लागला–

"काऊन रे, काय झालं याले? काऊन भेदाळला ह्या असा?"

"त्याले कनाई, मस्त हळात नेऊन बुडवला काका, आमी!"

"वा वा! चांगलं काम केलं तुमी! भडवेहो, लाजबी नाई वाटत असं सांगतानं? काय केलं रे त्यानं तुमचं?" वामन आभाळावानी गरजला, "चाला, होत्ता कनाई घरी?"

त्याच्या दटावण्यामुळं चिडीचूप झालेले पोरं ऐककानं सटकू लागले. पोरांकडं पाहात तुलाराम म्हणाला, "खुबच जांडेल हायेत मनाव् पोट्टे! उगंच मांगं लागतेत त्याच्या."

दुकान पाहण्यासाठी थबकलेला उकंडी सहज बोलून गेला, "बायकोनं फिरवलं लेकाचं डोक्सं. माह्यासारका राह्यता त्याच्याजागी, तं चांगली मरेपावतर खुंदली असती लमचीले!"

"त्यानंबी इमलीले मनन्या-बोलन्याचं काई ठेवलं असंन मनतं का, मामा? पन लेह्यडीवरची सव जाते का मोकाट गायीची? तरी त्यानं रागाच्या भरात यकडाव ठोकलं होतं तिले. थेबी पुरी वस्ताद! तिनं त्याचे वाळत घातलेले अवघे गनपती मोडून पार चुरा केल्ते झोडप्यानं! झाला लेकाच्या डोक्शावर परिनाम!"

"पन हे पुलवाले आले तहीपासून जराबी धरबंद राह्यला नाई तिले. पह्यले निदान बरं होतं."

कोणाचंच बोलणं गुलब्याच्या गावी नव्हतं. तो लहान लेकरासारखा भेदरलेल्या डोळ्यानं राहून राहून वामनकडं पाहात होता. थंडीनं त्याचं अंग अजूनही हुडहुडत

होतं. अंगातले ओले कपडे कातडीला चिकटून बसलेले. वामननं गुलब्याचे ओले कपडे काढून दुकानापुढं वाळत घातले. जवळचा दुपट्टा त्यानं त्याच्या कमरेला गुंडाळून दिला.

❑

दिवस उजाडला. खाण्यापिण्याच्या आबाळीनं पिवळ्या पडलेल्या माणसावानी निस्तेज सूर्य ढगातून वर आला. घराबाहेर येणारे जीव जंतू सूर्याकडं पाठ करून उन्हाची गर्मी अंगात भरू लागले. बुजरूक माणूस चहा पिऊन उन्हाशी बिडीचे झुरके घेऊ लागलं. पोरंसोरं अंगावर वाकळी पांघरून अंथरूणातून सरळ उन्हात येऊन बसले. घरातल्या आया-बाया सारवताना हुडहुडत होत्या. चुलीशी पाय लावून बसलेल्या बिनकामी माणसा-पोरांवर खेकसत होत्या. चार-सहा पोरांनी गल्लीवर धुना पेटवलेला. गव्हाणीतली धांड्या-गवताची गळाण गोळा करून पोरं हात शेकत बसले होते. कोणी शेक घेतानाच लाल-काळ्या मंजनानं दात रगडत होतं.

नदीकडं तोंडं करून वामन उन्हाशी टेकलेला. सूर्य निघण्याआधी नदीच्या पाण्यातून निघणाऱ्या गरम वाफा आता कमी होऊ लागल्या. नदीचं कोमट पाणी कडक होणाऱ्या उन्हाबरोबर थंडावत चाललं. काठावरचे पाखरं-कोकरंही झाडाच्या शेंड्यावर ऊन खात विसावलेले. दर्ग्याच्या लवणाकडली चिंच खूपच खराटली होती. हातात मूठ धरलेला खराटा वर आभाळाला दाखवावा, तसी दिसत होती. शेड्यांकडलं पान न् पान गळून पडलं होतं. यावर्षी चिंचेला बहर आलाच नव्हता. जगण्यासाठी झाडाची तडफड चाललेली. फळ धरावं कसं? झाडाखाली पिकल्या पानांचा पाचोळा पडला होता. चिंचेच्या बुडाशी खोदऱ्यातून पडलेला सुरुंग खोडाला आतून वरवर पोकळत होता. नेहमी चिंचेजवळ ओलाव्याशी पसरणाऱ्या भुऱ्या कुत्र्याची खरुज वाढत चालली होती. पोटाच्या भागाकडून सुरू झालेला रोग अवघ्या अंगभर पसरला होता.

"काय थंडी पडते गा, यवढ्यात?" घराजवळचा सेवकराम थंडीनं हुडहुडत आला.

"आगोदर नाई पडे काका, एवढी थंडी. आता हिवाळे पाह्यले नाईत का आफन?" देविदासचा दुजोरा.

"तिन्ही बाजूनं पानीच पानी हाये नं भोवताल. नदीतलावावरून वाह्यतानं वारा थंडा होऊन येते."

"आगाऽ राती चार वाकळा घेतल्या पांघरून, तरीबी थंडीनं पाह्यटंपावतर डोळाच डिकला नाई. ढुशा आंगावर घेतला, तरीबी गर्मी नाई आली. मंग

वळान्यावरचे सारे धोतरं गुंडाळले आंगाले, तव्हा कुठं जरा ऊब आली.''

सेवकरामची कथा ऐकून हात शेकणारा सुभान्या बोलला, ''सालं! हे तं मानसापेक्षा पांघरूनच भारी झालं आंगावरचं! राती आमच्या घराकाठच्या गफ्फुरकडं पांघरुनासाठीच झगडा झाला-बुड्ढा-बुड्ढीत! बुड्ढा मने, मले दे पांघराले; आनं बुढ्ढी मने, मले दे! निरी कलागत चालली त्याइची पाह्यटंपावतर!''

पोरांनी ओलं गवत आणून टाकल्यानं विझलेला धुना सारखा धुपत होता. आडव्या-तिडव्या वाऱ्यामुळं धूर डोळ्याशी सलगी करत होता. बसणाऱ्याचे लालवटलेले डोळे पाणी गाळत होते. सकाळी दिवस निघल्या अन् सांजवक्ता झाक पडल्यावर, गल्लोगल्ली असे विस्तवाचे जगरे पेटत. गव्हानीतली गवतकाडी, दुकानातले कागद-खरड्यांचे तुकडे, गोवऱ्या, घरादारातील झाडलोट असं सारं धुन्यात स्वाहा होई.

उन्ह चटकलं तसा बापूरावही उजव्भाा काखंखालची कुबडी टेकवत नदीकाठी लोटा घेऊन आला. आगट्याजवळ हात शेकत बसला. बाजाराकडून आलेला कलीचा चुडामन बापूरावला पाहून त्याच्याजवळ चवडून बसला, ''बावा, तामाकू असंन तं दे बरं, जरासा–''

बापूरावनं बटव्याचा कसा मोकळा केला, ''कायले गेल्ता गा, बजाराकडं?''

''ऊंऽऽ गेल्तो थ्या नेयमीच्या कामाले. पेपर पाहाचा होता जरासा.''

''आता सोडून दे नं रे, थो नंबर लावाचा नाद! त्याच्यानं कोनाचं भलं झालं?''

चुडामन काहीच बोलला नाही. बसल्याजागी तंबाखूची पीक वरच्यावर थुंकू लागला.

''लगन कव्हा करतं? बुढी तं गेली आता... असा कितीक दिवस हातानं भाकरी खासीन?''

''आगाऽ बावा, माहा यखांदा नंबर तं लागू दे, बहीनमाय! मंग काय उशीर लगनाले?''

''आरेऽ तं बह्यताडा, थो सट्ट्याचा आकडा फसाची वाट पाहात असा कितीक दिवस वय फसोशीन तू आपलं. अर्धी उमर तं उलटलीच आता.''

चुडामन चाळिशीत पोचलेला. एकटंच पोट. दोन दिवस पोटापुरती मजुरी झाली, म्हणजे चार दिवस घरीच राही. दुकानांच्या ओट्यांवर, बाजारात मिळंल तिथं बसून पार दिल्ली-मुंबईच्या राजकारणापर्यंत गोष्टी करी. रोज एक वेळ स्वैंपाक करून दोन वेळ जेवी. अंगातला कमीज-पैजामा लोहारावानी सदा किटलेला. रोज नेमानं चौकात जाऊन आकडा लावी. 'ओपनचा' नंबर खुलेपर्यंत तो पोस्टातल्या एकुलत्या फोनजवळ रात्री उशिरापर्यंत उपाशी पोटानं ताटकळत होता. चुडामनला अद्यापही लग्नाची फिकीर नव्हती. कोणी म्हणे, त्याला

तशी भावनाच नाही, तर कोणी त्यानं बाईची धास्ती घेतली, म्हणून सांगत होतं. एखाद्यावेळी तो गंभीर असला म्हणजे बायकी हावभाव करत होता. एकत्र बसलेली पोरंबाळं त्याला पाहून मुद्दाम लग्नाचा विषय काढत. चुडामन छेडणाऱ्याला तोंड भरून शिव्या देई. पोरा-सोरांसोबत फटकून राही. बापूराव वजनदार अन् म्हातारं माणूस. म्हणूनच त्यानं काढलेल्या लग्नाच्या गोष्टी चुडामननं समजुतीनं ऐकून घेतल्या. बापूरावच्या बोलण्यावर तो आपली बाजू मांडत बोलला, "त्याचं काय हाय, बावा... वय कितीकबी वाहडलं मानसाचं तं काय फरक पडते? काई पोरी-बारीची जात हावो का मी? आपल्याले कोनीबी पोर्गी देते यका पायावर."

"थे झालं रे... पन करशीन तं यक पोर्गी हाये माह्या ध्यानात."

"कोनती गा बावा?"

"लक्ष्मनची दुर्गी." बापूराव हलक्या आवाजात बोलला, "लेकुरवाळी हाये, पन बिचारी दुःखी हाये. तिलेबी तुहा आधार होईन आनं तुले तिचा."

आतापर्यंत एकेक शब्द मोजून बोलणारा चुडामन एकाएकी तडकला, "तू का मजा घेऊन राह्यला का बावा, माही? थेच दुसरपनाची बायको सांगाची होती का मले?"

बापूराव समजुतीच्या सुरात बोलला, "आरेऽ तं बह्यताडा, मी मजा नाई घेत तुही. खरंच मनापासून बोलतो मी. थ्या पोरीकडं पाहून जीव तळमळते मानसाचा; म्हून मनलं तुले. तिच्याबी लेकराइले बापाची सावली भेटते आनं तुहीबी आयती भाकर शिजते."

चुडामन जागचा उठत बोलला, "दुसऱ्या कोनाले सांग बावा, तू ह्या गोष्टी!... लागंन तं कुवारा मरीन मी, पन असी आयत्या लेकराची बायको नाय करनार सप्पा!"

"आरेऽ पन तू आयकतबी नाई माह्यं मननं?"

"दुसऱ्याले असा सल्ला देण्यापंक्षा तूच आपल्या पोरासाठी काऊन नाय करून घेत तिले?"

"केली असती रेऽ... पन काय करू? आपले दाभनं नाई खपत घरी."

"मंग दुसऱ्याजौळच दाभनं खपवाले चाल्ला का तू?" चुडामन तरंतरं रस्त्यानं निघाला. बापूराव खजील मनानं नुसताच बसून राहिला. चुडामनच्या प्रश्नाचं त्याच्याजवळ उत्तर नव्हतं. त्याचं मन मात्र सारखा दुर्गीचा विचार करत बसे. मांजरीच्या उरीपोटी म्याव् म्याव् करत खेळणाऱ्या पिलांवानी तिच्याभोवती हुंदडणारे लेकरं त्याच्या डोळ्यापुढं गोंधळ घालत. काहीतरी उफाळून आल्यावानी बापूरावचे ओठ थरथरू लागत... पण त्याच्या हातात काहीच नव्हतं. ना त्याला

कोणाला लग्नासाठी जबरदस्ती करता येत होती, ना स्वत:ला नवं तरणं होता येत होतं!

बापूरावचं असं चळल्यासारखं वागणं-बोलणं पाहून शेवंताईला हरणकाळजी लागली होती. त्याचे हात-पाय जायबंदी झाले, हे खरं; पण मनही काबूत नव्हतं. हे बऱ्याचं चिन्ह दिसत नव्हतं. ती वामनकडं जाऊन नवऱ्याचे नाना लक्षणं सांगू लागली. शेवटी मनातलं बोलून गेली,

"बापूजी, मले यात जरा येगळीच शंका येऊन राह्यली..."

"कायची?"

"बाहीरच्या बाधंची!... आमच्या उन्यावर असनाऱ्या कोनंतरी याइच्यामांगं देल्लं तं नसंन लावून? यखांद्या चांगल्या जानत्याच्या हातानं तांदळीगोवरी पाहून घ्याव् का?"

"मले नाई पटत, भाबी ह्या गोस्टी. यक तं मंतरा-तंतरानं दुरुस्त होईन, असं काई मले वाटत नाई अजिबात. खरं म्हंजे थो लक्षमन गेल्यापासून बुढ्यानं हाय खाल्ली आहे. अपराधीपनामुळं त्याचं मन मंग अस बोलत राह्यते काहीबाही."

वामनचा तर्क शेवंताईला पटला नाही. तिनं असाच चारचौघांपुढं विषय काढून जाणत्याचा शोध घेतला. रामकृष्णाच्या नावावर अवघ्यांचं एकमत झालेलं. तिनं त्याला अवसंच्या सांजला घरी बोलवलं. सगळ्या जिनसा हाताशी केल्या.

बापूरावला पुढं बसवून जाणत्यानं आखतीचं ठाणं मांडलं. बजरंगबलीचं नाव घेऊन कापूर-उदबत्ती लावली. बापूरावच्या अंगावरून उतरवलेल्या मूठभर ज्वारीच्या ढिगावर कणकेचा दिवा पेटवला. बोटाला आठी मारलेल्या करदोड्याच्या पाळण्यावर खापराची पेटती दिवनाल ठेवलेली. पेटता दिवा हाताच्या आधारानं झुलणाऱ्या पाळण्यावर सरळ रेषेत झोके घेऊ लागला. दिव्याच्या ज्योतीकडं एकटक पाहत जाणता मंत्र पुटपुटू लागला–

"सरसोती सर्वेकाळा, जाती विद्या लहूचारा
सोन्याची सरसोती, रुप्याचा पाट
तेलीनचं तेल, कुंभाराची टवळी,
आनून रांधा करू, महिकार करू
कामिनीच्या पुता, ईश्वरबाबाची ज्योत
सच्ची सच्ची चाल, सच्ची सच्ची बोल!
जसी सखी दळनातला खडा निवडते
तसं दुखू निवडलं पाह्यजे!"

जाणत्यानं ज्योतीवर नजर स्थिरावून बापूरावच्या नावानं तांदळीला बाहेरच्या

बाध्याचा प्रश्न केला... दिव्याचा झोका अजिबात डगला नाही. थांबला नाही, की जागच्या जागी गोल फिरला नाही. शेवटी रामकृष्णानं निर्वाळा दिला, "बावाजीले तसा काई हवेचा बाधा दिसत नाई, आजी. पन कोनं उगंच मुद्दामून गुन खरचला असंन, तं पुढल्या अवसंले पाहा लागंन पुन्ना."

बापूरावला मंतरलेलं पाणी देऊन रामकृष्णा निघून गेला.

वामनला हे परस्पर समजलं तेव्हा तो शेवंताईला भेटला. बापूरावचा समाचार घेऊन त्यानं शेवंताईची कानउघाडणी केली.

बापूरावचं वागणं-बोलणं आहे तसंच राहिलं. ते अवघ्यांच्या सरावाचं झाल्यानं अलिकडं कोणीच मनावर घेत नव्हतं.

❑

वामनच्या दुकानाचं काम पूर्ण होतं आलेलं. मांडवाच्या आतल्या अंगाला त्यानं छतासारखं प्लास्टीकचं तरट बांधलं. वेळू अन् तट्ट्याची दुकानाला कवाडी तयार केली. आत राधाकृष्ण अन् शंकरपार्वतीची जुनी कॅलेंडरं टांगली. हजामतीच्या पांघरूनांसाठी वर आडवी दोरी बांधली.

नर्मदाचा मात्र जीव थाऱ्यावर नव्हता. ती आपल्यातच तीळ तीळ तुटत होती. दुकानच्या खोपटाला जसाजसा आकार येत होता, तसतसा तिचा चेहरा काळजीनं काळवंडत होता. हे बऱ्याचं चिन्ह नव्हतं. कोणत्या थराला जाईल, तेही सांगता येत नव्हतं. तिच्या डोळ्यांच्या दाठ्ठ्यात बापलेकातला उभा वैरदावा सारखा आतबाहेर करत होता... भालचंद्राला तर वामननं ओवाळूनच फेकलेलं. आता तिला नवा मार्ग धुंडाळणं गरजेचं झालं होतं.

नवरा घरी नसताना ती झालपडल्या पोराकडं गेली. सागरच्या दाठ्ठ्यात भिकारणीवानी अंग चोरून उभी राहिली. चुनासिमेंटचं पांढरं धोट घर. ट्युबलाइटच्या दुधाळ उजेडात आतून-बाहेरून चकचकत होतं. सोफ्यावर बसलेला सागर टीव्ही पाहात होता. गॅसच्या ओट्याजवळची पाठमोरी प्रगती नर्मदाच्या तगरलेल्या डोळ्यांपुढं अंधूक अंधूक दिसत होती. तिची चाहूल लागताच सागरचं लक्ष गेलं, "कोन होये?"

"मीच होयेऽऽ" तिचा आवाज घोगरला.

सागरनं अंधारात उभ्या असलेल्या मायचा आवाज ओळखला असावा. "कायले आल्ती इकडं?"

"येऊ नाई का?"

"नाही म्हटलं–" प्रगती बाहेर येत बोलली, "आनखी कायचं कर्ज बाकी राह्यलं आमच्यावर?"

प्रगती बाहेर आली, तसं तिचं पोरगंही रांगत नर्मदाच्या जवळ येऊ लागलं.

नर्मदा दाठ्ठ्यातून जरा पुढं सरकली, "दादाऽ... माह्यं आइक, मां! तुह्या दाआजीले तू दुकान नोको लावू देऊ बजारात... तशानं अंखीन वैरदावा पेटंन बापलेकात."

"मंग आता काय कर मनतं मले?"

"निदान मह्यनेवारी तुह्याच्यानं जमंन तेवढे पयसे देऊ कर तू त्याइले. पयशाची लयच चनचन हाये रेऽऽ घरचा धंदा बसल्यापासून!"

प्रगतीनं कैचीत पकडलं, "आता कायले पैसे पाह्यजे तुमाले– एवढं वावर असल्यावर? तुमाले तं मोठी गुर्मी होती– वावराची!"

"थ्या कोरडवाहू वावरात काय पिकून राह्यलं, पोरी? उस्तवारीले महाग झालं थे."

"मंग तव्हा पह्यले नाही समजलं का तुमाले?" सागरनंही तिची कोंडी केली, "तव्हा कसं दुकानच्या लोनसाठी वावर गहान ठेवू मनलं तं पोटाची भाकर होये मने आमची. आता पिकवा मना भाकर अन् भरा मना आपलं पोट!"

"लेकाऽ निदान यवढी भीक मनून तरी टाकता रेऽ माह्या पदरात," नर्मदा काकुळतीला येऊन बोलली. बोलता बोलताच जवळ रांगत आलेल्या नातवाला उचलून घेऊ लागली.

"आता काही भीक नाही अन् कुटका नाही!" प्रगती पुढं येऊन, नर्मदाजवळच्या लेकराला झटक्यानं ओढून घेत म्हणाली, "आता निघा इथून. इथं वेटाळापाटाळात तमाशा नाही पाह्यजे... पह्यलेच लोकाच्याघरी भांडे घासाले जाऊन नाही नाही ते बदनामी करता आमची!"

"बरं, बाई–"

नर्मदा मागं वळणार, तोच दाराजवळच्या अंधारात कोणंतरी तिचा हात धरला. मागं फिरून पाहते, तर शकून तिच्या पाठीमागं येऊन उभी असलेली. मायच्या हाताला धरून ती तिला बाहेर ओढू लागली. 'वाँव् वाँव्' करत घराकडं चालण्याचा इशारा करू लागली.

❑

।। नऊ ।।

लवकरच वामनचं दुकान सुरू झालं. त्याचं दुकान सागरच्या दुकानापासून चऱ्हाडभऱ्यावरच. पण ते रचलं रमलेलं. गावातली सारी रोखीची ग्राहकी सागरला मिळाली होती. महिनेवारी पैसे देणारे मास्तर-चपराशांसारखे कर्मचारी, शाळेतले पोरं, कास्तकार, मजूर असे सारेच त्याच्याकडं बांधलेले होते. त्यात नवथळांचा भरणा अधिक. एकूणच त्याचा जम चांगला बसला होता.

वामन बाजारात आला तरी नावाचाच. डोक्यावरचं छप्पर नवं असलं तरी आतले अवजारं जुनेच होते. आजीबाईनं मॅक्सी घालावी, तसं दिसत होतं. त्यात त्याचं उतरतं वय. काम उरकत नव्हतं. तरी त्यानं दुकानात होईल तेवढ्या सोयी केल्या. दाढीसाठी साबण आणला. तट्ट्याला आरसा बांधून त्याच्यापुढं अवजारांचा संसार मांडला. एक जुनीच लाकडी खुर्ची मिळवली. अवजारं घासून-पुसून लख्ख केली. सारं नवाटलं तरी तो मात्र जुनाच राहिला...ते त्याच्या हातात नव्हतं.!

सागरचे बांधलेले ग्राहक चुकूनही वामनकडं वळत नव्हते. नवथळ पोरं तर ढुंकूनही पाहात नव्हती. सागरकडं गर्दी असली अन् लवकर नंबर लागणार नसला, तर एखादा वाट पाहून कंटाळलेला त्याच्याकडं येई. त्याच्या थकलेल्या देहाकडं अन् पिकून पांढुरलेल्या केसांकडं निरखून पाही. डोक्याला हात लावून अविश्वासानं म्हणे, "बावाजी, जेमंन नं तुमच्याकडून? थ्या सागरभौवानी द्या करून."

"तू पाहून घे. मंग सांगजो–" वामन भरोसा देई, "त्याच्यापंक्षा फस्कलास करून देतो कनाई तं."

विजेच्या झटका देणाऱ्या खुर्चीवर अंग चोरून बसावं; तसा ग्राहक, हाडंकाडं एकाजागी गोळा होऊ पाहणाऱ्या मोडकळल्या खुर्चीवर बेतानं बसे. त्याला मध्येच थांबवत सागर कटींग कसा करतो ते पुन्हा पुन्हा समजावून सांगे. वामनला मुद्दाम खिजवल्यावानी होई, "त्याचं काय सांगून राह्यला रे, मले?

थो काय मायच्या पोटातून घेऊन उठला का गुन? ह्या पठ्ठ्यानं सिक्कोला त्याले! ढुंगन म्या धुतलं त्याचं, त्यानं माह्यं नाई!''

वामन जास्तीत जास्त होईल तेवढं ग्राहकाच्या मनासारखं करी. ज्यानं जसा कट मागितला, तसा आपल्यापरीनं करून देई. पण लहानपणापासून त्याला खाली बसून हजामतीची सवय जडलेली. सारखं उभं राहून राहून इथं त्याला दम भरून येई. घाण्याच्या बैलावानी खुर्ची भोवती गोल गोल फिरताना छातीचा भाता धपापत असे. हाताचं पेरकंड थरथरू लागे. अशावेळी ग्राहक कसायापुढच्या बोकडावानी चेहरा करून म्हणे, ''पाह्यजो, बावा... नाई तं कापशीन माही मान! जरा बेतानं घे-''

''उभ्याची सवं नाई बेट्या, आपल्याले. पन आता करतं कसं? जेमाना आला- मटकनाऱ्या रांडंवानी! ऊंऽऽ... होईन धिरे धिरे सवय''

❑

त्या दिवशी बापूरावची शेवंता सांजवक्ताला चिंधाईकडं आली. बूड टेकवत बोलली.

''काल शेंदूरजन्यावून आली बाई मी. तुमच्या पोरीचा निरोप हाये तुमाले.''

''कोनाचा, अनूचा?'' चिंधाई हरखली, ''कायचा निरोप होये, लेक?'' ती शेवंताकडं सरकून बसली.

''मदनमास्तरनं धरनात गेलेल्या तुमच्या वावराचे पयसे परभायऱ्याच उचललेत, म्हून समजलं अनूच्या नवऱ्याले. थ्या पयशात जवाई हिस्सा मांगनार हाये खरं– मास्तरले. म्हून अनूनं माह्याजवळ मास्तरले चोळीबांगडीसाठी तिले न्याआले पाठव, म्हून सांगतलं एकांती.''

''तं असं कर नं, भाबी–'' चहापाणी होताच चिंधाईनं शेवंताला गळ घातली, ''जरासी तूच मास्तरकडं जाऊन सांगून येनं माय, तिचा निरोप. ह्याच सूर्व्य, ह्याच जयद्रथ! मले कायले उगंच त्याइच्या बहीनभावाच्या मंधात घालतं?''

''पन ह्या असा वैरदाव्याचा निरोप घेऊन मी नाई जात बाई- त्याच्याकडं.''

–शेवतानं अंग झटकलं, ''थो तुमचा मास्तर तं कसा हाये म्हून ठावूकच हाये– पुत्र व्हावा ऐसा, मढ्यावरचाबी खाये पयसा! तुमची सूनबी काई कमी नाई. तोंडफोड बाई. मी निरोप घेऊन गेली, तं थे मलेच शिवा देईन बाबल्ली! तुमच्या अनूनं भावजयीबद्दल सांगतलं बाई, मले सारं. यवढं शिकलीसवरली अनू इथं पाव्हनपना आली मनजे तुमची सून तिच्या धाकानं तेल-पावडरसुद्धा लपवून ठेवत होती, मने! तुमीच सांगून देजा बाई, मास्तरले.''

शेवंतानं निरोप दिला खरा, पण तो चिंधाईलाच दुग्ध्यात टाकून गेला.

निरोप मास्तरला सांगावा, तरी पंचाईत अन् न सांगावा, तरी पंचाईत. चिंधाईच्या तोंडून नणंदेचा निरोप ऐकून सवितानं सासूचाच काळवास केला असता अन् तो सांगितला नाही तर मायवर अनूची नाराजी होणार होती. दोघा भावा-बहिणीच्या भांडणात चिंधाईचा मात्र विनाकारण चपाटा दिसत होता. आजवर मास्तरनं कधीच एकुलत्या बहिणीकडं ढुंकून पाहिलं नव्हतं. कधीकाळी माहेरी येणाऱ्या अनूनं आजपर्यंत भावाकडला पाहुणचार खाल्ला नव्हता, की त्याच्याकडचा बोटभर कपडाही अंगावर पाहिला नव्हता.

पुनर्वसनाचे पैसे उचलण्यासाठी मास्तरनं मायला घरटॅक्साच्या पावतीचं निमित्त सांगून गोडी गुलाबीनं तिचा अंगठा घेतलेला. वावराचे चाळीस हजार परस्पर उचलताना त्यानं या कानाचं त्या कानाला होऊ दिलं नव्हतं. पण वारा आला म्हणजे पान हलणारच. पुनर्वसनाचा एकरक्कमी पैसा मदनमास्तरच्या खिशात चुळबुळू लागला. सवितालाही हे घेऊ, की ते घेऊ असं झालेलं. चिंधाईच्या हाती मात्र काहीच लागलं नव्हतं. गाववाल्यांना हे समजलं, तसं बाहेरगावी जावयाच्याही कानापर्यंत गेलं. चिंधाईच्या जिवाला मोठा घोर पडला. फुकटच्या कोळशाच्या दलालीत हात काळे होण्याचाच प्रसंग तिच्यावर आलेला. हा निरोप तर तिला, बहीण-भावात सुरू होणाऱ्या किंतोकाच्या ठिणगीवानी वाटत होता.

ध्यानीमनी नसताना अचानकच शकूनचा नवरा चिंधाईकडं आला. ती नुकतीच वावरातून आली होती. तिनं चहाचं आंधण ठेवलं अन् दुधाच्या निमित्तानं तुटक्या नाकाचा कप घेऊन वामनकडं आली, "कसं वं, नर्बदा.. तुहा जवाई आला बापा, आता."

नर्मदाचं काळीज लक्कन हललं, "कायले आला बाई, आता?"

"अद्याप तं इच्यारलं नाई म्या... पन आता काय सांगाव्-"

नर्मदानं भाकरीसाठी केलेलं पिठाचं आळं खोरता खोरता एकदम फुटलं. "आता कसं वं चिंधाबाई?"

"तिकडून पुलाकडूनच थ्या छत्तिसगड्यासंगं बोलत आला बाई, जवाई. त्याले पाहून माहेबी मंतर बाबडे झाले."

लवकरच वामनही दुकानातून आला. जावयाची गोष्ट ऐकून बोलला, "अरे धूत तिया मायमी! आता काईच आयकाचं नाई त्याचं!"

"माह्या मतानं त्याले परभायऱ्या पाठोन्यापंक्षा, चार लोकं जमा करून त्याच्या वागन्याचा जाब मांगाव् मन्तो त्याले. आपल्यालेबी चार गोस्टी सुनोता येतीन." नर्मदानं तिचं मत मांडलं.

"हौ, थेबी खरं, कुरूप होऊ देन्यापंक्षा काटा खोरून पाह्यलेला बरा."

म्हणताना चिंधाई घरी गेली. रात्री घनश्याम तिच्याकडंच मुक्कामी होता. कारण नसताना तीन तीनदा रस्त्यावर येऊन तो उगंच खाकरत होता. नवरा आल्याचं समजल्यापासून शकून अजिबात बाहेर पडत नव्हती. चिंधाईचं घर तिला काळ झालेलं. सूर्यापुढं धरलेल्या आरशावानी ते सारखं तिच्या डोळ्यांवर येत होतं. त्या घराच्या खिडकी-दाठ्ठ्यालाही डोळे फुटले होते. तिला ते आपल्याकडं उजागरीनं पाहू देत नव्हते. चार पंचांना सांगण्यासाठी वामन घराबाहेर गेलेला. शकूनचं चित्त मात्र कशातच लागत नव्हतं. हातातला फडा एकाच जाग्यावर पुन्हा पुन्हा झाडत होता.

उमेशची बहीण तिच्याजवळ येऊन खाणाखुणांनी सांगू लागली, "शकूनबाई, तुले भाऊजी कनाई, जरासी बलावून आन मने चिंधाआजीच्या घरी."

शकून घुटमळली. विचारात पडल्यावानी झाली. नर्मदानं घरातूनच तंटा तोडला, "कायले बलावते वो, पोरी?... आता काय बोलाचं हाये येधाळा? काई जाआचं नाही आता... उद्याचं उद्या पाहू."

दिवस उगवून हातभर वर सरकला. भालचंद्रा, उकंडी असे एकेक करत वामनकडं जमले. बापूरावही कुबडी टेकवत आला. चिंधाईनं जावयाला तिच्यापरीनं रात्रीच ठणकावलेलं. पण तो शकूनचाच दोष दाखवत होता. तिनं घनश्यामला पुढं घालून वामनकडं आणताच अवघ्यांचं बोलणं एकदम थांबलं. पाहुण्यासंगं कोणंच रामराम घेतला नाही.

पाहुणा खाटंवर बसला. शकून घरात दडलेली. पानसुपारी होताच बापूरावनं मुद्द्याला तोंड फोडलं–

"बोला पाव्हने ब्वा, कसं काय येनं केलं?"

"तुमच्या पोरीले नेईन मनलं होतं, ब्वा."

"पन पोरीची विच्छा नाई, त्याचं कसं?"

"तिले विचारलं का तुमी?"

"बाप्पा! बिनाइच्यारल्यानंच बोलून राह्यलोत का आमी? पन हाताच्या काक्कनाले आरसा कायले पाह्यजेन?" भालचंद्रानं घरात आवाज दिला, "इकडं ये वोऽ बाईऽऽ ... अशी बाहीर ये."

नर्मदानं पोरीला बाहेर आणलं. शकून अंग चोरून बसली. तिच्याकडं पाहात भालचंद्रानं घनश्यामकडं बोट दाखवलं. बाहेर इशारा करत बोलला, "जातं का तू याइच्यासंगं? –तिकडं?"

शकूननं एक हुंदका देऊन आडवी मान हलवली. पदराचा बोळा तोंडाला लावून मान खाली घातली.

बापूरावनं घनश्यामकडं पाहिलं, "पाहा, झाली आता तुमची खात्री?"

“पन कारन नाई समजलं न येन्याचं?”

“कायचं कारन इच्यारता तुमी - बोडख्याचं? चारचौघात सांगन्यासारकं हाये का थे?” आतापर्यंत चूपचाप ऐकणाऱ्या वामनचा स्फोट झाला, “बाकीचे नवरे दाऊ पिऊन तुमच्यावानीच डसतेत का?”

उकंडीनं आवाज वाढवला, “आमच्या बायका नाई जात आमचं घर सोडून?... कपडे फाडून बायकोच्या आंगावर बिडीचे चटके द्याआचे हे कोन्ते लाड होयेत तुमचे?”

“नाई पन आता नाई होनार असं पुन्ना.”

नर्मदा एकदम उसळली, “तुमचा काय भरोसा हाये पुढचा? तुमी यका रूपाचं खोबऱ्याचं तेलबी आनून देऊ नाई सकत पोरीसाठी; तं काय तिले पोसू सकता तुमी?”

“आता कसा भरोसा देऊ तुमाले? इस्टॅम्पावर लेहून देऊ?”

“कायले थो इस्टाम्प सांगता आमाले? लेह्यनाराच खरा नसला, तं थो काळा कागद काय करते भुरका?”

“बरं, यवढीच बायकोले न्याआची तळमळ होती तं तुमी साक्षेदार म्हून यखांदा साथीसोयरा काऊन नाई आनला, ब्वा संगं?” बापूरावनं सडेतोड सवाल टाकला, “उद्या पोरीच्या जिवाले कशानं काई कमीजास्त झालं, म्हंजे कोन जिम्मेदारी घेईन तिची?”

“अजीऽ हे असं लंगडं घोडं होतं म्हून तं लगन जोडासाठीबी कोनी संगं न्हौतं आनलं याइनं.”

बाटलेल्या चिमणीवर भोवतालच्या अवघ्या तुटून पडाव्या, तसंच झालं. घनश्यामभोवती सारेच कोच् कोच् करू लागले. एकट्या पडलेल्या जावयाला काय बोलावं, हेच सुचेनासं झालं. तो निरुपाय होऊन बोलला. “मंग आता नाई जमत? चालाव का?”

“हो हो..., खुशाल जा! तुमी मोकळे, आमी मोकळे! तुमचा-आमचा समंध सरला आता!”

वामनचं शेवटलं बोलणं ऐकून नर्मदाच्या डोळ्याला धारा लागल्या. खाटंवरून उठलेला घनश्याम पाय तुटून पडल्यावानी चालू लागला. शकूनला बसल्याजागी हुंदका आवरला नाही. ती लगबगीनं उठून घरात गेली. घडवंचीवरच्या वाकळात तोंड खुपसून रडू लागली. गराडात गरगरणाऱ्या भराटीवानी कितीतरी वेळ ती नुसतीच थरथरत राहिली.

❑

कोणीतरी नवखा माणूस रस्त्यानं भटकत आला. वामनच्या दुकानापुढं जराभर घुटमळल्यावानी होऊन विचारू लागला, "इथं हटेल-गिटेल नाई का बावाजी, यखादं?"

"हाये नं. थ्या तिकडं हाये बजाराच्या कोन्ट्यात."

नवख्यानं एकाएकी आवाज बारीक केला, "बरं, माल कुठं भेट्टे, बावाजी?"

"अं? 'माल' मनजे?"

"पव्वा' मनत होतो."

"हं! थे का? थे बंद झालं दुकान. तुमी तिकडं नदीकाठी जा पुलाकडं."

जरा विचारात पडलेल्या पाहुण्याला वामननं विचारलं, "कोनाकडं आले इथं?"

"ह्या आपला सकाराम वाघमारे नाई का, त्याचा जवाई होऽ नं मी."

"अरे व्वा! मनजे आपलेबी जवाईच मनाव् तुमी!"

"हौ नं..." पाहुणा वामनचं दुकान न्याहाळू लागला, "दुकान आपलंच होये का, मामाजी?"

"हो जी." हातात बोट गवसताच पटकन मनगट धरावं, तसं त्यानं विचारलं, "काऊन दाढी कराची होती का?"

"बरं लेकाले... मनताच आहा, तं द्या घोटून."

"बसा-" त्यानं अवजारं काढले. वाटीतल्या पाण्यात ब्रश फिरवताना पाहुण्याला विचारलं,"कसी काय फेरी आली सासुरवाडीकडं?"

"अजीऽ आमच्या सासरेबोवाले घराचे पयसे नाई भेटलेत का पुनरवसनामंधी?"

"बरं मंग?"

"म्या तुमच्या पोरीले मनलं ; जा, तुह्या बापाले अर्ध्या हिश्श्याची रखम मांगून आन; तं थे मले मने, तुमीच जाऊन मांगा मने पह्यले. तुमाले नाई देल्ले तं मंग मी सोता जाईन मने, मांगासाठी."

"कितीक भेटला पयसा?"

"भेटला खरं दीड लाख!"

"बॉपरे!" म्हणताना दाढीवरून फिरणारा फेसाळ ब्रश वामनच्या हातून एकदम पाहुण्याच्या तोंडात गेला, "लयच सावटे भेटले मनाव्!"

"इऽ इऽ इकडं पाह्यजा, थो तुमचा बुरूस तोंडात जाऊन राह्यला!" पाहुण्यानं तोंड वाकडं केलं, "त्याईनं कायले यवढा पयसा पाह्यला बापजल्मात? आता तं माहा साळा रोज सट्याचा नंबर लावते दोन टैम! पह्यले मनान् तं बंडीच्या मोडक्या उभाऱ्या भराची सोय नाई लागे याइची... आनं आता तं हिरोंडा ढुंगनाखाली असल्याबिगर हागालेबी नाई जात साळा!"

दाढी घोटून होत आलेली. वामननं वस्तऱ्याचा फेस पुसत विचारलं, "मंग आता तुमी 'पव्वा' लावून जाता का जी सासऱ्याकडं?"

"हौ नं... त्याच्याबिगर टेंशेनच नाई चढत मानसाले. त्यात माजलेल्या मानसाले हिस्सा मांगाचा म्हंजे, थे 'आग' पाह्यजेच पोटामंधी!"

वामननं पाहुण्याच्या मिशीवरून पाण्याचं बोट फिरवलं. बोलता-चालता अन् खुर्चीभोवती घाण्याच्या बैलावानी गोल गोल फिरताना त्याला दम भरून आलेला. सकाळपासून पोटात त्याच्या काहीच नव्हतं. सूर्यामुखं दुकान. सारं ऊन अंगावर खेळत होतं. मिशी कोरताना त्याला भोवळ आल्यावानी झालं. पाहुण्यापुढं आता खाली बसावं तरी कसं? खुर्चीचा आधार घेऊन तो मिशीवरून वस्तरा फिरवू लागला. पण एकाएकी डोळ्यापुढं गप्पकन् अंधारलं. पाहुणा चकारला... पण तोपर्यंत वामनचा वस्तऱ्यावरचा हात पाहुण्याच्या मिशीला सोबत घेऊन खाली आला होता!

तोंडापुढल्या आरशात एका बाजूची मिशी मुंडल्याचं दिसताच नवखा पाहुणा एकदम बिथरला. दुकानात गोंधळ घालू लागला. वामनला घालून पाडून बोलू लागला, "बुढग्याऽ लेकाऽऽ! तुह्याकून जमत नाई, तं बसला कायले इथं-धंदा कराले?"

"अजीऽ पन ... बापूऽ म्या काई मुद्दामून नाई केलं असं. भोय आल्यानं झाली बा चुकी."

"चुकी झाली मनतं अंखीन? तुले भोय आली म्हून तुनं अशी सोय लावली का माही?"

"जाऊ द्या, पाव्हनेब्वॉ... माफ करा... लागंन तं तिकडलीबी मिशी मिळवून देतो मी."

"मोठ्ठा मिळोनारा आला तू!... मी सासऱ्याची सोभा कराले आलो आनं तुनं माही सोभा केली इथं सोयऱ्याधायऱ्याइमंधी!" पाहुण्यानं बोलतानाच वामनची गच्ची पकडली... "पहले मिशी भरून दे माही."

आराधुरा न पाहाता पाहुणा वामनला गचाटू लागला. दोघंचौघं दुकानात धावले. पाहुण्याला समजावू लागले, "जाऊ द्याऽ नं पाव्हनेब्वा... मतारं मानूस. होतेच हाये चुकी. सोडा आता."

पाहुणा तणतणतच निघून गेला. दुकान पुन्हा सामसूम झालं. चिंचेखालच्या खरूजलेल्या भुऱ्या कुत्र्यावानी पाय पोटाशी घेऊन वामन खुर्चीवर बसून राहिला.

पाहुण्याच्या मिशीची गोष्ट लवकरच कानोकानी झाली.

आला गेला सागरला म्हणत होता–

"का रे सागर, यंवढं थ्या पाव्हन्यानं तुह्या बापाले गचाटलं, तरी धावला

नाई मनते तू?''

"मी कसा धावू रे? सरळ सांगतलं थे पटते का त्याले? नाई तं मले कायले असं सासऱ्याच्या आंजुळीनं पानी प्या लागलं असतं?''

बरोबरीचा असलेला एखादा म्हणे, "नाही पन तुह्यंबी काम होतं बुढाबुढीले संभाळाचं.''

"थे सारं खरं रे. पन बायकोले पसंत नसल्यावर मानसाचं चालते का काई? मानसाची जात कुठं कुठं लक्ष ठेवंन घरी? याइनं बायकोच्याच मनात अंतर पाडून ठेवल्यावर मानूस काय करनार हाये भुरका?''

"तुहंबी खरंच हाये, मना... पन तुही माय मने मले, सागरले चार समजुतीच्या गोस्टी सांगजो म्हनून. कालच आल्ती माह्या घरी.''

"ऊंऽऽ सरप निघून गेल्यावर आता नुसती भुई झोडपन्यात काय अर्थ आहे त्यात?''

एवढ्यात हेटीवरचा संभा दुकानात येत बोलला, "का रे सागर, गावात तं दारूबंदी झाली मनते आपल्या. थ्या योगराज हेकड्याच्या घरचा माल पकडला मन्तेत, पोलिसाइनं.''

"ऊंऽ नेहमीचंच आहे थे. रेगुलर हप्ता नसंन भेटला पोलिसाइले... पन आता आपलं कसं?''

"कसं कायचं? तिकडून मरकसुरावून पिवर हातभट्टीची बलावू आफन!''

"इच्यापित्तर! सरकार एकीकडं गृहउद्योग, कुटीरउद्योग वाह्डवा मनते आनं इकडं हातभट्टीचा घरगुती उद्योग धाडी घालून बंद पाडते! मंग पुन्ना नवे लायसनं कायले द्याव्?''

"देनार नाईत तं का? देशीचे नवे लायसनं देताना अधिकाऱ्याइची कमाई आनं धाडी घातल्या तं पोलिसाइची कमाई!''

"तू काईबी म्हन संभा, सरकार जेवढा कंट्रोल करंन दारूवर तेवढी जनता जास्त चोरून इकते आनं पेतेबी. तसीच गोष्ट गुटखाबंदीची.''

वावटळ घरात घुसावी, तसा गुलब्या सागरच्या दुकानात शिरला. तरंतरं पुढं जाऊन आरशाजवळच्या पेनानं हातातल्या चिटोऱ्यावर लिहू लागला. शरद त्याच्यामागं उभा राहून चिटोऱ्यावरचं मोठ्या आवाजात वाचू लागला– "लाडाचे साजनेऽऽऽ लाडाचे इमला गंऽऽ...!''

"वा! शाहिरावानी कवनं लिहिते बेटा गुलब्या! अज 'पव्वा' पाजा लागते याले पोटभर!''

पाहुण्याची मिशी मुंडल्यापासून वामनकडली उरलीसुरली गिऱ्हाइकीही पांगल्यावानी दिसत होती. त्याच्याकडल्या हजामतीची गावात धास्ती बसलेली.

नवथळच काय, पण लहान पोरंबाळं अन् म्हातारेही त्याच्याकडं वळेनासे झाले. दुकान नेहमी ग्राहकाशिवायच गजबजू लागलं. इकडल्या-तिकडल्या गावगप्पा मारणारे रिकामटेकडे तेवढे दुकानात जागा अडवून बसत. त्यातला एखादा वामनला मुद्दाम उटाळा देई. दुकानाला आतून बांधलेल्या प्लास्टीकच्या छताकडं पाहात म्हणे, "हे पलानं कायले बांधलं गा, काका? बाळातीनच्या बाजंभोवती मच्छरदानी बांधल्यावानी दिस्ते हे! अशानं कसं येईन गिऱ्हाइक?"

"तू असं कर, वामनकाका... गावातल्या ब्यांकीचं लोन घेऊन दुकान सजव चांगलं. लागंन तं थ्या ब्यांकीले मंग डुबू दे, इचीबहीन! मंग पाह्य, कसं गिऱ्हाइक नाई झुकत तं!"

"आरेऽ पन आपल्यासारक्या फाटक्या मानसाले कसं कर्ज भेटंन, बह्यताडा?"

"काऊन नाई देणार बा, कर्ज? तिथं जाऊनसन्या तू मागसीन तव्हाच देतीन कनाई?"

बसणारे उठून जात. वामनचं डोकं विचारात गढे... सांगणाऱ्याचंही खरंच वाटत होतं. आजकाल सारंच कसं, वरून चोपडं अन् आतून खोपडं! सजावटीलाच सारं महत्त्व होतं. त्याशिवाय गिऱ्हाइक वाढणार नव्हतं. तिसऱ्या प्रहराची वेळ. दिवस कलताना वामन विरून गेल्यासारखा खुर्चीत पाय जमा करून बसलेला. चहापाण्यासाठी चौकात लोकांची आवक वाढू लागली. कोणी ठेल्यावर जाऊन बसलं, कोणी डोक्यात वळवळणारं आकड्याचं गणित सट्टापट्टीवर मोकळं करू लागलं. पिंपळाच्या पारावर पोरंसोरं अंदर-बाहर खेळत बसलेले. काही जण वाफेभरल्या चहात गुंगले तर काही पानखऱ्यात रंगून गेले. दुपारभर स्मशानावानी वैराण असलेला बाजारचौक आता गजबजू लागला. एकाएकी उगवतीकडून सूर्याचं तिरीप त्याच्या डोळ्यावर आलं. दुकान त्याचं सूर्यामुखं. ऐन तिसऱ्या प्रहरी सूर्य बुडतीकडे असताना तिरीप कसी पुढून उगवतीकडून आली?

...त्यानं पुढं लक्ष केलं. बुडतीकडल्या सूर्याची तिरीप सागरच्या दुकानातल्या आरशावरून परावर्तित होऊन त्याच्या डोळ्यावर येत होती. त्याचं डोकं विनाकारण उठवत होती. त्यानं ग्राहकाच्या अंगावर झाकण्याचं पलाणं दुकानाच्या पुढं टांगून दिलं. पण अशा लोंबत्या पांघरुणात कोंडून घेऊन तो स्वत:ला किती अन् कुठं कुठं वाचवणार होता? सागरकडली स्वत:भोवती गोलगोल फिरणारी खुर्ची त्याच्या कानात कुरकुरू लागली.

त्यामानानं वामनला त्याचं दुकान खूपच अपुरं वाटतं होतं. त्याच्या सारखीच हाडं खिळखिळी झालेली जुनाट लाकडी खुर्ची. न्हाणीतल्या झाडूवानी दिसणारा ब्रश ...सारं सारं त्याला उबग आणू लागलं. नवं काही घ्यावं, तर खिशात

टिपूस नव्हतं. बँकेकडंच जाणं सोयीचं दिसत होतं. दुकानाच्या कर्जासाठी खडा टाकून पाहायला हरकत नव्हती.

अडकलेलं खाचर हाकणाऱ्यांच्या गलक्यानं गडगडत निघावं, तसा वामन रस्त्यानं निघाला. बँकेत शिरताच मॅनेजरशी रामराम घेऊन कोपऱ्याशी उभा राहिला. बँकेत गर्दी होती. पुनर्वसनाचे पैसे मिळालेले संपन्न खातेदार मॅनेजरभोवतीच्या खुर्च्यांवर पाय लांबवून बसलेले. चहापाणी सुरू होतं. मॅनेजर हसून खातेदारांशी गप्पा मारत होता. काचेरी कठड्यात नोटा मोजणारा कॅशियर मात्र आल्या-गेल्यांकडं कपाळावर आठी पाडून पाहात होता. बँकेच्या खोलीत वैभव लोटांगण घालत असल्यावानी वाटत होतं. मोठमोठ्या माणूसभर आलमाऱ्या, काचेरी कपाटं, सनमायकाचं गुळगुळीत काऊंटर, थंडगार हवेचा झोत सोडणारे चारही बाजूंचे कुलर हे सगळं पाहून त्याला इंद्रपुरीत आल्यावानी वाटू लागलं.

खुर्च्यांवरची गर्दी जरा कमी होताच मॅनेजरनं पाण्याची शिशी तोंडाला लावली. कॅशियरनं कोपऱ्यातल्या वामनकडं लक्ष जाऊन विचारलं, "काय सलूनवाले बावाजी, कसं काय येणं केलं?"

"काई नाई जी... जरा थे दुकानाच्या कर्जासाठी इच्यारून पाहीन मनलं होतं."

मॅनेजर काही बोलण्यापूर्वी जहागिरराव सरपंचानं तोंड मारलं, "आता कायले गा, काका कर्ज? तुहं थे हेरकटिंग तं झालं सुरू." जहागिररावनं मॅनेजरकडं पाहिलं, "देऊन टाका सायेब, काकाले कर्ज. तुमाले घरी सवड नसली म्हनजे कव्हा बव्हा फुकटात घोटून देत जाईन थो-तुमची!"

सरपंचाच्या बोलण्यावर बँकेतले अवघे, खातेवहीचे पानं फडफडल्यावानी हसू लागले. वामनला लाजिरवाणं होऊन तो आणखीच अंग चिरमटून बसला. जराभऱ्यानं मॅनेजरनं रजिस्टरातून कासवावानी डोकं वर काढत विचारलं, "तुम्हाला नेमकं कशासाठी लोन पाहिजे होतं, बावाजी?"

"दुकानात फर्निचेर आनं इस्पिरिंगची खुड्ची आनाची होती जी. जमलं तं पक्कं बांधकामबी कराचा इच्यार होता."

"पण बावाजी, आता तुमचं वय राहिलं का, धंदा वाढवून कर्ज फेडण्याचं?"

"तसं नाही जी. आपल्याले थे पचवाचं हाये का? पन सजावटीशिवाय गिऱ्हाइक नाई झुकत अजकाल."

"नाही पण बावाजी," काचेच्या कठड्यातला कॅशिअरचा पुतळा बोलला, "शिवाय तुमची दुकानाची जागा पक्क्या बांधकामाची नसल्यामुळे आम्ही अशा असुरक्षित धंद्याला लोण देऊ शकनार नाही तुम्हाला!"

जहागिररावाच्या बोलण्यामुळं आधीच दुखावलेला वामन तक्रारीच्या सुरात

बोलला, "तुमी असं सांगा नं... का माह्यासारक्या मताऱ्या मानसाले कर्ज देनं तुमच्या कायद्यात बसत नाई म्हून!" त्यानं मनातली भडभड बाहेर काढली "इच्यामायमी! आमच्यासारक्या फाटक्या धोतरवाल्याइले कुठंच किंमत नाई राह्यली- अजकाल!"

वामन तणतणत दुकानात आला तेव्हा बाहेरच्या पाटीवर बसलेला गुलब्या मांडीवरच्या भुऱ्या कुत्र्याला हातानं थोपटत होता. अधुनमधून कुत्र्याचे मुके घेत होता.

"कुठं गेल्ता गा तू? पाह्य बरं, इतक्यावाडखोचं राखन करत बसा लागलं मले इथं."

काहीच न बोलता वामन खुर्चीवर विरल्यासारखा बसून राहिला. गुलब्या उठून त्याच्याजवळ आला. "कागद दे बरं यक पह्यले. मला पगार काह्‌डाचा आहे पुलावरच्या मजुरांचा."

वामन खिशातून बिडी काढत असताना गुलब्यानं पटकन् त्याच्या हातावर झडप घातली. पाटीवरची अंगारडबी घेऊन त्यानं घाईनं बिडी पेटवली. नाकातोंडातून धुपट काढत गुलब्या दुकानाबाहेर पडला. 'बाई गं, इतकी कराल घाईऽ जरा धीर धराऽऽ' म्हणत रस्त्यानं लंगडी घालत निघाला.

❑

शिमग्याचा रंग कपड्यांवरून पुसल्या गेला नव्हता, तोच चैत्रपाडवा आला. दिवस उजाडताच दारांवरची आंब्याची तोरणं फडफडू लागली. घरोघरी अंगणात गुढ्या उभारलेल्या. दिवसभर बत्ताशांच्या माळा गळ्यात मिरवणाऱ्या गुढ्या पुरणाचा निवद खाऊन सांजववताला भंगारात जाऊन पडल्या. पुढं चैत्रअमावस्या. रामनवमी होताच लहान मोठ्यांना हनुमानजयंतीचे वेध लागले. मरकसूर अन् सावेगावातल्या हनुमान देवस्थानांसाठी वर्गणी मागणाऱ्यांची धावपळ सुरू झाली. वर्गणीचे गाठोडे घेऊन माणसं रस्त्यानं फिरताना दिसू लागले.

दोन फर्लांगावर असलेल्या लहानश्या मरकसुराजवळ हनुमानाचं जागृत देवस्थान होतं. तिथं दरवर्षी चैत्रपुनवंला हनुमानजयंतीची यात्रा भरे. नागपूर पांढुरण्यासारख्या दूरदूरच्या गावाहून लोकं तिथं जमा होत. मंदिराभोवती जवळपासच्या गाड्या-बंड्यांची गर्दी होई. घरून दाळदाणा आणून भाविक तिथं पंगती घालत. जयंतीला सकाळी सार्वजनिक वर्गणीच्या शिध्याचा महाप्रसाद होई. सकाळप्रहरी अवघं सावेगाव चिल्या-पिल्यांसह मरकसूरच्या मंदिरात गोळा होत असे. खाणं होणार नाही एवढा, प्रत्येकाला कणकेचा प्रसाद वाटल्या जाई. दिवसेंदिवस यात्रेची ख्याती दूरवर पसरत होती. भाविकांचे लोंढे पाहून सावेगावातील कोणा

धंदेवाइक माणसाला देवस्थानापुढं पुजेचं सामान विकण्याची कल्पना सुचली. त्याची दामदुप्पट विक्री पाहाताना गावातील झाडून सारे दुकानदार देवळापुढं आपापले पसारे मांडू लागले. दरवर्षी यात्रेतल्या दुकानांतली स्पर्धा वाढू लागली... पण यावर्षीच्या यात्रेची मोठीच पंचाईत झाली होती.

गेल्या दोन पावसाळ्यात भरलेल्या धरणामुळं आमनदी सावेगावापासून मागं कोसभऱ्यापर्यंत तुबंत गेली होती. गावातून मरकसूराकडं जाणारी नदीतली वाट तुंबलेल्या पाण्यामुळं दरवर्षी बदलत होती. पूल अद्याप नदीकाठांकडून जोडल्या गेला नव्हता. गाड्या-बंड्यांमधून येणारे यावर्षीचे नवखे यात्रेकरू नेहमीसारखे पुलाजवळ येऊन तिथंच अडकू लागले. नदीकाठानं रस्त्याचा अंदाज घेऊन ते आल्या वाटेने गावाकडं परतण्याच्या बेतास आलेले. दुपारी मात्र सखाराम वाघमारेला वेगळीच शक्कल सुचली. धरणातल्या मासळ्या पकडणाऱ्या ठेकेदाराच्या माणसाला त्यानं शंभर रुपयांची चिरीमिरी देऊन किरायानं डोंगा आणला. नावेला अल्याड उभं करून तो दोन-दोन रुपयात यात्रेकरूंना नदीपार पोचवू लागला. संध्याकाळी यात्रेवरून परतणाऱ्यांनाही त्यानं असंच अल्याड आणून सोडलं. दिवसभऱ्यात दोनेक हजारांची कमाई झालेली. गावकऱ्यांनी सकारामच्या अक्कलहुशारीला मनापासून दाद दिली.

अंगणातून दिसणाऱ्या नदीतल्या डोंग्याकडं नवलानं पाहाताना शकूननं, लग्न होऊन लोटलेल्या काळाचा हिशेब केला... महिन्याचा ताळमेळ बसेना तसं तिचं मन चिंतातूर झालं. काळजात नाही नाही ते कालवू लागलं. शकून एवढ्यात खूपच झटकली होती. तेल काढलेल्या ढेपीच्या खापरावानी सुकून गेलेली. तरीही कोणत्याच कामात कुचराई नव्हती. आपल्या पोटापुरतं कमवत होती. इलेक्ट्रीक बोर्डात नोकरीला असलेल्या घराजवळच्या देविदासकडं शिलाई मशीन होती. दुपारचं वाकळी शिवण्याचं काम नसलं म्हणजे ती त्याच्या घरी जाऊन बसे. त्याच्या बायकोचं जिजाचं शिवणकाम मन लावून पाही. तिच्याजवळ उठबस करतानाच ती मशीनकाम शिकली. तिचा हात साफ होता. धिरे धिरे चड्ड्या– गलोत्यांपासून तर डिझाईनचे झंपर शिवण्यापर्यंत तिनं गुण अवगत केला. शकूनचा हातभार लागताना जिजाचंही काम उरकू लागलं. ती शकूनला थोडेफार पैसे देई. तिच्या कलाकुसरीमुळं जिजाची गिऱ्हाइकी वाढू लागली.

कधी काम नसलं म्हणजे शकूनला रिकामा वेळ खायला धावत होता. नाही नाही ते विचार मनात गर्दी करत. नवऱ्याकडून परतल्यावर महिनाभर काही जाणवलं नव्हतं. पण पुढं शरीर बंड करून उठू लागलं. आपल्याच शरीराला ती नव्या नजरनं निरखू लागली. मन मोकळण्यासाठी बरोबरीच्या वयाची जवळपास दुसरी कोणी नव्हती. आपोआपच सवितावैनीशी तिची घडसण वाढू लागली. वामनच्या अंगणापुढं मदनमास्तरच्या घराचा मागचा भाग होता. त्याच्या

भिंतीला मागून झरोक्यावजा गोल खिडकी. शकूनच्या अंगणात उभं राहिलं म्हणजे मास्तरच्या खिडकीतून त्याच्या घरातलं सगळं दिसे. बऱ्याचदा खिडकीतून शकूनच्या सविताशी खाणाखूणा होत. रिकामपण असलं म्हणजे शकूनला सविताच्या घरात डोकाण्याची सवय होती. केव्हा झरोक्यातून उजेड दिसे, केव्हा अंधार... हाच अंधार एक दिवस अंधारबनात बुडवून टाकणार, याची मात्र शकूनला तिळमात्र कल्पना नव्हती.

इतवारचा दिवस. नेहमीसारखी दुपारी ती सविताच्या खिडकीशी उभी राहिली. खिडकीतून डोकवताच तिच्या अंगावर काटा सरसरला. श्वासाची गती वाढून रक्त उसळ्या मारू लागलं... दिसलं ते न पाहण्याजोगं होतं. लाडात आलेला मदनमास्तर बायकोच्या अंगाशी खेळत होता. सविता लटक्यानंच त्याला दूर सारत होती. तो तिला नको तिथं गुदगुल्या करत होता. पुन्हा पुन्हा तिच्या नाजूक उघड्या अंगाला चाळवत होता.

शकून बाजूला झाली खरी, पण खिडकीतलं ते चित्र तिच्या मनातून जाता जात नव्हतं. काम नसलं म्हणजे, राहून राहून तेच डोळ्यापुढं उभं राहात होतं. रात्री झोपताना तर तिच्या डोक्यात मास्तर अन् सविता उघडनागडे होऊन सारखा गोंधळ घालत. रात्र रात्र तिचा डोळा लागत नव्हता. अंगावरचं पांघरूण जाग्यावर ठरत नव्हतं. देहभर नुसती गर्मी दाटून येत होती. सैरभैर मन... जाऊ नये तिकडं पळत होतं. कधी ते सुदामाच्या आसऱ्याला जात होतं, तर कधी नवऱ्याच्या मिठीत शिरू पाहात होतं. मोकाट मन अजिबात आटपेनासं झालं म्हणजे तिला घराजवळच्या डोहात उडी माराविशी वाटत होती. मनातलं वादळ कोणाला सांगताही येत नव्हतं. अशावेळी ती लघवीच्या निमित्तानं जाऊन न्हाणीतल्या नांदीमधलं थंडगार पाणी तोंडावर मारून घेई. मन मारणं एवढं सोपं नव्हतं... आता तर शरीराचीही निराळीच काळजी मागं लागली होती.

नवऱ्याकडून आल्यापासून तीन महिने उलटले तरी शकून अजून दूर बसली नव्हती. काहीतरी मागंपुढं झालं असावं, असं समजून तिनं सुरुवातीला टाळाटाळ केली. पण चौथ्याही महिन्याचा दिवस चुकला तसा जिवाला तिच्या घोर लागला. काळजी करून करून ती आणखीच काळवंडू लागली. भूक नाहीशी होऊन खाल्लेलं अन्न पचेनासं झालं. अधून मधून जीव गलबलून येऊ लागला. तिचं मनातल्या मनात झुरणं नर्मदाच्या नजरंतून सुटलं नाही. ती वामनच्या कानाशी लागली.

ऐकल्याबरोबर तो लाल पिवळा होऊन भनकला, "कुठं शेन खाल्लं–लेह्यडीनं?"

"तिले कायले पाप लावता तुमी? काऊन थे मह्यनाभर नवऱ्याजौळ न्हौती का?"

वामन एकदम नरमावला, "आता कसं मंग?"

"मांगीनले बलावून पाहू का?... हे बऱ्याचं नाई पुढं."

मांगीननं शकूनवर उपचार केले. एक सोडून दोनदा बोरूच्या बियांचा काढा तिला प्यायला दिला. पण पोटात काहीच हालचाल झाली नाही. मांगीननं तिचं पोट चोळून पाहिलं. जगणं नकोसं करण्याऱ्या जिवापार कळा पोटात उठल्या. शकून मासोळीवानी तडफडली. पण तो पोटातला सूडघेऊ गोळा मोकळा झाला नाही. नर्मदाला हरणकाळजी लागली.

चिंधाईच्या सल्ल्यावरून तिनं पोरीला काटोलच्या दवाखान्यात नेलं. डॉक्टरीननं शकूनच्या पोटाची धुलाई केली. गळाठून गेलेली शकून सांजवक्ता घरी आली. तेव्हापासून तिनं अजिबात अंग धरलं नाही. चेहऱ्यावरीची पूर्वीची झळाळी पुन्हा परतली नाही. अंगातला अवघा रसकसच निघून गेला होता. खोल गेलेल्या डोळ्याभोवती काळ्या वर्तुळांनी जागा धरली. पिळलेल्या धुण्याच्या पिळ्यावानी शकून पिळवटू लागली. लेकीचं बस्तान बसावं म्हणून वामन दुकानात दाढीसाठी येणाऱ्या प्रत्येक पाहुण्याजवळ बिजवर पोराचा शोध घेऊ लागत.

❑

ग्राहक नसल्यामुळं बाहेरच्या पाटीवर बसलेला वामन रस्त्यानं जाणाऱ्या-येणाऱ्यांचे चेहरे न्याहाळात होता. दुकानात नेहमी उठबस असणारे मात्र त्याला मुळीच चैन पडू देत नव्हते, "का गा, वामनकाका... काय झालं मंग आपल्या लोनच्या केसचं?"

"काय होनार हाये?" वामनच्या तेल सरलेल्या दिव्याची कोळीजलेली वात एकदम भडका घेई "...मढं गेलं थ्या लोनवाल्याइचं!"

विचारणारा त्यावर आणखी तेल टाके, "तसं नाई काका, आता कडक कपडेवाल्याइचाच जेमाना आला, बरं! ह्या धोतरापेक्षा तू कडक प्यांट-कोट घालून ब्यांकीत गेला असता तं लोन लवकर भेटलं असतं तुले!"

"तू असं कर, काका. आपल्या गरामपंचाइतनं बांधलेलं हे शापिंग सेंटर किरायानं देनार हाये मन्ते, तिथची यक रूम घे किरायानं. तिथं मस्त टापमंधी दुकान सजते तुहं!"

"पन एवढे पयसे कुठं हायेत आपल्याजौळ?"

"तू थ्या जाहागिररावले भेटून पाह्य. सरपंचाच्या सोताच्या जबाबदारीवर थो खांदे पाडून देईन तुले– डिपाजितचे. मंग राह्यला तुह्या मह्यनेवारी किरायाचा सवाल–" सांगणारा बोटाची चुटकी वाजवत म्हणे, "थो किराया तं युं निघते तुह्या कमाईवर!"

"कसा निंघंन मनतं?"

"आरे ब्वा! एका रुपायाच्या रेजरपट्टीच्या भांडवलावर चार दाढ्या घोटते –तुहं पोरगं. चारा पंचे वीस. विसातले एकोणीस रुपे वाचते त्याले. तुह्या बिनारेजरच्या जुन्या वस्तऱ्यासाठी तं दमडीबी नाई खर्चा लागत. मग कसा जड जाईन तुले किराया?"

तिऱ्हाईत माणूस बिनपैश्यांचा सल्ला देऊन निघून जात होतं. मुळातच अस्वस्थ असलेला वामन आणखी बेचैन होत होता. पोटापाण्याचा प्रश्न आयुष्यात आता पहिल्यांदाच बिकट झालेला. काही उपायही गवसत नव्हता. नवं काही सुचलं, तरी ते अमलात आणता येत नव्हतं. त्यात येणारे-जाणारे अजिबात चैन पडू देत नव्हते. जगरहाटी बदलल्याची त्याला पावलोपावली जाणीव करून देत होते. त्यांचंही, खरंच होतं... वरवर साराच कायापालट झालेला दिसत होता. पण आतला गाभा? तो खरोखरच बदलता येणार होता का? विचार करून करून त्याच्या डोक्याचा खिचडा झालेला. अशावेळी तो हातपाय गुंडाळून बिड्यांमागून बिड्या फुंकत राही. काहीतरी नवा मार्ग धुंडाळू लागे... गाभा बदलणारा नसला तरी कायापालटाच्या टरफलामागं धावणं भाग होतं... मनाशी निर्धार करून वामन उठला. दुपारपूर्वीच दुकान बंद करून बाहेर पडला.

सांजवक्ता घरी परतलेल्या नवऱ्याला, पोफूळ अडकित्त्यात धरताना नर्मदानं विचारलं, "कायले गेल्ते वोऽ मोह्यप्याले?"

"तुह्या भावाकडं गेल्तो– पयसे आनाले."

"पयसे? कायच्यासाठी, माय?"

"पंचायतीनं बांधलेली खोली भाड्यानं घ्याआची हाये– दुकानासाठी."

"आता कायले अंखीन खोली?" नर्मदाच्या अडकित्त्यातलं पोफूळ बाहेर सटकलं, "भाडं किती?"

"पाचशे रुपे."

"सालभऱ्याचे पाश्शे? बापाऽ बापाऽ!"

"सालभऱ्याचे नाई, बह्यताडे! यक्का मह्यन्याचे."

"आवोऽ माऽय!" अडकित्त्याचं पोफळात फसलेलं पान जोर लावून काढताना तिनं विचारलं, "इथं फुटाने फाकाची सोय नाई आनं थो पंचाइतीच्या खोलीचा यवढा मोठ्ठा हत्ती पोसनं होईन का तुमच्याकून?"

"तुले खोडाच घालनं हाये जिथं-तिथं! मी का माह्या यकट्यासाठीच करतो का यवढी मरमर?"

"आता असं मनल्यावर बोलावूच काय माय, तुमच्यापुढं? करा तुमच्या मनात येईन तसं!"

वामन जहागिररावला भेटला. हजाराच्या डिपॉझिटचे खांदे पाडून त्यानं पंचायतीची खोली किरायानं घेतली. आडाचं देड करून पैश्यांची जमवाजमव केली. भिंतीची रंगरंगोटी झाली. दुकानावर होईन तेवढा खर्च केला. चहापाण्यावर दुकानाचं उद्‌घाटन झालं. शटरच्या माथ्यावर बोर्ड लटकला.

'वामनराव हेअर कटिंग सलून'

'आमचे येथे नव्या पद्धतीनं कटिंग-दाढी करून मिळेल.'

रस्त्यानं जाणारा-येणारा थबकून उभा राही. नवं दुकान आत-बाहेर निरखून पाही.

"वामनकाका, दुकान तं मस्त सजोलं ब्वा. दुकानावरून तुबी खरंच जवान झाल्यावानी वाटून राह्यला आता पह्यल्यापंक्षा! फक्त इस्परींगची खुडची आन आता यक. हे जुनी नाई धड दिसत– आरसेमहालात मोलकरीन बसोल्यावानी!"

नाही म्हणता, दुकान तसं बरं चालत होतं. दोनवेळच्या जेवणापुरती जेमतेम कमाई होत होती. पण पंचायतीच्या किरायाचं अवजड ओझं मानेवर बसलेलं. त्याची वामनला खूप काळजी होती. खाऊन-पिऊन रोजचे सतरा रुपये शिल्लक पडणं जरुरी होतं. त्याशिवाय किरायाची चिंता मिटणार नव्हती. गिऱ्हाइक नसलं म्हणजे तो बाहेर उभा राही. येणाऱ्या-जाणाऱ्यांना न्याहाळताना मुद्दाम चाचपून पाही–

"का गाऽ सेवकराम, कुनीकडं इकडं?"

"काई नाई, इस्टानाकडं चाल्लो होतो."

"इहिनीले नाई आनत का अवंदा आंब्याच्या रसाले?"

"जाईन मनतो बा, आता–"

"मंग असाच जासीन का–बोकडावानी दाढी वाह्डवून? अशानं घरात नाई येऊ देनार नं– तुही इहीन! ये घोटून देतो चिकनी!"

विहिणीला आणायचं ठरवलेल्या सेवकरामला आतून बाहेरून गुदगुल्या होत. तो विनातक्रार दुकानाचा जोता चढून खुर्चीवर बसे. गिऱ्हाइक असं जाळ्यात आलं म्हणजे वामन चामड्याच्या पट्ट्यावर बराचवेळ वस्तरा घासत राही. त्याची दिरंगाई पाहून घड्याळीच्या काट्यानुसार धावणारा ग्राहक घाईनं म्हणे, "झालंच नाई का गा, काका? गाडी चुकोसीन का अशानं माही?"

जाळ्यातली शिकार निसटून जाण्याच्या भीतीनं वामन आपलं आटोपतं घेई. झटपट कामाला लागून ग्राहकाची होईल तेवढी खुशामत करी. डोक्यापासून तर हाता-बखोटांपर्यंत चंपी करून देई. केव्हा ग्राहक समाधान पावे, तर केव्हा त्याचा आगावूपणा समजून चिडून उठे–

"राहू दे काका, आता... धान कांडल्यावानी कायले बदकाडून राह्यला यवढा? तुह्याकून गागरा नाही उडत– माह्या कमिजीवरचा!"

हात आखूडता घेऊन वामन ब्रश धुऊ लागे. त्याचा एक डोळा ब्रशवर अन् दुसरा ग्राहकाच्या खिशाकडं वळणाऱ्या हातावर. पण ग्राहक आपल्या खिशातून त्याला पाहिजे ते न काढता फक्त कळकट रुमालाचा बोळा बाहेर काढी. तोंडावर रुमाल फिरवून भांग पाडी. पाटीवरचं फुकटात मिळणारं पावडर मलम थापल्यावानी तोंडावर चोपडून घेई. वाटी-ब्रश धुऊन होताच वामन विचारे, "जमली?"

"जेमली" ग्राहक आरशात पाहून म्हणे, "पन यक केस राह्यलं काका, इथं मिशीवर!"

कळपात न सामावणारं केस तो कैचीनं कापून देई. कमिजीवर जराभर फडक फडक झाडून ग्राहक जाऊ लागे. वामनची बेचैनी आणखी वाढून तो केविलवाण्या चेहऱ्यानं म्हणे, "पयसे राह्यलेत का?"

"हो, लेहून टाक!"

"मांगचेबी हायेत नं तीन खेपंचे–"

"मंग सारे एकरकमी देऊन टाकीन-पुढच्या सोयाबीनवर."

दाढीच्या खरडलेल्या फेसावानी वामन एकाजागी लोळागोळा होई. लगबगीनं निघालेल्या पाठमोऱ्या ग्राहकाकडं केविलवाणा पाहात बसे.

❑

रात्री अचानक जाग येऊन वामन लघवीसाठी उठला. त्याला बिडीची हुक्की आलेली. अंगारपेटीसाठी कोनाड्याकडं जाताना कोपऱ्याकडं खुडखूड वाजलं. दिवा लावणार, तोच भिंतीमागं काहीतरी सुर्रकन पळत गेलं. उजेडात काहीच दिसलं नाही. कोनाड्याकडं वळताच त्याचं पाऊल घोट्यापर्यंत भुईत फसलं. 'हिऽट्ट इच्यामायमी' म्हणताना त्यानं पाय वर घेतला. खालची भुई कोनाड्यापासून तर नदीकडल्या भिंतीपर्यंत पायानं दबत होती. सपरीच्या भुईखाली सुरुंग पडलेला दिसत होता.

तो न्हाणीच्या कुडाशी अंगणात लघवीला बसला. बसल्या बसल्याच त्याच्या कानावर खर्रऽ खर्र आवाज आला. कुडाशी उंदरापेक्षा बरंच मोठं असलेलं एक काळं पिलू पुढच्या पायानं भरंभरं माती उखरत होतं. न्हाणीच्या ठिगळभर ओल्याव्याची माती तोंडानं चाखल्यावानी करत होतं. वामननं डोळे वटारून 'सूक सूक' केलं. चकारलेलं पिलू पळभऱ्यातच चिंधाईच्या घराकडं पळत गेलं. 'इच्यामायमी ह्या घुशीचं मढं गेलं तं!' म्हणत तो धोतर झटकून उठला. खाटंवर येऊन लोटला. धरणानं नदी भरल्यापासून उंदीर-घुशींचा वावर खूपच वाढला होता. नदीकाठची वस्ती भंगारल्यामुळं त्यांचा शिल्लक राहिलेल्या घरांवर

भारी आदळ पडलेला. चुलीपासून तर नालीपर्यंत मुजोर घुशी पायानं माती ओढत उखरून ठेवत होत्या. जागोजागी भुयारं खणत होत्या.

वामनचा डोळा लागत असताना कोनाड्याकडं आणखी खुडबूड वाजलं. त्याची झोपेची तंद्री तुटून गेली. तो खडबडून बिळाकडं लपकला. चपळ घूस पुन्हाही पळून गेली. पळताना त्याच्या डोळ्यातली झोपही घेऊन गेली. त्याच्या धावपळीनं नर्मदालाही जाग आली. घुशीच्या बिळाकडं पाहून ती बोलली, "हे काई धड नाई झालं, बापा! सरकारी धरन आनं घुशीचा सुरुंग, दोन्हीबी जित्तेपनी भुईत घालते आता आपल्याले!"

नर्मदाचा डोळा लागला. पण वामननं मात्र तोच ध्यास धरलेला. खुडबूड आवाजानं तो खाटेवरून उठत होता. दिवा न लावताच बिळाकडं धावत होता. चपळ घूस चकमा देऊन पळत होती. डोळे त्याचे जडावत नव्हते... अंधारी रात्रही थांबल्यासारखी वाटत होती. अजिबात पुढं सरकत नव्हती.

एकतर किरायाची टांगती तलवार जवळ येऊ लागली म्हणजे, तसीही वामनची झोप कापरावानी उडून जात होती. बिड्यांमागून बिड्या ओढत तो सारखा विचार करत होता. पैश्यांच्या अडचणीतून सुटण्यासाठी उपाय शोधत असतानाच बोर्डातल्या देविदासनं दुकानच्या विजेचं बील हातात दिलेलं. पाचशे रुपयांचा बिलातला आकडा पाहून वामन पुरता हबकून गेला. वीज मंडळानं धंदेवाइक या सदाराखाली अव्वाच्या सव्वा दर लावून दुकानाचं बील काढलेलं. खेड्यातला खुडक धंदा. एवढं उत्पन्न कुठून देणार? पण वीज मंडळाला गधे-घोडे सारखेच दिसत होते. तसाही खेड्यापाड्यात वीजकपातीमुळं अर्धवेळ अंधारच राहात होता. पण सरकारी कायदा अन् कर्मचाऱ्यांचा फायदा. त्यांच्याजवळ कोणाचीच भीड मुर्वत नव्हती. बील भरलं नाही तर सलूनमधली वीज तोडली जाणार होती. वामनचं डोकंच काम करत नव्हतं. काहीच गवसेनासं झालं म्हणजे तो पुन्हा नव्या उमेदीनं रस्त्यावरचे लोक न्याहाळत होता. शिकार केव्हा जाळ्यात अडके, केव्हा हूल देऊन निघून जाई.

"काहो नखुबुवा, कुठं चाल्ले?"

"नाप्पुरले चाल्लो, मामाजी. घराची तारीख हाये अज कोर्टाची."

"बाप्पा! अद्याप लागाचाच हाये निकाल?"

"थे सोडून द्या, मामाजी... पार बर्बाद झालं मानूस-कोर्टाच्या खर्सापायी!"

"अजी तं असेच चाल्ले का कोर्टापुढं? गावातले म्हाली मेले मनतील अशानं. या, घोटून देतो."

"नाई बा...!" पिसाळलेलं कुत्रं मागं लागावं, तसा चेहरा करून नखुबुवा बोलला, "मांगच्या खेपंले तुमचा वस्तरा उबजून साऱ्या फरकोड्या उठल्या

होत्या तोंडावर.... तिथं नाप्पुरातच करून घेईन दाढी.''

''अजीऽ तं म्हाल्याचा दोस नाई, त्यात.'' वामन नेट धरून म्हणे, ''आंगरोग असंन तुमाले.''

''कायचा आंगरोग, बा? थ्या सागररावजौळ केली तं नाई येत फरकोड्या आनं तुमच्या हातानंच काऊन होते तसं? थे वस्तऱ्याचं यकच यक जुनं खनपट वापरता आपलं! जरा जमान्याच्या मतानं चालाव् मानसानं!''

नखुबुवासारखा वाटसरू पुढं निघून गेलेला. उदासलेला वामन पट्ट्यावर कोरडा वस्तरा घासत बसला. घासून घासून वस्तरा बारीक होई. उबगला म्हणजे तो पुन्हा जोत्यावर येऊन बिडी फुंकत बसे. रस्त्यानं थबकणारे सागरचे ग्राहक तो गोष्टीत गुंतवून भादरू लागला. किरायाचं अन् वीजबिलाचं अवजड ओझं नानापरीनं हलकं करू लागला.

❑

।। दहा ।।

गेल्या पंधरवड्यापासून आभाळाचं पोट सारखं मुरडून येत होतं. नक्षत्राला बेडकाचं वाहन होतं. 'बरसल्या रोहण्या अन् लांबल्या पेरण्या', असं बुजरूकांचं म्हणणं. मृगापूर्वीच्या पावसामुळे पेरण्या सुरू होण्याआधीच शेतात तणकटांचा ऊत निघणार होता. तांबड्या-काळ्या शेतांच्या हिरव्या चादरी होणार होत्या. वखरानं जांभुळवाडी केल्याशिवाय पेरण्या साधणार नव्हत्या. पेरणीसाठी आतुरलेले अवघे पाणी थांबण्याची वाट पाहात होते.

या तिसऱ्या पावसाळ्यात धरणाचं पोट काठोकाठ भरलं होतं. गेल्या कित्येक दिवसांपासून सुरू असलेलं नदीवरच्या पुलाचं बांधकाम सरत्या उन्हाळ्यातच पूर्ण झालं होतं. पावसापूर्वीच ठेकेदारानं पुलावरचा डेरा, मजूर, मशिना, अवजारं, राहुट्या असा सारा बारदाना सावेगावातून हलवलेला. सामानाचे बोचके डोक्यावर घेऊन निघालेल्या नवथळ कामगारांकडं पाहाताना त्यांच्या परिचयातल्या चार-दोन गावकरी पोरींनी आपापले पाणावलेले डोळे पुसले! ज्यांची उधारी अजूनही थकीत होती अशा दुकानांना टाळून सुपवायजर, त्यांनीच तयार केलेल्या गावाभोवतीच्या अर्धवट रिंगरोडनं पुढं सरकला. गुलब्याची इमली ठेकेदाराकडं नोकरी लागल्याचं गावकऱ्यांना सांगत सुपरवायजरचा हात धरून गेली. खोल पोटाचं अबोल पाणी तेवढं रहिवाश्यांच्या संगतीला राहिलं.

या बरसादीत नदीचं पाणी वामनच्या घरामागील उकिरड्याशी टेकलं होतं. घरात कायम ओल राहात होती. ना सारवता येत होतं, ना झाडलोट करता येत होती. खालच्या ओलाव्यामुळं चुलीतल्या काड्या लवकर पेट धरत नव्हत्या. नर्मदानं सपरीतल्या एका अंगाला तीन दगडांची चूल मांडून घरातला सैंपाक बाहेर आणलेला. रचल्या रमलेल्या घरी राहणं भाग होतं. दुसरीकडं कुठं जाता येत नव्हतं अन् पिढीजात घरात जराही सुख मिळत नव्हतं.

आर्द्रा नक्षत्र मुहूर्तालाच पाणी घेऊन आलं. हप्ताभर झड लागली. दोन दिवस खूप पाणी पडला अन् मग सारखा फुईफुई फवारा सांडू लागला.

नदीकाठच्या रहिवाश्यांना पाण्यापावसाचं घरात राहवंसं वाटत नव्हतं. खालून नदीच्या थोपेची ओल अन् वरून ठिबकणारे कवेलू. पाण्याच्या ओलीनं अवघ्या भिंती सर्दावलेल्या. घरातले जीव चारही बाजूनं केंडल्यावानी झाले होते.

रात्री भर झोपेत असताना एकाएकी 'भडंभडं भड्डाल भ्भड!' आवाज दुमदुमला. खाटंखाली हादरल्यावानी झालं. वामन घोरता घोरता जागा झाला. नर्मदा अन् शकूनही दचकून उठल्या. तिघंही कावलपिसे होऊन इकडं-तिकडं पाहू लागले. काय झालं, काहीच कळत नव्हतं.

"काय वाजलं वोऽऽ? अवाज अगाजला यवढा–"

"काईतरी वाजलं गड्या, भडंभडं. कोनाच्या टिना-गिना तं नाई पडल्या वाऱ्यानं?"

"टिना वाजते का वो, तश्या? निराळाच अवाज झाला भुइकंप झाल्यावानी."

"भुइकंप कुठं वो? काईबी असंन दुसरं."

"...धरन तं नसंन फुटलं लमचं?" वामननं शंका काढली.

"इतक्या दुरून धरनाचा अवाज आयकू येईन का? आपल्या घराजौळच झाला अवाज... जाऊ द्या, समजंनच उद्या." म्हणताना नर्मदा उठली. लघवीकडून आली. पाण्याचा थेंब अद्याप पुरता खंडला नव्हता. पाणी पिण्यासाठी तिनं आतला दरवाजा उघडला... घरातला दिवा लावण्याआधीच तिला घरामागच्या खांबावरचा उजेड अवघ्या घरभर पसरलेला दिसला. ती केवढ्यानंतरी दचकली. एकाएकी घरामागून आलेल्या थंड्या वाऱ्यानं उभ्या देही शहारली. पटकन् दिवा लावून बोलली, "आवोऽ सागरचे दाआजीऽऽ... पटकन इकडं या घरात."

तिच्याकडून पुढचं बोलणं झालंच नाही. वामन अन् शकून धावपळ करत तिच्याजवळ आले. धांदरलेल्या नजरंनं दरवाज्यातून आत पाहू लागले. नदीकाठचा मोकाट वारा अवघ्या घरात खेळत होता. मागच्या उकरिड्यावरचा कुजाट दर्प नाकात शिरत होता.

"अरे बापरे!" वामनचं तोंड वासलं. छाती फाकल्यावानी झाली, "बरोबर हाये, ह्या भित्तीचाच अवाज होय मघानचा."

"नदीच्या वलाव्यानं जागच्याजागी इरून पडली असंन का मनाव् हे भित्त?"

वरच्या मयालीपासून सुटलेल्या घरामागच्या भिंतीचा ढिगारा साऱ्या घरभर पसरला होता. शेणामातीनं लिंपलेल्या भिंतीची नुसतीच माती झाली होती. "तुमी तं धरन फुटलं मनत होते. घ्या आता, थ्या धरनानंच भित्त मुरवून फुटाने फाकाची येळ आनली आता-आपल्यावर!"

"हे तं खूब आफत झाली मनाव् ह्या तंगीमंधी" वामन आपल्याशीच बोलावं, तसा म्हणाला, "इचीमायमी तं! मले तं कव्हा कव्हा वाटते का

धरनाजौळ जाव् आनं थ्या बांधाखाली चांगला यक बांबगोळा ठेवून द्याव्– इस्तो लावूनसन्या!''

''काय हाये तं कोंजीनं; यक गिऱ्हा आला, का त्याच्यामागून बलावनं धाडल्यावानी दाहा गिऱ्हे येतच राह्यतेत आपोआप,'' नर्मदा भानावर येत बोलली, ''चाला, आता इकडं या. घरातलं सामान उचलू लागा पटपटं.''

झोपंभरले डोळे कुस्करत तिघांनीही घरातलं महत्त्वाचं सामान बाहेर काढलं. गंज, गाडगे-मडके, डबे, शिश्या, बरण्या, कपबश्या असं सारं सपरीत आणलं. खाण्या-पिण्याच्या जिनसा खाटंखाली रचून ठेवल्या. घरातल्या ज्वारीच्या पोत्यावर पलाणं झाकलं. बाहेरच्या सपरीत अंगणातल्या पाण्याची ओसाड येत होती अन् आतल्या घरात मागच्या बाजूनं फवारा उडत होता. जीव लपवण्यासाठी कुठंच आडोश्याची जागा उरली नव्हती. नर्मदानं स्वैंपाकघराचा दरवाजा लावून घेतला तेव्हा अर्ध्यापेक्षा अधिक रात्र उलटून गेली होती. पाय पोटाशी घेऊनही झोप येत नव्हती.

जरा डुलकी लागली असंल, नसंल; तोच घरात खुडबूड वाजलं. वामन उकडझोपेतून उठला. 'इच्यामायमी आता काय होये अंखीन' म्हणताना दरवाजा उघडून घरात गेला. दिवा लावून पाहातो तर नदीकाठच्या डुकरांनी पावसामुळं त्याच्या घराचा आसरा धरलेला. काडी घेऊन 'डूक ऽ डूक' करत तो डुकरांमागं धावला. त्यांना मागच्या उकरिड्यापल्याड हाकलून तो सातरीवर टेकला.

सकाळी उठल्याबरोबर शकूननं सैंपाकघराचा दरवाजा उघडला. घरातला तालतितंबा पाहून तिची मतीच गुंग झाली. 'वाँव् वाँव्' करत तिनं मायबापाला उठवलं. घरात डुकरांचे लेंडं जागोजागी पडलेले. कुत्र्यानं चुलीवर हागून ठेवलं होतं. डुकरा-कुत्र्यांनी ज्वारीचं पोतं फाडून घरभर पसरवलेलं. दाणा न् दाणा मातीत मिसळला होता. वळाण्यावरचे पांघरूणं अन् कपडे जागोजागी कुरतडले होते. नासाडीतून देव्हाऱ्यातले देवही सुटले नव्हते. पार उलटे-पालटे होऊन मातीत विखुरले होते. कोरडओली भुई कुत्र्यानं उखरून काढली होती. घरातला विध्वंस पाहून नर्मदा हळहळली-

''काय ह्या नसिबाचा धिंगाना मनाव्, देवा!''

❑

सांजवक्ता अनू एसटीतून उतरली. बऱ्याच दिवसांनी भेटलेल्यांशी 'दादा, भाऊ' म्हणताना ओळखीचं बोलत घरी आली. चहापाणी होताच तिनं चिंधाईला हलक्या आवाजात विचारलं–

''मां, शेवंताईकडून माह्या निरोप भेटला असंन नं– चोळीबांगडीचा? काय

मने मास्तर?''

"थो खोलपोट्या मले काई सांगते का बाई, पोटातलं? तुमी बहिनभाऊ मात्र माहाच चपाटा करता मंधात... मास्तरजौळ तुहा निरंप सांगतल्यापासून माहीच भाकर बंद झाली– त्याच्याघरची.''

दोघीही मायलेकी सुखादु:खाचं बोलत बसल्या. अनू आल्याचं तिच्या भावजयीला-सविताला माहीत नव्हतं, असं नाही. एकाच भिंतीचं अंतर. पण ती बाहेर येऊन मुद्दामच अनूशी बोलली नाही. काहीतरी काम काढून घरातच खुडबुडत राहिली. अनूही स्वत:हून भावाच्या घरात गेली नाही.

झालपडल्या फटफटीचा आवाज जवळजवळ येऊन घरालगत बंद पडला. चिंधाई चहाळ घेऊन बोलली,

"आला वाट्टे आता.''

"गाडी कव्हा घेतली वं, मां?''

"मांगंच घेतली वावराचा पयसा भेटल्यावर.''

"मंग आता कसं? मी जाऊ त्याच्याकडंऽ का तू बलावतं त्याले इकडं?''

"इथं कायले बलावतं त्याले? रातभऱ्याची पाव्हनीन तू. अज आली उद्या जासीन. माही इथं रोजच नजर पडते त्याइच्या मुखावर. मले वार कायले करतं, माय? पोरीले मायनंच फंद देल्ला मनतीन थे.''

"मंग आता मी जाऊ का त्याकाठं?''

"थांब घडीभर. पह्यले चाहापानी घेऊन त्याले सुस्तावू दे जरासा.'' चिंधाई अनुभवाचं बोलली, "बाहीरून आलेल्या मानसाचं डोक्सं गरम राह्यते, बाई.''

दोघीही मायलेकी एकाच ताटात जेवल्या. अनूला मध्येच आठवलं, "पाह्य, यखांदा राह्यता, तं बहीन आल्याचं समजल्याबरोबर, येता कनाई बलावले इथं?''

"त्याले काई गरज नाही बाई, आपली!''

जेवण आटपताच अनू जड पावलानं मदनमास्तरच्या दाठ्ठ्यापुढं थबकली, "येऊ काऽ बापाऽ अंदर?''

"कोन, बाई होये का? छान, केव्हा आली?''

"मंघासीच आली. वयनीले तं दिसली; तिनं नाई सांगतलं तुले?''

"नाही. आठवण नसंल राहिली तिला.''

"मनलं, हाका मारान तुमी कोनी. पन कोनंच अवाज नाई देल्ला, म्हून बिगरमानानंच आली, बाप्पा!''

कोणी बस म्हणण्याआधीच अनू आत जाऊन भिंतीशी टेकली. तिला दारात पाहून सविता आधीच स्वैंपाकखोलीत निघून गेलेली. घडीभर कोणीच बोललं नाही. अनू जराभर मास्तरकडल्या टीव्ही, फ्रिज, कुलर, मिक्सर, सोफा, दिवाण

अशा साऱ्या वस्तू बसल्या जाग्याहूनच न्याहाळू लागली. काहीच पाहाण्याजोगं उरलं नाही, तेव्हा ती नुसतीच आढ्याकडं नजर लावून बसली. शेवटी न राहवून तिनं विषयाला तोंड फोडलं, "आता तुह्या जवायानं पाठोलं मले–"

"अच्छा."

"–याच्यासाठीच चोळीबांगडीले न्याआले ये, म्हनून म्या मांगं तुह्याकडं निरोप पाठोला होता. मनलं, इथं मले सोताहून याऽची येळ येनार नाई... पन तू आलाच नाई न्याआले."

"राइट!"

"तव्हा आला असता न्याआले, तं साडीचोळीच्या थोडक्शा खर्सात गोस्ट आटपून गेली असती. तुह्या जवायालेबी समाधान वाटलं असतं."

"ओके!"

"आता माही तं काई विच्छा नाई काई मांगाची. पन मलेबी दुसऱ्याच्या हाताखाली नांदा लागते, बापा! हुकमाची ताबेदारीन मी. जा मनलं, तं आली!"

"एकदम करेक्ट!"

मास्तर काही आपल्या पदरचं बोलेल म्हनून अनूनं जराभर वाट पाहिली. पण तो काहीच बोलला नाही.

"तुहे जवाई वावराचे अर्धे पयसे मांगून आन मने, तुह्याकडून."

"राईट!"

"हे कायची तव्हाची राइट राइट आनं दोघातली फाइट लावली गा तुनं?" धीर सुटलेली अनू एकदम उसळली, "तव्हाची मी आपली यकटीच बडबडून राह्यली आनं तू मात्र 'अच्छा अच्छा' करत जसा मच्छ्याच धरून राह्यला नदीतल्या! मले सांग, तू पयसे देनार हाये, का नाई?"

"पैसा तर झालाही बाई, खर्च!"

"तुनं केला म्हनून झाला खर्च. तुले चोळीबांगडी कराची न्हौती, तं माहा हिस्सा राखून काऊन नाई ठेवला मंग?"

"मला काय माहीत तुमच्या तोंडाला पुनर्वसनाचे पैसे पाहून पानी सुटनार आहे म्हनून?"

"तुले थे माहीत न्हौतं आनं बह्यनीची खोटी सई करून सारा पयसा उचलाचं कसं ठावूक होतं गा, तुले?... आता तू मले बोलाले नोको लावू अंखीन–!"

"कोन म्हनते मी खोटी सही केली म्हनून? तुझं नावच नव्हतं!"

"असं कसं न्हौतं? धरनात गेलेल्या थ्या वावराच्या सात-बारावर नाव होतं माह्यं; आनं पयश्यावर न्हौतं का? मले अडानी समजून राह्यला का तू?

बापानं इकत घेतलेलं वावर होतं थे. तुहा अन् माहा बाप येगळा होता का?"

"अच्छा, मला काही तुझ्याशी भांडाचं नाही. तुला काय वाटते ते करून घे तू! पन माझ्याजवळ पैसे नाहीत आता."

"पयसे नाई मनतं?" अनूचा स्वत:वरचा ताबा आता सुटत चालला होता, "हेटीवर पलाट घ्यासाठी होते-तुह्याजौळ पयसे? आता तुले बह्यनीच्या चोळीबांगडीसाठीच नुपर पडली का? तुले तं मेलेल्या भावाचे भेटलेले अकरा हजारबी पुरले नाईत! काय देल्लं थ्या माऊलीले तुनं?" अनूचा ऊर भरून आला. ती पदरानं डोळे पुसत बोलली–

"तिनं तुले यवढा लाह्यन्याचा मोठा केला अन् उनातून सावलीत नेला. सोता रांडपन गाळून मास्तर होयेपर्यंत शिकवला. कायच्यासाठी रे? तुह्या बायकोनं देल्लेले शिळे तुकडे भोबड्या तोंडानं चघळासाठी? मानूस होये का हैवान रे, तू? वा रे वा! असा बायकोच्या बोटावर नाचनारा मानूस नाई पाह्यला म्या अजपावतर!"

आतापर्यंत बहीण-भावातलं बोलणं घरातून काळजीपूर्वक ऐकणारी सविता मध्ये पडली–

"हे बघा, तुम्ही बहीन-भाऊ काहीही बोला. मला कशाला मध्ये घालता? मी आपल्या नवऱ्याला बोटावर नाचवील, की काहीही करील; तुमचं काय जाते? पुन्हा माझं नाव घेतलं तर सांगून ठेवते, होऽ...!"

"काय करसीन वं तू? तुले वाटत असंन, का मी नवऱ्यावानी साऱ्याइलेच बैल बनवतो म्हून; पन आमी तुले समजून चुकलो आहो, बाई! थांबा आता, नोटीसच पाठोतो तुमच्यावर! तुमी पाहात राहा, मायसहीत दोघीचेबी हिस्से टाकाले लावतो कनाई तं!"

"ओऽ के! पाठव नोटीस... आम्ही पाहून घेऊ, काय करते तुझी नोटीस ते!"

"पयशाची धमक हाये नं तुमाले! लेकाऽ नसता जलमला थ्या माऊलीच्या पोटी, तरी चांगलं झालं असतं. सारं इकटाक करूनसन्या मी आपल्या मायले घेऊन गेली असती गावाले."

"अच्छा, तर आता घेऊन जानं तिला... नाही कोन म्हनते?"

"तुमी इस्टेट खानारे असतानं मी कायले नेऊ रे, तिले? दिसू दे लोकाइले जगिन्नं... लोक थुक्कतेत लेका, तुह्या तोंडावर!"

"थंकू दे. तुला काय फरक पडते?"

"मले काय व्हाव् मना! मी तं अज आली इथं. याच्यापुढं पायबी ठेवनार नाई तुह्या दाठ्ठ्यात... आता कोर्टातच भेटू आफन!"

उरातला सारा सल काढून अनू उठली. तोंडाला पदर लावून अल्याड

आली. मायच्या कुशीत तोंड खुपसून रडू लागली–

"मी काई पयशाची भूकेली नाई वोऽ मांऽ!.. निदान आतातरी त्यानं शेंभराच्या साडीचा बोळा देऊन मानानं बोळवन केली असती माही, तं मयीमयी गेली असती वो आपल्या गावीऽऽ!"

रात्री उशिरापर्यंत दोन्ही घरं जागेच होते. जुन्या कुडामातीच्या घरातून बायकी हुंदके ऐकू येत होते अन् पलीकडून नुसताच शिव्याशाप कानावर येत होता. मधली भिंत दोहोंनाही साक्षी होती... मदनमास्तरनं मधला मातीचा जुना कूड खवचून त्याजागी सिमेंटची मजबूत अन् टिकाऊ भिंत उभारली होती.

❑

रस्त्यानं जाणारे सागरचे ग्राहक वामनकडून अडवल्या जाण्याच्या घटना त्याच्या नजरंतून सुटत होत्या, असं नाही. उलट वामननं पंचायतीची खोली घेतल्यापासून दोघांच्या दुकानातलं अंतर कमी झालेलं. बाजाराच्या दोन काठांना दोघांची समोरासमोर दुकानं. मध्ये बाजाराची निमुळती जागा. सुरुवातीला सागरनं बापाच्या ग्राहक अडवण्याकडं कानाडोळा केला. पुढं पावसाळा सुरू झाला. ऐन मृगाच्या तोंडावर सागरकडं पहिल्यासारखी गर्दी वाढेनासी झाली. कोण्यातरी उचापती पोरानं वामनच्या दुकानाच्या भिंतीवर खडूनं 'चाटी पेशालिस्ट' असं लिहून ठेवलेलं. तसाही वामन जुना माणूस म्हणून मृगापूर्वी टक्कल करणारे म्हातारे मुद्दाम आपल्या नातवा-लेकरांना घेऊन त्याच्याकडं येत होते. इतवारसारख्या सुटीच्या दिवशी सागरकडं शाळकऱ्यांची अन कर्मचाऱ्यांची वर्दळ असे. हजामतीसाठी घरून एकदा बाहेर पडलेला माणूस सहसा बिनाहजामतीनं घरी परतत नाही. गर्दीमुळं सागरकडं कंटाळलेला ग्राहकही वामनकडं भटकू लागला. सागरचा धंदा पूर्वीपेक्षा फरक दाखवू लागला. त्याच्या दुकानात नेहमीची उठबस असणाऱ्या साथी-सोबत्यांच्याही हे ध्यानात आलं.

"का रेऽ सागरऽ... दरवर्षीवानी अवंदा गर्दी नाई दिसत तुह्या दुकानात? सारी गिऱ्हाइकी खिचली का रे तुह्या बुढ्यानं?... बरोबर आहे– बुढ्याकडला रेटबी कमी आहे तुह्यापेक्षा."

"नाई तं ह्या पाह्य," सागरचा खांदा हलवत शरद म्हणे, "ध्या ब्रशनं भरभर क्रीम लावते आनं हागू लागल्यावानी निरा वरपून काह्डते-गिऱ्हाइकाले! बुढा कसा अरामानं करून देते!"

साथी-सोबती सागरला असे हवा भरत होते. विनाकारण बापलेकात तुलना करून दाखवत होते. जाणता-अजाणता त्या दोघांतलं अंतर वाढत चाललेलं. दोघंही दुकानानं जवळ आले तरी मनान दुरावत होते. पोट प्रत्येकालाच होतं

अन् ते रोजच खायला मागत होतं.

"तू असं कर, सागर–" संभानं सल्ला दिला, "एखांदी चांगली इस्कीम काहड, इचीबहीन थ्या सोडा साबनीवानी... वासरासंगं गाय फ्री आनं लेकरासंगं माय फ्री!"

"थो काय जमवते रे, इस्कीम? थे आपल्यालेच जमवा लागते. तुहं अक्षर चांगलं आहे, शरद्या. तू एक मस्तपैकी बोर्ड लेह्य, इचीबहीन!"

"पन मले काय फायदा त्याचा? ह्या सागर पयसे कमवंन आनं मी फुक्कटात बोर्डघासी करू का?"

"तुहाबी फायदा जमवून देतो नं मी–" बोलता बोलताच संभानं कोपऱ्यातल्या केसांच्या ढिगाऱ्यात हात घातला. त्यात लपवलेली शिशी बाहेर काढली, "ह्या पाह्य, पव्वा! याची सोय लावू मंग कामाच्या बदल्यात!

अवघ्यांच्या तोंडाला पाणी सुटलं. ओठांवरून जीभ फिरवत शरद कामाला लागला. विकासनं आणून दिलेलं खरडं त्यानं रंगीत पेनानं रंगवलं. दुकानापुढं टांगून दिलं–

'येथे एक कटिंग केल्यास एक दाढी (फक्त कटिंगवाल्याचीच!) मोफत करून मिळेल.'

❑

दुकानापुढून जाणारा-येणारा बोर्ड वाचून मनरंगी हसू लागला. कोणी एखादा खऱ्याखोट्याची चौकशी करू लागला, "का रे, खरंच इथं कटिंगीवर दाढी मोफत करून मिळते का?"

सागरच्या आधीच दुकानातले पोरं बोलत, "तुमी करून तं पाहा कटिंग."

विचारणारा खरंच खुर्चीवर जाऊन बसे. कटिंग दाढी घोटून होताच बोर्डाकडं बोट दाखवत फक्त कटिंगचेच पैसे सागरच्या हातावर ठेवी. अशीच कोणाचीतरी हजामत चालू असताना गुलब्या कुंभार धुंदाडावानी दुकानात शिरला. सागरजवळ जाऊन विचारू लागला–

"नाप्पुरले कव्हा जासीन तू? रंग-बेगड आनसीन का गणपतीसाठी?"

"ह्या गुलब्या चांगला पेंटर होता खरं पह्यले. गनपती करन्यात दुसरा कोनीच हात न्हौता धरत मनते याचा. इलाख्यातले दूरदूरून लोक येत होते खरं-मूर्तीसाठी."

संभानं विचारलं, "का रे गुलब्या, तुही इमली कुठं गेली रे?"

गुलब्या पटरपटर करत शिव्या देऊ लागला. इमलीविषयी विचारलं म्हणजे आधी तो गाणं म्हणे. पण आता मात्र विचारणाऱ्याला शिव्या देत होता. लहान

पोरांच्या तर मागंच धावायचा.

"पळाली लमची थ्या परदेशासंगं!" माणिक बोलला, "आपल्या इंडियातल्या 'पीस' चं असंच. त्याइले स्वदेशी लोकाइबद्दल अजिबात प्रेम नाई. बाहीर चरतेत आनं मंग घरी येऊन हागून ठेवतेत!"

"कितीबी झालं तरी इमली आपली शान होती. थे गेल्यापासून गावाची सारी रयाच गेली आनं ह्या गुलब्याबी भन्नाटला जास्त."

पोरं इमलीच्या आठवणीत रंगून गेलेले असताना तिकडं पिंपळाखाली सट्ट्याच्या पट्टीवाल्याकडं मारामारीचे आवाज येऊ लागले. दुकानातले पोरं पिंपळाकडं धावले. पुनर्वसनाचा पैसा आल्यापासून सावेगावाचं रूप पार बदलून गेलं होतं. गावात दर दोन घरांआड दुकानं थाटलेले. बाजाराची तर दुकानओळच झाली होती. घरमालकांनी आपापले चिरेबंदी घरं रस्त्यालगतच्या भिंती फोडून उघडे केले. लाकडी पटं किंवा दारं लावून घरच्याघरी दुकानं सुरू केले. मुसलमानाच्या सुभाननं गरम आमलेट विकण्याचा धंदा हातगाडीवर सुरू केला. त्याचं पाहून त्याच्या चुलतभावानं समशेरनंही त्याच्यापुढंच आमलेटची दुसरी टपरी उभारली. उणीवर दुणी सुरू झाली. नाना ढेंगरेनं स्वत:साठी खेळण्यांचा फिरस्ती धंदा सुरू करून बायकोला जुन्या चहाच्या टपरीवर बसवलं. तेव्हापासून त्याच्या टपरीवरच्या गल्ल्यातली विक्री पूर्वीपेक्षा वाढू लागली. नानाची शक्कल पाहून दामा काटकरानंही त्याचा जुना पानठेला बायकोच्या स्वाधीन केला. जिकडं-तिकडं असा आटकाट सुरू झाला.

दुकानं वाढल्यामुळं चुकार ग्राहकांची अन् टवाळ पोरांची मोठीच सोय झाली. बाईची जात दुकानावर असली म्हणजे पोरा-सोरांचा तिथं खूपच आदळ पडे. चहा बिडीच्या निमित्तानं तरणे पोरं अशा ठिकाणी अचकट-विचकट बोलत दिवसभर बसून राहात. यात कुवाऱ्यांचा भरणा अधिक. वावरात पाणी ओलायला म्हणून बापानं घरून पाठवलेला लेक दिवसभर ठेल्यावरच्या बाईसोबत हसण्या-खिदळण्यात रमून जाई. पूर्वी बाजारात जिथं पेरू, पपया, सीताफळं, उकडलेले बोरं विकणारे पसारे मांडले जात, तिथं अशा कच्चा मालाऐवजी पक्क्या मालानं पाय पसरले. सट्ट्याची पट्टी, मटका अन् चोरून दारू विकणाऱ्यांच्या पूरक धंद्यात बेसुमार वाढ झाली. आंब्याकाठानं पिवळवेल वाढावा, तसे बाजारातल्या वर्दळीवर अनेक लहान धंदे मूळ धरू लगले. किराण्यासारखे पोट जगवण्याचे धंदे उधारीवर अन् दारू-सट्ट्यावानी पोट जाळण्याचे धंदे मात्र नकदीचे, असं समीकरण झालं! बाजाराचं चित्रच आरपार बदलून गेलं. जवळजवळ असणारे ठेले अन् टपऱ्या एकमेकांना सतत पाण्यात पाहात होत्या. काटोल-नागपुरात पाच रुपयात मिळणारा कडवट चहा सावेगावात विलायची टाकून फक्त तीन

रुपयात मिळू लागला. मोठ्या पेठेत वीस रुपयात होणारा पानखर्रा इथं उधारीवर दहा रुपयात रंगू लागला. ज्या-त्या दुकानात ग्राहकांचे वार्षिक उधाऱ्यांचे खाते सुरू झाले. वर्षातले तीनशे पासष्ट दिवस रोज दोनदा बिनपैश्यानं खुशाल चहापान घ्यावं अन् मनात आलं तेव्हा एक दिवस जमेल तेवढी उधारी चुकवावी. नाही चुकवली तरी काही कोणी घरावर जप्ती आणत नव्हतं. चावून थुंकलेल्या पानखर्र्याचा पैसा. दिला तरी बरा अन् नाही तरी बरा. एकेका ग्राहकाकडं ठेलेवाल्याचं चार-पाच हजारापर्यंत नुसत्या पान खर्र्याचं बील थकू लागलं. बँकेतल्या पुनर्वसनाच्या ठेवीची धरवळ जवळ होती तोपर्यंत या धंदेवाल्यांना काहीच फिकर नव्हती.

सागरनं बोर्ड लावल्यापासून त्याच्याकडल्या गिऱ्हाइकीत पहिल्यावानी वाढ झाली. पण खेड्यातले तेच ते ग्राहक. त्यात कायम वाढ कधीच होणार नव्हती. वामन आता रिकामपणाचा एक बिडी तीन-तीनदा ओढू लागला. रस्त्यावरचे लोक त्याला जात-येता टोकू लागले.

"काऊन वामनकाका, रिक्कामपन दिस्ते अज?"

"ऊंऽऽ आता सारेच दिवस सारके थोडेच राह्यतेत, भाऊ? कमी-जास्त चालेतच धंद्यात."

"नाही, पन तू काईतरी उपाय काह्ड, काका. खुरट्या पिकावर थे 'विपुल'चं टानिक फवारतो, तसं यखांदं केसं भरंभरं वाह्डाचं सोलीशन इकत आन, इचीबहीन!.... आलं गिऱ्हाईक का चोपडलं त्याच्या केसाले. चार दिसात गिऱ्हाइक झक मारत पुन्ना आलं पाह्यजेन् भादराले!"

"काऽय राजाऽ... मजा घेतं बा, तू गरिबाची."

"पन तुले हे यवढ्या तगड्या भाड्याची खोली परवडते कसी गा, काका?" बोलणारा गंभीर चेहरा करून विचारी, "नाई, नेयमी तं तू माश्याच मारतानं दिसतं मले!"

"आता न पुरवून कोनाले सांगतं ब्वा? आता हे कॅम्पीटेसन आली जिथं तिथं. कुठं पंगतीत जेवाले जाऽन तरी जाग्यासाठी कॅम्पीटेसन आनं गोदरीत हागाले जाऽन तिथंबी कॅम्पीटेसन!"

"पन मंग तू थ्या सागरवानी यखांदी इस्कीम काऊन नाई काह्डत ब्वा, काका? जाहिरात केल्याबिगर धंदा वाह्डते का?"

बोलणारा कोलीत टाकून गेलेला. विस्तवातला केसांचा विंचरा किरपान वास सोडत धुपावा, तसं वामनच्या मनात आता निराळंच वाफाळू लागलं. सागरच्या बोर्डाकडं त्याची नजर पळापळाला खिळून राहू लागली. दुपारी जेवताना त्यानं नर्मदाजवळ खडा टाकून पाहिला, "तुह्याजौळ पंचवीसक् रुपे हाये का

वो, सध्याचे?''

"आता कायले वो पयसे? मांगच तं देल्ले थो थकला किराया भरासाठी.''

"नाही, जरा बोरडं रंगवाचा होता यक.''

"आता अंखीन कायचा बोरड लावता बोडख्यावर?''

"धंद्याची लाईन बदलली अजकाल. जाहिरात केल्याबिगर गिऱ्हाइक नाई झुकत. या टीव्हीच्या खोक्यात कशा हागल्या-मुतल्याच्या जाहिराती दाखवतेत यकामांगून यक?

राशन आणण्यासाठी वाचवून ठेवलेले पैसे नर्मदानं वामनच्या सुपूर्द केले. घरातला जुनाट पिपा त्यानं भालचंद्राकडून फोडून आणला. पेंटरकडून त्यानं आपल्या नजरंपुढं बोर्ड लिहून घेतला. हाताला चिकटणाऱ्या वार्निशचा ओलाच बोर्ड भिंतीशी टांगून दिला–

'येथे एक कटिंग केल्यास एक दाढी व नखं मोफत काढून मिळेल.'

❑

मैनाला दारात पाहाताच नर्मदाचा चेहरा एकदम खुलला.

"माऽय माऽय! मयना होये खरं! लय रोजाची दिसली वं, तू.''

"आता कसं करतं, बाई? कामाच्या राहाटगाडग्यात घराबाहीर निंघालेच भेटत नाई सप्पा.''

नर्मदानं तिला हात धरून घरात नेलं. बऱ्याच दिवसांच्या गप्पा निघाल्या.

"आम्माय! ज्यासाठी आल्ती थेच इसरली होती मी. अज गान्याले येजो माह्या घरी.''

"महादेवाले कव्हा गेल्ती वं, तू?''

"पंचमीलेच गेल्ती मांगं. महादेवाच्या गान्यात घाडं मन होतं माह्यं.''

"'हो, जरूर येईन... थ्या संभ्याच्या घराजौळ हाये वाट्टे तुह्यं घर, नाई?'' तिला एकाएकी आठवण झाली, "पन का वं, माहा नातू दिसते का तुले?''

"हौ, थो रोजच येते माह्याघरी खेळाले.''

नर्मदा सावरून बसली. मैनाच्या चेहऱ्याजवळ तोंड नेऊन बोलली, "माह्यं यक काम करसीन का, माय? अस्टमीले लाडू केल्ते म्या. थ्या फोकन्यासाठी यक राखून ठेवला तहीचा. त्याले तुह्याघरी बलावून चारशीन का माय, जरासा?... मात्र हे पाह्य, त्याच्या मायबापाले नोको समजू देजो, बाप्पा!''

"बरं... पन कावं, तुले यवढंच लेकासुनंचं भेव होतं, तं तुनं लाडू कायले राखून ठेवला तहीचा?''

"आता कसं करतं, मायबाई? गुत्तते लेकरा-बाळात मन. इथं राह्यता तं

नाई खाता का हातचं हिसकून? मनलं, त्याच्या मायनं थ्या नव्या दुकानाच्या धावपळीच्यानं, लाडू केलेत का नाई अष्टमीले.''

नर्मदा मैनाकडं गाण्याला गेली खरी, पण तिचं चित्तमनच जाग्यावर नव्हतं. सपरीत प्रगतीच्या मांडीवर बसलेल्या नातवाच्या मुखड्यावरून तिची नजर हटता हटत नव्हती. तिचं काळीज त्याला जवळ घेऊन कुरवाळण्यासाठी आसुसलेलं. पण तसं करता येत नव्हतं. सुनेशी नजरानजर होताच ती पटकन चेहरा फिरवून घेत होती.

दरवर्षी श्रावण आला म्हणजे जेवणरातीला भजनं, महादेवाचे गाणे, भारुड यांचा गावभर गजर असे. महादेवाच्या अन् दत्ताच्या देवळात पोथ्या लागत. महिनाभर ग्रंथाचा एकेक अध्याय वाचल्या जाई. पुनर्वसनाचा पैसा मिळताच हेटीवरच्या नागोनं गावात पहिला लाऊडस्पिकर आणलेला. तेव्हापासून तर भजन-पूजनाचं चित्रच बदलेलं. भजन वा पोथी सुरू होण्यापूवी सांयकाळीच लाऊडस्पिकरवर सिनेमाचे कर्कश गाणे वाजू लागत. एकाचवेळी मोहल्यात कितीतरी घरी भोंगे केकाटत असत. कोणाचं ऐकू अन् कोणाचं नाही, असं होऊन जाई. कानठळ्या बसून जीव नकोसा होत होता.

गावाचे दोन तुकडे झाल्यापासून भारुड पोथीतल्या गर्दीत तफावत जाणवू लागली. नव्या हेटीवरच्या वस्तीत कोणाकडं भजन-पूजन असलं, तर जुन्या गावातल्या दर्दी लोकांना भरल्यापोटी रात्रीचा अंधार तुडवत हेटीवर जाण्याचं जिवावर येई. तसंच खालच्या मूळ वस्तीतही. भर उन्हात खडबडीत रस्त्यानं मैलभर ठेचा खात पंगतीत जेवायला जाण्याचाही लोक कंटाळा करू लागले. जेवणाऱ्यांची संख्या रोडावू लागली, तशा गावातल्या जेवणावळीही कमी होऊ लागल्या.

पावसाळ्याच्या दोनचार झडी जोरात बरसल्या. उशिरा पेरलेले पीकं अद्याप पुरते वाढलेले नव्हते. आला पुख अन् बदलला रूख. वावरं शेतं तणानं बुजून गेलेले. निंदणा डवरणाचे फेर बसण्याआधी मघा अन् पूर्वा दोन्ही नक्षत्र तुटून पडले. पंधरा-वीस दिवस पाण्यानं कशी म्हणून उघाड दिलीच नाही. पावसाच्या माऱ्यानं मातीच्या जुन्या घरात ओल शिरवली. खंडारे अन् भेगाळलेल्या भिंती पाण्यानं विरू लागल्या. तहसिलदाराच्या कचेरीतून निघालेला आदेश गावभर दंवडी वाजवत फिरला, ''हाँ लक्षात असू ऽ द्याऽऽ... सरवं गावकऱ्यांना सूचीत कळविनेत येते की, ज्यांच्या कोनाच्या भिंती किंवा घरं अतिरूष्टीमुळे पडलेले असेल त्याने नुकसानभरपाईसाठी तलाठी कार्यालयात अर्ज करून माहिती द्यावी रेऽ गडे होऽऽऽ!''

लोकांनी दवंडी ऐकली अन् झालं! साखरीच्या पोत्यात जमा होणाऱ्या

माकोड्यांसारखी गावकऱ्यांची गर्दी पटवाऱ्याच्या धापटावर तुटून पडली. सलून बंद करून वामनही पटवाऱ्याकडं गेला. चार लाकडी पाट्यांचा मोडका दरवाजा असलेली पटवाऱ्याच्या कार्यालयाची तस्माभर खोली. तिथं पन्नासभर लोक दाटीवाटीनं उभे होते. पटवाऱ्याचं तर तोंडही दिसत नव्हतं. जो तो खंडारे, गोठ्याची भिंत, असं काही-बाही खचल्याचं सांगत होता. काही बहाद्दर दगडा-मातीच्या वृंदावनापासून तर न्हाणीच्या कुडापर्यंत हातालागलं नोंदवून घेत होते. वामन गर्दीतून जरा पुढं सरकला. तोंडावरची माशीही हलणार नाही, अशा निर्विकार चेहऱ्याचा पटवारी हाडपख्या गणपतीवानी खुर्चीत नुसताच बसून होता. त्याच्यामागच्या खिळखिळ्या फडताळात जुन्या पुराण्या जीर्ण कागदांच्या चळती पोत्यातल्या रद्दीवानी कोंबलेल्या. अर्जांचे कागद अन् कापडी नकाशाचा बराचसा भाग उंदरांनी कातरल्यामुळं फडताळातून खाली लोंबत होता. वरच्या छताला अन् भिंतीच्या कोपऱ्यांशी कातीनकिड्यांची जाळी जागोजागी चिकटलेली. त्यात अडकून पडलेले भुरकट काळे किडे जाळ्यातून सुटण्यासाठी जिवाच्या आकांतानं तडफडत होते. खडखड आवाज करत गरगरणारा जुना काळाकुट्ट पंखा पटवाऱ्यापुढचे कामाचे कागद आजूबाजूला उडवत होता. नुकसान भरपाईसाठी गर्दी करणाऱ्यांना मात्र उडणारे कागद गोळा करण्याचंच काम सरत नव्हतं. कोणी एखादा उदार मनाचा पटवाऱ्यासाठी तंबाखू घोटून देत होता, तर दुसरा कोणी त्याला बारीक आवाजात चहासाठी विचारत होता. जरा गर्दी कमी होताच वामननं नुकसानभरपाईच्या अर्जावर सही केली. पटवारी पंचनाम्यासाठी स्वत: प्रत्येक मोक्क्यावर जाणारा होता. तोपर्यंत नुकसानाचं काहीच निदान लागणार नव्हतं. वामन गर्दीबाहेर आला. मोकळा श्वास घेत दुकानाकडं वळला.

बोर्ड लावूनही चार दिवस थोडेफार ग्राहक वामनकडं वळले, पण तेवढ्यापुरतेच. काहीतरी जादू केल्यावानी ग्राहकांची वर्दळ पुन्हा सागरच्या दुकानाकडं वाढू लागली. सागरला काम सुधारेनासं झालं. वामनचं डोकं चक्रावू लागलं. तो हातपाय गाळून एकाजागी बसू लागला. वाढलेली हजामत खाजवत बिड्यांमागून बिड्या फुंकू लागला. सदा कोपऱ्यात पडून असणाऱ्या जुन्या मशीनकैचीवानी त्याची गत. ह्या जीवघेण्या स्पर्धेत आपल्याकडून टिकणं होणार नाही, हे त्याला समजून चुकलेलं. तरीही तो नव्या किमया धुंडाळू लागला... नवं काही गवसेनासं झालं म्हणजे जुन्याच मशीनकैचीला साफ करू लागला.

"...येनं गा, दामू बस नं–"

"नाई व्बा. घाई हाये, काका."

"नोको करू लागंन तं दाढी.) पन नुसतं बसालेबी काई झालं?"

"नाई व्बा, काका. तू फाल्तूचा गोस्टीत गुत्तवतं आनं घेतं दाढी वरपूनसन्या!...

मी मनतो, याले-त्याले असं रस्त्यानं थांबोन्यापंक्षा चांगली जोरदार इस्कीम काह्ड नं थ्या सागरवानी. त्यानं कसा बोरड लावला? यक कटिंग केली त्याच्याकडं तं कटिंगवाल्याची दाढी, हातापायाचे नखं आनं बगल मोफत काह्डून देतो थो!''

सागरची ही नवी सूडघेऊ योजना ऐकून वामनचा माथा भनकला, ''काहाडू दे, भडव्याले! त्याले कमाईची गरज नाई उरली आता. नुसताच फुक्कटात भादरत जा मना लोकाइले!''

❑

प्रगतीनं बाया-पोरींची नाडी बरोबर पकडली होती. गावात पार्लर एकच. त्यामुळं दिवसभर ग्राहकांची वर्दळ असे. पोट भरून शिल्लक पडण्याजोगी कमाई होत होती. कशाला काहीच कमी नव्हतं. गावात पार्लर सुरू झाल्यापासून तरण्या पोरांचा बसण्या-उठण्याचा अड्डा बदलला होता. महादेवाच्या देवळापुढला मोक्का सोडून पोरांनी प्रगतीच्या पार्लरपुढं नवी जागा धरलेली. धुण्यापाण्याला जाणाऱ्या जुनेरातल्या लेकीबाळींपेक्षा तिथं ये-जा करणाऱ्या झकपक कपड्यांतल्या बॉबकट पोरी न्याहाळण्यात पोरांना अधिक रस होता. पार्लरच्या रूपानं ही संधी आयतीच चालून आलेली. ओट्यावरचा त्यांचा हा अड्डा अंधार पडेपर्यंत कलकलत होता. प्रगती तशी बोलण्या चालण्यात मोकळी. अवघ्या पोरा-सोरांची वैनी. नवथळ पोरं आडपडदा न ठेवता थट्टेनं तिच्याशी बोलायचे. ग्राहकपोरींकडं पाहात शेरेबाजी करण्यात त्यांना विशेष गोडी होती.

पोरं असे पार्लरपुढं घोळका करून बसलेले असतानाच गुलब्या रस्त्यानं गाणं म्हणत आला. शरदनं त्याला बिडी दाखवून जवळ बोलवला. गुलब्या बिडी पीत असतानाच माणिकला शक्कल सुचली. गुलब्याचं बखोटं धरून पोरांनी त्याला ढकलत पार्लरात नेलं. प्रगती कोण्या पोरीचे केस कापत होती. पोरांनी शिमग्याची मारबत उभी करावी, तसा गुलब्याला दारात उभा केला.

''वैनी ह्या गुलब्याची 'वनसाईड' द्या बरं करून!'' खुर्चीवरल्या पोरीकडं नजर टाकून शरद बोलला, ''थ्या उधारीच्या गिऱ्हाइकापेक्षा हे चांगलं नगदीचं गिऱ्हाइक आनलं आमी तुमच्याजवळ!''

''शीऽऽ! काय बापूजी, हेच कामं उरलेत का आता? हात लावायला जीव नाही होत त्याला.''

''मागं सागरभाऊनं तं फुक्कटातच देल्ली होती त्याची अर्धी हजामत करून. आता तुमी द्या.''

''काय बाई! आता या कामाच्या वेळी फाल्तूच डोकं खाता तुम्ही. मजाकीच्या

वेळी मजा!''

प्रगतीचा आवाज वाढला, तसी पोरांची बडबड थांबली.

गुलब्याला मात्र मध्येच वाचा फुटली, ''दे बरं बाई, बिडी दे यक!''

प्रगती पिसाळल्यावानी होऊन बोलली, ''चला, न्या बरं हे ध्यान लवकर बाहेर. इथं शोभा नाही पाहिजे आनखी!''

गुलब्याला घेऊन पोरं पार्लरबाहेर पडले. हसत खिदळत पुन्हा अड्ड्याकडं वळले. पोरं गप्पांत गुंतले असताना गुलब्या तिथून सटकला. तो खालच्या जुन्या गावात उतरताच चिंचेखालचं भुरं कुत्रं त्याच्या पायात घुटमळू लागलं. त्याला उचलून पोटाशी धरत गुलब्या बापूरावाच्या दाठ्ठ्यापुढं आला. कुत्र्याला मांडीवर घेऊन त्यानं दरवाज्यातच बैठक मारली. एकाएकी कुत्र्याच्या अंगावर तोंड घासत तो ढळंढळं रडू लागला. आवाज ऐकून शेवंताई बाहेर आली. खरूजलेल्या कुत्र्याजवळ त्याला रडताना पाहून तिनं हाडहूड करत दोघांनाही दाठ्ठ्यातून हाकलून लावलं.

शेवंताई एवढ्यात खूपच वैतागलेली होती. नवऱ्याचं करता सवरता कंटाळून गेली होती. बापूरावचं शरीर पार झुरणी लागलेलं. खाणंपिणं सुटल्यातच जमा होतं. जीव जातो की राहतो, असं वाटत होतं. पण कुडीतला प्राण मोकळा होत नव्हता. सारे देहधर्म खाटेच्या चौकटीतच खिळून बसले होते. त्याचं सारं निस्तरताना शेवंताईचं हडकुळं शरीर तिलाच साथ देत नव्हतं.

बापूराव घरबशा होण्यापूर्वी घरचा कारभार मोठ्या पुरुषोत्तमकडं होता. बापूरावानं आधीच दोन्ही पोरांच्या वाटण्या करून दिलेल्या. बाप हिंडता फिरता होता तोपर्यंत दोन्ही पोरं एकत्र राहिले. बापूराव खाटेला खिळला अन् लहान्यानं दिनकरनं खोळ काढली. धरणात गेलेल्या वावराचा पैसा मिळताच दोन्ही भावात दुही माजली. आपला वाटा घेऊन दिनकर वेगळा राहू लागला. तो स्वतंत्र झाल्याचं पाहून पुरुषोत्तमनंही मायबापांची जबाबदारी झटकली. बापूरावनं गावातल्या चार-चौघांना जमवून पोरांबद्दलचं गाऱ्हाणं तिऱ्हाइतांपुढं मांडलं. पंचांनी पोरांना समजावून पाहिलं. पण एकही लेक मायबापांना एकत्र सांभाळण्यासाठी तयार नव्हता. माय एकाकडं अन् बाप दुसऱ्याकडं, असं पोरांचं म्हणणं. पण बापूराव-शेवंताला उतरत्या वयात नवराबायकोची ताटातूट सोयीची नव्हती. शेवटी तिढा सुटला नाही. दिनकरनं त्याच्या वाट्याचा नदीकाठचा जुना गोठा बुढा-बुढीला राहायला दिला. तो स्वतः जुन्या दुमजली हवेलीत राहू लागला. लहानपणापासून धाब्याच्या हवेलीवजा घरात म्हातारा झालेला बापूराव गायी-बैलांच्या गोठ्यात काळ काढू लागला. हवेलीतून गोठ्यात राहायला येताना शेवंताईनं दोन्ही लेकांचे त्यांच्या लग्नात काढलेले बायकांसोबतचे जोडीचे फोटो सोबत आणलेले. बापूरावच्या

खाटंपुढच्या भिंतीवर लावून दिले. पावसाळ्यात गळणारं छप्पर अन् शेण-मुताच्या वासात आयुष्याच्या अखेरच्या घटका बापूराव पोरांच्या फोटोंकडं पाहात मोजू लागला.

पुनर्वसनाच्या पैश्यांची विल्हेवाट लावताना पुरुषोत्तम अन् दिनकर एकमेकांचे वैरी झाले. नदीकाठची रामाठी धरणात गेलेली. शेताचा पैसा निघाला तो बापूरावच्या नावानं. पुरुषोत्तमच्या हाती कारभार असल्यानं त्यानं तो पैसा शेतीवाडीच्या नावानं थोडाथोडा उचलून सरळ स्वत:च्या खात्यावर बँकेत जमा केला. कोणालाही पता न लागू देता त्यानं तो सारा पैसा आपल्या सासुरवाडीकडं लांबवल्याचं दिनकर ज्याच्यात्याच्याजवळ बोलू लागला. कन्यालालच्या सल्ल्यावरून दिनकरनं पुरुषोत्तमवर केस टाकली. पुरुषोत्तमही तसूभर मागं नव्हता. हुकूमसेठला हाताशी धरून तोही केस लढवू लागला. एकाच ताटात जेवणारे दोघंही भाऊ दर तारखेला कोर्टात जाऊन केस भांडू लागले. बापूरावच्या हातावर घरात सुबत्ता आणणारा सरकारी पैसा आता दोघाही भावातला वैरदावा पेटता ठेवू लागला.

पोरांचा तितंबा पाहून बापूराव आणखीच जीर्ण होत गेला. उठता-बसता गोठ्यातून दिसणाऱ्या नदीच्या भरलेल्या पात्राकडं अन् पाण्याखाली बुडलेल्या वाटांकडं तो एकटक पाहात बसे. कधी एकटाच मनरंगी पटरत असे, 'लक्ष्याऽ लेकाऽ तू गेला लमच्या सुटून आनं मले कायलेऽ ठेवलं रेऽ इथं– अशा दैवाच्या गती पाहालेऽऽ?'

एखादी बंडी घरापुढून फाडीच्या दगडी रस्त्यावरून खडखडत गेली म्हणजे त्याच्या काळजाची धडधड वाढत जाई. अंगाला घामाचा पाझर फुटे. घामाझोकळ झालेला चेहरा वाकडा करून तो हाक मारी– "आरेऽ लक्ष्मनऽ झोकानं हाकलनं लेकाऽ बंडी! खाली पडशीन नं अशानं!"

पाहता-ऐकता बापूरावचं असं बोलणं साऱ्यांच्या सरावाचं झालं. बुढ्याला म्हातारचळ लागलं म्हणून जो तो त्याला टाळू लागला. शेवंताई मात्र भेटणाऱ्या प्रत्येकाला पोरांचं गाऱ्हाणं अन् नवऱ्याच्या तक्रारी पुन्हा पुन्हा सांगू लागली, "वामन भाऊऽ... जरासे घरी येऊन पाह्यजा आमच्या."

"काऊन बाई, काय झालं अंखीन?"

"काय बाप्पाऽऽ बुढा कनाई रातचा मनात यीऽन तही उठते आनं अंधारातच दडफडते हागा-मुतासाठी. मले बाई संवसाराले संभाळते का यवढं-दुहीऱ्या हाडाचं वजनी मानूस? काल असेच पडले गायीच्या खुट्याले तनघडून! काय माय...लमचा मरतबी नाई बुढा यकासोयीचा!... घरी येऊन तुमी आमचे हाल पाहून घ्या, आनं पोराइले सांगा चार गोस्टी."

वामनसारखे ऐकणारे हळहळत होते अन् रस्त्यानं निघून जात होते. सारेच

बापूरावच्या पोरांना सांगून थकलेले. पण दोघंही भाऊ कोणाचंच मनावर घेत नव्हते.

एक दिवस दुपारी दुर्गा बापूरावकडं आली. त्याच्या खाटंजवळ गुमसूम बसून राहिली. तिला उगीमुगी पाहून बापूरावनं विचारलं, "काऊन बाई, कसी काय आल्ती?"

एक नाही की दोन नाही. दुर्गा नुसतीच गालावर हात ठेवून बसली होती.

शेवंतानं विचारलं, "आता अंखीन कोनती भरपाई मांगाले आली आमच्याजौळ?"

दुर्गाचा बसल्याजागी बांध फुटला. काळजातला अवघा उमाळा दाटून बाहेर आला.

"लडू नोको पोरी. सांग, काय झालं तं-" बापूराव तिच्या डोक्यावर थोपटू लागला.

"थ्या लुचाडानं-कन्यालालनं तुमच्यासारक्या देवमानसाले पयसे मांगाले लावले मले आनं तयसिलीतून अंखीन पयसे मिळवून देतो म्हून मलेच टोकरलं बेइमानानं हजार रूपात! त्याचं कवा बरं नाई होनार-काळमुख्याचं!... त्याची पापी नजर मले समजून चुकली, मामाजी!"

"काऊन, काई आबाजाबा बोलला का तुले थो?"

"अजीऽ... आता कसं सांगू मामाजी, तुमच्याजौळ?" ती शब्दांची जुळवणूक करत बोलली, "पयसे भेट्टे म्हून त्यानं तयसीलीत नेलं मले. तिथंच्या बाबूसंगं कानाफुसी केली. मंग मले मने, बाबुले सुट्टी झाल्यावर घन्टाभऱ्यासाठी त्याच्या खोलीवर जा लागते मने, बाबूच्या. त्याच्याशिवाय होनार नाई मने आपलं काम... किडे पडतीन अशानं दुस्मन्नाच्या तोंडामंधी!"

मनातला पश्चाताप दुर्गा मोकळ्या मनानं सांगत होती. परस्वाधीन असलेला बापूराव तिला थरथरणाऱ्या हातानं धीर देत होता. मोडलेल्या हाडाकाडाचा माणूस दुर्गाच्या तुटलेल्या काळजाला जोडू पाहात होता.

❑

बरसाद पुढं पुढं सरकू लागली. तसे वामनचे हाल कुत्रेही खाइनासे झाले. आधीच तंगी. त्यात पाळणुकीच्या श्रावणानं तर कहरच केला. वामन रिकामपणाचा उठबशा करू लागला. ऋषिपंचमीला पाळणुका सुटेपर्यंत हे असंच चालणार, असं त्याला वाटे. पण ऋषिपंचमी झाली अन् तीही वाढत्या आशेचा चुराडा करून गेली. त्याचं पहिल्यासारखंच 'येरे माझ्या मागल्या' सुरू झालं. जोरजबरीनं दिवसभऱ्यात एखादा ग्राहक त्याला मिळे. उधार न ठेवता ग्राहकानं नकदी पैसे दिलेच, तर त्याचा जेमतेम दिवसभऱ्याच्या बिडीकाडीचा खर्च भागून जाई. ग्राहकानं नकदी पैसे द्यावे म्हणून तो त्याची होईल तेवढी खुशामत करी. पाठ

मानेची मालीश करून देई. चेहऱ्यावर शिंपडलेलं पाणी पुसण्यासाठी त्यानं पाटीवरचं फडकं हातात घेताच, खुर्चीवरचा ग्राहक तिकडं एका डोळ्यानं पाहात काकुळतीनं म्हणे, "राहू दे, काका. थ्या फडक्यानं नोको पुसू ब्वा."

"काऊन गा?" वामनचा हिरमोड होई.

"लयच कळकलं हाये थे फडकं!" नाकतोंड एकाजागी करत ग्राहक म्हणे, "त्याच्याकडं पाहूनच जीव मळकून राह्यला माहा! राहू दे, दस्ती हाये माह्याजौळ."

वामनचे असे सारेच उपाय त्याच्या शरीरावानी थकत चालले होते. रोजीरोटीसाठी डोक्यातून निघणाऱ्या साऱ्याच योजना हवेत विरून जात होत्या. पत्रावळीच्या धंद्याचे तर केव्हाच बारा वाजलेले. ना घरी करमत होतं, ना दुकानात मन रमत होतं. पोराचा अडसर ओलांडून त्याला पुढंही जाता येत नव्हतं अन् बायकोजवळ मन मोकळण्यासाठी मागंही सरकता येत नव्हतं. घरी असला, म्हणजे तो अंगणातल्या केळीकडं एकटक पाहात बसे. केळीच्या कमळातून निघालेला घड दिवसेंदिवस गाभुळत चालला होता... पिकू लागलेला हा घड एक दिवस रसकस पुरवणाऱ्या खोडाचाच जीव घेऊन तुटणार होता. खीर कालवणानं अवघ्यांचं तोंड गोड करणार होता. ...पोराले जल्म देनारे आफन. त्याले अन्नपान्याले लावनारे आफनच. पोरगं आपल्याच रसाकसावर वाह्डलं अन् आपल्याच जिवावर उठलं! काय आयुक्श हाये मानसाचं? पोराचं पोरपन राह्यलं नाई अन् बापाचं मोठेपन उरलं नाही. साराचा दानोडा!... त्याच्या मनात एकेक येत होतं अन् एकेक जात होतं. त्याचं सदा कुढणारं मन एक दिवस नर्मदानं मोकळून पाहिलं–

"कायचा इच्यार करता वो, नेयमी?"

"अं?"

"काई दुखते-गिखते का मनतो?"

"ऊंऽऽ क्" त्यानं सुस्कारा सोडला, "मांगच्याबी मह्यनाचा किराया थकला दुकानाचा."

–बकरीनं बिहाडा उगाळावा तसा वामननं मनातला मैला मोकळा केला.

"मंग आता कसं? होते तोपावतर देल्लेत माह्याजौळचे पयसे. आता कामंबी नाईत लेक, वावरातले."

"काई डोक्संच नाई चालून राह्यलं माह्यंबी."

"तरी मी पह्यलेच सांगत होती, का आपली कुवत नसतानं थो पंचायतीच्या खोलीचा यवढा मोठा हत्ती पोसू नोका म्हून. पन तुमी आपलीच टेक धरता कव्हाबी. आता सोडून द्या थे जागा. चुलीत गेलं थे कायचं सलून न् फलून!"

"मंग खासीन काय-दगडं? माह्याकून कोनतं काम होते आता दुसरं?"

"पाहू, भागवू लेकाले कसंबी."

"हीट्ट लमची! अवघ्या धंद्याची माती झाली, इच्यामायमी! आठान्याच्या कोंबडीले अडीच रुपाचा मसाला लावल्यावानी गत झाली नुसती!"

एकाजागी ठोकलेल्या आरशावानी तो नुसताच रस्त्यावरचे चेहरे न्याहाळत राही. कोणाशी धड बोलत नव्हता, की हसत नव्हता. मुकामुका वाटत होता. केव्हा दुकान उघडे, कधी घरीच राही. अधूनमधून एकटाच स्वत:शी पुटपुटत होता. थोड्या-थोडक्या गोष्टींसाठी नर्मदावर डाफरत होता. एवढ्यात त्याचं खाणं-पिणंही मंदावलेलं. ताटात असलं तरीही घशात उतरत नव्हतं.

त्या दिवशी दामा काटकर त्याच्या पानठेल्यावरून वामनच्या दुकानात येऊन बसला. इकडल्या-तिकडल्या गावगप्पा निघाल्या. बोलणं शेतीवाडीकडं वळलं, तसं दामूनं सांगितलं, "नत्थू तायड्याचं बरड खपलं, काका वीस हजारात."

"बापरे! कोन घेतलं मनाव् यवढ्या तगड्या किंमतीले? दाहालेबी माहाग होती थे गोटाडी."

"नाप्पुरवाल्या यका सायबानं घेतलं."

"सायबानं? त्यानं कायले घेतलं मनाव्? इथं खेड्यात येऊन कास्तकारी करंन का थो?"

"कायची बोडख्याची करते! इनकमट्याक्स वाचवासाठी वावरं इकत घेतेत थे शेयरवाले. दोन नंबरच्या कमाईचा पयसा मंग शेतीच्या खर्सा उत्पन्नाच्या नावावर दाखवाले बरं होते मंग त्याइले. तसाबी शेतीले ट्याक्स माफच हाये!"

"इचीमायमी, आफन यवढं आंगोपरती राबून रातंदिस यक करतो तरी शेंभराचे साठच होतेत, आनं थे उंटावरून बकऱ्या हाकलनारे मानसं... त्याईच्यानं कोनता निवाडा पडंन शेतीत?"

"पयशाचे झाडं हायेत थे शेयरवाले. जरासे हालवाची गरज. मंग पाह्यजेन तेवढा पयसा सांडते खाली... कोनाचं वावर इकाऊ असंन तं सांगजो, काका. सडकंकाठचं वावर असलं, तं ढाबे अन् हटेल उघडासाठी भरमसाठ पैसे देऊन इकत घेतेत थे. आतापर्यंत तीन सौदे करून देल्लेत म्या."

"पाह्य, दामूभौ... यकीकडं कास्तकारीत पोटापुरतं पिकत नाई म्हून हाडाचा कास्तकार वावर इकऱ्या काह्डते आनं दुसरीकडं भरमसाठ उत्पन्न असनारे करोडपती पयसा गुत्तवाले जागा नाई म्हून तेवढ्यासाठी शेती इकत घेतेत... कसं मजेशीर हाये सारं!"

वामननं जराभर डोकं खाजवलं. मनाशी काहीतरी ठरवून बोलला, "आपल्यासाठीबी पाह्यजो यखादं गिऱ्हाइक. बरड इकाचं हाये आपल्याले," मग तो एकदम उदासून म्हणाला, "हे दुकानाचं फुकटचं चंदन उगाळनं तं

पाहूनच राह्यला तू!''

''थे तुनं आपल्या हातानं करून घेतलं, काका. थ्या तुह्या सुनंपंक्षाबी मांगं राह्यला तू धंद्यामंधी. तिनं पाह्य बरं, बाईची जात असूनबी पार्लरचा कसा झक्कास जम बसवला? अख्ख्या गावातल्या बाया ध्यानी लावून टाकल्या, लमचीनं!''

''मंग म्याबी पार्लरच लावाले पाह्यजेन होतं, मनतं का तू?''

''तसं नाई... पन जमान्याच्या पुढं पुढं धावता आलं पाह्यजेन मानसाले. तुह्या पोराचीबी कमाई काई कमी नाई. आता तं थो कटिंगीसंगं कानातला मैलाबी काह्डून देते-फुकटात!''

''कानातला?'' वामननं चमकून विचारलं.

''हो नं. थे यक अजबच सोलीशन आनलं त्यानं. हायड्रोजेन पेराक्साइज का काय मनतेत, बा. कुपीतलं थे पानी कानात टाकल्याबरोबर गुडगुड वाजते. पळभऱ्यातच कानातला सारा मैला उतू येते बाहीर. माह्या कानात टाकलं होतं त्यानं यकडाव.''

दामूचं बोलणं ऐकून वामनच्याही मनातला मैला उतू आलेला. तो आरशावर दगड फेकून मारल्यावानी एकदम तडकला, ''त्याचं सोडून दे गा. थो कुठचा मैला–''

दामा जागचा उठला, तसी वामननं त्याला पुन्हा आठवण दिली, ''थे आपल्या वावराचं–''

''बरं बरं, पन केवढ्यापर्यंत सोडाचा इच्यार हाये तुहा?''

''आता थ्या नत्थूच्या सौद्याच्या मानानं बाराक् हजार याआले पाह्यजेन अर्ध्या एकराचे.''

दामा निघून गेला तरी वामन बराच वेळ वावराच्या पैश्यांचा अंदाज करत बसून होता. बाहेर सांजावत होतं. रस्त्यानं तुरूतुरू जाणारी चिंधाई त्याच्या नजरंपुढं तरळली. तुऱ्हाटीच्या काडीवानी हातपाय. अवघ्या अंगावर कातीनच्या जाळ्यावानी सुरकुत्या पडलेल्या. डाव्या हाताच्या कैचीत तिनं बोचकं धरलं होतं. मदनमास्तर एवढ्यातच त्याचा बाडबिस्तरा घेऊन हेटीवरच्या नव्या घरी राहायला गेला होता. जुन्या नदीकाठच्या घराला राखण असावी, म्हणून त्यानं मायला नव्या घरी नेण्यासाठी नकार दिलेला. चिंधाईला नदीकाठची तस्माभर खोली कायम संगतीला राहिली. तिच्या दात पडलेल्या तोंडानं दुपारी वावरात शिळी भाकर चावत नव्हती. पोटाला आधार व्हावा म्हणून ती कांदऱ्याच्या दुकानातून घरच्या शेंगंदाण्याच्या बदल्यात लाह्या-मुरमुळे घेत होती. एखादरोजी सूर्य दिसणार नाही पण तिचं वावरात जाणं कधी चुकत नव्हतं. आज्या-पणज्यांचे हे कोरडवाहू वावरं जिवात जीव असेपर्यंत विकावेसे वाटत नव्हते.

अन् तृप्तीनं ढेकर देण्याइतकं पोटही भरू देत नव्हते.

वामननंही स्वत: अंगोपरती शेती करून पाहिली होती. लागवड अन् मजुरीचा खर्च बेसुमार वढलेला. पैसा लावून लावून तो जेरीस आला होता. खतं अन् मजुरीच्या लागवडीचा पैसाही उत्पन्नातून निघाला नव्हता. लहरी निसर्ग पोटभर पिकू देत नव्हता. तेव्हापासून तो त्याचं बरड ठेक्यानं देत होता. पण ठेक्याचे चारपाचशे कमवण्यापेक्षा वावरच एकरकमी विकून मोकळं होणं, सोयीचं वाटत होतं. नाहीतरी तो होता तोपर्यंत शेती. पुढं त्याच्या पश्चात सागर बरड विकणारच होता. मग आताच ते आपल्या हातानं विकून पैसा कामात लावलेला काय वाईट? तसाही धरणाच्या पाण्याचा फायदा बरडासारख्या माथ्यावरच्या शेतीला अजिबात मिळणार नव्हता. धरणाच्या जवळपास राहूनही कोरडीच राहिलेली ही पोटाची भाकर उराशी कवटाळून बसण्यात काहीच अर्थ दिसत नव्हता.

❑

।। अकरा ।।

घराची भिंत पडून बराच काळ लोटला होता. अद्याप पटवारी पंचनाम्याला आला नव्हता. वामन त्याच्याकडं जाऊन आढ्या मारू लागला. त्याला मोक्का पाहण्यासाठी गळ घालू लागला. आज येऊ, उद्या येऊ म्हणत पटवारी त्याला नुसताच चाळवत होता. भिंत खचली तेव्हाच सरपंच जहागिरराव, कन्यालाल, इस्माइल, हुकूमसेठ अशा पंचायतीच्या मेंबरांना वामननं जागा दाखवलेली. आपापल्यापरीनं सारेच त्याला उलटे-पालटे सल्ले देत होते. पण पटवाऱ्याला मात्र कोणताच पुढारी दिरंगाईचं कारण विचारत नव्हता. नुकसानभरपाईचा अर्ज दिल्यापासून वामन भेटलं त्या पुढाऱ्याला घरी आणून त्याचं चहापाणी करत पटवाऱ्याचं गाऱ्हाणं मांडू लागला. जहागिररावानं पटवाऱ्याच्या भुकेची त्याला कल्पना दिली. पण ते त्याच्या बुद्धीला पटणारं नव्हतं. पटवाऱ्याचा रोग पुढाऱ्याच्या हातानं दुरुस्त होण्याजोगा वाटत नव्हता. वामननं पटवाऱ्याकडं जाऊन त्याला अखेरचं सांगून टाकलं, ''पाहा ब्वा... मी तुमच्याकडं चकरा मारू मारू कट्टाळलो आता. तुमच्याकुन पंचनाम्यासाठी येनं जमत नसंन, तं तसं साफ साफ सांगा. मी उद्याच तयसीलदाराले घेऊन येतो पंचनाम्यासाठी!''

दुसऱ्याच दिवशी कळ दाबल्यासारखा पटवारी कोतवालाला घेऊन वामनकडं आला. घरामागची जागा न्याहाळून बोलला, ''अरे, इथं तर कूड अन् बोऱ्याच आहे. भिंत कुठाय?''

''भिंतच तं होती जी इथं. थे पडली म्हून कूड घालून बोऱ्या बांधला मंग.''

''पन इथं भिंत होती; हे कशावरून, बावाजी? भिंतीची माती वगैरे काहीच दिसत नाही. –पुराव्याला.''

''तुमच्या थ्या पुराव्यासाठी आमी राहत्या घरात कुत्रे, डुकरं धसू द्याव्, का जी? यक तं तुमी सरकारी मानसं; अज मानूस मरंन तव्हा यकदम अक्करमाशाले येता त्याच्या भेटीले!''

पटवारी वरमला. आडवा-उभा टेप लावून त्यानं भिंतीची जागा तीन तीनदा मोजून काढली. पंचनामा लिहिताना त्यानं वामनला विचारलं, "या भिंतीचं वय काय असेल, बावाजी?"

"वय लक्षात राहाले, थे का लेकरू होये, सायेब? माह्या लहानपणी माहा बाप मले सांगत राहे; का त्याचा आजा शेंबूड पुसत नागोळा हिंडत होता, तव्हा हे घर बांधलं मने– त्याच्या पनजोब्यानं. याच्यावून लावून टाका वयाचा अंदाज!"

"बॉपरे! हे नवीनच पद्धत ऐकून राह्यलो वय काढण्याची!" पटवारी हबकल्यावानी झाला, "बरं, घराची आखीव पत्रिका वगैरे असेल नं तुमच्याकडं?"

"पत्रिका? अजपावतर आमी लगनाच्या पत्रिकेबिगर दुसरी कोनतीच पत्रिका नाई पाह्यली, सायेब."

"जाऊ द्या... कशानं खचली भिंत?"

"कशानं मनजे? तुमच्या सरकारनं शिरोलं नं-आमच्या ढुंगनात पानी!"

"सामानाचं काही नुकसान वगैरे झालं का भिंत पडल्यावर?"

"असं समजा, का घरातले खान्यापेन्याचे जिन्नस कुत्र्या-डुकराइनं धुऊन नेलेत आनं लेंड्यातेवढ्या आमच्यासाठी घरभर पसरवून ठेवल्या!"

पटवारी विचारत होता. पुढ्यातला पांढरा कागद रंगत होता. शेवटचं लिहून झाल्यावर वामननं त्याची शंका विचारून घेतली, "सायेब, हे यवढं बारीक-सुरीक लेह्यलं आपन... कितीक रूपे भेटंन आपल्या भित्तीचे?"

"ते आताच नाही सांगता येनार, बावाजी. मातीच्या कच्च्या घरांपेक्षा सिमेंटच्या पक्क्या बांधकामाच्या नुकसानाचे मात्र जास्त पैसे मिळतात."

"पन थे शिमिटाचं पक्कं बांधकाम नुसत्या पान्यामुळं खसंनंच कसं जी, सायेब?... तुमचं सरकारी कामंच मोठं इचित्र. तुमच्या योजनाइच्या भोंगामधून नाई तिथं मुंगी नाई खिळत आनं नाई तिथं सगळा हत्तीबी निंघून जाते, तं पत्ता नाई चालत कोनाले!"

पंचनामा लिहून सह्या झाल्या. फराळपाण्यासाठी मुद्दाम रेंगाळून शेवटी पटवारी तसाच निघून गेला. वामन नुकसानभरपाई मिळण्याची वाट पाहू लागला. खर्चापाण्याला अन् दुकानच्या थकलेल्या किरायासाठी आधार होईल म्हणून पैश्यांच्या वाटेकडं डोळे लावून बसला.

❑

नदीवरून धुणं घेऊन निघालेल्या नर्मदाचं लक्ष गुलब्याच्या दाठ्ठ्याकडं गेलं. एवढ्यात त्याच्या घराचा दरवाजा नेहमीच बंद दिसत होता. वेळी-अवेळी

दाठ्ठ्यात दिसणारा गुलब्या गावातही कुठं दिसत नव्हता. केव्हा गेला, कुठं गेला; कोणलाच ठावूक नव्हतं. कोणी म्हणे, तो कोंढाळीला हायवेवर दिसला. कोणी तो ट्रकखाली सापडून मेल्याचं सांगत होतं. चार दिवस ज्यानं-त्यानं गुलब्याची आठवण काढली अन् मग कालच्या जेवणातली भाजी सहज विसरावी, तसे सगळे गुलब्याला विसरून गेले. त्याच्यामुळं ना कोणाचं काही अडण्याजोगं होतं, ना कोणाला अडचण होती. फक्त पोरासोरांच्या मनोरंजनाचं एक साधन कमी झालं होतं. आयाबायांचा दुपारचा विरंगुळा चुकला होता. गुलब्या उपद्रवी नव्हता, तसा परोपकारीही नव्हता. त्यामुळं त्याच्या जाण्यानं कोणी विशेष हळहळलं नाही. इमलीचाही अद्याप कोणालाच पता नव्हता. तिनं नवऱ्याला जसा कपाळाच्या पाटीवरून पुसून काढला होता, तसा सावेगावानंही गुलब्याला आठवणीतून पुसून टाकला.

मध्यंतरी गुलब्याला इमलीजवळ ठेकेदाराकडं पाहिल्याची वार्ता कोणीतरी गावात आणलेली. पण गुलब्या इमलीपर्यंत पोचला तरी तिथं तो कायम टिकून राहण्याचं खरं नव्हतं. इमली म्हणजे मुलखाची चटावलेली बाई. केवळ बायकोभोवतीच गोंडा न घोळता, नवरा फक्त गाडगे-मडके अन् मातीच्या मूर्त्या घडवण्यातच रस घेतो; एवढ्याशा सबबीवरून तिनं त्याला धिरे धिरे धुत्कारलेला. मुळातच तिचा नाजूक चोपडा पाय धरणामुळं नदीकाठी झालेल्या चिखलावरून घसरत गेला. दलदलीत कायम फसून राहिला. गुलब्या माणसात नव्हता, असं नाही. पण मातीशी एकजीव होताना तो माणूस राहात नव्हता. मातीवानीच लोळागोळा होऊन तो गाडग्या-मडक्यांशी बोलत होता. गतीनं फिरणाऱ्या चाकाच्या आऱ्यांसारखे त्याच्या मनाचे कंगोरे मग पुसट होऊन जात होते. अशावेळी कोणी हाक मारली, तरी लवकर बोलत नव्हता. मातीशी मातीसारखं होताना त्याचे हावभाव बायकी वाटत होते. मूळचा त्याचा गोड गळा मंजुळ सूर धरत होता. बाहेरून ऐकणाऱ्याला गाणं माणूस म्हणतो की बाई, हे कळत नसे. या अन् अशाच कितीतरी त्याच्या बायकी गोष्टींची चीड इमलीच्या मनात शिगोशीग भरलेली. धसमुसळ्या स्वभावाची इमली गुलब्याचा तिरस्कार करू लागली... तेव्हा गुलब्याला हे कळत नव्हतं, असं नाही.

वेडेपणाचा जबर झटका येण्यापूर्वी गुलब्यानं त्याची कैफियत बापूराव-वामनसारख्यांकडं मांडून पाहिलेली. पण इमली म्हणजे टचऱ्या बोलाची बाई. मांजरीच्या गळ्यात कोणं घण्टा बांधावी? त्यांनी समजुतीच्या चार-दोन गोष्टी तिला समजावून पाहिल्या. पण ती कोणालाच बधली नव्हती. इमली सावेगावाच्या आठवणीतून पुसट होत होती. तसाच गुलब्याही धुसर होणार होता. त्याच्या घराचा बंद दरवाजा तेवढ्यापुरती त्याची आठवण करून देत होता.

नर्मदा दर्ग्याजवळ आली तेव्हा तिथल्या ओट्यावर लहान लहान पोरं कंचे खेळत होते. चालताना त्यातल्या एकावर तिची नजर खिळून राहिली. का कोण जाणे, पोरगं कुठंतरी पाहिल्यासारखं वाटत होतं. गोबरे गोबरे गाल, सरळ नाक... पण कोणाचं ते आठवत नव्हतं. ती चालता चालताच थबकली. जवळ जाऊन पोराला न्याहाळून विचारू लागली, "बापूऽ... तुहं नाव काय रे?"

"इक्की."

"कोनाचा होये रे तूऽ?"

"हौव् ... आमत्या बाबातं नाव थागल् पोहोनतल् आये." नर्मदाची शंका खरी ठरली. तिच्या नजरंपुढं जसा लहानपणचा सागरच उभा होता... आपलं रक्त थे आपलंच. डोळ्याले त्याची सहसा भुलन पडत नाई. धुण्याचं घमेलं खाली ठेवून तिनं पोराला जवळ घेतलं. "चालतं का मा, माह्याघरी?"

"नाई बाऽ... आमी नाई येत. आमती आई तनाई, दाजो नोतो मने तुथं."

"लेकाऽ मी आजी होऽ नं तुही!"

पोर तिच्याकडं नुसतंच टकरमकर पाहात राहिलं.

"चाल नं लेकाऽऽ गुळपोळी देतो नं तुले."

"गुयपोयी? आमाले आवलते. पन आमती आई तोनाच्या हातचं थाआचं नाई मने."

"कोनाच्या मनजे? मी का कोनी परकी हाओ का रेऽ, लबाडा? चाल, तुले कल्ला करंन, तं मी सांगीन तुह्या मायले!" नर्मदानं नातवाचं बोट धरलं. धुणं डोक्यावर घेऊन घरी आली.

विक्कीला उचलून घेत शकून त्याचे चटंपटं मुके घेऊ लागली. धडीवर बसलेल्या वामननं विचारलं–

"कोनाचं सापडलं वं पोरगं, चाल्ली घरी घेऊन?"

"कोनाचं मनजे? लोकाइचे लेकरं आनीन का? नातू होये नं तुमचा!"

बायकोला हरखलेली पाहून वामन चिडल्यासारखा झाला, "नातू होये तं काय करू? आनं तुनं तरी घरी कायले आनलं हे सरपाचं पिल्लू."

"आता नाई तुमी जवळ घ्या, तं नोका घेऊ. पन उगंच कायले थ्या असराप लेकराले बापाचं उद्धारपन देता?" तिनं पोराचा हात धरला, "चाल रे बापू, घरात."

तो तोंड मिटवून बसला. गुळासोबत दूध-भाकरीचा काला करून ती नातवाला चारू लागली. मधूनच त्याचे जावळं मायेनं कुरवाळू लागली. शकून कपडे शिवायला गेलेली. पोरगं आपल्या हातानंच खाऊ लागलं, तशी नर्मदा गडवा

घेऊन उठली. देवधुण्याच्या ताज्या पाण्यासाठी विहिरीवर गेली. पोराचं खाणं होताच ते चड्डीला हात पुसत बाहेर आलं. धडीशी बसलेल्या वामनजवळ येऊन घुटमळू लागलं. ''आबादी, तुमी तुथं लायता?''

त्यानं बाजूला तोंड फिरवलं. पोरगं पुन्हा त्याच्यापुढं गाल फुगवून विचारू लागलं–

''तुमी तोनाचे तोन होये आबादीऽऽ?''

तो आत-बाहेर तळमळला. पार देठापासून झंकारत गेला. आता मात्र त्याच्याकडून नातवाला टाळणं जमलं नाही, ''बापूऽ, तुले काय सांगू रेऽ कर्म? लाहान हाये बेट्या तू!''

बोलता बोलता त्याला भडभडून आलं. डोळे पाणावले. त्यानं नातवाला कवेत घेतलं. त्याला छातीशी कवटाळून घोगरल्या आवाजात बोलला, ''मी तसा कोनाचाच कोनी नाई आनं साऱ्याइचाच हाओ रेऽ, सोन्याऽऽ!''

वामन एकीकडं धोतरानं डोळे पुसत होता अन् दुसरीकडं नातवाला गोंजारत होता. त्याच्या कोवळ्या गालांवर आपले मिशीभरले जरठ ओठ टेकवत होता. विहिरीवरून घरी आलेल्या नर्मदाचं लक्ष त्यांच्याकडं जाताच तिनं पळभर थबकून पाहून घेतलं आणि पाऊल न वाजवता ती घरात जाऊ लागली... पाण्यानं शिगोशीग भरलेल्या गडव्यातलं पाणी मात्र काठावरून बाहेर झलकत होतं.

सांजवक्ताला शकून बाहेरून आली. ''बा... बाऽ बां बां' करत बाहेर इशारा करू लागली. बखोटाजवळ काडी धरल्यावानी लंगडत चालून दाखवू लागली.

''कोन, थो बापूराव? काय झालं त्याले?'' वामननं विचारलं.

शकूननं डोळ्यांचे बुबळं वर सरकवल्यावानी केले.

''आम्माय!'' नर्मदा हबकली, ''थ्या बापूरावचंच होये सांगून राह्यली. हे फाक.''

''चालतं का, पाहून येऊ काय झालं तं? सांडला तं नाई लमचा बुढा?''

तिघंही बापूरावकडं निघाले. नर्मदानं चिंधाईला सोबत घेतलं. गोठ्याच्या आवारात शिरताच आंबट उग्राण वासाचा एक तीव्र भपकारा त्यांच्या नाकात शिरला. बापूराव डोळे मिटवून खाटंवर पडलेला. वाढलेल्या दाढीतून त्याचा निस्तेज चेहरा आणखीच पांढराफटाक् दिसत होता. डोळ्याच्या खाचा झालेल्या. मोहल्ल्यातल्या दोघी बाया नाकाला पदर लावून अंगणातच उभ्या होत्या. बापूरावच्या पोराकडलं मात्र कोणीच दिसत नव्हतं... घरात दुही माजल्यापासून बापूरावमागचा हा भोग नित्याचाच झाला होता.

प्लास्टीकचा एक गोल डबा लघवी भरण्यासाठी खाटंखाली ठेवलेला.

हागण्या-मुतण्यामुळं भरलेली खाटेवरची वाकळ जागोजागी दुमडलेली होती. कुडाशी ठेवलेल्या मातीच्या घंगाळातून जीव नकोसा करणारी दुर्गंधी येत होती. बापूरावच्या दोन्ही कुबड्या भिंतीच्या कोपऱ्याशी उभ्या. पुरुषोत्तम अन् दिनकरनं बापाकडं दुर्लक्ष केल्यापासून या निर्जीव कुबड्यांनी त्याला बराच आधार दिलेला. पण आता पोरांसारखाच त्यांचाही त्याला काही उपयोग नव्हता. उठणं-बसणं त्याच्याकडून होतं नव्हतं. आधारासाठी मयालीला बांधलेलं वावभर चऱ्हाड खाटंवर अधांतरी लोंबत होतं. नवऱ्याची उस्तवारी करता करता शेवंताई जीर्ण होऊन गेलेली. बापूरावला उठवून बसवण्यासाठी बाहेर कोणा पोरा-माणसाला आवाज द्यावा, तर तेही तोंड फिरवून जात होते. दुर्गंधीची धास्ती घेऊन जो-तो टाळाटाळ करत होता. बापूरावला हगण्यामुतण्यासाठी उचलून बाहेर आणणं त्याच्या अवजड देहामुळं शक्य नव्हतं. त्यासाठी त्याच्या दोरीच्या खाटंला मधोमध मोठं भोक पाडून त्याखाली भुईवर कटोर ठेवलेलं. त्याला हागायचं असलं, तर तो पालथा होई. खाटंच्या भोकावर गुबडं फसवून आपला विधी आटपून घेई. शेवंताईनं सांगितलं, "अज दुपारी डोळे पांढरे केल्ते बुढ्यानं. मनलं, जाते आता... पन नाई नेलं देवानं."

ऐन खाटेच्या वर आढ्याशी दिनकरनं त्याचं इंधन रचून ठेवलेलं. भिरडलेल्या लाकडांमधला पिवळा-पांढरा भुरका बापूरावाच्या खाटेवर अन् अंगावर दिवसभर भुरूभुरू सांडत होता. जराभऱ्यानं बापूरावनं डोळे उघडले. ओठांची हालचाल केली. मधूनच त्यानं थकल्या नजरंनं भिंतीवरच्या पोरांच्या फोटोंकडं पाहून घेतलं.

"कसं वाट्टे आता?" वामननं खाटेजवळ बसत विचारलं.

"ऊंऽऽ आता काई खरं नाईऽऽ" बापूराव खोल सुरात बोलला. मग अडकणारा श्वास मोकळा करत म्हणाला, "यक काम करसीन का माह्यं?"

"सांगा नं, कोनतं होये?"

बापूरावनं दाढीला हात लावला अन् त्याच्या घशात पुन्हा ठसा दाटला. शेवंताच बोलली, "मह्यन्याभऱ्यापासून त्याइचं दाढी करन्यात घाडं मन हाये. कचकच् वाट्टे मनतेत. हे रोज निरोप पाठोतेत तुमच्या सागरबापूकडं. पन थो काई ना काई कारन सांगून नेयमीच टलावून देते, बापा."

"मंग मी करून देऊ का हजामत?" वामननं मोठ्या आवाजात विचारलं.

बापूरावनं मान हलवली. वामन लगोलग घरी जावून हजामतीची धोपटी घेऊन आला. हाताचा आधार देऊन त्यानं बापूरावला खाटंच्या ठाव्याशी बसवलं. दाढी कटिंग करताना त्याला तिथं खेटून बसवत नव्हतं. बापूरावच्या अंगाचा घाण वास येत होता. तरीही त्याच्या केसांना पाणी लावून तो नेटानं वस्तरा चालवू लागला.

हजामत आटपताच शेवंताईनं पिशवीतून काढलेली दहाची नोट त्याच्यापुढं धरली.

''नाई, राहू द्या.'' वामन उठून उभा झाला.

बापूरावच्या धुसर डोळ्यांत पाणी तरळलं.

मळकून येणारा जीव घेऊन वामन दाठ्ठ्याबाहेर पडला. गोठ्यातल्या दुर्गंधीनं बुजलेलं नाक त्यानं बाहेर येताच शिंकरून टाकलं. पण बापूरावच्या धूसर डोळ्यातलं पाणी मात्र त्याला नजरंपुढून पुसून टाकता आलं नाही.

❑

धरणाचा तलाव भरला तरी आजूबाजूच्या नरखेड, वरूड या तालुक्यातील डोंगरगाव, खैरगाव, जलालखेडा, मोवाड अशा बऱ्याच गावांना ओलितासाठी कालव्यातून जाणारं पाणी पुरत नव्हतं. धरणातलं पाणी क्षमतेपेक्षा अधिक सोडता येत नव्हतं. कालव्यांच्या सर्वच परिसरातील शेतकऱ्यांनी धरणाच्या भरवशावर जिकडं तिकडं ऊस अन् संत्रा लावलेला. कोणी गहू चण्यासारखी हिवाळी पिकं पेरली होती. कालव्यातलं पाणी बंद होताच ते सरकारदरबारी ओरडायचे. वाळणारा गहू अन् चिंबून गळणारी संत्री आपापल्या भागातील आमदारांना दाखवायचे. राज्याचे कृषिमंत्री नरखेड तालुक्याचे. त्यांच्याकडं लोकांच्या तक्रारी अर्थातच अधिक पोचत होत्या. त्यामुळं आमनदीवरील धरणाची व्याप्ती वाढवण्याचा त्यांचा विचार ते सभा-समारंभातून बोलून दाखवत होते. धरणाच्या बांधाची उंची वाढवली तर सावेगावातील पंचाहत्तर टक्क्यांपेक्षा अधिक जमीन पाण्याखाली जाणार, हे स्पष्ट होतं. या साऱ्या गोष्टींची कुणकुण राजकारणी पुढाऱ्यांकडून सावेगावातील गावकऱ्यांना लागलेली. त्यामुळं गावातील सारेच स्थायी स्वरूपातले कामं अधांतरी राहू लागले. जुन्या घरादारांकडं पुन्हा दुर्लक्ष होऊ लागलं. नदीलगतच्या शेतीवाड्यांची खरेदी-विक्री अन् ठेके-बटईचे व्यवहारही थंडावू लागले होते.

दरवर्षी सारखं बरड ठेक्यानं देण्यासाठी वामनला यावर्षी खूपच त्रास पडला होता. मृग सरत येऊनही शेताला कोणी ठेक्यानं घेण्यास तयार झाला नव्हता. भुईमुग, पऱ्हाटीसारख्या आट्यापिट्याच्या पिकांकडं शेतकऱ्यांनी दुर्लक्ष केलं होतं. भुईमुग तर काढायला आला म्हणजे अव्वाच्या सव्वा मजुरी देऊनही वेळेवर मजूर मिळत नव्हते. पाणी लागून पडला तर शेंगा भुईत अंकुरत होत्या अन् काढणीला उशीर झाला तर कडकलेल्या मातीमुळं शेंगा जमिनीतच तुटत होत्या. कापूस पेरावा तर बरडासारख्या कोरडवाहू जमिनीत तोही अंग धरत नव्हता. फेडरेशनजवळ शेतकऱ्यांसाठी पैसा नव्हता. कोरडवाहू कास्तकारांची

विचित्र कोंडी झाली होती.

एक दिवस वामनच्या नावानं हाका मारत दामा काटकर घरी आला.

“वामनकाका, काल नाप्पुरची पार्टी पाहून गेली तुहं बरड.”

“काय मने मंग?” त्यानं उत्सुकतेने विचारलं, “आलं का पसंत?”

“हौ. त्याच्या दिवानजीले सोळा हजार किंमत सांगतली म्या. तुह्या मनन्यानुसार बारापावतर सोडू.”

“बरं... पन बाराच्या कमी नाई इकाचं आपल्याले.”

“तू मात्र नाप्पुरवाल्या सेठनं इच्यारलं तं पंधराले इकलं म्हून सांगजो त्याले.”

“तसं काऊन, बा?”

“दिवानजीचं सौद्यामंधी असंन काई साटलोटं. आपल्याले काय करा लागते, काका? आपल्याले आपल्या मनाजोक्ती किंमत भेटली म्हंजे झालं.”

हो नाही करता बरडाचा परभाऱ्याच सौदा झाला. दामूनं बारा हजार वामनला घरपोच आणून दिले. दिवाणजीचं नाव पुढं करून दलालीचे तीन हजार स्वतःच्या खिशात दडपले. वावराची विक्री ठरली.

चार दिवसांनी सागर तणतणत घरी येऊन नर्मदाजवळ बापाची चौकशी करू लागला. वामन बाहेर गेलेला. पोराला दाठ्ठ्यात पाहून नर्मदाच्या मनात चुकचुकलं.

“काऊन रे, कोनतं काम होतं तुले त्याइच्याशीन?”

“घरचं बरड विकलं खरं नं? मले पयसे पाह्यजे त्यातले अर्धे!” सागरच्या तोंडातून आंबट वासाचा भपकारा बाहेर आला.

“काऊन, तुले लयच नुपर पडली का रे?... यतढे दोघंबी नवराबायको कमावता तरी?”

“मले गरज राहो, का न राहो! आज्यापनज्याची इस्टेट होये थे. पोराचा हिस्सा राह्यते मनलं त्यात!”

“अस्सं? लयच कायदे कानून ठावूक हाये वाट्टे तुले!”

“राहीन नाही तं का? तुमी चोरून लपून वावराचा सौदा केला, तव्हा विचारलं का मले?”

बापाला बाहेरून येताना पाहून सागरनं आवाज आणखी वाढवला, “त्याइले चांगलं ठनकावून सांग; मले अर्धा हिस्सा भेटला नाही, तं मी विक्री नाही होऊ देनार मना वावराची! वावर गहान करून मी कर्ज काहडत होतो, तं पोटाची भाकर जात होती तुमची. आता नाही गेली का पोटाची भाकर?”

वामनला सागरच्या येण्याचं कारण तोंडातल्या भपकाऱ्यासह जाणवल्यावाचून

राहिलं नाही. पोराचे शब्द तापलेल्या तेलावानी चटके देत त्याच्या कानात शिरले. त्याने सागरचा रागरंग ओळखला. अशा अवस्थेत त्याच्या तोंडी लागण्यात काहीच अर्थ नव्हता. काही न बोलता तो घरात जाऊन बसून राहिला. तोंड वाजवतच सागर घराबाहेर पडला–

"दोन दिवसानं मी पुन्ना येतो घरी. पयसे तयार ठेवजा मना, त्याइले."

नर्मदाच्या जिवाला मोठा घोर पडला. नवऱ्याला समजवावं, तर तो असा एकटेकी. पोटच्या पोरानं उभा वैरदावा मांडलेला. काहीच समजत नव्हतं. ...दुनियेतल्या साऱ्या उठाठेवी पयशासाठीच. दुधाची भूक भाकरीवर आली म्हनजे लेकरू दुधाचं मोल इसरून जाते. मायबापालेबी पयशात तोलू पाह्यते... तिच्या मनात नाही नाही ते येऊन जात होतं.

नवऱ्याला खुशीत पाहून तिनं विषय काढला, "मंग कसं वो, थ्या पोट्ट्याचं? पयसे पाह्यजेन मने नं थे."

"तोंड धुऊन राह्य मना त्याले पयशासाठी."

"मंग आता बापलेकामंधी तितंबे करून जगिन्न दाखोता का जगाले?"

"दिसू दे... मी काय करू त्याले?"

"अन् त्यानं वावराची इक्री अटकोली मनजे?"

"अस्सा कस्सा अटकवंन? कोनी तोफचंद लागून गेला का थो? पाहू पुढचं पुढं."

"अशानं यवढ्या तंगीत हाती येनारा पयसाबी निसटून जाईन. कव्हाबी इकान, तरी थो मांगनारच हाये पयसे. त्याच्यापंक्षा आत्ताच सोखुशीनं देऊन टाकले तं–?"

"तू सरळच काऊन नाई सांगत वं, का तुहं मन पोराले हिस्सा द्याआले हाये म्हून!"

"हिट्ट माऽय! असेच तं उलट्या हातानं घेता तुमी नेयमी. मी आपली सोय नाई बिघडली पाह्यजेन म्हून, चांगल्याचं सांगून राह्यली." बोलताना तिचा आवाज कापू लागला. डोळ्यात पाणी दाटलं, "काय जलम हाये देवा, आमच्या बायकाईचा! नवऱ्याकून बोलाव्, तं पोराशीन वाईट आनं पोराकून बोलाव्, तं नवऱ्याशीन वाईट!"

त्याच्या मनात काय आलं, कोणास ठावूक; तो एकदम जागचा उठत बोलला, "घे, हे चार हजार नेऊन घाल त्याच्या उरावर! चार शकनीले देल्ले म्हून सांगजो."

त्यानं दिलेलं नोटांचं बंडल पदराआड लपवून नर्मदा सागरकडं गेली.

वावराची कच्ची विक्री झाली. बरडाचा ताबा देताना वामनचं मन हळहळलं.

आज्या पणज्यांपासून पिकवत आणलेली पोटाची भाकर परक्याच्या स्वाधीन करताना त्याला गलबलून आलं. पण उपाय नव्हता. काळाचा महिमा. ज्याचा माल तो शेतकरीच चोरासारखा जगत होता अन् मालाची उलाढाल करणारे व्यापारी बनिये साव झाले होते. नाफेड, फेडरेशनपासून तर दलाल खरेदीदारांपर्यंत सारेच त्याला लुटण्यासाठी टपलेले. नवथळ पोरांना तर आजकाल बापाच्या सात-बारावर असलेली शेती म्हणजे नाकात फुरफुरणाऱ्या शेंबडावानी वाटत होती. शेती करण्यापेक्षा त्यांना कमी मिळकतीची दुसऱ्याची ताबेदारीही बरी वाटत होती. वामनच्या नडीनं अन् अडचणीमुळं त्याचं एकुलतं एक बरड परक्याच्या घशात गेलं होतं.

❑

झालपडल्या चिंधाईच्या खोलीतून जोराचा आवाज आला म्हणून वामन तिकडं धावला. चिंधाई डोक्याला हात लावून केविलवाणी बोंबलत होती, ''यारेऽ बापाऽ धावारेऽऽ कोनीतरीऽ''

''काऊन भाबी, काय झालं?''

''पान लागलं रेऽऽ बापाऽऽ...! ह्या इथं, हाताले तोडलं-दुस्मानानं!''

''कुठं होता वं, थो?''

''थ्या तिथं आंगधुन्याच्या गोट्याजौळ होता.''

वामन हबकल्यावानी झाला. नर्मदाला चिंधाईजवळ बसवून तो गावात मिळंल त्या रस्त्यानं कावलपिसा धावत सुटला. धावता धावताच ओरडू लागला, ''आरेऽऽ.. चिंधाबुढीले पान लागलं रेऽऽ''

गावातले अर्बाडी आपापले कामं सोडून लगंलगं चिंधाईच्या घरी जमले. त्यांनी तिला घोंगड्यावर बसवलं. एकानं तिला मिरच्या चावण्यासाठी दिल्या. दुसऱ्यानं कडुलिबांचा पाला चावायला सांगितला. कोणी मिरच्या तिखट लागते का म्हणून विचारू लागलं, तर कोणी पाला कडू वाटते काय म्हणून पुन्हा पुन्हा खात्री करून घेऊ लागलं.

चिंधाईच्या घरात एकच गोंधळ उडला. पोरंसोरं न्हाणीकडं जाऊन सापाला धुंडाळू लागले.

अर्बाड्यांनी चिंधाईला बाजारचौकातल्या सुखीनाथाच्या देवळात आणलं. एकेकानं खड्या आवाजात सापाच्या खवळण्याचे मंत्र म्हणू लागले–

''ताडाच्या शेंडीले बांधू वाहान
तुले पिलुरायाची आन
उतर उतर दाजीचा वेटा

हालत डोलत आला
कवाडं फोडत आला
कवाडं फोडून पोवाडे केले
अच्छेल असशीन, तं आंगी येसीन
नाई तं सख्ख्या मायशीन कर्म करशीन!
...सिद्धांत सद्‌गरू!"

अशा एकेक खवळण्या म्हणत ते ज्वारीचे दाणे तिच्या अंगावर फेकू लागले.

खवळण्या सरताच झंडू फोडण्याचे मंत्र झडू लागले. पाणी मंत्रून चिंधाईला प्यायला दिलं. सुखीनाथाच्या देवळापुढं गावातल्या माणसा-पोरांनी एकच गर्दी केली होती. मंत्र सुरू असतानाच वामन चिंधाईच्या कानाशी लागला, "भाबी, मास्तरले निरोप पाठवू का हेटीवर?"

चिंधाई एकदम बोलली, "नाई, नाई... बापूजी! ह्या सरपापंक्षाबी इखारी हाये थो... तुमचा हात जरी उशाखाली असला, तरी सुकानं जीव सोडीन मी!"

"बरं ब्वा, तुही मर्जी. पन माह्यं मन सांगते भाबी; तुले काई होत नाई. काळजी नोको करू तू!"

"आनं हे पाहा, समजा मले काई धोका झालाच, तं मास्तरले दाढीडोई नोका देऊ देजा. तुमीच दाढीडोई देजा आपली!"

"अरेबा! पन लोक काय मनतीन अशानं? सोताचा पोरगा असूनसन्या–"

"कोनी काई मनत नाई, बापूजी. पन मले त्याची पाप्याची दाढीडोई घेऊनसन्या कुठंच जागा नाई भेटनार देवाघरी. थो खरंच माहा पोरगा राह्यता, तं मताऱ्या मायले यकटी नदीकाठी ठेवूनसन्या नव्या घरी राहाले गेला असता का?"

गावातल्या सरकारी दवाखान्यात सर्पदंशावरची औषधी नव्हती. चिंधाईवर सुखीनाथाच्या देवळातच उपचार झाले. अर्बाड्यांचे मंत्र सरत आलेले. पान खोटं ठरलं होतं. चिंधाईला शेवटपर्यंत मिरच्या फिकट लागल्या नाहीत, की कडुलिबांचा पाला गूळचट वाटला नाही. मनातल्या मनात जगण्या-मरण्याशी तासभर झुंजलेली चिंधाई जेवणराती घरी आली. वामनकडं घोंगड्यावर बसून देवाचं नाव घेत रात्र ढकलू लागली.

❑

वावराचा पैसा हातात खिळताच वामनच्या मनात चैतन्य संचारलं. त्यानं पंचायतीच्या खोलीचा चार महिन्याचा थकलेला किराया भरला. तरीही काही

थकितच राहिला. दुकानाच्या घशातही त्यानं बराच पैसा घातलेला. स्प्रिंगची नवी खुर्ची, मोठा आरसा, केस वळविण्याची मशीन, स्प्रिंगचा फवारा अन् नवे अवजारं दुकानात आणले. बरडाचे बारा हजार बारा वाटांनी निघून गेले.

दुकान सजलं. दुरूनच नजरंत भरू लागलं. जवळपास कोणी नसलं म्हणजे तो डोळे भरून दुकानाकडं एकटाच पाहात बसे. नव्या नवरीवानी नटलेलं दुकान काळजाला सुखावून जाई. मनातल्या आशेला नाना अंकुर फुटत होते. दुकानाच्या ऐन मध्यभागी मांडलेली लोखंडी खुर्ची राजाच्या सिंहासनावानी वाटत होती. वामनकडं पाहात खुर्चीवर बसलेला ग्राहक जागीच गर्रकन पाठमोरा होत होता. खुर्ची अवजड खरी. वापरताना त्याला ती पेलण्याजोगी नव्हती. उंचावर हात चालवून चालवून त्याचे बखोटं दुखत होते. रस्त्याकडं टांगलेला नवा आरसा येणाऱ्या-जाणाऱ्यांचे चेहरे त्याला बसल्याजागी दाखवत होता... पण आरशाला माणसाचं आतलं रूप मात्र दाखवता येत नव्हतं. रस्त्यानं चालणारा थबकून पाहात म्हणे–

"वा! मस्त जेमलं! पन आता तू शेयरातल्यावानी चांगला अपटूडेट राहात जा, काका!"

"आता आपलं वय हाये का, मारती अपटूडेट राहाचं?" ओशाळल्यावानी झालेला वामन म्हणे.

"तसं नाई, दुकानदार अपटूडेट असल्याशिवाय गिऱ्हाइकाचंबी मन नाई बसत अजकाल. मांगंरोजा म्या नाप्पुरात दाढी घोटली, तं थो सलूनवाला मस्तं टाय-गी बांधून होता गळ्याले!"

"थे तसंच हाये, मारती. सारा दिखावटीचा जमाना हाये ह्या. मांगून ढुंगनावर लागंन तं ठिगळं राह्यतीन, पन पुढून टाय दाखवाले इसरत नाईत लोकं... पन आता तू हजामतीले येत जा आपल्याकडं. साऱ्या सोयी झाल्यात आता आपल्याजौळ."

"पन काका, तिथं सागरकडं आपलं खातं लागलं लागून हाये वर्षाच्या उधारीवर."

वामन हिंमत बांधायचा "मीबी देत जाईन-उधारीत."

"बरं बरं...पन माही दाढी तं वाह्डू दे, काका आता! का निऱ्या खुट्ट्याच घोट मनतं पुन्ना पुन्ना."

वामनचं बस्तान चार दिवस बरं बसलं. दुकान पोटापुरती कमाई करून देत होतं. त्याला सलूनवर खर्च केल्याचं सार्थक वाटू लागलं. नवं नवं सामान असल्यानं काम करण्यात हुरूप वाटे. गिऱ्हाइक येतं-जातं असल्यानं मन गुंतून राहात होतं. हुरूपापोटी तो सकाळी सूर्य निघण्यापूर्वीच दुकान उघडून रात्री

उशिरापर्यंत सुरू ठेवी. ग्राहक नसला तरी येणाऱ्या-जाणाऱ्यांशी गोष्टी करत बसे. उशिरलेला एखादा अशावेळा सापडून जाई.

पंक्चर दुरुस्तीचं दुकान बंद करून आलेल्या जानरावनं विचारलं, "सागरची गोस्ट समजली का, काका तुले?"

"कायची गा?... त्याचं दुकान तं बंदच दिस्ते अज."

"त्याले पोलिसानं कोंढाळीच्या ठान्यात बंद केला सकाळीस."

"आँ? काऊन मनाव्?" वामनच्या काळजाचा ठोका चुकलेला.

"काल हजामतीच्या वक्ती थ्या इस्माइलच्या कानात त्यानं मैला साफ कराचं सोलीशन टाकलं मनते, तं इजा झाली खरं- त्याच्या कानाले."

"आरेऽ पन थे तं नेयमीच टाके खरं गा, गिऱ्हाइकाच्या कानात?"

"आता कोनाले भावते आनं कोनाले नाई. लमचा थो इस्माइल रातभर कानानं तडफडला खरं."

"मंग काय झालं पुढं?"

"इस्माइल गावातल्या सरकारी दवाखान्यात गेल्ता तं डाक्टरनं त्याले खाजगी पेशालिस्टाकडं जाआले सांगतलं खरं नाप्पुरले. त्यानं मंग सागरले कानाचा खर्स मांगतला, तं यानं नसंन देल्ला त्याले. म्हून इस्माइलनं ठान्यात जाऊन सागरची रिपोट देल्ली,"

"हेबी भलतंच झालं, इच्यामायमी!" तो हबकल्यावानी झालेला.

"भलतं कायचं? यानं कायले कराव् नसत्या उचापती? अज पोलीस आला आनं नेलं लेकाले ठान्यावर सोलीशेनच्या कुपीसहीत. यवढे खंडीभर सोबती हायेत त्याचे, पन यक नाई गेला जमानतीसाठी."

"बसू दे! मोठ्ठा कॅम्पीटेसन कराले लागला होता- ह्या नासुकल्या हजामतीच्या धंद्यात!"

जानराव निघून गेला तरी कितीतरी वेळ वामन एकटाच दुकानात बसून होता. जेवणरात्र होऊन गेलेली... काळमानाचं काहीच खरं नव्हतं. हे चढाओढ माणसाला कुठं अन् कोणत्या थराला घेऊन जाईल, त्याचा नेम नव्हता. गावात तर या चढाओढीला खूपच ऊत आलेला. सारेच धंद्यावर टपून बसलेले. हेव्या-दाव्याच्या छपराखाली आपापला माल खपवत होते... जानराव मात्र या डोहात पडून कोरडाच राहिला होता.

जानरावनं गेल्यावर्षीच बाजारचौकात पंक्चर दुरुस्तीचं दुकान थाटलेलं. वावरातलं काम जिवावर येत होतं म्हणून त्यानं धंदा सुरू केला. पण गावात सायकलींच्या तुलनेत पंक्चरचे दुकान भरपूर. गावातले मास्तर, बाबू अशा पगारदार लोकांनी आपापल्या सायकली भंगारात टाकून दुचाकी गाड्या, फटफट्या घेतलेल्या.

या गाड्यांचे लहान मोठे कामं शहरातल्या गॅरेजातच होत होते. त्याच्या दुकानानं सुरुवातीपासूनच गती घेतली नाही. तो दिवसभर रिकामाच दुकानात बसत होता. चहापाण्यालाही महाग होत होता. पानठेल्यावर टोळकं करून बसणारे पोरंसोरं त्याच्या दुकानात ऐसपैस गप्पा मारत. अशा गप्पातच त्याला कमाईचा नवा मार्ग गवसला. त्यानं दुकानातच जुव्याचा अड्डा सुरू केला. पान्हा पेंचीसच्या खडबडीऐवजी चिकना मुलायम गंजिफा त्याच्या हातात खेळू लागला. दुकानात दिवसभर अंदर-बाहरचा डाव रंगू लागला. जानराव जिंकला काय, अन् हरला काय; त्याची कमाई तयारच होती. खेळणाऱ्यांकडून दर डावाला त्याचा जागेचा किराया ठरलेला. जानरावाची बायको लोकांच्या मजुरीला जाई. तेलामिठाची त्याला चिंता नव्हती. वामनचं मात्र तसं नव्हतं. त्याला घरचं सारंच निस्तरावं लागत होतं.

वामनला नर्मदाच्या ताटकळण्याची जाणीव होताच तो दुकान बंद करून घराकडं निघाला. एवढ्यात त्याला घरी जाण्यासाठी रोजच उशीर होत होता. तो घरी आल्याशिवाय नर्मदा जेवत नव्हती. तारवटलेल्या डोळ्यांनी चुलीशी अथक बसून राहात होती. दररोज काही ना काही कारण सांगून मोकळं होणं, त्याला बरं वाटत नव्हतं. दर्ग्याच्या कोपऱ्यावरून वळताना वामनच्या कानावर एकाएकी आवाज आला, ‘‘सलून इकतंऽ का गाऽऽ बावाऽऽऽ?’’

तो गपकन् थांबला. दर्ग्याखालच्या अंधारात कोण बोललं, तेही ओळखू येत नव्हतं. फक्त हसण्याचा आवाज तेवढा येत होता. त्यानं आवाजाच्या दिशेनं एक जोराची रोहोकणी दिली, ‘‘काऊन बेऽऽ! माजले का रेऽ, नंगेहो? आपल्या मायबहिनी इकानं, लेकहो।’’

पोरांच्या हसण्याचा आवाज आणखी दाट झाला. वामन रस्त्यानं लागला, तरी दूध उतू गेल्यावानी मागून पोरांचं फसफसणं सुरूच होतं. घरी येऊनही त्याच्या मनाची बेचैनी गेली नव्हती. सागरची गोष्ट ऐकल्यापासून काळजाला रुखरुख लागलेली. काळजी करणाऱ्या नर्मदाला त्यानं मुद्दामच पोराबद्दल सांगितलं नाही. पण त्याचं मन जेवणात लागत नव्हतं. राहून राहून नातवाचा रडणारा चेहरा डोळ्यापुढं तरळत होता. चिमणीवानी चिंबून लेकराजवळ बसलेली प्रगती नजरंपुढं दिसत होती. तो हातावर पाणी घेऊन उठला. जरावेळ संदुकाशी खाडखूड करून जानरावकडं गेला.

‘‘जानराव, माह्य काम करतं का तू यक?’’

‘‘सांगनं, काका.’’

‘‘तुह्या दुकानातली सायकल घेऊन तू कोंढाळीले जा- ठान्यात... आनं सागरची जमानत घेऊन सोडवून आन त्याले.’’

"पन काका–"

"तुले सवं हाये त्याची, म्हून ठाऊक हाये मले. जुळ्याच्यानं तुह्मा वळखी हायेत पोलिसासंगं. हे यवढे पयसे ठेव जमानतीसाठी."

जानराव अंगात कमीज चढवू लागला. तसा वामन म्हणाला, "आनं हे पाह्य, म्या पयसे देऊन पाठोलं म्हून बोलजो नोको सागरजौळ. सोतावूनच आलो मना आपलमती."

❑

एक दिवस उजाडताच उमेश वामनच्या घरी येऊन सांगू लागला–

"बावाजी, एक बातमी समजली का तुमाले?"

"कोन्ती रे?"

"थे बापूराव बावाजी गेले त्याची?"

"नाई बा. कव्हा रे?" वामननं धास्तावून विचारलं.

"कव्हा गेले, थे कोनालेच मालूम नाई. पन रात्रीचाच खाटंत गुबडं फसून जीव गेला त्याइचा."

पुढचं ऐकण्यासाठी जराही न थांबता वामन लगोलग निघाला.

बापूरावच्या घरापुढं बाहेरच दोघं-तिघं नाकाला हात लावून उभे होते. वामन सरळ आत शिरला. आतलं चित्र खूपच विचित्र होतं. हगण्या-मुतण्यासाठी म्हणून खाटंच्या दोऱ्यांना पाडलेल्या छिद्रात बापूरावचं गुबडं पुरतं फसून गेलेलं... थेट भुईशी खाली टेकलं होतं. धडासह हात-पाय तेवढे खाटंवर होते. बापूरावचे डोळेही उघडेच– आढ्याकडं टकमक पाहात असल्यासारखे. भोवताली हगण्या-मुतण्याची तीव्र दुर्गंधी पसरलेली. अंगणाबाहेरच्या दाठ्यात पाऊल टाकताच नाकाला जाणवत होती. खाटंजवळच्या भिंतीशी टेकून असलेल्या दोन्ही कुबड्या भुईवर आडव्या पडलेल्या. वामननं खाटंजवळ नाकाला पदर लावून बसलेल्या शेवंताईला विचारलं–

"कव्हा गेला जीव?"

"कोंजिनं बापाऽऽ" ती रडू लागली, "रातचं झोपंत कवा झालं न् कवा नाई. सकाळीस पाह्यतो, तं हे असी दुर्दशा दिसली."

"कोनाले बलावलं नाई का– खाटंतून काहाडाले?"

"आतापावतर साताठ जनाईले देल्ला बाप्पाऽ अवाज. पण ह्मा वासाच्यानं हात लावालेच कबूल होत नाई कोनी. मी पडली बाईची जात–"

वामननं दाठ्याबाहेर उभ्या असलेल्या उमेशला आवाज दिला. दोघा-तिघा पोरांना गळ घालून त्यांच्या मदतीनं बापूरावचं मढं खाटंच्या छिद्रातून मोकळं

केलं. भुईवर चादर अंथरून त्याला खाली टाकलं.

खाटंभोवतीची घाण स्वत:च साफ करताना वामननं शेवंताईला विचारलं,

"तुमच्याकडल्या पोराइले नाई सांगतलं का अद्याप?"

"सकाळीसच सांगतलं दोघालेबी. पन पाहा नं, त्याइले आपल्या बापाची केवढी फिकर आहे?... जसे बारा कोसावर राह्यतेत गावाबाहीर!"

"तसंच आहे अजकाल... फक्त आयती इस्टेट खान्यासाठीच हायेत थे फुक्कटची! जाऊ द्या, भरतीन आपल्या कर्माची फळं!"

बोलता बोलताच वामनचं लक्ष खाटंलगतच्या भिंतीवर लावलेल्या पुरुषोत्तम अन् दिनकरच्या फोटोंकडं गेलं... दोन्ही पोरांचे लग्नातले त्यांच्या बायकांसोबत काढलेले जोडीचे हसरे फोटो. एकाएकी वामनच्या मनात काय आलं, कोणास ठाऊक; त्यानं ते खिळ्यातून काढले. शेवंताईजवळ देत बोलला–

"बाई ... तुमचे पोरं घरून इथं येन्याआंधी हे दोन्ही फटू ठेवून दे अटाळ्यावर लौकर."

"काऊन, बापा?"

"त्याची गरज नाई उरली आता."

"बरोब्बर आहे, बापूजी तुमचं!" बातमी ऐकून नर्मदासह आलेली चिंधाई शेवंताला बोलली, "जित्या नाई गोडी आनं मेल्या बंधन तोडी! खरी माय असशीन भाबी तू, तं पोरा-सुनाइले सप्पा हात नोको लावू देऊ मढ्याले!"

❑

एवढ्यात धंद्याचं तसं बरं होतं. काही काळापुरतं वामनच्या काळजीचं सावट दूर झालं होतं. दुकानाच्या नव्या अवताराकडं पाहात आठ-पंधरा दिवस ग्राहक झुकले खरे, पण थोड्याच दिवसात त्याच्या धंद्यानं सरड्यावानी रंग बदलायला सुरुवात केली. दिवस लोटत गेले तसा गल्ला फरक दाखवू लागला. सागरकडले रचले रमलेले ग्राहक हवाबदल केल्यासारखे चार-दोन खेपा वामनकडं वळले अन् पुन्हा त्याच्याकडं पाठ फिरवू लागले. दहा-बारा ग्राहकांवरचा वामनचा धंदा चारपाचावर स्थिरावला. अवजारांचे नवे कपडे अंगावर चढवलेले असले तरी आतले हाडं जुनेच होते. ते उतरत्या वयानं साथ देत नव्हते. त्यानं गोळा केलेली उसण्या आशेची पुंजीही आता पैशांसारखीच सरून गेली होती.

वामनच्या डोक्यातला हिशेब पेट घेऊ लागला. दुकानाच्या लागवडीचे मोठमोठे आकडे सतत त्याला हैरान करू लागले. जवळचं होतं नव्हतं ते सारंच दुकानात जागच्या जागी जिरून गेलेलं. खुराक खाऊन भाकड झालेल्या म्हशीवानी त्याच्या सलुनाची गत झाली होती. धंदा मंदावला, तसं त्याला

अधिकाधिक रिकामपण मिळून डोकं विचारात गढू लागलं. पुढं पुढं तर दिवसभर त्याच्या बोटांची गाठ कैचीशी अन् पैश्यांशी पडेनासी झाली. दोन बोटांच्या चिमटीत कैचीऐवजी कानामागची अर्धी बिडी जागा धरून बसू लागली. येणाऱ्या-जाणाऱ्यांच्या गप्पा लांबू लागल्या. वामनची चीड दुणावत चालली. अवघ्या बिराडाचं ओझं उरावर लादलेल्या धंद्याचा गाडा फक्त बिडीकाडीच्या खिसाखर्चाभोवती घुटमळू लागला.

वावर विकलं तरी सैंपाकाघराची भिंत उभी झाली नव्हती. नर्मदाचं पूर्वीसारखं वागत नव्हतं. थकत्या वयानं तिलाही पहिल्यावानी धडंधडं कामं उरकत नव्हतं. बापूरावाचा खटला तर तो घरबश्या झाल्यापासून तिला केव्हाचाच सुटला होता. पुरुषोत्तमकडं कारभार येताच त्यानं तिला पाथेवरून बंद केललं. नव्या-तरण्या पोरी तो शेतीच्या कामाला वागवत होता. नव्या रक्ताची चव कुठंही गोडच. तिला दुसरीकडं मजुरीसाठी रोज रोज कोणी सांगत नव्हतं. घरच्या तेलामिठाला होणारा तिचा अधार सरून गेला. जगाच्या धावत्या आगगाडीमागं एकट्यानं धावून धावून वामन फुसांडून जाई. हजामतीच्या धंद्यानं असा धत्तुऱ्या दाखवलेला. सरता उपाय म्हणून तो मागच्याच पवित्र्याचं हाताळलेलं जुनं अवजार पुन्हा पुन्हा वापरू लागला.

"कुठं गा, दिनकर?"

"काटोलले चाल्लो बा, काका."

"कायले मनाव्?"

"बजार हाये नं अज. काटोलावून थोडासा भाजीपाला आनाचा आहे. आनं चाल्लोच आहे, तं दाढीले शेपबी मारून घेईन मनलं तिथंच."

वामनचं बोलणंच अशावेळी खुंटून जाई. मनातल्या मनात तो स्वत:ला अन् परिस्थितीला शिव्या देई. घरोघरी गाड्या, फटफट्या वाढल्यापासून सावेगावाची मोठ्या शहरांशी आवक जावक वाढलेली. उठलासुटला कोणी केव्हाही काटोल–नागपूरला जाऊन येत होता. गावाच्या स्टँडवर कवड्या खेळणारे पोरंसुद्धा ॲटो वा एस्टी दिसताच खेळता खेळता उठून चहा-नाश्त्यासाठी सहज तालुक्याला जात होते. तासघण्टा परपेठेत फिरून पुन्हा कवड्या खेळण्यासाठी गावात परतत होते. धरणामुळं गावाभोवती पाण्याची बारमाही सोय झाल्यापासून माळव्याची भरमसाठ लागवड झालेली. चार गावांकडून खाऊन सरणार नाही एवढा भाजीपाला एकट्या सावेगावात पिकू लागला. आठवडी बाजारात तर ग्राहकांपेक्षा माळव्याचे पसारेच अधिक दिसत होते. वांगे, टमाटर पैशापासरीही खपेना, म्हणून सांजचे जनावरांपुढं जाऊ लागले. परपेठेत भाजीपाला विकायला न्यावा तर पडेल भावामुळं नेण्या-आणण्याचा खर्चही निघत नव्हता. गावाचे दोन तुकडे झाल्यापासून जुन्या

गावातला आठवडी बाजार नव्या हेटीवर गेलेला. विक्रेत्यांना माळव्याचे डोईजड ओझे घेऊन हेटीची चढण चढणं-उतरणं जिवावर येई. तसंच ग्राहकांचही. हेटीवरच्या केवळ हिरव्या बाजारासाठी दोन तास घालवण्यापेक्षा सावेगावातले ग्राहक तालुक्याला जात. इतर कामांसोबत तिथला बाजार करून तेवढ्याच वेळात घरी परतत. रोखीची सारी ग्राहकी अशी शहराकडं धावत होती... गावातल्या धंद्यांना मात्र उधारीच्या वाळवीनं पार टोकरून टाकलं होतं.

एवढ्यात वामनकडं येणारा प्रत्येकच ग्राहक उधारीचा असे. आज तर दुकानातला संपलेला अगरबत्तीचा पुडा आणण्यापुरतेही पैसे त्याच्याजवळ जमले नव्हते. दुपारपर्यंत त्यानं बोहणीची वाट पाहिली आणि तो कांदऱ्याच्या दुकानात जाऊन पुडा मागू लागला.

"कालच तं नेल्ता गा काका, तुनं उधार?" कांदऱ्यानं आठवण करून दिली.

"थो कालच सरला दिवसभऱ्यात."

"बाप्पा! यका दिवसात सरलाबी यवढा मोठा पुडा?" –कांदऱ्यानं नवलानं विचारलं.

"काय, ब्वा! निदान दुकानात उदबत्ती पेटत असली तं बोह्यनीचं निमित्य सांगून नगदी पयसे तरी मांगता येते– गिऱ्हाइकाले... म्हून मी आता दिवसभर एकामांगं यक उदबत्त्याच जाळत ठेवतो दुकानात!"

"बरी आयडिया हाये मनाव् तुही!... पन आत्ता कसं, काका?"

"कसं कायचं? पुडा दे नं यक उदबत्तीचा–"

"अगाऽ पन यवढी दुपार झाली, तरी माहीबी बोह्यनी व्हाआचीच हाये अद्याप! आता तुले कसं देऊ उधार?"

दुर्मुखलेल्या चेहऱ्यानं वामन परतला. बरड विकल्याचा त्याचा पश्चाताप दिवसेंदिवस आणखी गडद होऊ लागला... शेतीवाडीचं तंत्र वेगळं अन् धंद्याचं वेगळं. दाणा म्हाताऱ्यानं पेरला काय अन् नव्या तरण्यानं पेरला काय; तो सारखाच उगवणार. पण धंद्यात मात्र म्हाताऱ्यानं पेरलेली गिऱ्हाइकी नवथळाच्या गिऱ्हाइकीवानी फोफावत नाही. ती लवकरच बांड होऊन जाते! शेती निसर्गाच्या हातात, नोकरी साहेबाच्या अन् धंदा ग्राहकांच्या हातात!... मानसाचं सारं असंच का मनाव् परस्वाधीन? सदा दुसऱ्याच्या तालावर नाचनं! मंग वाळूतून तेल काहाडनारे कसे असतीन?... त्याच्या डोक्यातला किडा सारखा कुरकुरत होता. तनामनाला चैन पडू देत नव्हता.

"आता कसं, वो?"

"कायचं मनता?"

"लोकाइची देन लय वाहडली पोट्टीच्या लग्नापासून. कसी फेडनं होईन,

देव जाने?''

"आता काय सांगू बापा?... माहेबी मंतरच बाबडे झाले." नर्मदा केविलवाणी बोलली, "ह्या इच्यारानं रातरात झोप नाई येत डोळ्याले."

'इचिमायमी! ह्या फळला-फुलला हजामतीचा धंदा मंधातच दुपोल्यावानी झाला!"

"तुमालेच तं मोठी आशा होती दुकानाची! माऽरे वावराचा पयसा वतत बसले त्यात."

"पन आता कसं? दुकानात रिक्कामा बसून बसून मी काय करू आता?"

"आता तुमचं काय सांगू बापा, मी? थो तलाव झाला अन् तहीपासून केसावानी जसी उंदरीच लागली तुमच्या धंद्याले!"

एवढं सारं पाणी नाकातोंडात शिरूनही वामनला आता सलून कायमचं बंद करता येत नव्हतं. ग्राहकांकडं उधाऱ्या फसून होत्या. बंद दुकानाच्या उधारीची फुटकी कवडीही कोणी घरी आणून देणार नव्हतं. म्हणूनच चाललं तसं तांगड-तिंगड सुरू ठेवणं गरजेचं होतं. झालीच तर दुकानातली कमाईच कर्जाचा भार हलका करू शकणार होती. येत्या-जात्या माणसापोरांशी बोलून चालून संपर्कात असणं जरुरी होतं. न्हाव्याचा पेशाच असा. हातानं अन् तोंडानं एकाचवेळी खुशामत करण्याचा. त्यात जवळचा दूरचा, घरोब्याचा-परका असा भेदभाव ठेवून भागणार नव्हतं. हातात कुचकुचणारी कैची अन् तोंडात बडबडणारी जीभ ग्राहकापुढं सारखी वळवळत ठेवावी लागे. वामनच्या आज्या पणज्यांपासून हे असंच चालत आलं होतं आजवर. तोही पुन्हा पुन्हा तेच करत होता. ग्राहकांचे लक्षणं नखं काढण्याच्या 'लक्षनाशी' ताळमेळ राखत नव्हते.

"का गा, नारायेन.. लगन जुडलं खरं तुहं? कुठची होये गा, पोर्गी?"

"तळेगावची होये, काका."

" वा वा! चांगलं झालं. मांगं यकडाव गेल्तो तिथं. मोठे नेटके अन् चापूनचोपून राह्यतेत– तिथचे लोकं."

"असं का?"

"तूबी आता चांगला चिकना चोपडा राहात जा, बेट्या! सोयऱ्या-धायऱ्याइत वावरा लागते. दाढी तं लय वाहाडली दिसते. ये, मी करून देतो चांगली तलवारकट!"

"नाई काकाजी. मी घरीच घोटतो दाढी."

"बाप्पा! काऊन गा, घरीच? यवढ्या उच्ची राह्यनीमानातला मानूस तू आनं घरीच घोटतो मन्तं?"

"तसं नाई, काका मले कनाई भावतच नाई म्हाल्याचा वस्तरा. दाढी

खाजोते मंग.''

''इच्यामायमी! हेबी खूब झाली मनाव् ... पन यकडाव माह्या हातचा अनुभव तं घेऊन पाह्य तू. लागंन तं दाढी खाजोली नाई तं पयसे मंग देजो पुढल्या खेपंले.''

''नाई काका. आता लगनयेव पुढं तोंडाशीन आल्यावर, मी नाई घोटत बा, तुह्या हातानं! उगंच तोंडावर फरकोड्या उठल्या, तं लगनात पंचाईत होईन माही!''

वामनची उरलीसुरली आशा पणाला लागून चकनाचूर होई. मग तो तेल सरलेल्या फुलवातीसारखा पार विझून जाई. चालूबंद होणाऱ्या चौकातल्या ट्यूबलाइटावानी त्याचा चेहरा दिवसभर आशा-निराशेनं लपलपत होता. त्याला मात्र काहीच करता येत नव्हतं. पुढं पुढं येऊन गिळू पाहाणारं म्हातारपण रोखता येत नव्हतं अन् धावत्या दुनियेसोबत पळताही येत नव्हतं. कधी तो दुकान उघडून बसे, कधी चाव्या घेऊन परस्पर नदीकाठी दर्ग्याजवळ बसून राही. गेल्या महिन्यापासून तर तो भणंगासारखाच झालेला. मळलेल्या कपड्याची शुद्ध नव्हती की खाण्यापिण्याकडं लक्ष नव्हतं. केव्हा केव्हा तर सारं जगणंच निरर्थक वाटे. पण मुकी शकून अन् मायाळू नर्मदाचे चेहरे त्याच्या डोळ्यापुढं येत. मनातली उलघाल आणखी वाढे. नदीच्या पात्राकडं पाहाताना तो संसारात शिरलेल्या पाण्याला शिव्या देई. जगण्या-मरण्याच्या अरुंद बांधावर घुटमळणारा वामन झाल पडताच मायाजाळाच्या ओढीनं घरी येई. कोणी घेणेकरी पैसे मागू लागला म्हणजे त्याला मागचं पुढचं सारं आठवे. अंगणातून दिसणाऱ्या चिंचेच्या झाडाकडं तो नुसताच नजर लावून बसे.

चिंचेचं झाड आता पुरतं झडून गेलं होतं. भलं अवजड खोड तेवढं शिल्लक उरलं होतं. बारीक सारीक फांद्या पोरांनी जळणासाठी तोडून नेलेल्या. चिंचेच्या मुळ्या दलदलीनं सडून गेल्या होत्या. खेळणारी पोरं झरलेल्या खोडाला बुडापासून हलवत होती. कोणी धारदार दगडानं खोडावर स्वत:चं नाव लेकीबाळीच्या नावासोबत कोरून ठेवत होतं. चिंचेची दाट सावली फक्त आठवणीपुरती उरली होती. पाडाच्या चिंचेची आंबट-गुळचट चव अजूनही जिभेवर रेंगाळत होती. आतून सडलेलं खोड लकवा मारल्यावानी डुलूडुलू हालत होतं. साध्या वाऱ्याच्या झोतानंही उभ्याजागी थरथरत होतं.

''काऊन गा, वामनकाका... इच्यारात बसला यकटाच?''

''ऊंऽऽ काई नाई...'' चिंचेवरून नजर न हटवता तो खोल हुंकारला. चुडामन त्याच्याजवळ उभा असतानाच नदीच्या बाजूनं कलकलाट ऐकू येऊ लागला. आवाजानं तंद्री भंगून त्यानं चुडामनला विचारलं, ''कायची गडबड

होयेगा, तिकडं?''

''तुले ठाऊकच नाय काका? निवडनुका आल्यात नं आता.'' चुडामननं त्याच्याजवळ बूड टेकवलं, ''पह्यले ग्रामपंचायतीची आनं मंग झेडपीची अशा दोन्हीबी होनार हायंत.''

''मंग ह्या कल्लागोंधळ कायचा होये तिकडं?''

''हुकूमसेठच्या पार्टीवाले पंचायतीच्या उमेदवारीसाठी तयसिलीत फार्म भराले चालले. त्याइले सार करासाठी पार्टीचे लोकं जात असतीन- इस्टानापावतर.''

चुडामन बोलत असताना घराजवळचा उमेशही त्यांच्याजवळ येऊन बसलेला. उमेशनं विचारलं, ''जाहागिररावच्या पार्टीनं नाही भरला का फार्म?''

''कालच भरला त्याइनं.'' चुडामन अभिमानानं बोलला, ''आपली पार्टी मांगं राह्यते का कव्हा?''

''काय ढंग हाये, बापू-थ्या निवडनुकीत?'' वामननं तोंड कडू कडू केलं, ''ह्या दोन्ही पक्षाच्या पुढाऱ्याइनं गावासाठी आतापावतर कोनते दिवे लावलेत, हे तं ठावूकच हाये आपल्याले.''

''पन निवडनुका तं होतीनच कनाई? त्याच्याशिवाय कसं चालंन?'' चुडामननं मुद्दा रेटला.

''माह्या मतानं तं आता कोनालेच निवडून नाई द्याआले पाह्यजेन सप्पा. सारा तितंबा अन् खेळखंडोबा करून ठेवला, लेकाइनं गावाचा. मतदाराइनं एकी कराची आता हेच संधी हाये आपल्याले.''

राजकारणाच्या विरोधात जाणारं वामनचं बोलणं चुडामनला मानवणारं नव्हतं. तो तिथून सटकला. गावातून येणाऱ्या वाजंत्र्याचा आवाज थडीवरच्या आसमंतात दुमदुमत होता. एकेका ठेक्याचे कितीतरी पडसाद तुंबलेल्या पाण्यावरून उठत होते. वाळलेल्या चिंचेचं खोड हवेच्या झोतानं पाण्याकडं झुकत होतं.

❑

।। बारा ।।

पौषाचा महिना. पहिल्या इतवारी भोई-ढिवरांनी नारायणदेवाची पूजा केली. यावर्षीचा नारायणदेव नुपरूकडं ठरलेला. आलेल्या पाहुण्यांकडून नुपरूला अहेर झाले. तिसऱ्याप्रहरी ढोल-सैनीच्या वाजंत्र्यामागून जाळं अन् आरत्या घेऊन माणसंपोरं नारायणदेव धरण्यासाठी निघाले. मागच्या वर्षी लाल नाडा बांधून नुपरूनं त्याचा डुकर 'नारायणदेव' म्हणून देवाला सोडलेला. अवघ्यांनी त्याला जाळ्यात पकडला. वाजत-गाजत घरी आणून त्याचे पाय धुतले. एकेकानं निवद पोळी चारून नारायणदेवाची पूजा केली. दुसऱ्या दिवशी वाजंत्र्याच्या गजरात त्याला नदीकाठी नेला. त्याचं शीर वधून कापून काढला. अवघा नदीकाठ सनईच्या सुरावटीनं दुमदुमून गेला. डुकराचं शीर सूर्याकडं तोंड करून कोपरात मांडलं. नदीकाठची नेहमीची मोकळी जागा पाण्यानं झाकली होती. सपाटीकरण झालेल्या जुन्या घरांच्या परिसराची लोकांनी गोदरी केलेली. स्वयंपाकासाठी कुठंच धड जागा उरली नव्हती.

चारचौघांनी नदीकाठी झाडलोट केली. बायांनी चुली मांडलेल्या. कण्या मटनाच्या पंगती उठत होत्या. नाक दाबून जेवणारे जातभाई धरणाच्या नावानं बोटं मोडत होते.

या महिन्यात थंडीचा कडाका खूपच वाढला होता. पाण्याच्या साठ्यामुळं गावाभोवती नदीलगतच्या शिवारात माळवे अन् संत्र्यांचं ओलीत वाढलेलं. सारा परिसर पाण्यानं रात्रंदिवस ओलागार राहात होता. गावालगतच्या नदीतल्या पाण्याची शीग अद्याप उतरली नव्हती. काठावरच्या घरातली ओल कमी झाली नव्हती. म्हाताऱ्या-कोताऱ्यांचा दिवस कसातरी निघून जात होता. पण रात्र वैरीणीवानी खायला धावत होती. थंडीचा गारठा जिवाला विसावा पडू देत नव्हता. सकाळ-सांजेला तरणे-म्हातारे चुलीचा आसरा सोडत नव्हते. नदीकाठची वस्ती मुळातच हातावर पोट घेऊन जगणाऱ्यांची. घरोघरी पांघरुणांची चणचण होती. आठ महिने भुईवर भार देऊन पडलेल्या माजघरातल्या घडवंच्या आता हलक्या होऊ

लागल्या. पौषातल्या प्रत्येक इतवारी लेकीबाळी तुळशीपुढं सूर्यनारायणाची पूजा मांडू लागल्या. आरसा, फणी, कंगवा, खोबरेलतेल, दंतमंजन असं घरातलं वेणीफणीचं सामान तुळशीपुढल्या पाटावर येऊन बसू लागलं. रांगोळीच्या पांढऱ्याफेक धारेतून सकाळचा सूर्य हसत होता.

भालचंद्रा बऱ्याच दिवसानंतर वामनकडं आलेला. एवढ्यात तो कामाशिवाय सहसा इकडं फिरकला नव्हता. वामनला बोलका करण्यासाठी तो एवढ्यातच ऐकलेली बातमी सांगू लागला.

"तुमच्या मोहल्ल्यातली इमली आपल्या बाजूच्या घरतवाड्याले गेली मनते– राहाले."

"तिथं कसी वापस आली थे? गुलब्याचा तं पत्ता नाई अजून."

"इमली जिथं कामावर होती थ्या गावी कोनंतरी गुलब्याले नेऊन देल्लं खरं, तिच्याजौळ. थ्या हरामखोर सुपरवायजरानं गरम सरोत्याचे डाग देल्ले मनतेत गुलब्याच्या पाठीवर. ठेकेदाराले ठावूक झाल्यावर त्यानं सुपवायजरले आनं इमलीले दोघालेबी हाकललं मनते कामावरून."

"इचीमायमी! मंग थो सुपवायजर नाई गेला का तिच्यामांगं- घरतवाड्याले राहाले?"

"थो कायले जाईन, भाऊ? आंब्याची घुई... चोखली चोखली अन् रस सरला, तं देल्ली फेकून."

वामन इमलीच्या गोष्टीत फारसा रमला नाही. स्वत:विषयीही तो रस घेऊन बोलत नव्हता. भालचंद्राला आठवण झाली, "तुनं तुहा चेक आनला का, वामनभाऊ? मांगं पाण्यानं खसलेल्या घराईचे चेक भेटून राह्यले खरं नं, पटवाऱ्याकडं."

"तहीचा आता चेव आला का सरकारले-नुकसानभरपाईचा? तेरवीचं जेवन अक्करमाशाले!"

भालचंद्र जाण्यासाठी उठला, तसा तोही त्याच्यामागून घराबाहेर पडला. पटवाऱ्याच्या धापटापुढं लोकांची लांबच लांब रांग लागलेली. जो तो पुढं जाण्यासाठी धडपडत होता. कोणी धक्काबुक्की करून मध्येच घुसत होता. एकेक इंच पुढं सरकत वामन पटवाऱ्यापुढं जाऊन उभा राहिला.

काही न बोलता पटवारी नुसताच बसून होता. अधूनमधून नाकाजवळ खाजवत होता. मध्येच त्यानं हाताची बोटं मोडली. मानेला पिळा देऊन कडकड हाडं वाजवली. उभ्या उभ्या वामनचा धीर सरत आलेला, "सायेब, आपला पाहा नं चेक."

ऐकू न आल्यासारख्या निर्विकार चेहऱ्यानं त्यानं पुन्हा नाक खाजवलं.

डबीतला चुना तंबाखू काढून तो हातावर बराच वेळ बारीक होईपर्यंत घोटू लागला. वामननं एक लांब सुस्कारा सोडला. मागचे लोक विनाकारण धक्काबुक्की करत होते. पण पटवाऱ्याला त्यांच्याशी काहीच देणं घेणं नव्हतं. वामननं नेट धरून पुन्हा विचारलं, ''सायेब, चेक आला असंन नं आपला?''

पटवारी चैतन्य सरल्यासारखा खुर्चीतून उठला. किरकिरणाऱ्या जुन्या फडताळात चेकचा गठ्ठा धुंडाळू लागला. पण तो सापडत नव्हता. चेक शोधताना उंदारांनी कुरतडलेले दुसरेच कागदं खाली सांडत होते. बरंच धुंडाळून झाल्यावर चेकचा गठ्ठा सापडला. पण मध्येच तो रजिस्टरावर काहीतरी लिहू लागला. लिहून होताच तो वामनचा चेक शोधू लागला. वामन पुरता वैतागून गेलेला. अखेर पटवाऱ्याला सापडलेला शंभर रुपयांचा चेक त्याच्याजवळून घेताना त्यानं विचारलं, ''नगदी पयसे भेटले असते, तं बरं झालं असतं, सायेब. आता ह्या कुठं तोडा लागंन मनाव्?''

मांजरीनं उंदरावर धावावं, तसा पटवारी एकदम फिस्कारला, ''कुठंही तोडा, नाहीतर कुऱ्हाडीनं तोडा त्याला! पन आता माझं डोकं नका खाऊ जास्त. खचलेल्या भिंतीही उद्या बांधून मागाल तुम्ही आम्हाला!''

वामनचा चेहरा तोंडबुचक्या आदळल्यावानी झालेला. तो चेक घेऊन वळताच पटवाऱ्यानं तंबी दिली–

''आणि हे पाहा, त्या चेकचे पैसे मिळाल्याबरोबर गेल्यावर्षीचा थकित वायदा भरून टाका लौकर!''

पटवाऱ्याकडून वामनच्या आधी चेक घेऊन निघालेल्या कन्यालालला त्यानं छेडून पाहिलं–

''का गाऽ कन्यालाल? तुले कितीक् रुपाचा भेटला-नुकसानभरपाईचा चेक?''

''मले पाचशाचा भेटला ब्वा, काका.''

''तुहं काय खसलं होतं गा, यवढं? तुहं तं काईच नुकसान नाई दिसलं मले बरसादीत.''

''नुकसान असं नाई होत, काका... थे मुद्दाम दाखवा लागते-सरकारले!''

''मनजे कसं?''

''थे असं रस्त्यावर सांगू का?... चाल, दुकानात सांगतो–'' वामननं सलून उघडताच कन्यालाल सांगू लागला, ''हे पाह्य, मले घरी जिथं संडास बांधाचा होता तिथची भित्त नुकसानभरपाईची दवंडी झाल्याबरोबर मुद्दाम खसवून टाकली. थेच भित्त पुढं पंचनामा करून पटवाऱ्याले दाखोली. भित्तीच्या कोपऱ्यात संडाससाठी गड्डा खांदला, थोबी पानी मुरल्यानं पडला म्हनून दाखवून देल्ला त्याले. दोन्हीचेबी भेटलेत मले पयसे.''

“वा गा, वा! बरा हिकमती मनाव् तू! पन थ्या पटवाऱ्यानं कसं पास केलं हे?”

“कसं म्हनजे? त्यालेबी चेकच्या रक्कमेपैकी दाहा टक्क्याची चाटन द्या लागली नं... हे तं काईच नाई, पन पुढचं सांगीन तं नवलच करशीन तू!”

“पुढचं काय होये अंखीन?”

“आपल्या ग्रामपंचायतीत संडास अनुदान योजना आली. घरी नवा संडास बांधला, तं बारा हजाराचं अनुदान भेटते– आपल्याले. म्हनून म्या थ्याच भित्तीच्या जाग्यावर संडास बांधला. ग्रामसेवकाले दाखवल्यावर त्यानंबी देल्ला बारा हजाराचा चेक!”

“वा! यकाच दगडात दोन-तीन पाखरं मारलेत मनाव् तुनं! यका भित्तीची कमाई साडेबारा हजार! इचीमायमी, माही यवढी राह्यत्या घराची भित्त पडली, तं माह्या हाती ह्या शेंभराचा धत्तुऱ्या देल्ला! वारे सरकार आनं वारे योजना!”

“असंच आहे, काका, जिकडं तिकडं. सरकारी माल... हाताळनारा मालामाल आनं खाऊन पचवनाऱ्याची कमाल! थ्या ग्रामसेवकाले वली पार्टी द्या लागली, तव्हा कुठं त्यानं जमवून देल्लं माह्यं. बरं,चालतो ब्वा... उमेदवारीच्या फार्माचं काय झालं थे पाहाले जाआचं आहे काटोलले.”

कन्यालाल निघून गेला. वामनच्या डोक्याला मुंग्या आल्यावानी झालेलं. दुपारचं दुकान बंद करून तो बँकेकडं वळला. बँकेच्या पडवीतून चोरावानी दडत लपत आत गेला. कॅशियरच्या कॅबिनच्या आडोशाला टेकून उभा राहिला. इथं येण्यासाठी त्याचं मन राजी नव्हतं. पण खिशात चोळामोळा होऊ लागलेल्या चेकच्या चिटोऱ्याची विल्हेवाट लावणं भाग होतं. पैश्यांची सारखी चणचण होती. मॅनेजर मोकळा होण्याची तो वाट पाहू लागला.

“सायेब, नुकसानभरपाईचा चेक तोडाचा होता आपल्या इथं.”

“कशाचा चेक आहे?” मॅनेजरनं हात पुढं केला.

खिशातल्या मळकट प्लास्टीकचा होणारा फडफड आवाज दडपून टाकत वामननं चेक बाहेर काढला. मॅनेजरनं चेकला आलटून-पालटून पाहात विचारलं, “तुमचं खातं आहे का बावाजी, इथं?”

“नाई जी, सायेब... आपल्याले कोनतं काम पडते- खातं काहाडाचं?” ‘

“मग तुमचा चेक तुटणार नाही इथे.”

कॅशिअर मध्येच बोलला, “अशी अडचण आली म्हणजेच येते यांना बँकेची आठवण.”

त्यानं मॅनेजरकडं पाहात विचारलं, “मंग आता दुसरा काईच उपाय नाई, काजी?”

"उपाय आहे. तुम्हाला खातं काढावं लागेल इथे. मग तो चेक जमा झाल्यानंतर पंधरा दिवसांनी पैसे मिळतील. त्यावेळी चेकच्या शंभरातील कमिशन अन् खर्चाचे तीस रुपये कापून घेऊ आम्ही."

"अन् हे पाहा, बावाजी." कॅशिअरनं नियमावर बोट ठेवलं, "नुसते खातेच उघडून चालणार नाही तुम्हाला, तर खात्यावर नेहमी व्यवहार करावा लागेल."

"बरं, तं मंग काहाडून टाका आपलं खातं. जमले तेवढे टाकत जाईन मी."

मॅनेजरनं फॉर्म काढला, "हा फॉर्म भरून घ्या अन् शंभर रुपये भरून टाका कॅशिअरकडे."

"मनजे शेंभर कायचे जी?" वामननं चमकून विचारलं. त्याच्या खिशात दमडीही नव्हती.

"खाते सुरू करण्याचे. ते नेहमीसाठी डिपॉझिट राहील खात्यामध्ये."

त्यानं मनात हिशेब केला... शंभर रुपयाच्या चेकसाठी तेवढेच रुपये जवळचे नगदी भरून खातं काढाचं. पंधरा दिवसानं चेकचे शंभर घेतानं त्यातले कमिश्यनचे तीस जातीन. बरी पुरवंन मनाव् हे नुकसानभरपाई!... तो एकाएकी बोलला, "सायेब, थो चेक देऊन टाका वापस."

"काऊन बावाजी, खातं नाही उघडत का मग?"

"खातं गेलं चुलीत! सरकार आमाले कुत्रे समजून ह्या चिमटभर नुकसानभरपाईचा तुकडा फेकते का आमच्यापुढं?"

मॅनेजरनं दिलेला चेक वामननं तिथंच टरंटरं फाडून टाकला!

❑

पुसाचा अर्धा महिना उलटला अन् थंडीची बोचरी लाट सुरू झाली. माणूस-कुणूस दिवसभर उन्हाचा आसरा धरून बसू लागला. रातमाय पांघरुणातून तोंड बाहेर काढू देत नव्हती. कुठंतरी बर्फ पडल्याच्या गरम गोष्टी ठेल्या-टपरींवर झडू लागल्या. चिल्हाटीच्या झांज्यात गुरफटल्यावानी दिवसभर थंडीचा काटा अंगातून निघत नव्हता. हातपाय वाळकावानी फकंफकं उलू लागलेले. मानेला झोंबणाऱ्या थंड्या वाऱ्यामुळं गळ्याला मागूनपुढून खपल्या धरत होत्या. कधी जाणवला नव्हता, एवढा गारठा पडत होता. सकाळी दाट धुक्यामुळं भोवतीचं दिसत नव्हतं. नदीच्या पाण्यातून निघणाऱ्या वाफा आभाळातल्या धुक्याच्या मांडवाशी एकजीव वाटत होत्या. पिकांवर सडा शिंपल्यावानी दव पडत होतं. सकाळी तर गवतातून चालताना कमरंपर्यंत दवानं ओलं होत होतं.

चिंधाईला एकेक रात्र कहरासारखी वाटत होती. मास्तरनं सारं अंथरूण

पांघरूण नव्या घरी नेलेलं. जुन्या दोन वाकळा तेवढ्या घरी शिल्लक ठेवल्या होत्या. त्याही चिंधाईच्या शेवटल्या बाळंतपणापासून गलपल्या नव्हत्या. नवी वाकळ शिवावी, तर धोतरं नवऱ्याबरोबरच नजरंआड झालेले. चार वर्षांपासून तिनं नवं लुगडं अंगावर पाहिलं नव्हतं. चिंधाईला वाताचा त्रास होता. जास्त थंडी पडली म्हणजे तिला श्वास घेणं जड जाई. ताठरलेले हातपाय सरळ होत नसत. गळ्याला अन् छातीला दम्याची सारखी ढास लागे. उतरतं वय म्हणून ती त्याची काळजीही करत नव्हती.

त्या दिवशी जेवणरात होईपर्यंत चिंधाई चुलीपुढून उठलीच नाही. विस्तवाच्या उबेनं डोळे तारवटू लागले तेव्हा ती अंथरुणावर गेली. पांघरायला कमी होतं म्हणून तिनं अंथरुणाखाली वाळलेलं गवत पसरवून त्यावरची एक वाकळ पांघरण्यासाठी घेतलेली. पण तरीही थंडी धरवत नव्हती. बर्फात बसल्यावानी वाटत होतं. गेल्या हप्त्यापासून कुडकुडीनं गाढ झोप अशी लागलीच नव्हती. नदीकडून येणाऱ्या थंड्या वाऱ्याच्या लाटा पांघरुणाआड गर्मी चढू देत नव्हत्या. आभाळातलं बुढीचं खाटलं बुडेपर्यंत चिंधाई जागीच होती. सरत्या रात्रीला तिचे पाय एकाएकी मुंग्या आल्यावानी बधिरले. अंथरुणावर पाय झटकूनही ते सरळच होत नव्हते.

पाहाता पाहाता तिचं अवघं अंग लाकडावानी ताठ झालं. उजव्या बाजूची हालचालच होईनासी झाली. एवढ्या रात्री कोणाला सांगावं, म्हणून ती रात्रीच्या एकेक घटका मोजत पडून राहिली.

सकाळी फटफटताना विचित्र कण्हण्याचा आवाज ऐकून नर्मदा लगबगीनं चिंधाईच्या खोलीत शिरली. तिची अवस्था पाहून ती घाबरली. सदा बडबडणाऱ्या चिंधाबुढीची वाचा बंद झालेली. तोंडाच्या उजव्या भागाची हालचाल तिरपली होती. मांडी घालून तिला बसता येत नव्हतं. नर्मदानं मिठाची पुरचूंडी गरम करून चिंधाईचा शेकनिवा केला. तेलानं तिचे हातपाय चोळून काढले. पण म्हणावा तसा गुण आला नाही. चिंधाई कष्टानं ऊठबस करू लागली खरी, पण कंबरेतला वाक गेला नाही. डोकं अन् पायात झालेला काटाकोन सरळ होत नव्हता. तोंडातून निघणारा बोल ऐकणाऱ्याला धड समजत नव्हता. सरत्या आयुष्याचा एकेक दिवस चिंधाई मोठ्या कष्टानं काढू लागली. अशातच गुलब्या तिच्या आसऱ्याला आला.

बऱ्याच दिवसांपासून बेपत्ता असलेला गुलब्या एकाएकी गावात प्रकटला. आला तेव्हा त्याच्या अंगावर कपड्याची चिरोटीही नव्हती. लहान लेकरावानी ढुंगण घासत तो नागवाच रस्त्यानं हिंडत होता. दोन पायांवर कंबर पुढं पुढं सरकवत तो बाजार चौकात आला. जानरावच्या दुकानात शिरून त्याला बिडी

मागू लागला. गुलब्याची अवस्था पाहून त्यानं हाडहुड करत त्याला दुरूनच हाकलून लावलं. गुलब्यानं मग त्याचा मोर्चा वामनकडं वळवला. त्याच्या अवताराकडं पाहावसं वाटत नव्हतं. पाठीवर कशानंतरी डाग दिल्याच्या जखमा होत्या. त्यातून रक्ताळलेला पू वाहात होता. आजूबाजूच्या माश्या त्याच्या अंगावर जोर करत होत्या. तो त्यांना हाकलू पाही. पण रक्ताला चटावलेल्या मुजोर माशा उडता उडत नव्हत्या. उघड्या पाठीवरच्या घावात माशीनं काटा मारला म्हणजे गुलब्या कळवळून उठे. तोंड हेकडं करत बैलावानी अंग झटकून काढी. हातपाय त्याचे वंगण दिल्यावानी काळेशार पडलेले. तोंडातली लाळ चाळणीतून गळावी, तसी दाढीच्या वाढलेल्या झुपक्यांमधून खाली गळत होती. वेदनेनं व्याकुळलेले खोल डोळे. यावेळी त्याच्या हातात कपड्यांचं बोचकं नव्हतं. चिटोऱ्यांच्या गुंडाळ्याही नव्हत्या. नदीकाठी सडलेल्या जनावरावानी त्याच्याभोवती विचित्र दुर्गंधी सुटली होती.

दुकानात येताच गुलब्यानं केविलवाण्या नजरनं वामनकडं पाहिलं. त्याची नजर हातातल्या बिडीवर खिळताच वामननं त्याला खिशातली नवी बिडी काढून दिली. बिडी पेटवून देताच मोठ्या कष्टानं तो बिडीतलं धुपट घशात ओढू लागला.

"कुठं होता रे गुलब्या, इतके दिवस?"

गुलब्या नुसताच एकचित्तानं धुपटाकडं पाहात होता. गुलब्या गावात आलेला पाहून पोरंसोरं वामनच्या दुकानात गोळा झाले. त्याला चहू अंगानं न्याहाळू लागले.

"आरे! थे पाह्य, याच्या पाठीवरच्या घावात अळी दिसून राह्यली पांढरी पांढरी!"

वामननं पोरांना दटकारलं. पोरांचं खरं-खोटं ताडण्यासाठी तो गुलब्याच्या पाठीकडं बारकाईनं निरखू लागला. घावात खरंच जीव पडलेले दिसत होते. जखमंत आतल्या आत वळवळत होते. त्याचा जीव किळसल्यावानी झाला. उवा पाहण्यासाठी बसावं, तसा तो गुलब्याच्या पाठीमागं चवडून बसला. हातातल्या चिमट्यानं घावातली एकेक अळी बाहेर काढू लागला. चिमटा घावात गेला म्हणजे गुलब्या कळवळून उठत होता. 'मां वोऽऽ बापारेऽऽ' असा जोरानं विव्हळत होता. एकेक करून त्यानं बरेचसे जीव बाहेर काढले. तेवढ्यात बाजूचं पोरगं बोंब मारून उठलं, "अरेऽ अरेऽऽ! गुलब्याचं ढुंगनबी भरलं हागल्यानं!"

आता मात्र वामनला पाहिल्याबरोबर किळस आली. आपल्याशीच बोलावं, तसा तो पुटपुटला, "काय जलम मनाव् मानसाचा! जित्तेपनीच नरक भोगल्यावानी झालं लेकाचं!"

कागदानं गुलब्याचं ढुंगन साफ करून वामननं हजामतीचं पलाणं त्याच्या कंबरंभोवती गुंडाळलं. माणसं-पोरं गुलब्याकडं पाहून हसत होते. तो रस्त्यानं दिसताच लेकीबाळी दुसरीकडं तोंड फिरवत होत्या. चिंधाईला गुलब्याची दया आली. तिनं आठवणीसाठी जपून ठेवलेले रमेशचे कपडे गुलब्याच्या अंगावर टाकले. उमेशनं व त्याचा साथी-सोबत्यांनी गुलब्याला नळाखाली नेऊन धुऊन काढला. आठवडाभर वामन त्याच्या घावांवर हळद भरू लागला. त्यानं त्याची वाढलेली दाढी हजामत घोटून दिली. गुलब्या जरा माणूसपणात आला. पुन्हा घरीदारी हिंडू लागला. पण त्याचं गाणं अन् भजन हरवलं, ते कायमचंच. पुन्हा कधी तो खुशीनं नाचला नाही, की जीवभरून त्यानं लावणीचा सूर धरला नाही. सदा बडबडणारा गुलब्या मुकामुका झाला होता. चिंधाईच्या खोलीतच पडून राहात होता. ती पोटच्या लेकारावानी त्याला खाऊ-पिऊ घालत होती. तिच्या एकट्या जिवाला गुलब्याचा आधार वाटत होता.

दोन कोसावर घरतवाड्याला जाऊन आलेले इथले गावकरी तिथून इमलीला पाहून आल्याचं सांगत होते. इमलीची पूर्वीसारखी आता रया राहिली नसल्याचं बोलत होते. चेहरा तिचा सुजल्यावानी झालेला. ओठ अधिकच रंगले होते. मातीच्या उललेल्या भिंतीवानी तिच्या तोंडावर सुरकत्यांचं दाट जाळं पसरलेलं दिसत होतं. अंगावरचे कपडे किटून गेले होते. बारा गावचं पाणी पिऊन आलेली बाई. घरतवाड्यातही ती गुमसुम बसणार नव्हती. तिन्हीसांजा ती तिथं भजन-पूजन अन् आरती-पोथीला देवळात जात होती. देवदर्शनाला येणाऱ्या नवथळांना आता नवाच विरंगुळा मिळालेला. पोरासोरांसोबत तिची सलगी वाढत होती. इमली एकाच दगडात देवधर्म अन् कमाई दोन्ही साधत होती. ती गावाशेजारी येऊनही गुलब्याला कायम निवारा लाभला नाही. त्याच्या भटकणाऱ्या देहाला थारा मिळाला नाही. त्याच्या प्रपंचाच्या गाड्याचं एक नक्षीदार चाक चवचालपणाच्या चिखलात पक्कं रुतून बसलं होतं अन् दुसरं अवजड चाक पागलपणाच्या उतारावरून वाट फुटंल तिकडं धडंधडं गडगडत निघालं होतं.

❑

एक दिवस शकून गोदरीकडं लोटा घेऊन जात असताना गोवाऱ्याच्या सांदीत तिचा नवरा भुतावानी एकाएकी सामोरा आला. वाटंवर आडवा येऊन केविलवान्या चेहऱ्यानं स्टँडकडं बोट दाखवू लागला. आता काय करावं, तिला समजेनासं झालं. तो तिच्या ओटीपोटाला टक लावून निरखत होता. डोळ्यात त्याच्या आर्जव दाटलेलं. तो तिच्या पोटाला हात लावून विचारू लागला. शकून पुरती भांबावून गेली होती. तिनं सुई टोचल्यावानी केलं. लांब बोट

दाखवलं अन् पोटाजवळ नेलेला हात खाली घसरवला.

"झालं? केलं वाटोळं!" तो हाताचे इशारे करत बोलला, "माही आठोन नाई येत का तुले?... निदान आता तरी चाल–"

शकूननं आडवी मान हलवली. डोळ्यात दाटलेलं पाणी नवऱ्याला दिसू नये म्हणून ती त्याच्यापुढुन सटकली. तिला धांदरलेली पाहून नर्मदानं विचारलं,

"काऊन वं, पानीभरला लोटा तसाच वापस घेऊन आली घरी?" मग ती स्वत:शीच बोलावं, तशी बोलली, "थ्या बाबल्लीच्याइनं धरनवाल्याइनं लेकीबाळीले हागालेसुद्दा आडोशाची जागा नाई ठेवली– गावाभोवती! तिकडं जाव् तं झाडंझुडपं नाईत आनं इकडं जावं तं पानीच पानी."

शकून उगीच होती. मनात तिच्या निराळा कल्लोळ उसळलेला. छाती धडधडत होती. साडीच्या पदरानं तोंड झाकून ती बसून राहिली. ज्याच्या नावानं हळद लावली, ज्याच्यासंगं महिनाभर रात्रंदिवस राहिली; तोच आज स्वप्नातल्यावानी सामटीत येऊन तिची काकुळतीनं मनधरणी करत होता. शकूनचं मन सैरभैर भटकू लागलं. तिला नवऱ्याकडं जावंसही वाटत होतं अन् जाऊ नये, असंही जाणवत होतं. त्याच्या छळणुकीचे घाव बुजले असले तरी अजून पुरते काळजावरून पुसल्या गेलेले नव्हते. एवढ्यात तिचं शरीरही तिला स्वस्थ बसू देत नव्हतं. सविताची खिडकी पुन्हा पुन्हा आठवत होती. तन दुखलं सारं जग पाह्यते, मन दुखलं कोन पाह्यते?... तिच्या काळजातल्या उलथापालथीची वामन-नर्मदाला काहीच कल्पना नव्हती. शकून मात्र आला दिवस कसातरी ढकलत होती. एकटी असली म्हणजे तिच्या मनाला वाचा फुटे. डोळ्याचं तळं बरसादीतल्या धरणावानी उलंगून वाहू लागे. अंगणातली केळ एकाएकी फडफडली. वाऱ्याची लपट उभ्या केळीला झणकारून गेली. सपरीच्या कोपऱ्यात लटकणारं दुधाचं शिंकाळं तिच्या नजरंपुढं वाऱ्यानं हलू लागलं. सुंद्रीला विकलं तेव्हापासून शिंकाळ्याला दूध पारखं झालेलं. रिकामं शिंकाळं आता नुसतंच मागंपुढं झोके घेत होतं.

"काऊन गा काका, घरी? दुकान नाई उघडत का?"

–सकाळीप्रहरी अंगणातून आवाज आला. नर्मदा नारायणकडं पाहात बोलली–

"काऊन बापू, नारायेन? ये नं; बस नं बापा."

"मी जरा यका कामासाठी आल्तो ब्वा–"

"हंऽऽ..." वामन बसल्याजागी हुंकारला.

"म्हशी भादराच्या होत्या दोन-तीन. आपल्याजौळ नाई अवजारं. मनलं वैदाच्या हातानं केलेलं बरं... मंग इलंक्शनच्या प्रचारासाठी फिरा लागंन तं येळ नाई भेटनार मनलं–"

“मंग?” सावजावर झडप घालू पाहणाऱ्या मांजरीवानी वामन टिमकारला.

“मनलं, भादरून देसीन का तुह्या फुरस्यदीनं?”

तो एकदम चेंडवासारखा उसळला, “मी मानसं भादरनारा म्हाली हो, का म्हसाडा भादरनारा रे?”

“तसं नाई, काका; तुले जरा रिकामपन राह्यते म्हनलं, म्हून-”

“मांगरोजा तुले दाढी कर मनलं, तव्हा माह्या वस्तऱ्यानं दाढी खाजवत होती तुही! आता थ्या म्हशीची पाठ नाई खाजोनार का?”

“पाह्य ब्वा,” नारायण कानकोंडला होऊन बोलला, “भादराचं असंन तं भादर, नाई तं राहू दे. पन उगंच उलट्या हातानं कायले घोटतं माही?”

नारायण जरा रागानंच निघून गेला. नवऱ्याचा नूर पाहून नर्मदा काहीच बोलली नाही. वामन 'पांडुरंगा पांडुरंगा' करत उठला. खुंटीच्या किल्ल्या घेऊन नाईलाजानं निघाला. राठ केसांवर दाबून दाबून वस्तरा ओढावा, तसा पाय रखडत दुकानाकडं चालू लागला.

दुकानापुढं नखुबुवा उभा होता. कपडे किटून गेलेले. डोक्यावरून कितीतरी दिवसांत तेलाचं बोट फिरलेलं दिसत नव्हतं. पायातल्या रबरी जोड्यानं पुढून तोंड वासलेलं. धोतराला जागोजागी गाठी मारलेल्या होत्या. वाढलेल्या दाढीमुळं चेहरा तापातून उठल्यावानी वाटत होता. कमिजीला नाना ठिगळं लावलेले.

“काऊन हो बुवा, असा अवतार?” वामननं कुलुपात किल्ली फिरवली.

“आता कसं करता, मामाजी? हे कोरटाची किरपा होये सारी!”

“मनजे?... घराच्या खटल्याचा निकाल लागला नाई का अद्याप?”

“निकाल लागला नं... आपल्याले पक्की खात्री होती. निकाल आपल्याच बाजूनं लागनार म्हून.”

“कितीक भेटलेत मंग आपल्या थ्या झोपडपट्टीवाल्या घराचे पयसे?”

“थे सोडून द्या, मामाजी. म्या तुमाले सांगाव् नाई आनं तुमी मले विचाराव् नाई!”

“काऊन बा?”

“निकाल लागला थ्या रोजी सांजचा जहागिरराव आमच्या नवराबायकोसाठी यक धोतराचं पान आनं लुगड्याची घडी घेऊन आला घरी. म्या त्याले पयशाचं इच्यारलं, तं मने खटल्याचा खर्स वगळून उरलेल्या पुनर्वसनाच्या पयशात फक्त हे यक धोतर आनं लुगडं यवढंच झालं मने!”

“वा रे व्वा! हेबी कमालच झाली!”

“थे तसंच हाये, मामाजी. आपल्यासारक्याले कोन नाई खात अजकाल? येजेंटपासून तं न्यायाधीश-वकिलापावतर सारे खुडून खान्यासाठीच टपून बसले

हायेत. त्याइच्या ह्या खान्यापायी माह्या बायकोच्या आंगावर यक भांडं नाई राह्यलं-चांदीचं!''

"मंग फायदाच काय झाला यवढं भांडन्याचा?''

"फायद्याचं सोडा. पन आपल्याले जित्तल्याचं समाधान तं झालं कनाई?''

"पन यवढं कंगाल होऊन थ्या समाधानाले चाटाचं हाये का नुसतं?''

"तुमचं बरोबर हाये. पन थ्या मारत्याची तं जिरली कनाई साजरी!''

नखुबुवा वाटेनं लागला. दुकान उघडून बसलेला वामन ग्राहकाची वाट पाहू लागला.

संध्याकाळी लवकरच दुकान बंद करून तो घरी आलेला. एक खोल सुस्कारा सोडून हातपाय गुंडाळून बसला. काहीतरी त्याचं बिनसलं होतं खास. दिवेलागण झाल्यावर नर्मदा त्याच्याजवळ येऊन बसली, "लवकरच आले अज.''

"हुंऽऽ''

"काऊन, गिऱ्हाइक न्हौतं का?''

"ऊंऽऽ... आपलं नसीबच फाटलं, त्याले काय कराव्? सारेच भोग भोगून झालेत आता ह्या येवनीतले.''

"तरी पन–?''

"पंचायतीचा नोटीस आला अज जागा खाली करा म्हून!''

"आवोऽ माऽय!'' नर्मदा हबकली, "आता कसं मनाव्?''

"थोच तं इच्यार हायेऽऽ'' त्यानं सुस्कारा सोडला, "देवा पांडुरंगाऽऽ! काय हाये थ्या इठ्ठोलाच्या मनात, कोंजीनं?''

"तुमचं असं हाये; खाईन तं तुपाशीन, नाई तं उपाशी! सदाई यक्कच टेक!''

"मंग आता काय कर मनतं मले?''

"थ्या नारायेनच्या म्हसी भादराले जाते, तं काई बिघडतं का?''

"तुले नाई ठावूक! उसाच्या फडात राह्यनाऱ्याचं मन जेवारीच्या गुडश्यात रमंन का?... माह्याजौळ कला हाये, हुन्नर हाये. फक्त वयानं लथडलो म्हून. तेवढ्यासाठी लोकाईच्या म्हसी भादरू का?''

"हो हो. तुमच्याजौळ सारं हाये, हे मलेबी ठावूक हाये. पन येळ बाका आला म्हंजे गध्यालेबी काका मनाची अक्कल नाई-तुमच्याजौळ!''

"मंग आता तू सांग अक्कल. तुही आइकतो मी!''

"माहा आयकान, तं थ्या नारायेनच्या म्हसी भादरून द्या आगोदर. तेवढेच पयसे होतीन– उद्याच्या संजंले. कालपासून गोड्या तेलाचा थेंब नाई शिशीत. ...आनं थ्या सलुनाले आग लावा आता!''

"पन मी आता सोतावून नाक घासत जाऊ का त्याच्या घरी-म्हसाडा भादराले?"

"तुमाले कमीपना येत असंन, तं मी जाऊन सांगतो त्याले येते म्हून. सांगू का?"

नवऱ्याच्या मुकाटपणाचा फायदा घेऊन नर्मदा लगंलगं नारायणच्या घरी गेली. त्याला दादा-बापू म्हणताना त्याचा होकार घेऊन आली. वामनला तिनं धरून-बांधून गोसाई केलेलं. चुकार वासराला लावाव्या, तशा खेटण्या लावून तिनं त्याला नारायणकडं पाठवलं.

❑

वामननं तिन्ही म्हशींवर भडंभडं पाणी ओतलं. पाठीवरचं पाणी हातानं पसरवून राठ केसं मुरेपर्यंत तो बिडी पीत बसला. गड्यानं म्हशीपुढं चारा टाकला. झुरका मारताना बोटाला बिडीचा चटका बसला, तसा वामन खडबडून उठला. एकेक म्हैस भादरू लागला. दोन म्हशी भादरून होताच गड्यानं हुशारी केली, "बावा, ह्या म्हसीले जरा बरोबर पाह्यजो बेतानं. बैलभुजाड हाये लमची!"

म्हशीच्या सुकत आलेल्या पाठीवर वामननं पुन्हा बादलीभर पाणी टाकलं. पाठीवर थाप मारून जरा चुचकारून घेतलं. पाजळलेला वस्तरा म्हशीवरून फिरू लागला. शेणामातीच्या लेपानं राठ झालेले केस वस्तऱ्याच्या माऱ्यानं गळू लागले. केसांची एकेक गुंडाळी एकमेकींत गुंतत खाली घसरू लागली. वस्तऱ्याच्या फरकाड्यागणिक म्हशीची पाठ थरथरत होती. तो शेपटाकडं उभा राहून मागच्या भागावर वस्तरा फिरवू लागला. केसात चिकटलेले गोचिडंही खरडल्या जात होते... वस्तऱ्यानं तुटलेल्या गोचिडाचा म्हशीच्या पाठीवर लालेलाल डाग उमटला.

"सलूनवाले पोपायटर अजकाल म्हशीबी भादराले लागलेत का, बेटे!"

एकाएकी कानावर बोलणं आदळलं. वामननं चमकून वर पाहिलं. त्याचवेळी वाजंत्र्याचा आवाजही ऐकू येऊ लागला. निवडणुकीची उमेदवारी मिळालेल्या जहागिरराव अन् कन्यालालमागून माणसा-पोरांचा जमाव, मारोतीपुढं प्रचाराचा नारळ फोडण्यासाठी खिदळत निघाला होता. त्याच्या डोळ्यापुढं हे सगळं पळभरच तरळलं. वाजंत्र्याचा आवाज पुढल्या वळणावरून एकदम जवळ आला; तसी त्यानं पुढं पाहण्याची अन् आवाजानं म्हैस बुजण्याची एकच गाठ पडली. बुजलेल्या म्हशीनं मागचा पाय जोरात फटकारला. गाफिलपणानं जमावाकडं पाहाणारा वामन तोंडाच्या भारावर खाली आदळला.

त्याच्या धप्पकन आवाजानं म्हैस आणखी बिथरली. कान्ही धरून असलेल्या

गड्याला हिसडा देऊन उभी उसळली. बेलदाराच्या हल्यानं चिखल खुंदावा, तशी उपडा पडलेल्या वामनला तुडवू लागली! तो आतडे पिळवटून ओरडू लागला. किंकाळ्यावर किंकाळ्या फोडू लागला. बाजूला पडलेला गडी सावरून उठला. तो म्हशीला हकलू लागताच बिथरलेल्या म्हशीनं त्याला गव्हाणीवर फेकून दिला.

जिद्दी वामन एकीकडं अन् धारदार वस्तरा दुसरीकडं. म्हशीच्या गळ्यातलं घाटरू जोरानं टणटणत होतं. त्याच्या असहाय किंकाळ्यांना दाबून दडपून टाकत होतं. म्हशीपुढचं चाऱ्याचं तणकट वाऱ्यानं त्याच्या अंगावरून उडत अंगणभर पसरत होतं. वाजंत्र्याच्या गजरात त्याच्या किंकाळ्या कोणालाच ऐकू जात नव्हत्या. त्याचा अवघा देह म्हशीच्या पायांनी राठ केसांच्या गुंडाळीवानी लोळागोळा होऊन पडला होता. हात छातीशी मिटून विसावले होते. ताठर मानेचा काटा एका बाजूला झुकलेला. म्हशीच्या पाठीवरून गळलेले गोचीड अन् पिसवा त्याच्या अंगावर तुरतुरत होत्या. केसात वळवळणाऱ्या गोचिडांच्या गुदगुल्या मात्र त्याला अजिबात जाणवत नव्हत्या.

❑

।। तेरा ।।

एवढ्यात सावेगावातलं वातावरण पार बदलून गेलं होतं. दररोज केकाटणारे प्रचाराचे भोंगे पहाटंलाच भरझोपेतून जागवत होते. दिवसभऱ्याच्या कष्टानं थकलेल्या माणसांची झोप एकदाची उखडल्यावर, भोंग्यांच्या आवाजांनी पुन्हा कसा म्हणून डोळा लागत नव्हता. उमेदवारांच्या नाव-चिन्हांच्या आरोळ्यांनी रात्रंदिवस कान किटून जात. नव्या हेटीपासून नदीकाठापर्यंत वार्डा-वार्डात प्रचाराचे अड्डे जमलेले. पोरासोरांसह गावातले रिकामटेकडे माणसंही भोंग्याच्या माइकात आपापली ओरडण्याची हौस फेडून घेत. प्रचाराच्या हैदोसानं घरादारात एकाचं बोलणं दुसऱ्याला ऐकू जात नव्हतं. रात्री गाव निजेपर्यंत लाऊडस्पिकर सुरू राहात. अधूनमधून बंडी वा रिक्शांवर प्रचारफेऱ्या निघत. रस्त्यालगतच्या चिकन्या खरपूस भिंती उमेदवारांच्या नाव चिन्हांनी रंगून गेलेल्या. गल्लोगल्ली चौकावर टांगलेले निवडणुकीचे कापडी पडदे विरोधी गटाकडून रात्री परस्पर पळविले जात. आज रस्त्यावर टांगलेल्या बॅनरचा पडदा दुसऱ्याच दिवशी चड्डी वा बनियन शिवण्यासाठी चोरपावलानं शिंप्याच्या मशिनवर जाई. केव्हा एकदाची निवडणूक आटपते अन् या कलहातून मोकळं होतो, असं ज्याला त्याला वाटत होतं. पण उघड कोणीच बोलत नव्हतं.

सकाळी खाटंजवळून जाताना नर्मदानं जोरानं आवाज दिला, "उठता काऽ वोऽऽ?"

ती भांड्याचं टोपलं घेऊन घरात गेली तरी, वामन खुसफुसला नाही. भोंग्यामुळं त्याला ऐकू गेलं नसावं म्हणून ती पुन्हा त्याच्या अंगावरचं पांघरूण उंचावत बोलली, "उठता का मनतोऽऽऽ?

"आरेऽ देवा पांडुरंगाऽऽऽ" त्यानं कण्हतच दोन्ही हात लांबवल्यावानी केले. कळ उठली, तसा जागीच चुळबुळला. नर्मदानं एक हात त्याच्या पाठीशी लावून दुसऱ्यानं त्याचं बखोटं धरलं. लहान पोराला उठवावं, तसं हळूहळू त्याला खाटंवरून उतरवलं... त्याचा सारा भार तिनं आपल्या खांद्यावर घेतला. आधार देऊन चालवत तिनं त्याला छायवानीत आणलं, "पह्यले चाहा पेताऽ

का हागाले जाऊन येताऽ?"

वामननं गोठ्याकडं इशारा केला. एकेक पाऊल टाकत तिनं त्याला गोठ्यात नेलं. त्याच्या धोतराचा काष्टा सोडून दिला. उकड व्हायला सांगून तोल सांभाळत त्याला दोन पायांवर बसवलं. मग ती स्वैपाकाच्या चुलीतले राखडंखाली धुमसणारे निवे फुंका मारून चेतवू लागली. जराभऱ्यानं तिनं गोठ्याकडं तोंड करून जोरानं आवाज दिला, "झालं काऽ वो? या लागते काऽ?"

त्याचा होकार येताच ती तोंड फिरवून आत गेली. लोट्यातलं पाणी त्याच्या ढुंगनावर सोडलं. त्याच्या कंबरेभोवती धोतर गुंडाळून दिलं. आधार देऊन त्याला बाहेर आणताना तिनं विचारून घेतलं–

"दमात दम आंग धुऊन घेता का, चाहा पेता पह्यले?"

"ऊंऽऽ आंग धुऊन घेतलं, तं तूबी मोकळी होऊन जासीन."

धोतर वर गुंडाळून हंडीतल्या गरम पाण्यानं ती त्याचं अंग शेकू लागली. तोंडातल्या पाण्याचा गुळणा फेकत वामन हळहळला, "पांडुरंगाऽऽ! काय नसिबाचा भोग मनाव् ह्या? पोटच्या लेकराइले आंघुळी घालूनबी मतारपणात असी बायकोच्या हातानं आंघुळ कराची येळ आली आता. त्याच्यापंक्षा घेऊनच जाता रे, यकासोयीचाऽ!"

"तूमी कायले मनाले लावून घेता वोऽ यवढं? काई कोन्या परक्याले मांगा लागते का? "

त्याचं अंग पुसून झालं. तिनं त्याचं धोतर बदलून दिलं. वामनला परावलंबी झाल्याची रुखरुख लागली होती. त्याच्या कंबरेची कमान झालेली. कंबर सरळ केली, तर लवकर वाकत नव्हती अन् बसला म्हणजे सरळ होत नव्हती. पायांची तर अजिबात घडी घालता येत नव्हती. खिळा निसटल्यामुळं मान सदा एकाच बाजूला झुकून राहात होती. हातापायांची हाडं चेचरल्यासारखी झालेली. ना चालता येत होतं, ना धड बसता येत होतं. गावच्या सरकारी दवाखान्यात थातुरमातुर उपाय झालेले. पण सगळीकडं मुका मार. बाहेरगावी खाजगी डॉक्टरकडं जावं, तर जीपच्या भाड्यापुरतेही पैसे जवळ नव्हते. लोकांची देण आधीच बोकांडी बसलेली. आधार देण्यासाठी घरात माणसांपैकी दुसरं कोणीच नव्हतं. सागर तिऱ्हाइतासारखा उभ्या उभ्या येऊन भेटून गेलेला. औषध पाण्याबद्दलही शब्दानं बोलला नव्हता. दुकानात ग्राहकांची मालीश करून देणाऱ्या वामनला आपली स्वत:चीच मालीश परक्याकडून करून घ्यावी लागत होती. नर्मदा त्याच्या डोक्यावरून तेलाचं बोट फिरवत असताना त्याचं आतापर्यंत बांधून ठेवलेलं अवसान सुटलं. झऱ्यावानी खळखळलेलं डोळ्यातलं पाणी पापण्यांचे काठ ओलांडून गालावर घळघळू लागलं. "का वंऽऽऽ–"

"काय मनता–?"

"ऊंऽऽ काई नाई!" तो भरडल्या आवाजात बोलला.

"तरी पन–? "

त्याचा सूर कापत गेला, "पोटच्या लेकरावानी तू माही यवढी उसाभर करून राह्यली... तू पह्यल्या जल्मीची माय असशीन का माही?"

नर्मदाच्याही डोळ्याला धारा लागल्या. "आता मी नाई करू, तं कोन करंन? माह्याबिगर दुसरं कोन हाये तुमचं करनारं?" तिनं लुगड्याचा बोळा तोंडाला लावला, "यक पोर्गी हाये थे, तं तिले सरमल्यावानी होते मानसाच्या जातीपुढं. थे पोट्टं तं असून नसल्यावानीच झालं!"

"पन मलेच अपराध्यावानी वाट्टे–"

"आत्ता वो, बाई! मी काई घराजौळची नदी थोडीच होये– आला उन्हाळा तं कोरडली आनं धरन झालं तं तुंबारली? यवढे वर्सं संगत केली तुमची आनं आता ह्या थकत्यापायी सवंसाराचा हत्ती बांडा ठेऊ का शेपटानं?"

"तुले वाट्टे का, मी दुरुस्त होईन म्हून?"

"हो, वाटत नाई तं का?... आनं तुमीबी आफन लौकर दुरुस्त होऊ म्हून सदा घोळवत जा मनात, मंग लौक्कर सुधरते तब्बेत!"

शकून फुंकर मारत त्याला चहा पाजून देऊ लागली. तीही बापाचं बरंच करत होती. पुढं पुढं तर तिनं मालीश करून देण्यापासून तर त्याच्या अंघोळीपर्यंत जबाबदारी उचललेली. लाज, संकोच न बाळगता, ती त्याच्या हगण्या-मुतण्याकडं लक्ष पुरवत होती. लोकांचं कर्ज फेडण्यासाठी नर्मदा मजुरीच्या कामांमागं ओरबाडू लागली. शकून रात्र रात्र जागून मशीनवर कपडे शिवत होती.

त्या दिवशी ध्यानीमनी नसताना वीस-पंचवीस लोकांचा जमाव वामनच्या अंगणात शिरला. जहागिररावनं बाहेरूनच आवाज दिला, "वामनभौऽहाये का बाई, घरी?"

वामनकडं लक्ष जाताच जहागिररावनं हात जोडले. "आमी सहज आलो होतो– भेट देन्यासाठी. आता बरी हाये नं तब्बेत?"

नवऱ्याला बोलण्यासाठी वेळ लागला म्हणून नर्मदाच म्हणाली, "हौ, आता बरीच मना लागंन."

"बरं, आमी चालतो... आपलं चिन्न ठावूक हाये नं तुमाले?" थैली घेऊन मागं उभ्या असलेल्या पोराला जहागिररावनं इशारा केला, "बापू याइले देऊन टाक रे यक घडी."

पोरानं थैलीतली दिवालघडी काढून वामनच्या खाटेवर ठेवली. चुडामन चिन्हाचं पत्रक नर्मदाला दाखवत बोलला, "हे पाहा, इथं घडीवर माराचा ठप्पा, समजलं?"

"वामनकाकासाठी निवडनुकीच्या दिवसी रेक्षाची पेशल सोय केली हाये आमी."

"बरं चालतो." पुन्हा हात जोडून जहागिरराव जाण्यासाठी वळला, तसा आतापर्यंत मुक्यानं ऐकणाऱ्या वामननं आवाज दिला, "इकडं या–"

जहागिररावपुढं खाटेवरची घडी धरून तो बोलला, "घेऊन जा– हे तुमची घडी!"

"राहू द्या, राहू द्या... तुमालेच भेट म्हनून देल्ली आमी कायमची!" कन्यालालनं पुस्ती जोडली, "तुमची साथ भेटली, तं शकूनसाठी नवी शिलाई मशीनबी देऊ आमी."

वामन तणक्यानं बोलला, "आमाले नाई पाह्यजेन तुमची घडी न् फडी"

"काऊन बा?"

"काऊन मनजे? आता निवडणुका आल्यावर तुमाले चेव आला का आमच्या भेटीचा? तीन वर्सापासून आमच्या ढुंगनात पानी शिरून राह्यलं, तं तहीचा नाई आला तुमाले पुळका?"

"बरं ब्वा... पन मत तं द्यान् कनाई आमाले?"

"कायले द्याआचं मत? आमचे सारे हक्क आनं अधिकार नजरंआड केल्यावरबी मत द्याआचं तुमाले? तुमच्या दोन गटातल्या नेयमीच्या दळनासाठी आमाले कहीचं मरन कांडा लागून राह्यलं इथं नदीकाठी."

"तुमची मर्जी! नाईतरी तुमच्या एकट्याच्या मतानं काय फरक पडनार हाये? गोमीचा यक पाय मोडला काय आनं राह्यला काय?"

जमाव हिरमुसला होऊन पुढं सरकला.

निवडणूक तोंडाशी येऊन ठेपली तसा सावेगावातल्या रणधुमाळीला खूपच ऊत आला. गावातले गल्लीबोळ प्रचारफेऱ्यांनी वर्दळलेले. आपापले कळप घेऊन उमेदवार सांजसकाळ घरीदारी भेटी देत होते. कोणी उमेदवार बायकोच्या हातानं साड्या वाटत होता, तर दुसरा कोणी तांदळाचे थैले मतदारांच्या सुपूर्द करत होता. हुकूमसेठ तर त्याच्या दुकानातलं अख्खं नारळाचं पोतं डोक्यावर घेऊन वाटत गावभर फिरत होता. कन्यालालच्या बायकोनं हळदीकुंकवाच्या कार्यक्रमासाठी वार्डातल्या झाडून साऱ्या बायांना घरी बोलावलं. वाणवाटीच्या निमित्तानं प्रत्येकीला एकेक बादली देऊन तिनं खणानारळानं आया-बायांच्या ओट्या भरल्या. निवडणुकीच्या या गदारोळात गावातल्या हौश्या-गवश्यांच्या पोळीवर मात्र भरपूर तूप सांडू लागलं. मत देण्याच्या विश्वासावर ते प्रत्येकच उमेदवाराकडून पुन्हा पुन्हा भेटवस्तू लाटू लागले. काही मतदार तर उघड उघड पैश्यांचीही मागणी करत होते. त्यांच्या भरीस पडणारे उमेदवार दुपट्ट्याखाली झाकलेली नोटांची बंडलं घरचालकांकडं सोपवत होते. चौथ्या वार्डातल्या इस्माइलनं

त्याच्या गावाबाहेरच्या गोठ्यात निवडणुकिनिमित्त्य दारूचा गुत्ता खोलला होता. मरगसुरावरून ड्रामभरून आणलेली मोहाची दारू तो रस्त्यानं येईल त्याला फुकटात पाजत होता.

नर्मदा शिदोरी घेऊन बाहेर येत वामनला म्हणाली, "माही येळ झाली आता. तुमाले लोटवून देऊ का?"

"नाई... खाटंवून उतरून दे मले. झोपू झोपू खांडकं झाल्यावानी वाट्टे आंगाले."

तिनं त्याला खाटंखाली उतरवून छायवानीच्या धडीशी बसवलं. "काई लागलं सवरलं तं शकनीले मांगजा. आनं हे पाहा, यकटे नोका उठजा. नाई तं पडले-गिडले म्हनजेन् आफत आनान्, बाप्पा."

नर्मदा कामाला निघून गेलेली. शकून जिजाकडं मशीनवर कपडे शिवत होती. वामन घरी एकटाच उरला. सामसूम घर खायला धावू लागलं. निवडणुकीचे कर्कश भुंकणारे भोंगे कानाला चटके देऊ लागले. त्यानं जमिनीशी टेकवलेल्या हातावर भार देत कंबर जरा वर उचलल्यावानी केली. वेदनेची एक जीवघेणी कळ अवघ्या अंगभर पसरली. तरीही त्यानं पावलानं भुईला रेटा देऊन पाहिला. हाडांचं गाठोडं ठिगळभर पुढं सरकल्याचं पाहून नवी उमेद जागी झाली. पावलानं जोर लावत तो कंबर पुढं पुढं सरकवू लागला. कळा सोसत छायवानीतून अंगणात आला. घडीभर दम घेऊन त्यानं चिकट आलेल्या तोंडावरून जीभ फिरवली. अंगणातल्या खडकाळ खुबटांवर पावलांच्या रेट्यानं गुबडं घासत तो पुढं पुढं सरकला. बाहेरच्या दाठ्ठ्याजवळ चौकटीचा आधार घेऊन बसला.

वामनच्या पुढ्यात आता एकीकडं रस्त्यावर खळबळणारी वर्दळ होती. दुसरीकडं पाठीमागं घरभर पसरलेला कोरडाठण्ण सुन्नपणा होता. छायवाणीतली स्प्रिंगची अवजड खुर्ची मढं न्हाणायला काढावं, तशी काहीच हालचाल न करता मख्खपणे बसलेली. सपरीतल्या भिंतीवरचा मोठा आरसा, नदीच्या पोटात दडून बसलेल्या धरणाची जाणीव पुन्हा पुन्हा करून देत होता. दाठ्ठ्यालगत भिंतीच्या आडोशाला लोळणारं खरूजलेलं भुरं कुत्रं येणाऱ्या-जाणाऱ्यांकडं केविलवाणं पाहात होतं.

"आबादीऽ आबादीऽऽ... तुमाले तालता येत नाईऽऽ?"

वामन केवढ्यानंतरी दचकला "अं? नाई बेटाऽऽ?"

"ताय धालं तुमत्या पायाले?" नदीकाठी खेळायला आलेल्या सागरच्या पोरानं त्याच्या पायांकडं पाहात विचारलं.

"आता काय सांगू बापू, तुले?... हे पोट आनं पाय दोन्हीबी पाऽर गिळलेत रे, ह्या धरनानं!"

"पोताले ताय धालं तुमत्याऽ?"

नातवाच्या प्रश्नासाठी वामनला शब्द गवसेनासे झाले. बाजूच्या ओट्यावर गप्पात रमलेले नवथळ पोरं त्याचा आवाज ऐकून एकाएकी बोलायचे थांबले. त्याच्याकडं कान देऊन चहाळ घेऊ लागले. डोळ्यापुढं तुंबलेली आमनदी अर्ध्या गावाला घशात घालून आडवी-तिडवी पसरली होती. नदीच्या पाण्यात दिसणारं सूर्याचं बिंब, दुर्गाच्या कपाळपाटीवरून पुसल्या गेलेल्या कुंकवाच्या लालसर डागावानी पुसट दिसत होतं. पुलावरच्या तुटक्या कठड्याशी रेललेला गुलब्या नदीच्या पात्राकडं पाहात विचित्र हावभाव करत होता. एवढ्यात वाऱ्याची एक लपट आली. दर्ग्याखालचं पाण्यानं घेरलेलं चिंचेचं खोड वाऱ्याच्या झोताबरोबर डुलूडुलू हलू लागलं.

"सांगा नं आबादीऽऽ... पोताले काय धालं तुमत्याऽऽ?"

वामन एकाएकी उदास झाला. दूर नदीकडं नजर लावून बोलला, "काय काय झालं म्हून सांगू पोरा, तुले?... माह्या पायात तरन्यावानी जोर राह्यता कनाई, बेटा; तं पुनर्वसनासाठी उभा कुदलो असतो ह्या पुढाऱ्याइच्या आनं सरकारच्या छाताडावर! पन काय करू रेऽ? मुळ्याडाळ्या चिवट असूनबी वरच्या शेंड्यानं दगा देल्ला, बापू!"

–बोलता बोलता त्याचा गळा भरून आला. त्यानं नरडं खाकरलं. त्याचं लक्ष वाऱ्यानं हलणाऱ्या चिंचेच्या खोडावर खिळलं, "थे चिच्चीचं खोड पाह्यलं? काय फरक राह्यला थ्या मुक्या झाडात आनं आपल्यात? दोघाच्याबी मुळात पानी शिरोलं. –ह्या धरनानं! हे जहर धिरे धिरे चढत जाते, पोरा; यकादमानं नाई!"

वामन चिंचेकडं बोट दाखवत असतानाच ओट्यावरचा दुरून ऐकणारा उमेश पोरांतून उठून त्याच्याजवळ आलेला. त्याचं बोलणं कान देऊन ऐकत होता. त्याच्याभोवतीचं तिथलं टोळकंही वामनकडं लक्ष खिळवून बसलं होतं.

"मी तं धरनाच्या पान्यानं पार इरलो– ह्या चिच्चीवानी. पन तुमच्या पायात जोर हाये. तुमी नवथळाइनं तरी पावलं उचलाले पाह्यजेन आता. नाई तं यखांद्या रोजी थ्या मोवाडावानी होईन आपलंबी. मंग तुमचीबी गत ह्या चिच्चीवानीच!" बोलता बोलता वामन थांबला. ओठावर ओलावा खेळवत सुन्न मनानं चिंचेकडे टक लावून बसला.

ओट्यावरची पोरं पुन्हा आपापल्या गोष्टीत गुंतली. उमेश त्यांच्यात जाऊन मिसळला. पुढच्या रस्त्यावरून चिंधाई कंबरेत काटकोन करून चाललेली. चार घरून मागून आणलेल्या भाकरीचं गाठोडं छाताशी धरून ती घराकडं येत होती. पांढऱ्याधोट पुलाखालून हिरवं-निळं पाणी जराही आवाज न करता संथपणानं वाहात होतं. नदीकाठच्या मसोंटीकडं बापूरावच्या दसव्याच्या घासासाठी कावळ्यांनी काव् काव् करत एकच झुंबड उठवलेली. पण त्यातला एकही कावळा घासाला

शिवत नव्हता. पुरुषोत्तम अन् दिनकर घासाचा द्रोण घेऊन दूरपर्यंत कावळ्यांमागं धावत होते. पण कावळे नुसतेच घिरट्या घालत होते. निवडणुकीचे भोंगे दुपारी जरा थंडावलेले, त्यामुळं थोडं शांत वाटत होतं. बाजूला बसलेल्या टोळक्यातल्या पोरांचं बोलणं आपसूकच वामनच्या कानावर येत होतं.

"का रे उमेश, मत कोनत्या पार्टीले द्याव् आता?"

"माहा तं विचार आहे का अवंदा कोनालेच नाई द्याव् सप्पा!"

"असं मनतं?"

"नाई तं का... या पुढाऱ्याइनं काय केलं गावासाठी? उलट भरल्या गावाचे तुकडे पाडून नुसते आपापले घरं भरलेत, लेकाइनं! आताबी पुन्हा थेच थे लोकं उभे आहेत सगळे."

"आरेऽ पन आपल्या एक-दोघाच्या बहिष्कारानं काय साधनार आहे, भेंड्या? बाकी लोकाइच्या मतदानानं तं येनारे येतीनच कनाई निवडून?"

"असे कसे येतीन? आपल्यावानी साऱ्याइनंच ठरवलं, तं काय लागते बहिष्काराले?"

"म्हनजे सामूहिक बहिष्कार घालाचा मनतं का, उम्या तू?"

"नाही तं काय? आतापर्यंत अर्ज विनंत्या लय झाल्या. थ्या कागदी तक्रारीकडं पाहून कुत्रंबी खोकलत नाही सरकारी आफिसातलं. आता बहिष्काराचा ह्याच रामबान उपाय आहे आपल्या हातात."

"पन मंग लोकाइले कोनं सांगाव् हे? का रे, मानक्या?"

"हे पाह्य विकास, आफन प्रत्येकाकडं जाऊन सांगू तव्हाच समजन कनाई, लोकाइले? निदान पुनर्वसनाच्या प्रश्नासाठी तरी कोनीबी तयार होते– बहिष्काराले." उमेश विश्वासाच्या सूरात बोलला.

"चाला, मंग आताच जाऊ झटपट. गावात घरोघरी सांगत फिरू आफन."

बोलता सवरता पोरांचा जमाव खदबदला. जाग्याहूनच बहिष्काराचे नारे देत रस्त्यानं निघाला–

"संपूर्न गावाचं पुनर्वसन झालंच पाह्यजेन!"

दाठ्ठ्याशी टेकून बसलेला वामन जिवात जीव आल्यावानी स्वत:शीच हुंकारला. अंगात त्राण नसतानाही घशात जीव एकवटून ओरडला, "अवंदा इलंक्शन होनार नाई!"

वामनचा आवाज ऐकून पाहता पाहता जमाव गोळा झाला.

घराकडून आलेल्या भालचंद्रानं खड्या आवाजात सूर धरला,

"तिफनीच्या नळीतून रे ऽऽ कष्टकऱ्या ऽ माझ्या ऽऽ
पेरू ठासून बारुद

आता होऊ द्या उठाव
करू गिधाडं गारद!
यक नमन गौरा ऽ पारबती हरबोला हर ऽ हर माहाऽदेव!''

मागचा चहाळ घेऊन पोरांचं टोळकं पुढं निघालं. त्यांच्यामागून वामनचा नातूही खेळणं सोडून पळला. रस्त्याच्या पुढल्या वळणावर वळून जमाव नजरंआड झाला. त्यांच्या घोषणाही अस्पष्ट होत गेल्या... पण त्यात विरघळलेलं वामनचं काळीज जमावाच्याही पुढं पुढं निघालं होतं. अवघ्या गावावर ढगाळू पाहात होतं.

पोरांच्या जाण्यामुळं वातावरण थंडावलेलं. वाऱ्याचा जोर वाढला होता. मुकी शकून मशीनच्या खडखडाटातून बापाशी बोलत होती. नदीकाठच्या चिखलात लोळून आलेलं डुकर भिंतीशी अंग रगडत होतं... एकाएकी जोरानं 'कड् कड् कड् काड्डकन' वाजलं!

अवजड चिंचेचं खोड वाऱ्याच्या वाढलेल्या झोतानं काड्दिशी उन्मळून पडलं. नदीच्या खोल पाण्यातून डुब्बकन् आवाज आला अन् सारं जिथल्या तिथं झालं. सावली हरवलेल्या चिंचेचा पाणसडका देह पाण्यात पडला. खोडाच्या सडलेल्या मुळ्याडाळ्या अस्ताव्यस्त होऊन जमिनीबाहेर आलेल्या. अन्नपाण्यावाचून मरताना दुभत्या गायीनं आपला जबडा वासावा, तसं दिसत होतं.

आवाज ऐकून नदीकाठावरचे बगळे खसफसले. बापूरावच्या दसव्याच्या घासाजवळ घुटमळणारे कावळे काव् काव् करत चहूभोवती पळून गेले. चिंचेच्या आसऱ्याला राहणारं, खरूजलेलं भुरं कुत्रं नदीकडं पाहात जोरजोरानं भुंकू लागलं. बाजूच्या ढोरफाडीत मेलेल्या जनावरावर तुटून पडलेली मासखाऊ गिधाडं आवाजानं दचकून दिसेनासी झाली. पाण्यावर उठलेल्या तरंगांगुळं बदकं अन् पाणकोंबड्या वाट मिळंल तिकडं पोहत कुठल्यातरी आडोशाला जीव लपवू लागल्या. बेसरमाच्या झुडपाशी तुरतुरणाऱ्या खारुट्या सरसर वर चढून गेल्या होत्या. म्हातारे अन् पोरासोरांनी चिंचेच्या घाटावर गर्दी केली होती.

चिंचेचं खोड पाण्यात पुरतं बुडलेलं नव्हतं. त्याच्या एकट-दुकट फांद्या पाण्यावर दिसत होत्या. त्या फांद्यांवर पाखरांचे खोपे तसेच लटकलेले. त्यातली पिल्लं मात्र अंगात बळ आणून आभाळाचा वेध घेत उडून गेली होती. चिंचेखालची वाऱ्यावर डुलणारी लहानसहान झाडं झुडपं आता अधिक नजरंत भरत होती.

सूर्य मावळतीकडं निघाला होता. तिन्ही बाजूनं आभाळ निळा गडद रंग धरत होतं. बुडतीकडली बाजू सूर्याच्या लाल-सोनेरी रंगानं चमचमत होती. मावळताना मोठ्या भासणाऱ्या सूर्याचं बिंब आजूबाजूच्या ढगांना रुपेरी-सोनेरी कांती देत होतं.

❑❑❑

प्रादेशिक शब्दसूची

अ

अकाळ - अवेळी आलेला पाऊस
अखाडी - आषाढी
अडदडा - आर्द्रा नक्षत्र
अटाळा - घराच्या छपराखालचा सपाट भाग.
अनमान्या येणे - चक्कर येऊन तळमळणे.
अर्बाडी - मांत्रिक
अभिन्न - अस्मानी संकट, विपरीत परिस्थिती.
अवघे - सगळे
अवस - अमावस्या
अंतरणे - मुकणे, उशीर होणे
अंदरबाहर - गंजिफ्याच्या खेळाचा एक प्रकार.
अंधन - आंधण

आ

आचोळ - गाईचे स्तन
आन - शपथ
आपकमाई - स्वत:ची कमाई
आपलमती - आपल्या मताने
आरा - लाकडी चौकट असलेली मोठी करवत.
आवड - शेताचा विशिष्ट तुकडा
आवा - भट्टी
आवतण - निमंत्रण
आळं - पाणी साचण्याकरिता झाडाभोवती केलेला खोलगट भाग.
आंगरोग - अंगभूत आजार.
आंगी येणे - अंगात येणे
आब - अब्रू
आंगोपरती - स्वत:च्या अंगमेहनतीने
ओघळ - ओढा, नाला

इ

इक्रती - विकत घेतलेला
इटाळ - विटाळ
इमला - घराच्या बांधणीचा जुना लाकूडफाटा
इरुद्ध - विरोध, शत्रुत्व

ई

ईकटाक करणे - विकून मोकळे होणे
ईख - विष

उ

उकडझोप - अर्धजागृत अवस्था
उकीर - सुरुंग, उंदीर घुशींचे बीळ
उचलनी - उपरा, परावलंबी
उजवणे - लग्न करून देणे
उटाळा देणे - उचकविणे
उटोंडी - उतरंड
उधडणे - फाडून काढणे
उधम मचवणे - धुडगूस घालणे
उभारी - बंडीला असलेल्या उभ्या काड्या
उफाड - थोराड

उबजणे - जखम होणे
उराई - सर्दी-खोकल्यासारखा आजार, उरोसा.
उलंगणे - उसळणे, साठवणीतील वस्तू कमी होणे.
उंबरा - उंबरठा

ऊ

ऊन टाळणे - उन्हाची विश्रांती घेणे
ऊबग - कंटाळा
ऊट – अडसर, वाहनाच्या चाकापुढे अडसर म्हणून ठेवलेला दगड.

क

कचकणे - जागीच तडकणे
कडबा - ज्वारीची वैरण
कठाण - रब्बी पिकांसाठी तयार केले जाणारे शेत.
कट्याप - काटाकाट
कवडी - पैशाचा मूल्यहीन भाग
कवल - कवेलू
कळीचा दिवस - पोळ्याचा पाडवा
कर्म करणे - विषयपाप करणे
कंपू - टोळके
कामठ - काम करण्याच्या जागेला दिलेले विशेषनाम.
कामरगी - परंपरेनुसार धान्याच्या बदलात केल्या जाणारा शेतीशी निगडित पोटार्थी व्यवसाय.
कान किटणे - काहीच ऐकू न येणे
काचोळी - टोकदार पानांची फांदी, पांचोळी.
काठाकोरीचा - प्रत्येक गोष्ट नेमानेटकी करणारा.
काकर - चिरा
कानकोंडले होणे - शरमिंदे होणे
कावलपिसी - कावरीबावरी, पिसाटासारखी.
काष्टा - सोगा, नेसूच्या धोतराचा मागे खोचलेला पदर.
किटुकलं - कीटक
किटकणे - जनावरांच्या जखमेत अळ्या वा किडे पडणे.
किलोंडी - लढाई
किंतोक - कल्लोळ, कोलाहल
कीर काढणे - फैल काढणे, पळवाट शोधणे.
कुचा - ब्रशासारखी केसाळ वस्तू
कुढणे - मनातल्या मनात झुरणे
कुरवडी - मुरवलेल्या तांदळापासून केला जाणारा पापडासारखा खाद्यपदार्थ.
कूप - काटेरी कुंपण
कूड - वनस्पतीपासून बनविलेले बिनकाटेरी कुंपण.
केंडणे - गळचेपी होणे, कमकुवत होणे.
कोळीजणे - जळताना काळे किटण चढणे.
कोनाडा - मातीच्या भिंतीत सामान ठेवण्यासाठी केलेली जागा.
कोचोळा - खोपा, चिमणीचे गवती घरटे.
कोपर - भाकरी थापण्याची मोठी परात

ख

खटला - मोठे संयुक्त कुटुंब

खराटा - तुराट्यांपासून तयार केलेला झाडू.

खर्रा - गुटखा, मावा

खवदव - सेवा

खंगणे - कमकुवत होणे

खळं - धान्य मळण्यासाठी तयार केलेली गोल जागा.

खार लागणे - नुकसान होणे.

खांदमर्दन - पोळ्याच्या आदल्या दिवशी बैलांच्या खांद्याला लोणी अन् हळद लावून ते पळसाच्या पानांच्या देठांनी शेकतात.

खांदेकरी - प्रेताच्या तिरडीला खांद्यावर घेऊन चालणारे.

खो देणे - बगल देण, हूल देणे

ग

गराडा - रहाडा, अस्ताव्यस्त पसरलेल्या वस्तू.

गलपणे - जुन्या वाकळीला नव्याने शिवणे.

गळाण - गाळून मागं उरलेला पाचोळा

गधं - गाढव

गागरा - धूळ

गाठा - गाई-वासरांना दिवाळीला घातले जाणारे पट्टेवजा नक्षीदार अलंकार.

गळाठणे - गळपत्तर होणे, शक्तिहीन होणे.

गये - बिते - गळलेले, टाकाऊ

गळाठा - गळल्यासारखी अवस्था, टाकसांड.

गडदडा - गटारे, नाल्या, खळगे

गळकुटी - धावता येऊ नये म्हणून गाईच्या गळ्याला बांधलेला आडव्या काडीचा त्रिकोणी फासा.

गनीमनी धरणे - खरे मानणे, विश्वास ठेवणे.

गंडवणे - फसविणे

गवसणी - खोळ

गव्हाण - गुरापुढे चारा टाकण्यासाठी लाकूड लावून केलेली जागा.

गचाटणे - जोराने इकडे तिकडे ढकलणे.

गुढा - पैसे ठेवण्यासाठी वापरल्या जाणारा धोतराचा कमरेजवळचा पदर.

गुर्मी - गुंगी, नशा

गुडुपणे - गडप होणे, गहाळ होणे

गूड - ज्वारीच्या कडब्याची शेतातील गंजी.

गुरफटणे - गुंतणे

गुमसूम - चूपचाप

गोदरी - शौचास जाण्यासाठी वापरली जाणारी जागा.

गोठाण - चरायला जाताना गाई-वासरे एकत्र होण्याचे ठिकाण.

गोमतीर - गोमुत्र

गोवऱ्या - शेणापासून थापून केलेल्या गोल शेणी.

गोटाडी - दगड-गोट्याच्या शेतजमिनीचे विशेषनाम.

गुबडं - कमरेखालील बैठकीचा भाग

घ

घसरडा - निसरडा

घडी - वेळ, घटका
घरबश्या - घराबाहेर सहसा न पडणारा
घाडी - खूप
घालक - अन्नपदार्थांतून चारला जाणारा विषासारखा मोहिनी घालणारा पदार्थ.
घाटरू - गुरांच्या गळ्यातील घण्टा
घानमाकड - टोकदार उभ्या लाकडावर फसविलेल्या आडव्या लाकडाच्या टोकांवर बसून त्यावर गिरक्या घेण्याचा खेळ.
घुइकिडा - कपडे कुरतडणारा एक कीटक.
घुम्या - अबोल, कमी बोलणारा
घडवंची - वाकळी, अंथरूण ठेवण्याची लाकडी चौकट.
घोळका - टोळके

च

चळत - रचून ठेवलेली थप्पी
चवडणे - पद्धतशीर ठेवणे
चकारणे - सावध होणे
चवरं-मठाठ्या - पोळ्यानिमित्त बैलांना सजविण्याचे अलंकार.
चंदी लावणे - खाते लावणे
चवना - नखरे
चकमा देणे - चकवा देणे, चकवून पळणे.
चराळ - पावसाची मोठी सर
चाणकी - चपाती
चामट - ओलसर
चहाळ - चाहूल, कानोसा
चिल्हाटी - काटेरी झुडूप
चुचकारणे - गोंजारणे

छ

छायवानी - सपरीसमोरचा उतरता ओसरीवजा भाग.

ज

जगरं - विस्तवाची धुनी, आगटे
जगिन्न - जगाला दिसणारी वाईट अवस्था.
जागल - रात्रीची राखणी
जावळं - बालपणी डोक्यावर असणारे केस.
जांभुळवाही - पेरणीपूर्वी तण नाहीसे करण्यासाठी केलेली वखरणी.
जानता - मांत्रिक
जित्ता - जिवंत
जोखणे - ताडणे
जोता - घराची बांधण
जिन्नस - पदार्थ

झ

झंडी-मुंडी - जुगाराचा एक प्रकार
झाडोऱ्या - झाडांनी दाटलेला परिसर
झांज्या - दाट झुडूप
झोडपे - लाकूड

ट

टकळी लागणे - एकटक पाहणे
टलावणे - टोलविणे
टापटीप - व्यवस्थित, नीटनेटके
टांय टांय - जीवघेणी धडपड
टिकली - रुपयाचा छोटासा भाग

टिनमणी - जनावराच्या गळ्यातील पितळी घंटा.

टिवल्याबावल्या - जुजबी, थातुर-मातुर, रिकामपणाचे चाळे करणे.

टिकर - तुकडा

टिमकारणे - टवकारणे

टेक - जिद्द

टोलनाका - पुलावरील करवसुलीचा नाका.

टोंघळभर - गुडघाभर

ठ

ठावूक असणे - ठावे असणे, माहिती असणे.

ठाईठिकलं - व्यवस्थित, जिथल्यातिथे, नेमानेटके.

ड

डबोलं - संपत्तीचे गाठोडे

डहूळणे - मलीन होणे

डहूळ - गढूळ

डंभारणे - फुगणे

डेळमाथन - लग्नसमारंभापूर्वीचा एक सोहळा.

डोणे - द्रोण

डोहारणे - डोक्यावर वाहून नेणे

डोम्या - विषारी सापाची एक जात काळा नाग.

ढ

ढंग नसणे - तथ्य नसणे, निरर्थक

ढास - खोकल्याची उबळ

ढोली - धातूची कोठी, लोखंडी कनगी

त

तलखणे - चटक होणे, तेज होणे

तसमा - घराच्या चार खांबांमधली चौकोनी जागा.

तंगी - टंचाई

तमतमणे - रागाने लाल होणे

तराडणे - टर्रकन् फाटणे

तनस - धानाची मुलायम काडं

ताटकळणे - खोळंबणे

ताबेदारी - चाकरी

ताट्या - झाडांच्या नरम फोकांपासून (फांद्यांपासून) वळलेले तक्ते.

तितंबे - भांडणे, कटकटी

तिऱ्हाइत - परका, त्रयस्थ

ताबूत - ताजिया

ताथे - ताजे

तिसरा रोज - मृत्यूपरांत तिसऱ्या दिवशी घातले जाणारे जेवण.

तिवा - धान्य उडविण्यासाठी मळणी करताना वापरली जाणारी तीन पायांची लाकडी बैठक.

तोंडाच्या आवडीनं - मनात येईल तसे

तोंढाळ - तोंडावर बोलणारा

तोल्हांडणे - चालताना तोल जाणे

तोंड खळबळणे - तोंड विसळणे

तुंगा - जथ्था

थ

थडी - काठ

थकत्यापायरी - उतारवयात

थाली - लोटा, गडवा

थैला - कापडी पिशवी

थोप - पाण्याची अंतिम पातळी

थोबडा - चेहरा, मुखडा

द

दम - श्वास
दचाडा - झटका, हिसका
दरंदरं - पटंपटं, दाणदाण
दमडी - पैश्यांचा मूल्यहीन भाग
दाठ्ठा - दाराची चौकट
दानोडा - दानाफान
दादला - नवरा
दातंकणी न फोडणे - बोलण्यासाठी अजिबात तोंड न उघडणे.
दाभनं खपवणे - सल्ला देणे, स्वत:चे मत पुढे रेटणे.
दांड - विहिरीच्या पाण्याचा पाट
दाढ होणे - काळ होणे, वैरभाव निर्माण होणे
दुमडणे - दुमते पाडणे
दुखू - दुःख
दाढूक - दाढी
दोर - चऱ्हाड

ध

धडी - सपरीचा वा छायवाणीचा जोता
धरवळ - साठा, संचय
धसकट - खोड तोडून राहिलेले झाडाचे बूड.
धाटी फुटणे - नदीला पूर न सांभाळल्यामुळे दुसरीकडून नदीचे पाणी पळणे.
धापट - लाकडी पटे असलेली जागा
धानफून करणे - आदळआपट करणे
धांडा - ज्वारीचे काड
धुंडाळणे - शोधणे
धुरा - शेतातील बांध वा सीमारेषा
धुयारलेला - धुरासारखा अस्पष्ट
धुपट - धूर
धुमाडा - धुमाकूळ

न

नवपण - तरुणपण
नवथळ - तरुण
नवाटणे - नवे होणे
नख्या - पऱ्हाटीचा कापूस वेचल्यानंतर मागे उरलेली अनुकूचीदार टरफले.
नाट - हटक, दृष्ट
निकरावर - अटीतटीवर
निसवणे - कणसातील दाण्याचा भाग उघडा पडणे.
निर्धारणे - पक्के ठरविणे
निरा - निव्वळ
निब्बर - घट्ट
निभेकाळ - सांभाळ
निंबोऱ्या - लिंबोण्या
नेत - नियत, नीती
नेट लावणे - जोर लावणे
न्हाणी - आंघोळीसाठी केलेला आडोसा
न्यारे - वेगळे

प

पजाई - बेदम मारठोक
पइस - पर्याय
पलाणं - मोठे फडके
पसारी - छोटी वाकळ
पत्राळी - पत्रावळी
पटं - घडी केल्या जाऊ शकणारे

लाकडी दार.

पनपणे - वाढणे

परोळ - चुलीपुढली भाकरी शेकण्याची जागा.

पाठरू - बकरीचे पिलू

पानबोदाड - दलदल असलेले

पाह्यटवा करणे - पहाटे उठून कामाला लागणे.

पाळणूक - पथ्य, व्रत-वैकल्यांमधील आचार.

पालव - छोटे फडके

पाड्‌डं - (तराजूचे) पारडे

पाणी देणे - वलोसा देणे,

नुकसानकारक सल्ला देणे.

पाघळणे - विरघळणे , विरणे

पावठा - घराचे धाबेवजा पायठाण

पातीजणे - कबूल होणे, मंजूर करणे

पान लागणे - साप चावणे

पिखोली - पतंगाचा किडा

पिलूराया - पिल्लू

पील - केळीचा नवा कोंब

पुख - पुष्य नक्षत्र

पुळका - कणव, कीव

पैदणे - चटक लागणे

पोटरी - गुडघ्याखालचा मांसल भाग

पोवटा - गाई-बैलाच्या शेणाची विष्ठा

पोतिरं - पोतेरे

पोसणे - जगविणे, पाळणे

पोतं - धान्य भरण्यासाठी वापरल्या जाणारा ज्यूटाचा बारदाना

पेंगुळणे - पेंगणे

पोलका - मातीच्या उघड्या भिंतीवर वा खांडांवर पावसाळ्यापूर्वी झाकले जाणारे पानांचे आवरण.

पोही - पैश्यांच्या रूपाने पोळ्याला दिली जाणारी भेट.

फ

फरकाडणे - फटकारे मारणे

फरतोडे - फांदीसारखे नाना पर्याय

फंद देणे - वाईट सल्ला देणे

फाक् - मुलगी, मुलींसाठी वापरले जाणारे संबोधन.

फुकापासरी - फुकट

फाडी - चौकोनी आकाराचा फोडीव दगड.

फुनशा - पुरळ

फोल - अनुत्तीर्ण, खोटा

फोक्ने - मुलींसाठी असलेले संबोधन

फुरान - अतिउत्साह

फिरस्ती - फेरीवाला

फोकनाड्या - अर्थहीन गप्पा

ब

बरसाद - पावसाळा

बधणे - मानणे, मान्य करणे

बरड - दगड-गोटे असलेले शेत

बयजी - 'आजीबाई' या अर्थाचे आदरार्थी संबोधन.

बसकण - थकून मारलेली बैठक

बरशी - फरशी

बंदरा बसवणे - निकाल लावणे, चूप बसवणे, सूड घेणे.

बारं - आळ्याच्या तोंडावरचे दार

बांधोडी - गुरांच्या दावणीची जागा

ब्याद - बला

बिरविणे - ओरडणे, गुरगुरणे
बिथरणे - संतापणे, बावरणे
बुढीचं खाटलं - सप्तर्षि तारा
बुजरुक - वयस्कर
बेड्डा - गुरांपुढे मांडले जाणारे मिश्रधान्याचे मेळवण.
बेरुखी - नाराजी
बेतणे - ठरविणे
बेवायसी - विनाकारण
बेजमी - साठा
बेळ्या - लाकडी बनग्या, बल्ल्या
बेळं - बेळफाटीचे लाकूड
बोडखा - बोडका, शिरावर काहीही परिधान न केलेला
बेड्डी - जुंपताना बैलाच्या गळ्याला जुवाशी धरून बांधण्याची सुती पट्टी.

भ

भरोसा - विश्वास
भराटी - काटेरी, जाड्या पानांचे झाड
भादरणे - वस्तऱ्याने केस काढणे
भानवशी - चुलीजवळ बसण्याचा उंचसर चौथरा.
भारवट - दाराच्या वर सामान ठेवण्यासाठी असलेली कोनाडेवजा लांब पोकळी.
भिरडणे - लाकडाला भुगा पाडणारा किडा लागणे.
भिजू भिजू मारणे - पाडून बोलणे
भुईसरं - भुईवरचे, मातीच्या पृष्ठभागावरील.
भुई - जमीन
भसुकांड - धान्याचा भुसा व कांड्याचे मिश्रण.
भूमक - पोळ्यातील बैलांच्या अग्रपुजेचा मानकरी.
भेकाड - भित्रा
भेदाळणे - भिणे, दचकणे
भेव - भीती
भंगारणे - पडझड होणे
भोंडे - कोरे
भोय - भोवळ
भोबडा - दात पडलेला, तोंडाचे बोळके झालेला.

म

मशासूर - महिशासूर
मटकणे - मुरकणे
मनरंगी - मन:पूत
मयाल - घरावरची आडवी रुंद लाकडे.
महादेवरूखं - महादेवाच्या दिशेने, उत्तरेकडे.
मढं - प्रेत
मंतर बाबडे होणे - काहीच उपाय न सुचणे.
माथा - उंचावरील भाग
म्हणणूक - म्हण
मातेरा - मळणीनंतर खळ्यात उरणारे मातीमिश्रित धान्य.
मारोतीमुखं - दक्षिणेकडे
माळवं - भाजीपाला व भाजीयोग्य फळे
मारकुंडी - सदा मारणारी
मांज्या - पतंगाचा घोटीव दोरा
म्हाली - न्हावी

मेढे - पोळ्याला दाराशी ठेवल्या जाणाऱ्या पळसाच्या फांद्या.
मेरी - पिकांच्या लागवडीच्या ओळी
मसोंटी - थडगे, स्मशानातील प्रेत पुरण्याची जागा.
मेंडकी - बेडूक
मोळांडणे - बधिरणे, मुंग्या येणे
मोकळणे - मोकळं होणे
मोरी - न्हाणीचा शोषखड्डा
मुरमाड - मुरूम असलेली
मुंडा - घराचा उभा लाकडी खांब
मिसरी - चिलमेच्या तंबाखाची राख, गूल.
मोह्यतीर - मुहूर्त

य

यवहार - व्यवहार
यकर - एकर
यालर्जी - ॲलर्जी, बाधा
येल्हानं - वंशावळ, वेल
येधाळा - यावेळी
येले - हाल

र

रया - रौनक, वैभव
रहाडा - गराडा, पसारा
रामपाह्यरा - रामप्रहरी, सकाळच्या प्रहरी
रंधणे - तासणे
राखोंडा - राख
रिठ्या येणे - जिवावर येणे
रूख - दिशा
रेघ - रेषा
रोंघावणे - रोहोकणे, रों रों आवाज करणे.
रोख - उद्देश
रोपून - जागा धरून, मूळ धरून
रोहोकणी - दपटणी

ल

लघ्यात - लवकरच
लय - पुष्कळ
लवण - उताराचा भाग
लत - धुंदी, सवय
लपट - लहर, जोराची झुळूक
लकडा चढणे - लाकडासारखे कडक होणे.
लाबडणे - वेंगाडणे, अकारण बोलणे
लिपापोती - वरवर चोपडणे, सारवासारव.
लेह्यडी - लुच्ची, मोकाट
लेंड - लांबोळ्या आकाराची घट्ट विष्ठा.
लोळी - घाटरामधील वाजणारी लोखंडी दांडी.

व

वखत - वेळ
वळन - घरावरच्या छपराचा भिंतीबाहेर पुढे आलेला भाग.
वठ्ठी - परीट
वळाणा - कपडे ठेवण्यासाठी बांधलेला दोरीचा पाळणा.
वन होणे - जीवन बर्बाद होणे, वनवासी होणे.
वाढकाम - सुतारकाम
वाक् चावण्या - चकल्लस
वासे - बिनविषारी सापाची एक हिरव्या रंगाची जात.

वार करणे - बदनाम करणे, शत्रुत्व निर्माण करणे.

वायफळ - असफळ, बिनवायसी

वाडी - गावाजवळच्या शेतीचे विशेषनाम.

वाटी जाणे - वाटेस जाणे, छेड काढणे.

वाहान - चप्पल, पायताण

विळा - कोयता

विंचरा - विंचरल्यानंतरचा केसांचा गुंता

श

शिताळं - स्वयंपाकानंतर वा जेवणानंतर मागे उरणारी शिते.

शिवार उलंगणे - पीक निघाल्यानंतर शेते मोकळी होणे.

शिनाल - बदमाश

शिंद - ताटीवर वा कुडावर माती लिंपून केलेली भिंत.

शिफार - सपाट

शेणकुड - शेण

शेकनिवा - पेटत्या निव्यावर मिठाची पुरचुंडी गरम करून अंग शेकणे.

स

सर - आतला कोंभ

सबाकती - सहज

सनक - भनक

सट - संच

सर्दावणे - पाण्याने थंडावणे

सराप - शाप

सरगुंडे - ज्वारीच्या धाटातील बारीक सरांवर वळून तयार केल्या जाणारा कणकेचा खाद्यपदार्थ.

संगाळा - पाण्याचा विहिरीतील साठा

संशेव - संशय

सडाफटिंग - एकटा

साज - सजावटीचे अलंकार

सांजा - तांदळाची गोड पोळी

सातरी - झोपण्याचे खाटेवरील अंथरूण

सादळणे - थंड्या हवेने ओलसर होणे

सांगीवांगी - केवळ सांगून, फक्त सांगण्यापुरते.

सुपर - सुबत्ता, संपन्नावस्था

सुरंग - भुयारासारखे दिसणारे छिद्र

सुडी - इंधनाची रचलेली गंजी

सूर्यामुखं - पूर्वेकडे

सोयरा - नातेवाईक

ह

हड्या - कावळा

हरकिजणे - हर्षभरित होणे

हलकारा - पाळणा बांधण्यासाठी असलेल्या छताच्या कड्या.

हाजराहुजरी - समोरासमोर

हातालागलं - हाताशी आलेलं, सुरू असलेले काम.

हिंदान - खूण

हिस्सा - वाटा

हाउस - हौस

हीव - थंडी

हूट - उंट

हेटी - अपूर्णावस्थेतील गावाला पडलेलं संबोधन.

होट - ओठ

❑❑❑